ENGLISH / VIETNAMESE

ANH NGỮ / VIỆT NGỮ

OXFORD PICTURE DICTIONARY

SECOND EDITION

OPD

Jayme Adelson-Goldstein

Norma Shapiro

198 Madison Avenue
New York, NY 10016 USA

Great Clarendon Street, Oxford OX2 6DP UK

Oxford University Press is a department of the University of Oxford. It furthers the University's objective of excellence in research, scholarship, and education by publishing worldwide in

Oxford New York

Auckland Cape Town Dar es Salaam Hong Kong Karachi Kuala Lumpur Madrid Melbourne Mexico City Nairobi New Delhi Shanghai Taipei Toronto

With offices in

Argentina Austria Brazil Chile Czech Republic France Greece Guatemala Hungary Italy Japan Poland Portugal Singapore South Korea Switzerland Thailand Turkey Ukraine Vietnam

OXFORD and OXFORD ENGLISH are registered trademarks of Oxford University Press.

Library of Congress Cataloging-in-Publication Data

Adelson-Goldstein, Jayme.
The Oxford picture dictionary. Monolingual /
Jayme Adelson-Goldstein and Norma Shapiro.– 2nd ed.
p. cm.
Includes index.
ISBN: 978-0-19-474019-7

1. Picture dictionaries, English. 2. English language–Textbooks for foreign speakers.
I. Shapiro, Norma. II. Title.
PE1629.S52 2008
423'.1–dc22

2007041017

Executive Publishing Manager: Stephanie Karras
Managing Editor: Sharon Sargent
Development Editors: Glenn Mathes II, Bruce Myint, Katie La Storia
Associate Development Editors: Olga Christopoulos, Hannah Ryu, Meredith Stoll
Design Manager: Maj-Britt Hagsted
Project Manager: Allison Harm
Senior Designers: Stacy Merlin, Michael Steinhofer
Designer: Jaclyn Smith
Senior Production Artist: Julie Armstrong
Production Layout Artist: Colleen Ho
Cover Design: Stacy Merlin
Senior Image Editor: Justine Eun
Image Editors: Robin Fadool, Fran Newman, Jenny Vainisi
Manufacturing Manager: Shanta Persaud
Manufacturing Controller: Faye Wang
Translated by: Techno-Graphics & Translations, Inc.

ISBN: 978 0 19 474019 7

Printed in China

10 9 8

This book is printed on paper from certified and well-managed sources.

The OPD team thanks the following artists for their storyboarding and sketches:
Cecilia Aranovich, Chris Brandt, Giacomo Ghiazza, Gary Goldstein, Gordan Kljucec, Vincent Lucido, and Glenn Urieta

Illustrations by: Lori Anzalone: 13, 70-71, 76-77; Joe "Fearless" Arenella/Will Sumpter: 178; Argosy Publishing: 66-67 (call-outs), 98-99, 108-109, 112-113 (call-outs), 152, 178, 193, 194-195, 196, 197, 205; Barbara Bastian: 4, 15, 17, 20-21, 162 (map), 198, 216-217 (map), 220-221; Philip Batini/AA Reps: 50; Thomas Bayley/Sparks Literary Agency: 158-159; Sally Bensusen: 211, 214; Annie Bissett: 112; Peter Bollinger/Shannon Associates: 14-15; Higgens Bond/Anita Grien: 226; Molly Borman-Pullman: 116, 117; Jim Fanning/Ravenhill Represents: 80-81; Mike Gardner: 10, 12, 17, 22, 132, 114-115, 142-143, 174, 219, 228-229; Garth Glazier/AA Reps: 106, 118-119; Dennis Godfrey/Mike Wepplo: 204; Steve Graham: 124-125, 224; Graphic Map & Chart Co.: 200-201, 202-203; Julia Green/Mendola Art: 225; Glenn Gustafson: 9, 27, 48, 76, 100, 101, 117, 132, 133, 136, 155, 161, 179, 196; Barbara Harmon: 212-213, 215; Ben Hasler/NB Illustration: 94-95, 101, 148-149, 172, 182, 186-187; Betsy Hayes: 134, 138-139; Matthew Holmes: 75; Stewart Holmes/Illustration Ltd.: 192; Janos Jantner/ Beehive Illustration: 5, 13, 82-83, 122-123, 130-131, 146-147, 164-165, 184, 185; Ken Joudrey/Munro Campagna: 52, 68-69, 177, 208-209; Bob Kaganich/Deborah Wolfe: 10, 40-41, 121; Steve Karp: 230, 231; Mike Kasun/Munro Campagna: 218; Graham Kennedy: 27; Marcel Laverdet/AA Reps: 23; Jeffrey Lindberg: 33, 42-43, 92-93, 133, 160-161, 170-171, 176; Dennis Lyall/Artworks: 198; Chris Lyons:/Lindgren & Smith: 173, 191; Alan Male/Artworks: 210, 211; Jeff Mangiat/Mendola Art: 53, 54, 55, 56, 57, 58, 59, 66-67; Adrian Mateescu/The Studio: 188-189, 232-233; Karen Minot: 28-29; Paul Mirocha/The Wiley Group: 194, 216-217; Peter Miserendino/P.T. Pie Illustrations: 198; Lee Montgomery/Illustration Ltd.: 4; Roger Motzkus: 229; Laurie O'Keefe: 111, 216-217; Daniel O'Leary/Illustration Ltd.: 8-9, 26, 34-35, 78, 135, 136-137, 238; Vilma Ortiz-Dillon: 16, 20-21, 60, 98-99, 100, 211; Terry Pazcko: 46-47, 144-145, 152, 180, 227; David Preiss/Munro Campagna: 5; Pronk & Associates: 192-193; Tony Randazzo/ AA Reps: 156, 234-235; Mike Renwick/Creative Eye: 126-127; Mark Riedy/Scott Hull Associates: 48-49, 79, 140, 153; Jon Rogers/AA Reps: 112; Jeff Sanson/Schumann & Co.: 84-85, 240-241; David Schweitzer/Munro Campagna: 162-163; Ben Shannon/ Magnet Reps: 11, 64-65, 90, 91, 96, 97, 166-167, 168-169, 179, 239; Reed Sprunger/ Jae Wagoner Artists Rep.: 18-19, 232-233; Studio Liddell/AA Reps: 27; Angelo Tillary: 108-109; Ralph Voltz/Deborah Wolfe: 50-51, 128-129, 141, 154, 175, 236-237; Jeff Wack/Mendola Art: 24, 25, 86-87, 102-103, 134-135, 231; Brad Walker: 104-105, 150-151, 157, 206-207; Wendy Wassink: 110-111; John White/The Neis Group: 199; Eric Wilkerson: 32, 138; Simon Williams/Illustration Ltd.: 2-3, 6-7, 30-31, 36, 38-39, 44-45, 72-73; Lee Woodgate/Eye Candy Illustration: 222-223; Andy Zito: 62-23; Craig Zuckerman: 14, 88-89, 112-113, 120-121, 194-195.

Chapter icons designed by Von Glitschka/Scott Hull Associates

Cover Art by CUBE/Illustration Ltd (hummingbird, branch); Paul Mirocha/The Wiley Group (cherry); Mark Riedy/Scott Hull Associates (stamp); 9 Surf Studios (lettering).

Studio photography for Oxford University Press done by Dennis Kitchen Studio: 37, 61, 72, 73, 74, 75, 95, 96, 100, 180, 181, 183, 226.

Stock Photography: Age FotoStock: 238 (flute; clarinet; bassoon; saxophone; violin; cello; bass; guitar; trombone; trumpet; xylophone; harmonica); Comstock, 61 (window); Morales, 221 (bat); Franco Pizzochero, 98 (cashmere); Thinkstock, 61 (sink); Alamy: Corbis, 61 (table); Gary Crabbe, 220 (park ranger); The Associated Press: 198 (strike; soldiers in trench); Joe Rosenthal, 198 (Iwo Jima); Neil Armstrong, 198 (Buzz Aldrin on Moon); CORBIS: Philip Gould, 198 (Civil War); Photo Library, 220 (Yosemite Falls); Danita Delimont: Greg Johnston, 220 (snorkeling); Jamie & Judy Wild, 220 (El Capitan); Getty Images: 198 (Martin Luther King, Jr.); Amana Images, 61 (soapy plates), The Granger Collection: 198 (Jazz Age); The Image Works: Kelly Spranger, 220 (sea turtle); Inmagine: 238 (oboe; tuba; French horn; piano; drums; tambourine; accordion); istockphoto: 61 (oven), 98 (silk), 99 (suede; lace; velvet); Jupiter Images: 61 (tiles); 98 (wool); 99 (corduroy); Foodpix, 98 (linen); Rob Melnychuk/Brand X Pictures, 61 (glass shower door); Jupiter Unlimited: 220 (seagulls); 238 (electric keyboard); Comstock, 99 (denim); Mary Evans Picture Library: 198 (women in factory); NPS Photo: Peter Jones, 221 (Carlsbad Cavern entrance; tour; cavern; spelunker); OceanwideImages.com: Gary Bell, 220 (coral); Photo Edit, Inc: David Young-Wolff, 220 (trail); Picture History: 198 (Hiram Rhodes); Robertstock: 198 (Great Depression); Punchstock: 98 (t-shirt), Robert Glusic, 31 (Monument Valley); Roland Corporation: 238 (organ); SuperStock: 99 (leather); 198 (Daniel Boone); Shutterstock: Marek Szumlas, 94 (watch); United States Mint: 126; Veer: Brand X Pictures, 220 (deer); Photodisc, 220 (black bear); Yankee Fleet, Inc.: 220 (Fort Jefferson; Yankee Freedom Ferry), Emil von Maltitz/Lime Photo, 37 (baby carrier).

This second edition of the Oxford Picture Dictionary is lovingly dedicated to the memory of Norma Shapiro.

Her ideas, her pictures, and her stories continue to teach, inspire, and delight.

Acknowledgments

The publisher and authors would like to acknowledge the following individuals for their invaluable feedback during the development of this program:

Dr. Macarena Aguilar, Cy-Fair College, Houston, TX

Joseph F. Anselme, Atlantic Technical Center, Coconut Creek, FL

Stacy Antonopoulos, Monterey Trail High School, Elk Grove, CA

Carol Antunano, The English Center, Miami, FL

Irma Arencibia, Thomas A. Edison School, Union City, NJ

Suzi Austin, Alexandria City Public School Adult Program, Alexandria, FL

Patricia S. Bell, Lake Technical Center, Eustis, FL

Jim Brice, San Diego Community College District, San Diego, CA

Phil Cackley, Arlington Education and Employment Program (REEP), Arlington, VA

Frieda Caldwell, Metropolitan Adult Education Program, San Jose, CA

Sandra Cancel, Robert Waters School, Union City, NJ

Anne Marie Caney, Chula Vista Adult School, Chula Vista, CA

Patricia Castro, Harvest English Institute, Newark, NJ

Paohui Lola Chen, Milpitas Adult School, Milpitas, CA

Lori Cisneros, Atlantic Vo-Tech, Ft. Lauderdale, FL

Joyce Clapp, Hayward Adult School, Hayward, CA

Stacy Clark, Arlington Education and Employment Program (REEP), Arlington, VA

Nancy B. Crowell, Southside Programs for Adults in Continuing Education, Prince George, VA

Doroti da Cunha, Hialeah-Miami Lakes Adult Education Center, Miami, FL

Paula Da Silva-Michelin, La Guardia Community College, Long Island City, NY

Cynthia L. Davies, Humble I.S.D., Humble, TX

Christopher Davis, Overfelt Adult Center, San Jose, CA

Beverly De Nicola, Capistrano Unified School District, San Juan Capistrano, CA

Beatriz Diaz, Miami-Dade County Public Schools, Miami, FL

Druci J. Diaz, Hillsborough County Public Schools, Tampa, FL

Marion Donahue, San Dieguito Adult School, Encinitas, CA

Nick Doorn, International Education Services, South Lyon, MI

Mercedes Douglass, Seminole Community College, Sanford, FL

Jenny Elliott, Montgomery College, Rockville, MD

Paige Endo, Mt. Diablo Adult Education, Concord, CA

Megan Ernst, Glendale Community College, Glendale, CA

Elizabeth Escobar, Robert Waters School, Union City, NJ

Joanne Everett, Dave Thomas Education Center, Pompano Beach, FL

Jennifer Fadden, Arlington Education and Employment Program (REEP), Arlington, VA

Judy Farron, Fort Myers Language Center, Fort Myers, FL

Sharyl Ferguson, Montwood High School, El Paso, TX

Dr. Monica Fishkin, University of Central Florida, Orlando, FL

Nancy Frampton, Reedley College, Reedley, CA

Lynn A. Freeland, San Dieguito Union High School District, Encinitas, CA

Cathy Gample, San Leandro Adult School, San Leandro, CA

Hillary Gardner, Center for Immigrant Education and Training, Long Island City, NY

Martha C. Giffen, Alhambra Unified School District, Alhambra, CA

Jill Gluck, Hollywood Community Adult School, Los Angeles, CA

Carolyn Grimaldi, LaGuardia Community College, Long Island City, NY

William Gruenholz, USD Adult School, Concord, CA

Sandra G. Gutierrez, Hialeah-Miami Lakes Adult Education Center, Miami, FL

Conte Gúzman-Hoffman, Triton College, River Grove, IL

Amanda Harllee, Palmetto High School, Palmetto, FL

Mercedes Hearn, Tampa Bay Technical Center, Tampa, FL

Robert Hearst, Truman College, Chicago, IL

Patty Heiser, University of Washington, Seattle, WA

Joyce Hettiger, Metropolitan Education District, San Jose, CA

Karen Hirsimaki, Napa Valley Adult School, Napa, CA

Marvina Hooper, Lake Technical Center, Eustis, FL

Katie Hurter, North Harris College, Houston, TX

Nuchamon James, Miami Dade College, Miami, FL

Linda Jennings, Montgomery College, Rockville, MD

Bonnie Boyd Johnson, Chapman Education Center, Garden Grove, CA

Fayne B. Johnson, Broward County Public Schools, Fort Lauderdale, FL

Stavroula Katseyeanis, Robert Waters School, Union City, NJ

Dale Keith, Broadbase Consulting, Inc. at Kidworks USA, Miami, FL

Blanche Kellawon, Bronx Community College, Bronx, NY

Mary Kernel, Migrant Education Regional Office, Northwest Educational Service District, Anacortes, WA

Karen Kipke, Antioch High School Freshman Academy, Antioch, TN

Jody Kirkwood, ABC Adult School, Cerritos, CA

Matthew Kogan, Evans Community Adult School, Los Angeles, CA

Ineza Kuceba, Renton Technical College, Renton, WA

John Kuntz, California State University, San Bernadino, San Bernadino, CA

Claudia Kupiec, DePaul University, Chicago, IL

E.C. Land, Southside Programs for Adult Continuing Education, Prince George, VA

Betty Lau, Franklin High School, Seattle, WA

Patt Lemonie, Thomas A. Edison School, Union City, NJ

Lia Lerner, Burbank Adult School, Burbank, CA

Krystyna Lett, Metropolitan Education District, San Jose, CA

Renata Lima, TALK International School of Languages, Fort Lauderdale, FL

Luz M. Lopez, Sweetwater Union High School District, Chula Vista, CA

Osmara Lopez, Bronx Community College, Bronx, NY

Heather Lozano, North Lake College, Irving, TX

Betty Lynch, Arlington Education and Employment Program (REEP), Arlington, VA

Meera Madan, REID Park Elementary School, Charlotte, NC

Ivanna Mann Thrower, Charlotte Mecklenburg Schools, Charlotte, NC

Michael R. Mason, Loma Vista Adult Center, Concord, CA

Holley Mayville, Charlotte Mecklenburg Schools, Charlotte, NC

Margaret McCabe, United Methodist Cooperative Ministries, Clearwater, FL

Todd McDonald, Hillsborough Adult Education, Tampa, FL

Nancy A. McKeand, ESL Consultant, St. Benedict, LA

Rebecca L. McLain, Gaston College, Dallas, NC

John M. Mendoza, Redlands Adult School, Redlands, CA

Bet Messmer, Santa Clara Adult Education Center, Santa Clara, CA

Christina Morales, BEGIN Managed Programs, New York, NY

Lisa Munoz, Metropolitan Education District, San Jose, CA

Mary Murphy-Clagett, Sweetwater Union High School District, Chula Vista, CA

Jonetta Myles, Rockdale County High School, Conyers, GA

Marwan Nabi, Troy High School, Fullerton, CA

Dr. Christine L. Nelsen, Salvation Army Community Center, Tampa, FL

Michael W. Newman, Arlington Education and Employment Program (REEP), Arlington, VA

Rehana Nusrat, Huntington Beach Adult School, Huntington Beach, CA

Cindy Oakley-Paulik, Embry-Riddle Aeronautical University, Daytona Beach, FL

Acknowledgments

Janet Ochi-Fontanott, Sweetwater Union High School District, Chula Vista, CA

Lorraine Pedretti, Metropolitan Education District, San Jose, CA

Isabel Pena, BE/ESL Programs, Garland, TX

Margaret Perry, Everett Public Schools, Everett, WA

Dale Pesmen, PhD, Chicago, IL

Cathleen Petersen, Chapman Education Center, Garden Grove, CA

Allison Pickering, Escondido Adult School, Escondido, CA

Ellen Quish, LaGuardia Community College, Long Island City, NY

Teresa Reen, Independence Adult Center, San Jose, CA

Kathleen Reynolds, Albany Park Community Center, Chicago, IL

Melba I. Rillen, Palmetto High School, Palmetto, FL

Lorraine Romero, Houston Community College, Houston, TX

Eric Rosenbaum, BEGIN Managed Programs, New York, NY

Blair Roy, Chapman Education Center, Garden Grove, CA

Arlene R. Schwartz, Broward Community Schools, Fort Lauderdale, FL

Geraldyne Blake Scott, Truman College, Chicago, IL

Sharada Sekar, Antioch High School Freshman Academy, Antioch, TN

Dr. Cheryl J. Serrano, Lynn University, Boca Raton, FL

Janet Setzekorn, United Methodist Cooperative Ministries, Clearwater, FL

Terry Shearer, EDUCALL Learning Services, Houston, TX

Elisabeth Sklar, Township High School District 113, Highland Park, IL

Robert Stein, BEGIN Managed Programs, New York, NY

Ruth Sutton, Township High School District 113, Highland Park, IL

Alisa Takeuchi, Chapman Education Center, Garden Grove, CA

Grace Tanaka, Santa Ana College School of Continuing Education, Santa Ana, CA

Annalisa Te, Overfelt Adult Center, San Jose, CA

Don Torluemke, South Bay Adult School, Redondo Beach, CA

Maliheh Vafai, Overfelt Adult Center, San Jose, CA

Tara Vasquez, Robert Waters School, Union City, NJ

Nina Velasco, Naples Language Center, Naples, FL

Theresa Warren, East Side Adult Center, San Jose, CA

Lucie Gates Watel, Truman College, Chicago, IL

Wendy Weil, Arnold Middle School, Cypress, TX

Patricia Weist, TALK International School of Languages, Fort Lauderdale, FL

Dr. Carole Lynn Weisz, Lehman College, Bronx, NY

Desiree Wesner, Robert Waters School, Union City, NJ

David Wexler, Napa Valley Adult School, Napa, CA

Cynthia Wiseman, Borough of Manhattan Community College, New York, NY

Debbie Cullinane Wood, Lincoln Education Center, Garden Grove, CA

Banu Yaylali, Miami Dade College, Miami, FL

Hongyan Zheng, Milpitas Adult Education, Milpitas, CA

Arlene Zivitz, ESOL Teacher, Jupiter, FL

The publisher, authors, and editors would like to thank the following people for their expertise in reviewing specific content areas:

Ross Feldberg, Tufts University, Medford, MA

William J. Hall, M.D. FACP/FRSM (UK), Cumberland Foreside, ME

Jill A. Horohoe, Arizona State University, Tempe, AZ

Phoebe B. Rouse, Louisiana State University, Baton Rouge, LA

Dr. Susan Rouse, Southern Wesleyan University, Central, SC

Dr. Ira M. Sheskin, University of Miami, Coral Gables, FL

Maiko Tomizawa, D.D.S., New York, NY

The publisher would like to thank the following for their permission to reproduce copyrighted material:

p. 26: Penny, nickel, dime, quarter-dollar, half-dollar, and dollar coin images from the United States Mint.

pp. 125, 134–135: U.S. Postal Service Priority Mail Logo, Express Mail Logo, Certified Mail, Ready Pack Packaging, Letter Carrier Uniform, Postal Clerk Uniform, Automated Postal Center, Round Top Collection Mailbox, and Lady Liberty Stamp Image are trademarks and copyrighted material of the United States Postal Service and are used with permission.

p. 152: Metrocard is an MTA trademark and is used with permission.

p. 152: Metro token for L.A.'s bus and rail system used with permission.

p. 229: Little League used courtesy of Little League® Baseball and Softball.

p. 231: Frisbee®, a registered trademark of Wham-O, Inc.

Table of Contents Bảng Mục Lục

Introduction Lời Mở Đầu . . . . ix–xi

1. Everyday Language Ngôn Ngữ Hàng Ngày

Meeting and Greeting Gặp Gỡ và Chào Hỏi 2–3
Personal Information Thông Tin Cá Nhân 4
School Trường Học 5
A Classroom Phòng Học 6–7
Studying Học 8–9
Succeeding in School Thành Công Trong Học Đường 10
A Day at School Một Ngày Ở Trường 11
Everyday Conversation Nói Chuyện Hàng Ngày 12
Weather Thời Tiết 13
The Telephone Điện Thoại 14–15
Numbers Số 16
Measurements Đo 17
Time Thời Giờ 18–19
The Calendar Lịch 20–21
Calendar Events Sự Kiện Trên Lịch 22
Describing Things Mô Tả Vật 23
Colors Màu Sắc 24
Prepositions Giới Tự 25
Money Tiền 26
Shopping Mua Sắm 27
Same and Different Giống Nhau Và Khác Biệt 28–29

2. People Người

Adults and Children Người Lớn Và Trẻ Em 30–31
Describing People Mô Tả Người 32
Describing Hair Mô Tả Tóc 33
Families Gia Đình 34–35
Childcare and Parenting Chăm Sóc Và Nuôi Dạy Trẻ 36–37
Daily Routines Công Việc Hàng Ngày 38–39
Life Events and Documents Diễn Biến Trong Cuộc Sống Và Giấy Tờ 40–41
Feelings Cảm Giác 42–43
A Family Reunion Đoàn Tụ Gia Đình 44–45

3. Housing Nhà Cửa

The Home Nhà 46–47
Finding a Home Tìm Nhà 48–49
Apartments Nhà Chung Cư 50–51
Different Places to Live Những Địa Điểm Sống Khác Nhau 52
A House and Yard Nhà Và Sân 53
A Kitchen Nhà Bếp 54
A Dining Area Phòng Ăn 55
A Living Room Phòng Khách 56
A Bathroom Phòng Tắm 57
A Bedroom Phòng Ngủ 58
The Kids' Bedroom Phòng Ngủ Trẻ Con 59
Housework Việc Nhà 60
Cleaning Supplies Vật Dụng Lau Chùi 61
Household Problems and Repairs Vấn Đề Trong Nhà Và Sửa Chữa Trong Nhà 62–63
The Tenant Meeting Người Mướn Nhà Họp Mặt 64–65

Contents Mục Lục

4. Food Thực Phẩm

Back from the Market Đi Chợ Về . . . 66–67
Fruit Trái Cây . . . 68
Vegetables Rau . . . 69
Meat and Poultry Thịt Và Gia Cầm . . . 70
Seafood and Deli Đồ Biển Và Cửa Hàng Bán Thịt Nguội . . . 71
A Grocery Store Tiệm Thực Phẩm . . . 72–73
Containers and Packaging Đồ Đựng Và Đóng Gói . . . 74
Weights and Measurements Trọng Lượng Và Đo Lường . . . 75
Food Preparation and Safety Làm Đồ Ăn An Toàn . . . 76–77
Kitchen Utensils Dụng Cụ Nhà Bếp . . . 78
Fast Food Restaurant Nhà Hàng Đồ Ăn Nhanh . . . 79
A Coffee Shop Menu Thực Đơn Của Quán Cà Phê . . . 80–81
A Restaurant Nhà Hàng . . . 82–83
The Farmers' Market Chợ Nông Dân . . . 84–85

5. Clothing Y Phục

Everyday Clothes Y Phục Hàng Ngày . . . 86–87
Casual, Work, and Formal Clothes Y Phục Thường, Đi Làm & Trang Trọng . . . 88–89
Seasonal Clothing Y Phục Theo Mùa . . . 90
Underwear and Sleepwear Đồ Lót Và Đồ Ngủ . . . 91
Workplace Clothing Y Phục Ở Chỗ Làm . . . 92–93
Shoes and Accessories Giầy Và Phụ Kiện . . . 94–95
Describing Clothes Mô Tả Y Phục . . . 96–97
Making Clothes May Đồ . . . 98–99
Making Alterations Sửa Quần Áo . . . 100
Doing the Laundry Giặt Đồ . . . 101
A Garage Sale Bán Đồ Cũ . . . 102–103

6. Health Sức Khỏe

The Body Cơ Thể . . . 104–105
Inside and Outside the Body Trong Và Ngoài Cơ Thể . . . 106–107
Personal Hygiene Vệ Sinh Cá Nhân . . . 108–109
Symptoms and Injuries Triệu Chứng Và Thương Tích . . . 110
Illnesses and Medical Conditions Các Căn Bệnh và Bệnh Trạng . . . 111
A Pharmacy Nhà Thuốc Tây . . . 112–113
Taking Care of Your Health Lo Cho Sức Khỏe . . . 114–115
Medical Emergencies Cấp Cứu Y Tế . . . 116
First Aid Cứu Thương . . . 117
Medical Care Điều Trị . . . 118
Dental Care Chăm Sóc Răng . . . 119
Hospital Bệnh Viện . . . 120–121
A Health Fair Hội Chợ Sức Khỏe . . . 122–123

7. Community Cộng Đồng

Downtown Phố . . . 124–125
City Streets Đường Phố . . . 126–127
An Intersection Ngã Tư . . . 128–129
A Mall Khu Chợ . . . 130–131
The Bank Ngân Hàng . . . 132
The Library Thư Viện. . . . 133
The Post Office Bưu Điện . . . 134–135
Department of Motor Vehicles (DMV) Nha Lộ Vận . . . 136–137
Government and Military Service Chính Quyền và Quân Đội. . . . 138–139
Civic Rights and Responsibilities Các Quyền và Trách Nhiệm Công Dân. . . . 140
The Legal System Hệ Thống Pháp Lý . . . 141
Crime Tội Phạm . . . 142
Public Safety An Toàn Công Cộng. . . . 143
Emergencies and Natural Disasters Tình Trạng Khẩn Cấp và Thiên Tai . . . 144–145
Emergency Procedures Cách Ứng Phó Tình Trạng Khẩn Cấp . . . 146–147
Community Cleanup Vệ Sinh Công Cộng. . . . 148–149

8. Transportation Giao Thông

Basic Transportation Giao Thông Cơ Bản . . . 150–151
Public Transportation Giao Thông Công Cộng . . . 152
Prepositions of Motion Giới Tự Chỉ Sự Vận Chuyển . . . 153
Traffic Signs Bảng Hiệu Giao Thông. . . . 154
Directions and Maps Phương Hướng Và Bản Đồ . . . 155
Cars and Trucks Xe Hơi Và Xe Vận Tải . . . 156
Buying and Maintaining a Car Mua Xe Và Bảo Trì Xe. . . . 157
Parts of a Car Bộ Phận Xe Hơi. . . . 158–159
An Airport Phi Trường. . . . 160–161
Taking a Trip Một Chuyến Đi. . . . 162–163

9. Work Làm Việc

The Workplace Chỗ Làm. . . . 164–165
Jobs and Occupations A-C Việc Làm Và Nghề Nghiệp A-C. . . . 166
Jobs and Occupations C-H Việc Làm Và Nghề Nghiệp C-H. . . . 167
Jobs and Occupations H-P Việc Làm Và Nghề Nghiệp H-P. . . . 168
Jobs and Occupations P-W Việc Làm Và Nghề Nghiệp P-W . . . 169
Job Skills Kỹ Năng Làm Việc . . . 170
Office Skills Kỹ Năng Văn Phòng . . . 171
Career Planning Hoạch Định Nghề Nghiệp . . . 172
Job Search Tìm Việc. . . . 173
Interview Skills Kỹ Năng Phỏng Vấn . . . 174
A Factory Nhà Máy . . . 175
Landscaping and Gardening Làm Đẹp Phong Cảnh Và Làm Vườn. . . . 176
Farming and Ranching Trồng Trọt Và Chăn Nuôi. . . . 177
Construction Xây Cất . . . 178
Job Safety An Toàn Trong Khi Làm Việc . . . 179
Tools and Building Supplies Đồ Nghề Và Vật Liệu Xây Dựng. . . . 180–181
An Office Văn Phòng . . . 182–183
A Hotel Khách Sạn . . . 184
Food Service Dịch Vụ Thức Ăn . . . 185
A Bad Day at Work Một Ngày Xấu Ở Chỗ Làm . . . 186–187

10. Areas of Study Học Đường

Schools and Subjects Trường Học Và Môn Học . . . 188–189
English Composition Viết Anh Văn . . . 190–191
Mathematics Toán Học . . . 192–193
Science Khoa Học . . . 194–195
Computers Máy Vi Tính . . . 196
The Internet Mạng Internet . . . 197
U.S. History Lịch Sử Hoa Kỳ . . . 198
World History Lịch Sử Thế Giới . . . 199
North America and Central America Bắc Mỹ Và Trung Mỹ . . . 200–201
World Map Bản Đồ Thế Giới. . . . 202–203
Geography and Habitats Địa Lý Và Môi Trường Sinh Sống . . . 204
The Universe Vũ Trụ . . . 205
A Graduation Lễ Tốt Nghiệp . . . 206–207

11. Plants and Animals Thực Vật Và Động Vật

Nature Center Trung Tâm Thiên Nhiên . . . 208–209
Trees and Plants Cây Và Thực Vật. . . . 210
Flowers Hoa . . . 211
Marine Life, Amphibians, and Reptiles Các Sinh Vật Biển, Loài Lưỡng Cư Và Loài Bò Sát. . . . 212–213
Birds, Insects, and Arachnids Chim, Côn Trùng Và Nhện . . . 214
Domestic Animals and Rodents Gia Súc Và Loài Gặm Nhấm . . . 215
Mammals Động Vật Có Vú . . . 216–217
Energy and Conservation Năng Lượng Và Tiết Kiệm . . . 218–219
U.S. National Parks Công Viên Quốc Gia Hoa Kỳ . . . 220–221

12. Recreation Giải Trí

Places to Go Những Nơi Để Đi. . . . 222–223
The Park and Playground Công Viên Và Sân Chơi . . . 224
The Beach Bãi Biển . . . 225
Outdoor Recreation Giải Trí Ngoài Trời . . . 226
Winter and Water Sports Các Môn Thể Thao Mùa Đông Và Các Môn Thể Thao Nước . . . 227
Individual Sports Các Môn Thể Thao Cá Nhân . . . 228
Team Sports Các Môn Thể Thao Đồng Đội . . . 229
Sports Verbs Các Động Từ Trong Thể Thao. . . . 230
Sports Equipment Dụng Cụ Thể Thao . . . 231
Hobbies and Games Các Thú Tiêu Khiển Và Trò Chơi . . . 232–233
Electronics and Photography Điện Tử Và Nhiếp Ảnh . . . 234–235
Entertainment Tiêu Khiển Giải Trí. . . . 236–237
Music Âm Nhạc . . . 238
Holidays Các Ngày Lễ . . . 239
A Birthday Party Tiệc Sinh Nhật . . . 240–241

Verb Guide Bản Hướng Dẫn Động Từ . . . 242–244
How to Use the Index Cách Dùng Bảng Chú Dẫn. . . . 245
English Index Bảng Chú Dẫn Tiếng Anh . . . 246–281
Geographical Index Bảng Chú Dẫn Địa Lý . . . 282–284
Vietnamese Index Bảng Chú Dẫn Tiếng Việt . . . 285–304
Research Bibliography Thư Mục Nghiên Cứu . . . 305

Welcome to the OPD SECOND EDITION

Teaching with the *Oxford Picture Dictionary* Program

The following general guidelines will help you prepare single and multilevel lessons using the OPD program. For step-by-step, topic-specific lesson plans, see *OPD Lesson Plans*.

1. Use Students' Needs to Identify Lesson Objectives

- Create communicative objectives based on your learners' needs assessments (*see OPD 2e Assessment Program*).
- Make sure objectives state what students will be able to do at the end of the lesson. For example: *Students will be able to respond to basic classroom commands and requests for classroom objects.* (pp. 6–7, A Classroom)
- For multilevel classes, identify a low-beginning, high-beginning, and low-intermediate objective for each topic.

2. Preview the Topic

Identify what your students already know about the topic.

- Ask general questions related to the topic.
- Have students list words they know from the topic.
- Ask questions about the picture(s) on the page.

3. Present the New Vocabulary

Research shows that it is best to present no more than 5–7 new words at a time. Here are a few presentation techniques:

- Say each new word and describe it within the context of the picture. Have volunteers act out verbs and verb sequences.
- Use Total Physical Response commands to build vocabulary comprehension.
- For long or unfamiliar word lists, introduce words by categories or select the words your students need most.
- Ask a series of questions to build comprehension and give students an opportunity to say the new words. Begin with *yes/no* questions: *Is #16 chalk?* Progress to *or* questions: *Is #16 chalk or a marker?* Finally, ask *Wh-* questions: *What can I use to write on this paper?*
- Focus on the words that students want to learn. Have them write 3–5 new words from each topic, along with meaning clues such as a drawing, translation, or sentence.

More vocabulary and **Grammar Point** sections provide additional presentation opportunities (see p. 5, School). For multilevel presentation ideas, see *OPD Lesson Plans*.

4. Check Comprehension

Make sure that students understand the target vocabulary. Here are two activities you can try:

- Say vocabulary words, and have students point to the correct items in their books. Walk around the room, checking if students are pointing to the correct pictures.
- Make true/false statements about the target vocabulary. Have students hold up two fingers for true, three for false.

5. Provide Guided and Communicative Practice

The exercise bands at the bottom of the topic pages provide a variety of guided and communicative practice opportunities and engage students' higher-level thinking.

6. Provide More Practice

OPD Second Edition offers a variety of components to facilitate vocabulary acquisition. Each of the print and electronic materials listed below offers suggestions and support for single and multilevel instruction.

OPD Lesson Plans Step-by-step multilevel lesson plans feature 3 CDs with multilevel listening, context-based pronunciation practice, and leveled reading practice. Includes multilevel teaching notes for *The OPD Reading Library.*

OPD Audio CDs or Audio Cassettes Each word in *OPD's* word list is recorded by topic.

Low-Beginning, High-Beginning, and Low-Intermediate Workbooks Guided practice for each page in *OPD* features linked visual contexts, realia, and listening practice.

Classic Classroom Activities A photocopiable resource of interactive multilevel activities, grammar practice, and communicative tasks.

The OPD Reading Library Readers include civics, academic content, and workplace themes.

Overhead Transparencies Vibrant transparencies help to focus students on the lesson.

OPD Presentation Software A multilevel interactive teaching tool using interactive whiteboard and LCD technology. Audio, animation, and video instructional support bring each dictionary topic to life.

The OPD CD-ROM An interactive learning tool featuring four-skill practice based on *OPD* topics.

Bilingual Editions *OPD* is available in numerous bilingual editions including Spanish, Chinese, Vietnamese, Arabic, Korean, and many more.

My hope is that OPD makes it easier for you to take your learners from comprehension to communication. Please share your thoughts with us as you make the book your own.

Jayme Adelson-Goldstein

Jayme Adelson-Goldstein

OPDteam.us@oup.com

Welcome to the OPD SECOND EDITION

The second edition of the *Oxford Picture Dictionary* expands on the best aspects of the 1998 edition with:

- New artwork presenting words within meaningful, real-life contexts
- An updated word list to meet the needs of today's English language learners
- 4,000 English words and phrases, including 285 verbs
- 40 new topics with 12 intro pages and 12 story pages
- Unparalleled support for vocabulary teaching

Subtopics present the words in easy-to-learn "chunks."

Color coding and icons make it easy to navigate through *OPD*.

New art and rich contexts improve vocabulary acquisition.

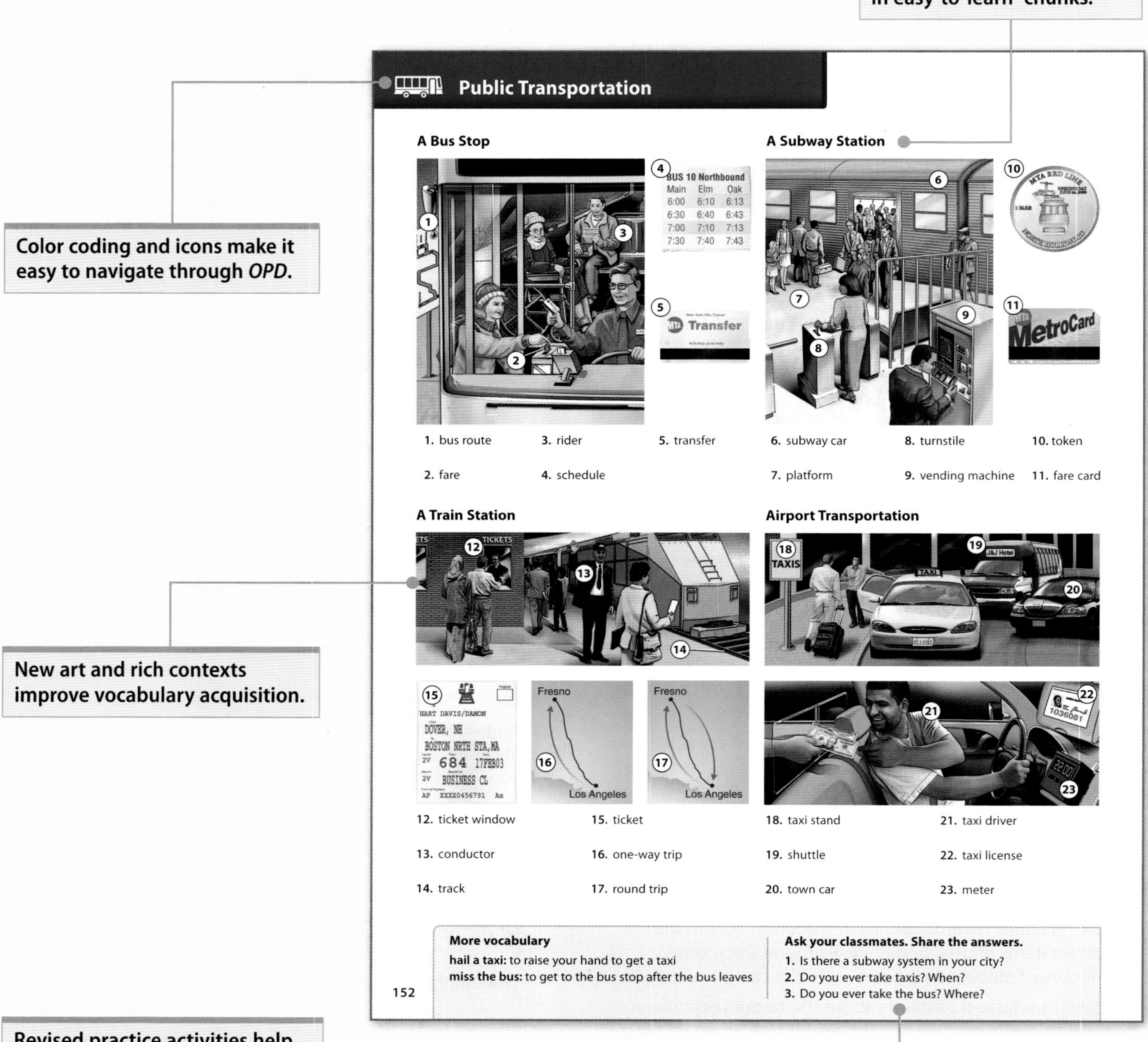

Public Transportation

A Bus Stop

1. bus route
2. fare
3. rider
4. schedule
5. transfer

A Subway Station

6. subway car
7. platform
8. turnstile
9. vending machine
10. token
11. fare card

A Train Station

12. ticket window
13. conductor
14. track
15. ticket
16. one-way trip
17. round trip

Airport Transportation

18. taxi stand
19. shuttle
20. town car
21. taxi driver
22. taxi license
23. meter

More vocabulary

hail a taxi: to raise your hand to get a taxi
miss the bus: to get to the bus stop after the bus leaves

Ask your classmates. Share the answers.

1. Is there a subway system in your city?
2. Do you ever take taxis? When?
3. Do you ever take the bus? Where?

152

Revised practice activities help students from low-beginning through low-intermediate levels.

NEW! Intro pages open each unit with key vocabulary related to the unit theme. Clear, engaging artwork promotes questions, conversations, and writing practice for all levels.

Each intro page teaches key vocabulary items within the unit theme.

Practice activities make it easy to manage multilevel classrooms.

NEW! Story pages close each unit with a lively scene for reviewing vocabulary and teaching additional language. Meanwhile, rich visual contexts recycle words from the unit.

Pre-reading questions build students' previewing and predicting skills.

High-interest readings promote literacy skills.

Post-reading questions and role-play activities support critical thinking and encourage students to use the language they have learned.

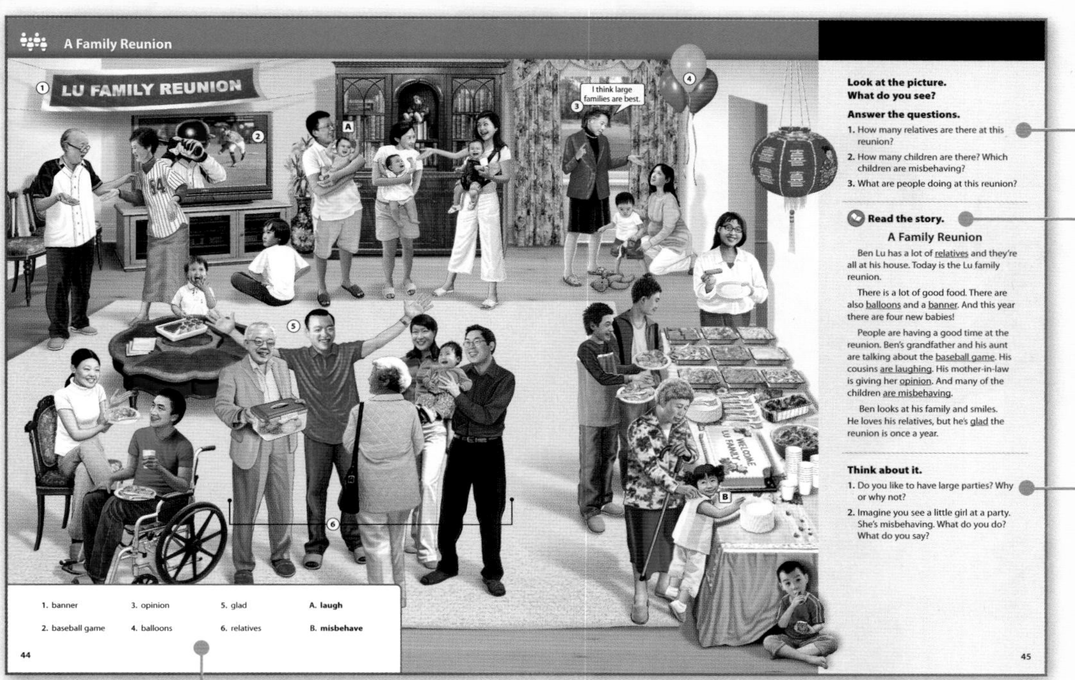

The thematic word list previews words that students will encounter in the story.

Meeting and Greeting

Gặp Gỡ và Chào Hỏi

A. **Say**, "Hello."
Nói, "Xin chào."

B. **Ask**, "How are you?"
Hỏi, "Bạn khỏe không?"

C. **Introduce** yourself.
Giới thiệu mình.

D. **Smile**.
Mỉm cười.

E. **Hug**.
Ôm.

F. **Wave**.
Vẫy tay.

Tell your partner what to do. Take turns.

1. *Say*, "Hello."
2. *Bow*.
3. *Smile*.
4. *Shake hands*.
5. *Wave*.
6. *Say*, "Goodbye."

Dictate to your partner. Take turns.

A: *Write smile.*
B: *Is it spelled s-m-i-l-e?*
A: *Yes, that's right.*

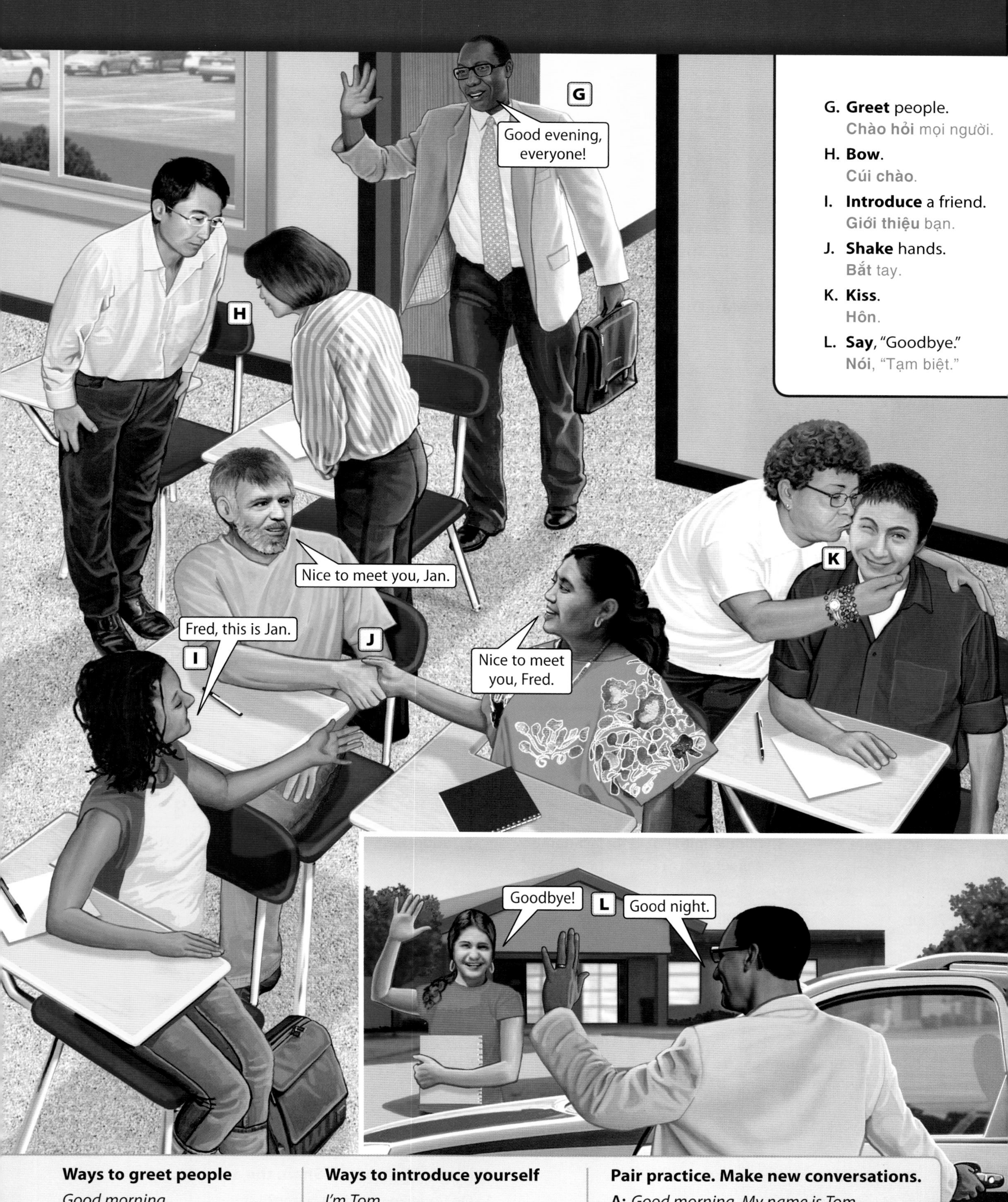

G. **Greet** people.
Chào hỏi mọi người.

H. **Bow**.
Cúi chào.

I. **Introduce** a friend.
Giới thiệu bạn.

J. **Shake** hands.
Bắt tay.

K. **Kiss**.
Hôn.

L. **Say**, "Goodbye."
Nói, "Tạm biệt."

Ways to greet people

Good morning.
Good afternoon.
Good evening.

Ways to introduce yourself

I'm Tom.
My name is Tom.

Pair practice. Make new conversations.

A: *Good morning. My name is Tom.*
B: *Nice to meet you, Tom. I'm Sara.*
A: *Nice to meet you, Sara.*

Personal Information Thông Tin Cá Nhân

A. **Say** your name.
Nói tên.

B. **Spell** your name.
Đánh vần tên.

C. **Print** your name.
Viết chữ in hoa tên.

D. **Sign** your name.
Ký tên.

Filling Out a Form Điền Mẫu Đơn

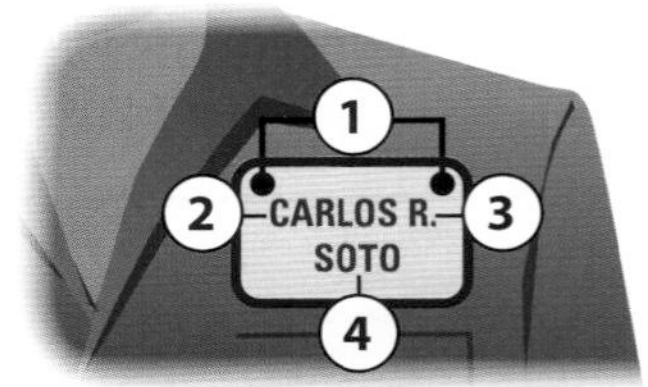

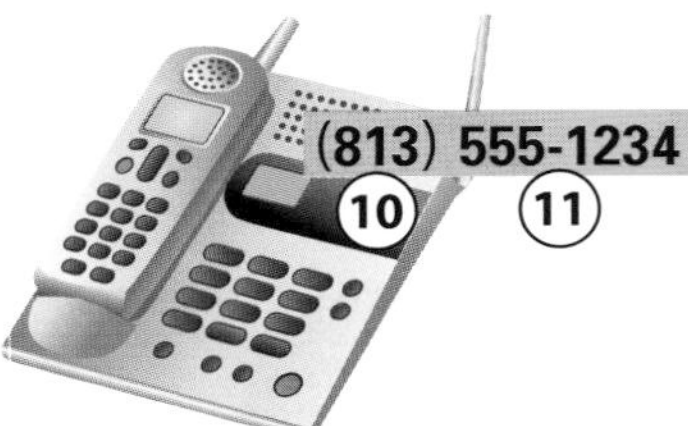

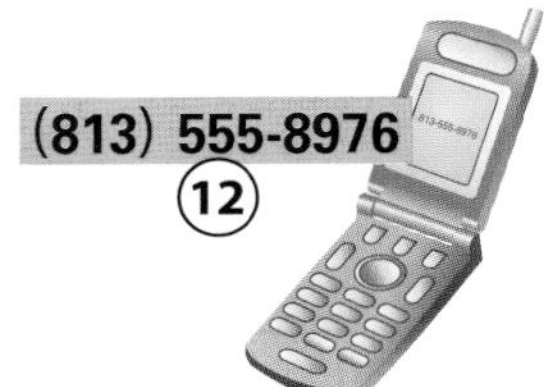

19 Carlos R. Soto

School Registration Form Mẫu Đơn Ghi Danh Học

1. name:
họ và tên:

2. first name
tên

3. middle initial
chữ lót (viết tắt)

4. last name
họ

5. address
địa chỉ

6. apartment number
số phòng

7. city
thành phố

8. state
tiểu bang

9. ZIP code
mã bưu chính

10. area code ( )
mã số vùng

11. phone number
số điện thoại

12. cell phone number ( )
số điện thoại di động

13. date of birth (DOB)
ngày tháng năm sanh

14. place of birth
sinh quán

15. Social Security number - -
số An Sinh Xã Hội

16. sex:
phái:

17. male ☐
nam

18. female ☐
nữ

19. signature
chữ ký

Pair practice. Make new conversations.

A: *My first name is Carlos.*
B: *Please spell Carlos for me.*
A: *C-a-r-l-o-s*

Ask your classmates. Share the answers.

1. Do you like your first name?
2. Is your last name from your mother? father? husband?
3. What is your middle name?

Campus Khuôn Viên Trường

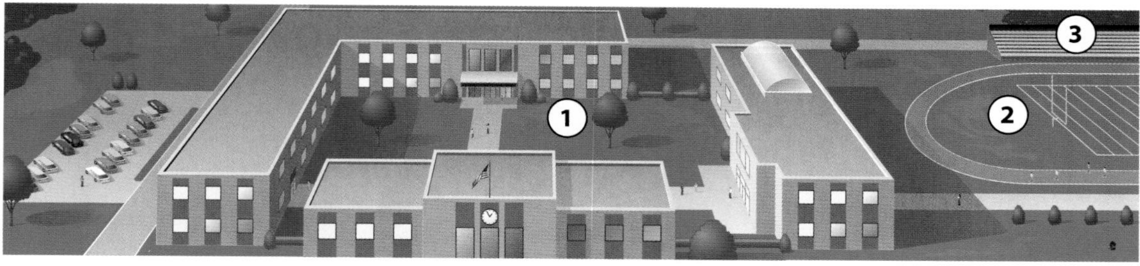

Administrators Nhân Viên Điều Hành

Around Campus Quanh Khuôn Viên Trường

1. quad
sân trong
2. field
sân
3. bleachers
khán đài
4. principal
hiệu trưởng
5. assistant principal
hiệu phó
6. counselor
cố vấn viên
7. classroom
phòng học
8. teacher
giáo viên
9. restrooms
nhà vệ sinh
10. hallway
hành lang
11. locker
hộc để đồ
12. main office
văn phòng chính
13. clerk
thư ký
14. cafeteria
phòng ăn
15. computer lab
phòng máy vi tính
16. teacher's aide
phụ tá giáo viên
17. library
thư viện
18. auditorium
thính đường / giảng đường
19. gym
phòng thể dục
20. coach
huấn luyện viên
21. track
sân điền kinh

More vocabulary

Students do not pay to go to a **public school**.
Students pay to go to a **private school**.
A church, mosque, or temple school is a **parochial school**.

Grammar Point: contractions of the verb *be*

He + is = He's	*He's a teacher.*
She + is = She's	*She's a counselor.*
They + are = They're	*They're students.*

A Classroom

Phòng Học

1. chalkboard
   bảng đen
2. screen
   màn ảnh
3. whiteboard
   bảng trắng
4. teacher / instructor
   giáo viên / giảng viên
5. student
   học sinh / sinh viên
6. LCD projector
   máy chiếu hình LCD
7. desk
   bàn
8. headphones
   ống nghe

A. **Raise** your hand.
Giơ tay **lên**.

B. **Talk** to the teacher.
Nói với giáo viên.

C. **Listen** to a CD.
Nghe CD.

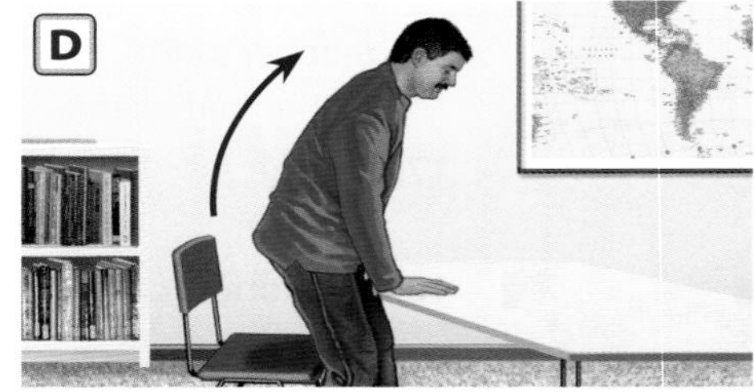

D. **Stand up**.
Đứng lên.

E. **Write** on the board.
Viết lên bảng.

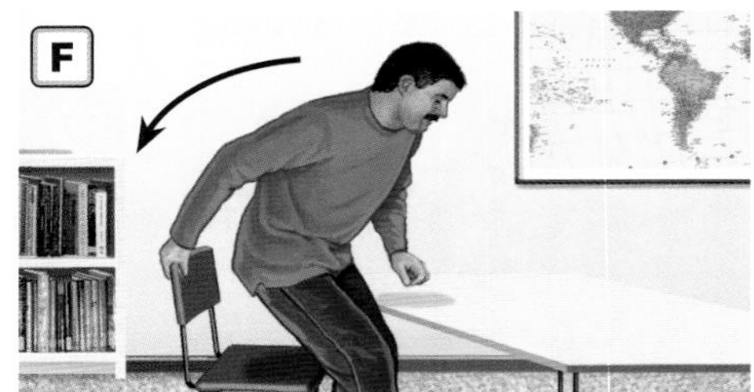

F. **Sit down.** / **Take** a seat.
Ngồi xuống. / **Ngồi** vào chỗ.

G. **Open** your book.
Mở sách ra.

H. **Close** your book.
Gấp sách lại.

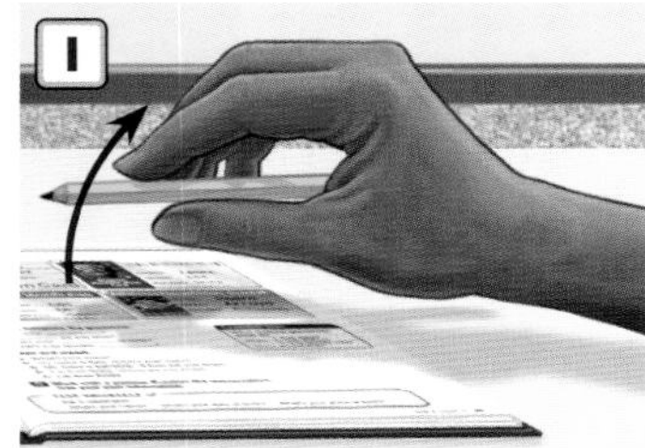

I. **Pick up** the pencil.
Cầm bút chì **lên**.

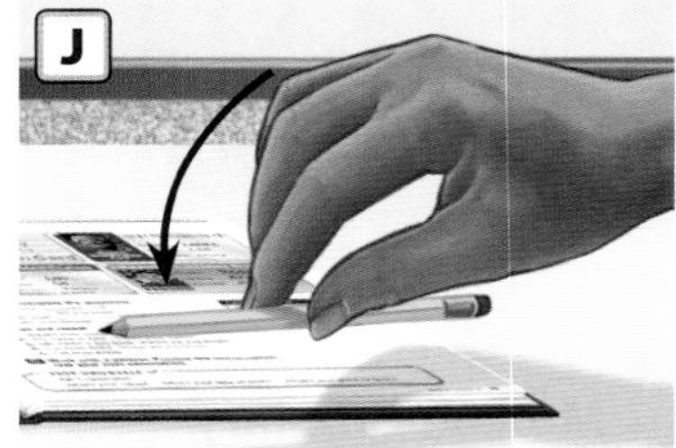

J. **Put down** the pencil.
Bỏ bút chì **xuống**.

9. clock
   đồng hồ
10. bookcase
   kệ sách
11. chair
   ghế
12. map
   bản đồ
13. alphabet
   bộ chữ cái
14. bulletin board
   bảng thông cáo
15. computer
   máy vi tính
16. overhead projector
   máy chiếu hình lên tường

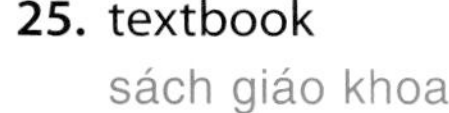

17. dry erase marker
   bút viết có thể xóa
18. chalk
   phấn viết bảng
19. eraser
   cái chùi bảng
20. pencil
   bút chì
21. (pencil) eraser
   cục tẩy
22. pen
   bút mực
23. pencil sharpener
   cái gọt bút chì
24. marker
   bút màu
25. textbook
   sách giáo khoa
26. workbook
   sách làm bài tập
27. 3-ring binder / notebook
   bìa 3 lỗ / tập vở
28. notebook paper
   trang giấy
29. spiral notebook
   tập vở gáy lò xo
30. dictionary
   tự điển
31. picture dictionary
   tự điển có hình

Look at the picture.
Describe the classroom.

A: There's a chalkboard.
B: There are fifteen students.

Ask your classmates. Share the answers.

1. Do you like to raise your hand in class?
2. Do you like to listen to CDs in class?
3. Do you ever talk to the teacher?

Learning New Words Học Từ Mới

A. **Look up** the word.
Tìm một từ.

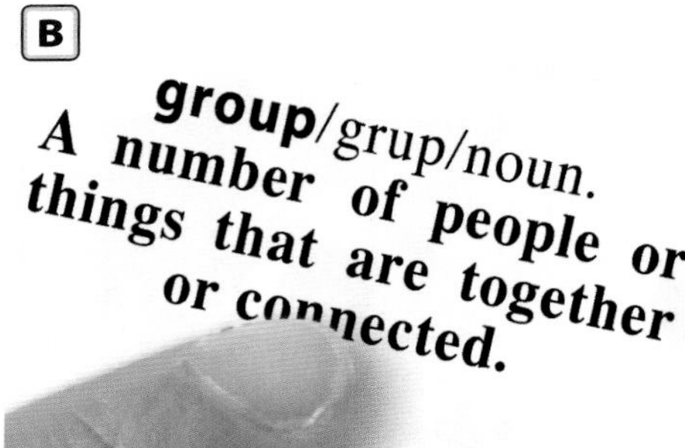

B. **Read** the definition.
Đọc định nghĩa.

C. **Translate** the word.
Dịch chữ.

D. **Check** the pronunciation.
Kiểm tra cách phát âm.

E. **Copy** the word.
Chép từ.

F. **Draw** a picture.
Vẽ hình.

Working with Your Classmates Thực Tập Với Bạn Học

G. **Discuss** a problem.
Thảo luận vấn đề.

H. **Brainstorm** solutions / answers.
Nghĩ cách giải / trả lời

I. **Work** in a group.
Thực tập trong nhóm.

J. **Help** a classmate.
Giúp bạn học.

Working with a Partner Thực Tập Với Bạn

K. **Ask** a question.
Đặt câu hỏi.

L. **Answer** a question.
Trả lời câu hỏi.

M. **Share** a book.
Dùng chung quyển sách.

N. **Dictate** a sentence.
Đọc lên một câu.

Following Directions Theo Hướng Dẫn

O. Fill in the blank.
Điền vào chỗ trống.

P. Choose the correct answer.
Chọn câu trả lời cho đúng.

Q. Circle the answer.
Khoanh câu trả lời.

R. Cross out the word.
Gạch bỏ chữ đó.

S. Underline the word.
Gạch dưới chữ đó.

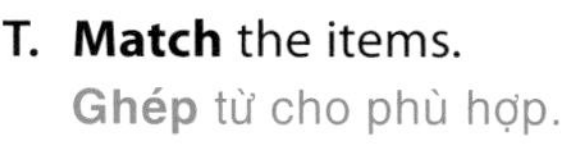

T. Match the items.
Ghép từ cho phù hợp.

U. Check the correct boxes.
Gạch vào ô đúng.

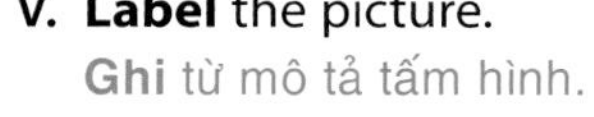

V. Label the picture.
Ghi từ mô tả tấm hình.

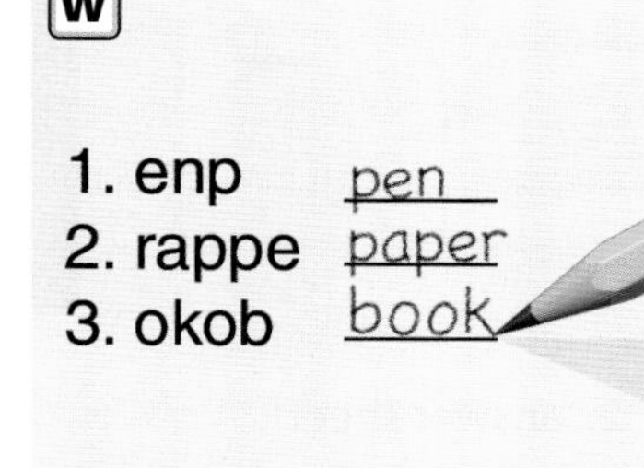

W. Unscramble the words.
Sắp chữ cho đúng.

X. Put the sentences in order.
Sắp câu theo thứ tự.

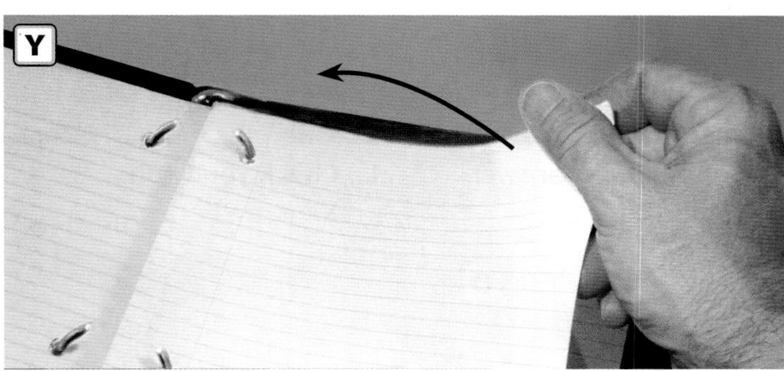

Y. Take out a piece of paper.
Lấy giấy **ra**.

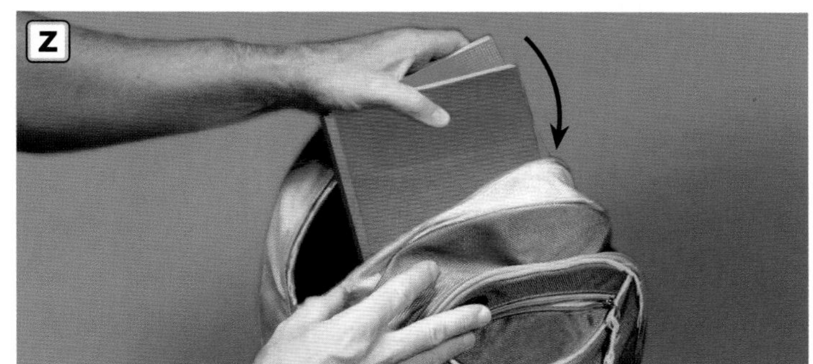

Z. Put away your books.
Cất sách **đi**.

Ask your classmates. Share the answers.
1. Do you like to work in a group?
2. Do you ever share a book?
3. Do you like to answer questions?

Think about it. Discuss.
1. How can classmates help each other?
2. Why is it important to ask questions in class?
3. How can students check their pronunciation? Explain.

Ways to Succeed Phương Pháp Để Thành Công

A. **Set** goals.
Xác định mục tiêu.

B. **Participate** in class.
Tham gia trong lớp.

C. **Take** notes.
Ghi chép.

D. **Study** at home.
Học ở nhà.

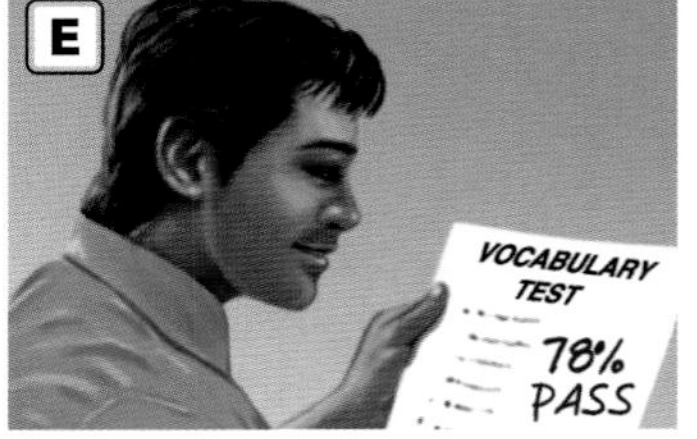

E. **Pass** a test.
Đạt yêu cầu bài thi.

F. **Ask** for help.
Hỏi bài.

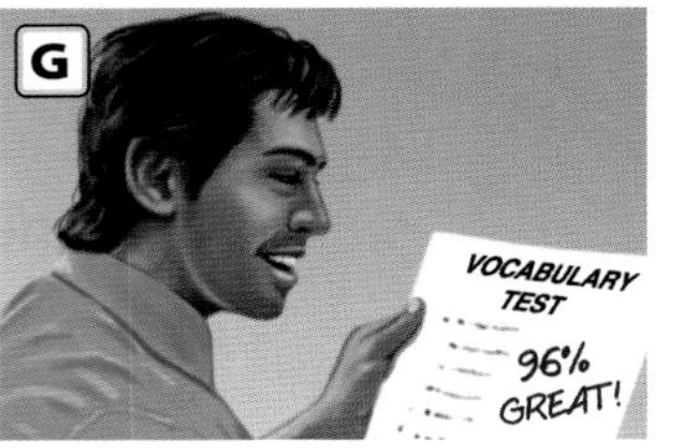

G. **Make** progress.
Có tiến bộ.

H. **Get** good grades.
Được điểm tốt.

Taking a Test Làm Bài Thi

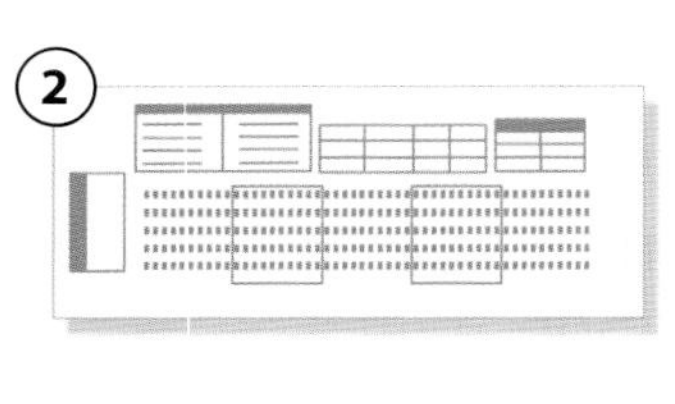

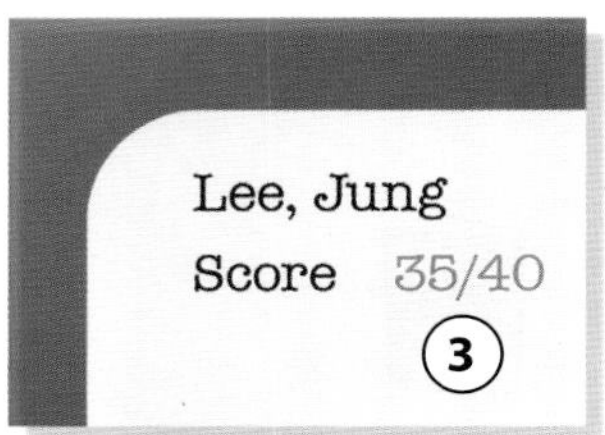

A	90%-100%	Outstanding
B	80%-89%	Very good
C	70%-79%	Satisfactory
D	60%-69%	Barely passing
F	0%-59%	Fail

1. test booklet
bài thi

2. answer sheet
trang trả lời

3. score
điểm

4. grades
xếp hạng

I. **Clear off** your desk.
Dọn sạch bàn.

J. **Work** on your own.
Tự làm.

K. **Bubble in** the answer.
Tô đen ô trả lời.

L. **Check** your work.
Kiểm tra bài làm.

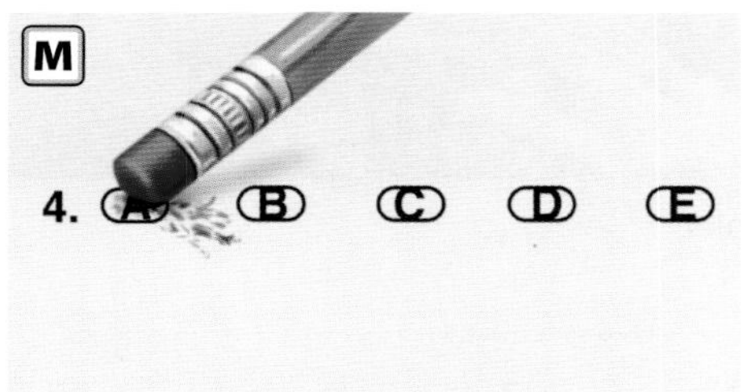

M. **Erase** the mistake.
Xóa lỗi.

N. **Correct** the mistake.
Sửa lỗi.

O. **Hand in** your test.
Nộp bài thi.

Một Ngày Ở Trường

A Day at School

A. **Enter** the room.
   Vào lớp.

B. **Turn on** the lights.
   Bật đèn.

C. **Walk** to class.
   Đi tới lớp.

D. **Run** to class.
   Chạy tới lớp.

E. **Lift / Pick up** the books.
   Nâng / Nhấc sách **lên**.

F. **Carry** the books.
   Bưng sách.

G. **Deliver** the books.
   Đưa sách.

H. **Take** a break.
   Đi nghỉ giải lao.

I. **Eat**.
   Ăn.

J. **Drink**.
   Uống.

K. **Buy** a snack.
   Mua đồ ăn nhẹ.

L. **Have** a conversation.
   Nói chuyện.

M. **Go back** to class.
   Trở vô lớp.

N. **Throw away** trash.
   Vất rác.

O. **Leave** the room.
   Ra khỏi phòng.

P. **Turn off** the lights.
   Tắt đèn.

Grammar Point: present continuous

Use **be** + verb + ***ing***

*He **is** walk**ing**. They **are** enter**ing**.*

*Note: He is runn**ing**. They are leav**ing**.*

Look at the pictures.

Describe what is happening.

A: *They are entering the room.*

B: *He is walking.*

Everyday Conversation

Nói Chuyện Hàng Ngày

A. **start** a conversation
bắt đầu nói chuyện

B. **make** small talk
có nói chuyện xã giao

C. **compliment** someone
khen một người

D. **offer** something
đưa đồ ra

E. **thank** someone
cám ơn họ

F. **apologize**
xin lỗi

G. **accept** an apology
nhận lời xin lỗi

H. **invite** someone
mời người nào

I. **accept** an invitation
nhận lời mời

J. **decline** an invitation
từ chối lời mời

K. **agree**
đồng ý

L. **disagree**
không đồng ý

M. **explain** something
giải thích điều gì

N. **check** your understanding
hỏi lại xem có hiểu không

More vocabulary

request: to ask for something

accept a compliment: to thank someone for a compliment

Pair practice. Follow the directions.

1. Start a conversation with your partner.
2. Make small talk with your partner.
3. Compliment each other.

Temperature Nhiệt Độ

1. Fahrenheit
độ F
2. Celsius
độ C
3. hot
nóng
4. warm
ấm
5. cool
mát
6. cold
lạnh
7. freezing
đông đá
8. degrees
độ

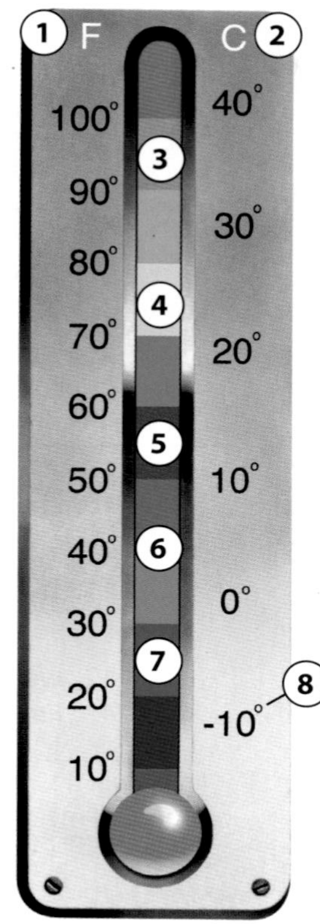

A Weather Map Bản Đồ Thời Tiết

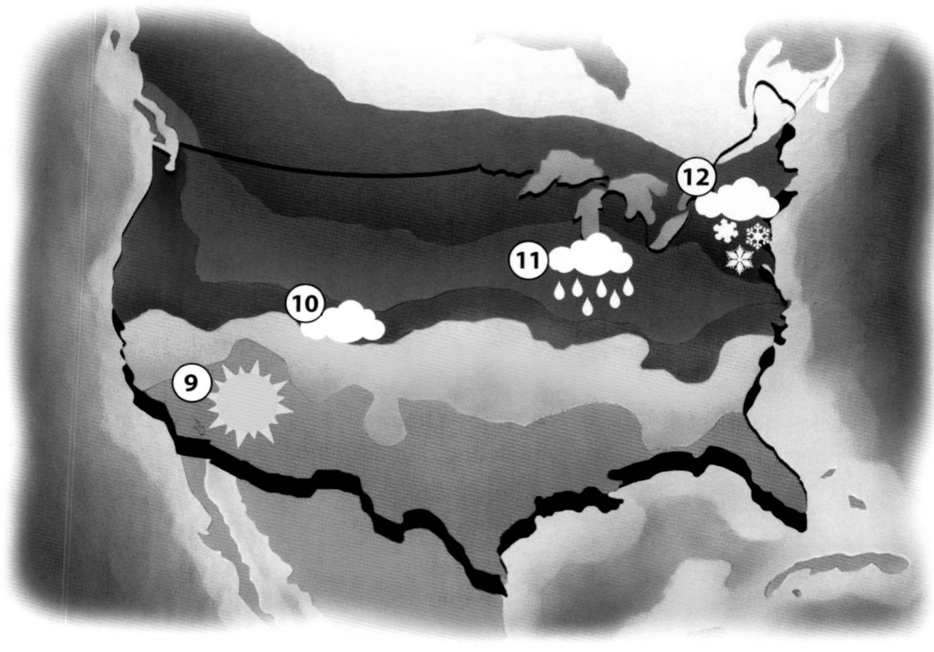

9. sunny / clear
nắng / quang đãng
10. cloudy
mây mù
11. raining
mưa
12. snowing
có tuyết

Weather Conditions Tình Trạng Thời Tiết

13. heat wave
nóng (từng đợt)
14. smoggy
ô nhiễm / có khói mù
15. humid
ẩm ướt
16. thunderstorm
giông bão
17. lightning
sét
18. windy
có gió
19. dust storm
bão cát
20. foggy
có sương mù
21. hailstorm
mưa đá
22. icy
đóng băng
23. snowstorm / blizzard
bão tuyết / trận bão tuyết

Ways to talk about the weather

It's sunny in Dallas.
What's the temperature?
It's 108. They're having a heat wave.

Pair practice. Make new conversations.

A: *What's the weather like in Chicago?*
B: *It's raining and it's cold. It's 30 degrees.*

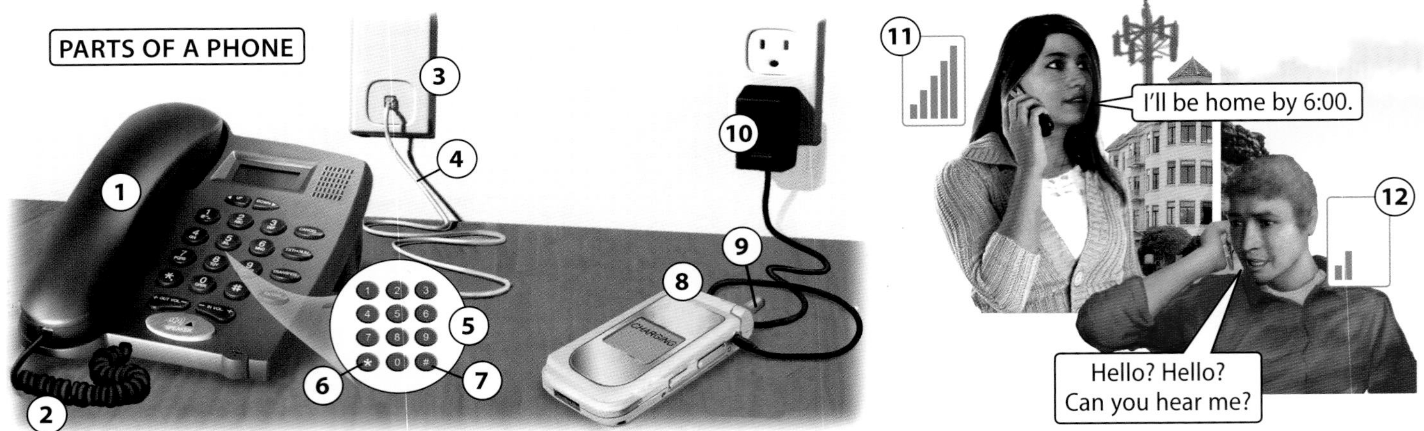

1. receiver / handset
ống nghe / tay cầm
2. cord
dây điện
3. phone jack
ổ cắm điện thoại
4. phone line
đường dây điện thoại
5. key pad
bảng phím nút
6. star key
nút dấu hoa thị
7. pound key
nút dấu thăng
8. cellular phone
điện thoại di động
9. antenna
dây ăng-ten
10. charger
đồ sạc điện
11. strong signal
sóng mạnh
12. weak signal
sóng yếu

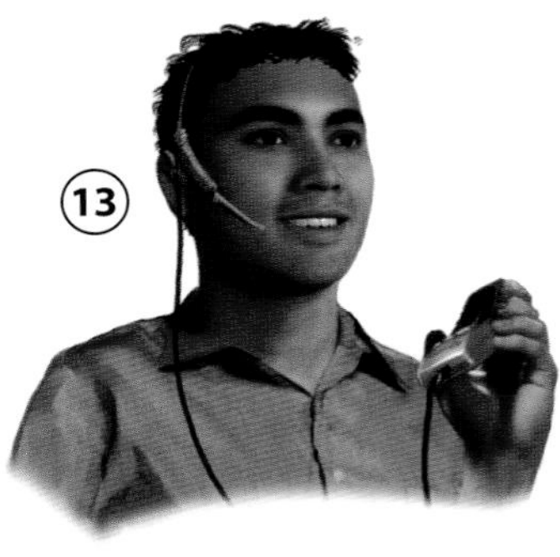

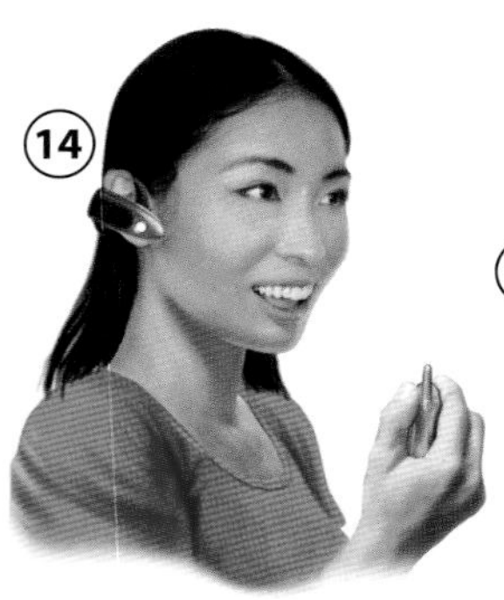

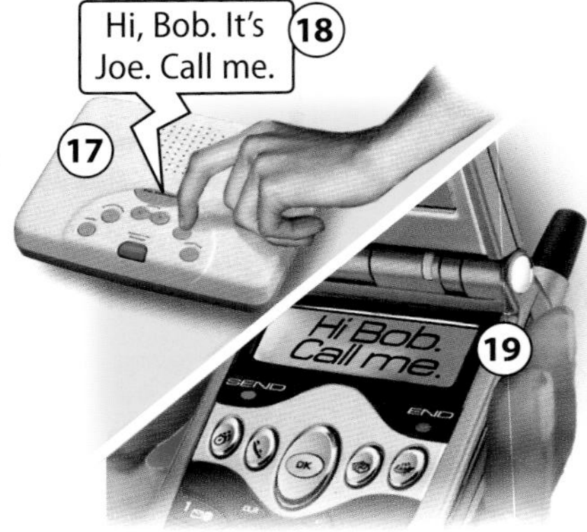

13. headset
bộ ống nghe
14. wireless headset
ống nghe không dây
15. calling card
thẻ gọi điện thoại
16. access number
mã truy nhập
17. answering machine
máy nhắn
18. voice message
tin nhắn qua giọng nói
19. text message
tin nhắn bằng chữ

20. Internet phone call
gọi điện thoại qua mạng
21. operator
nhân viên tổng đài
22. directory assistance
dịch vụ hỏi số điện thoại
23. automated phone system
hệ thống điện thoại tự động

24. cordless phone
điện thoại không dây

25. pay phone
điện thoại công cộng

26. TDD*
điện thoại cho người điếc

27. smart phone
điện thoại thông minh

Reading a Phone Bill Đọc Hóa Đơn Điện Thoại

28. phone bill
hóa đơn điện thoại
29. area code
mã số vùng
30. phone number
số điện thoại
31. local call
gọi trong địa phương

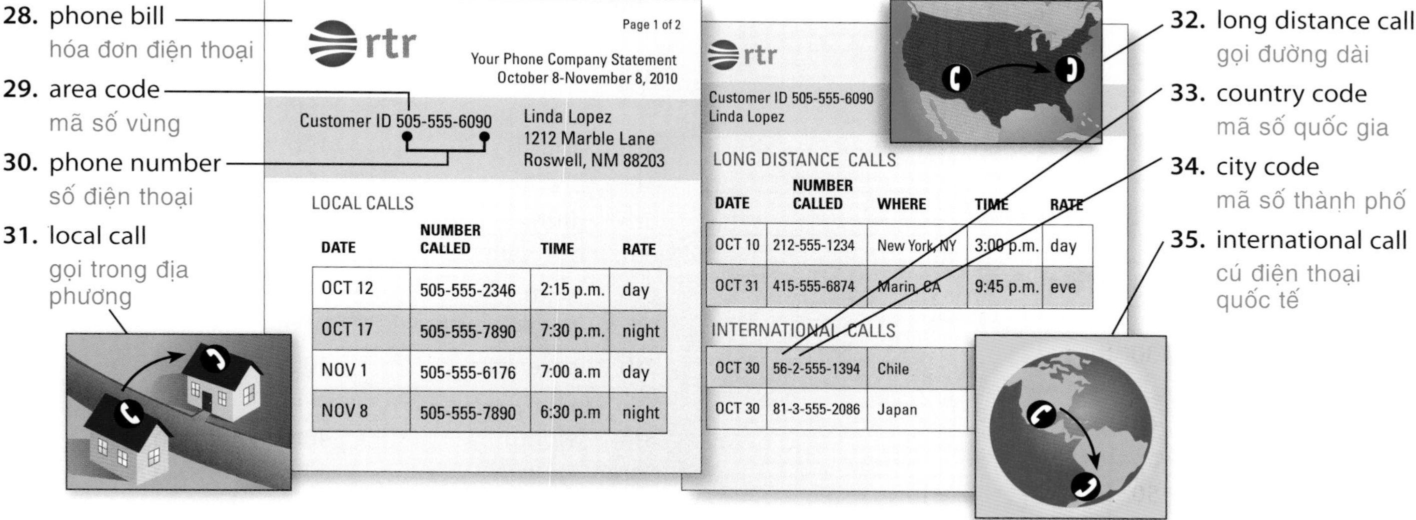
rtr
Page 1 of 2
Your Phone Company Statement
October 8-November 8, 2010

Customer ID 505-555-6090
Linda Lopez
1212 Marble Lane
Roswell, NM 88203

LOCAL CALLS

DATE	NUMBER CALLED	TIME	RATE
OCT 12	505-555-2346	2:15 p.m.	day
OCT 17	505-555-7890	7:30 p.m.	night
NOV 1	505-555-6176	7:00 a.m	day
NOV 8	505-555-7890	6:30 p.m	night

rtr
Customer ID 505-555-6090
Linda Lopez

LONG DISTANCE CALLS

DATE	NUMBER CALLED	WHERE	TIME	RATE
OCT 10	212-555-1234	New York, NY	3:00 p.m.	day
OCT 31	415-555-6874	Marin, CA	9:45 p.m.	eve

INTERNATIONAL CALLS

DATE	NUMBER CALLED	WHERE
OCT 30	56-2-555-1394	Chile
OCT 30	81-3-555-2086	Japan

32. long distance call
gọi đường dài
33. country code
mã số quốc gia
34. city code
mã số thành phố
35. international call
cú điện thoại quốc tế

Making a Phone Call Gọi Điện Thoại

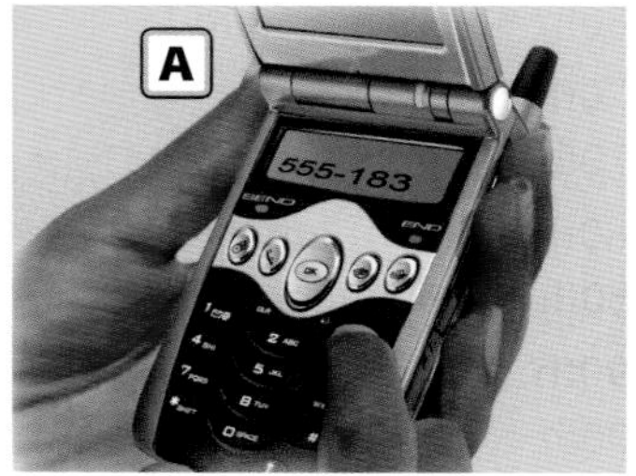

A. **Dial** the phone number.
Bấm số điện thoại.

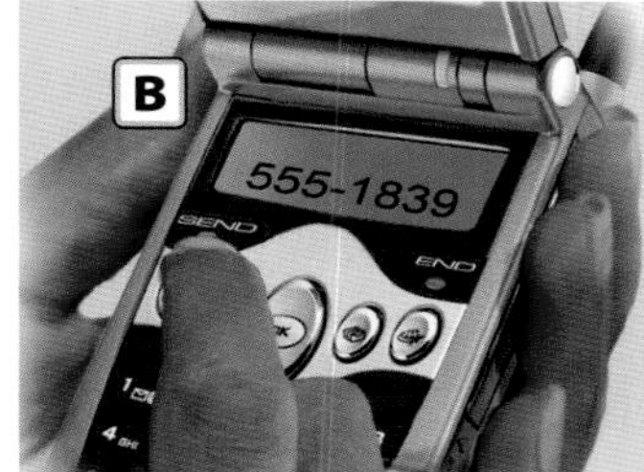

B. **Press** "send".
Bấm nút "send".

C. **Talk** on the phone.
Nói chuyện điện thoại.

D. **Hang up**. / **Press** "end".
Gác máy. / **Bấm** nút "end".

Making an Emergency Call Gọi Điện Thoại Khẩn Cấp

E. **Dial** 911.
Bấm số 911.

F. **Give** your name.
Cho biết tên.

G. **State** the emergency.
Nói lý do khẩn cấp.

H. **Stay** on the line.
Chờ trên đường dây.

*telecommunication device for the deaf

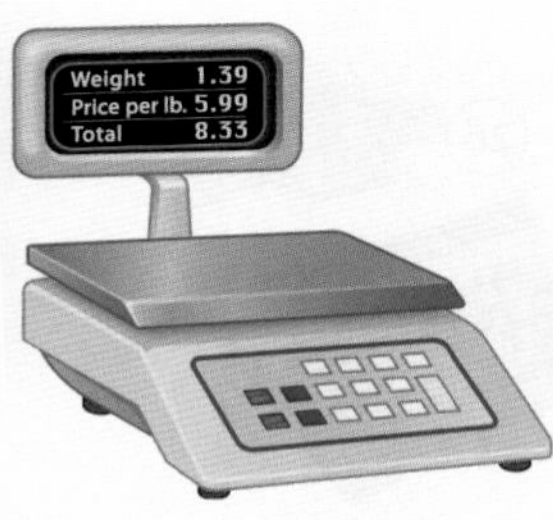

Cardinal Numbers Số Thường

0	zero số không	20	twenty hai mươi
1	one một	21	twenty-one hai mươi mốt
2	two hai	22	twenty-two hai mươi hai
3	three ba	23	twenty-three hai mươi ba
4	four bốn	24	twenty-four hai mươi bốn
5	five năm	25	twenty-five hai mươi lăm
6	six sáu	30	thirty ba mươi
7	seven bảy	40	forty bốn mươi
8	eight tám	50	fifty năm mươi
9	nine chín	60	sixty sáu mươi
10	ten mười	70	seventy bảy mươi
11	eleven mười một	80	eighty tám mươi
12	twelve mười hai	90	ninety chín mươi
13	thirteen mười ba	100	one hundred một trăm
14	fourteen mười bốn	101	one hundred one một trăm lẻ một
15	fifteen mười lăm	1,000	one thousand một ngàn
16	sixteen mười sáu	10,000	ten thousand mười ngàn
17	seventeen mười bảy	100,000	one hundred thousand một trăm ngàn
18	eighteen mười tám	1,000,000	one million một triệu
19	nineteen mười chín	1,000,000,000	one billion một tỷ

Ordinal Numbers Số Thứ Tự

1st 1st	first thứ nhất	16th 16th	sixteenth thứ mười sáu
2nd 2nd	second thứ nhì	17th 17th	seventeenth thứ mười bảy
3rd 3rd	third thứ ba	18th 18th	eighteenth thứ mười tám
4th 4th	fourth thứ tư	19th 19th	nineteenth thứ mười chín
5th 5th	fifth thứ năm	20th 20th	twentieth thứ hai mươi
6th 6th	sixth thứ sáu	21st 21st	twenty-first thứ hai mươi mốt
7th 7th	seventh thứ bảy	30th 30th	thirtieth thứ ba mươi
8th 8th	eighth thứ tám	40th 40th	fortieth thứ bốn mươi
9th 9th	ninth thứ chín	50th 50th	fiftieth thứ năm mươi
10th 10th	tenth thứ mười	60th 60th	sixtieth thứ sáu mươi
11th 11th	eleventh thứ mười một	70th 70th	seventieth thứ bảy mươi
12th 12th	twelfth thứ mười hai	80th 80th	eightieth thứ tám mươi
13th 13th	thirteenth thứ mười ba	90th 90th	ninetieth thứ chín mươi
14th 14th	fourteenth thứ mười bốn	100th 100th	one hundredth thứ một trăm
15th 15th	fifteenth thứ mười lăm	1,000th 1,000th	one thousandth thứ một ngàn

Roman Numerals Số La Mã

I = 1	VII = 7	XXX = 30
II = 2	VIII = 8	XL = 40
III = 3	IX = 9	L = 50
IV = 4	X = 10	C = 100
V = 5	XV = 15	D = 500
VI = 6	XX = 20	M = 1,000

A. divide
chia

B. calculate
tính toán

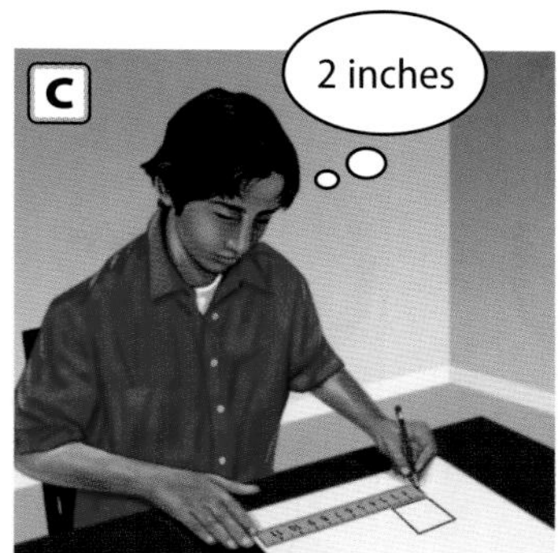

C. measure
đo

D. convert
đổi

Fractions and Decimals Phân Số Và Số Thập Phân

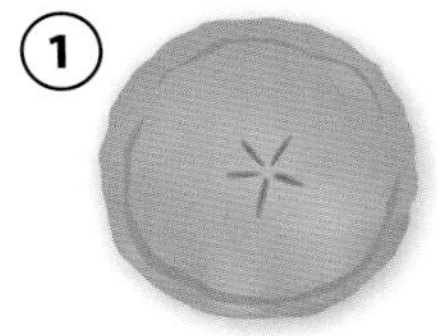

1. one whole
1 = 1.00
một tổng thể

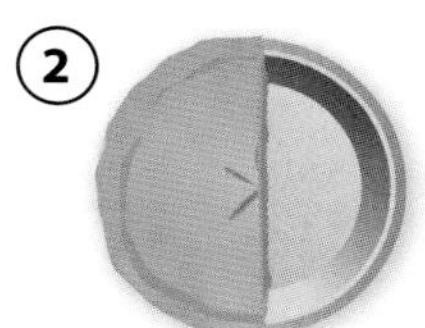

2. one half
1/2 = .5
một nửa

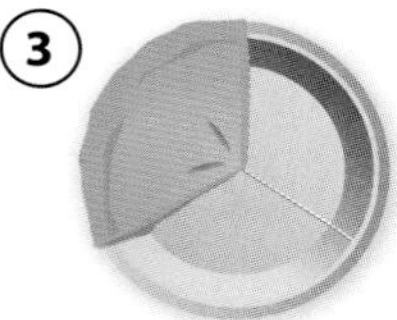

3. one third
1/3 = .333
một phần ba

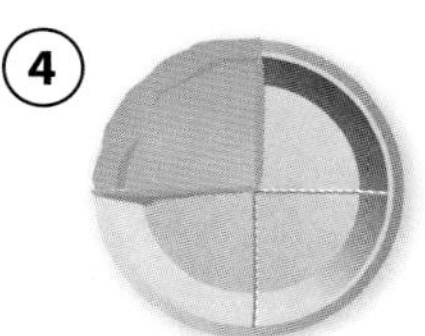

4. one fourth
1/4 = .25
một phần tư

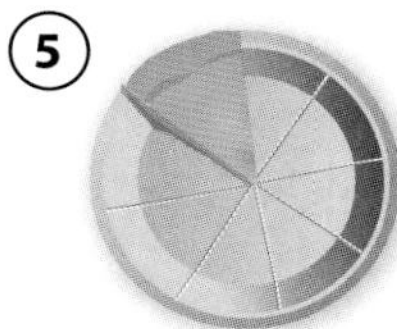

5. one eighth
1/8 = .125
một phần tám

Percents Phần Trăm

(8) 100 percent — 100%
(9) 75 percent — 75%
(10) 50 percent — 50%
(11) 25 percent — 25%
(12) 10 percent — 10%
0% 10% 20% 30% 40% 50% 60% 70% 80% 90% 100%

6. calculator
máy tính

7. decimal point
dấu chấm thập phân

8. 100 percent
100 phần trăm

9. 75 percent
75 phần trăm

10. 50 percent
50 phần trăm

11. 25 percent
25 phần trăm

12. 10 percent
10 phần trăm

Measurement Đo

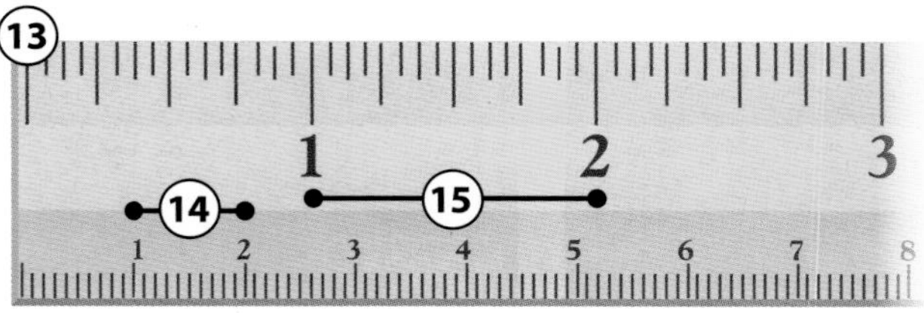

13. ruler
thước

14. centimeter [cm]
phân [cm]

15. inch [in.]
đốt [in]

Dimensions Chiều

(16) (17) (18) (19)

16. height
chiều cao

17. length
chiều dài

18. depth
chiều sâu

19. width
chiều rộng

Equivalencies
12 inches = 1 foot
3 feet = 1 yard
1,760 yards = 1 mile
1 inch = 2.54 centimeters
1 yard = .91 meters
1 mile = 1.6 kilometers

Telling Time Coi giờ

1. hour
giờ

2. minutes
phút

3. seconds
giây

4. a.m.
sáng

5. p.m.
chiều / tối

6. 1:00
one o'clock
một giờ

7. 1:05
one-oh-five
five after one
một giờ năm

8. 1:10
one-ten
ten after one
một giờ mười

9. 1:15
one-fifteen
a quarter after one
một giờ mười lăm

10. 1:20
one-twenty
twenty after one
một giờ hai mươi

11. 1:30
one-thirty
half past one
một giờ ba mươi
một giờ rưỡi

12. 1:40
one-forty
twenty to two
một giờ bốn mươi
hai giờ kém hai mươi

13. 1:45
one-forty-five
a quarter to two
một giờ bốn lăm
hai giờ kém mười lăm

Times of Day Giờ Trong Ngày

14. sunrise
mặt trời mọc

15. morning
sáng

16. noon
trưa

17. afternoon
chiều

18. sunset
mặt trời lặn

19. evening
tối

20. night
đêm

21. midnight
nửa đêm

Ways to talk about time

I wake up at 6:30 a.m.
I wake up at 6:30 in the morning.
I wake up at 6:30.

Pair practice. Make new conversations.

A: *What time do you wake up on weekdays?*
B: *At 6:30 a.m. How about you?*
A: *I wake up at 7:00.*

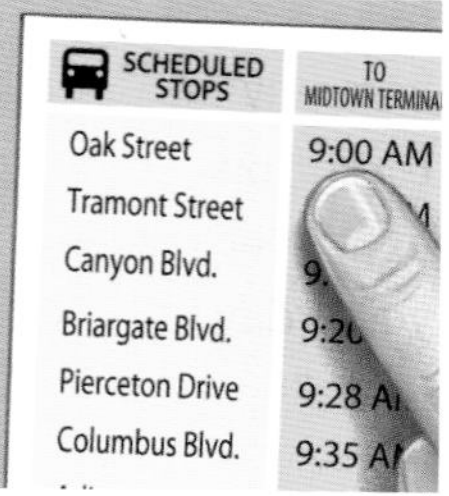

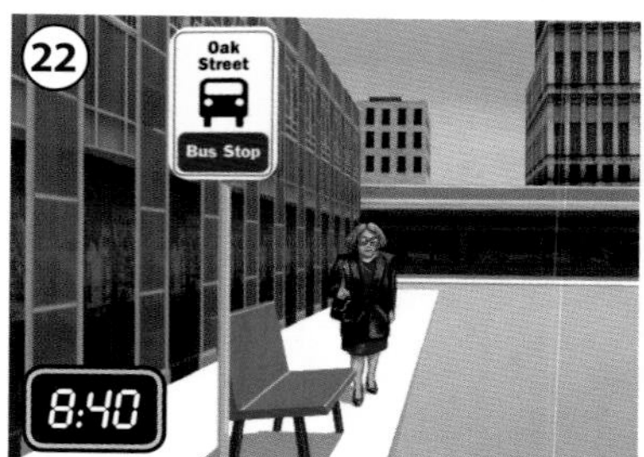

SCHEDULED STOPS
Oak Street
9:00 AM
Tramont Street
Canyon Blvd.
Briargate Blvd.
Pierceton Drive
Columbus Blvd.

Oak Street
Bus Stop
8:40

22. early
sớm

Oak Street
Bus Stop
9:00

23. on time
đúng giờ

Oak Street
Bus Stop
9:05

24. late
muộn

MARCH
SUN MON TUE WED THU FRI SAT
NOVEMBER
SUN MON TUE WED THU FRI SAT

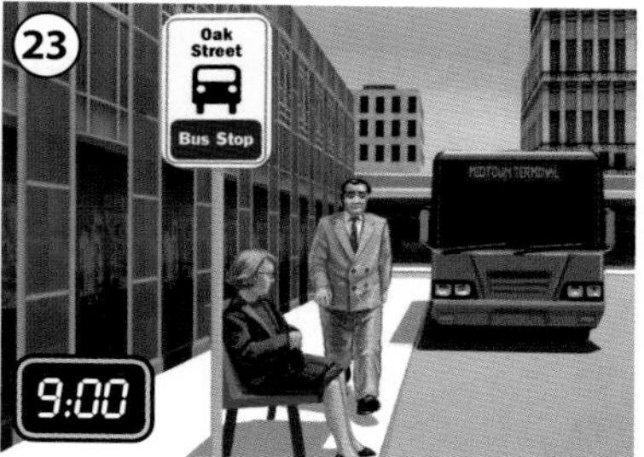

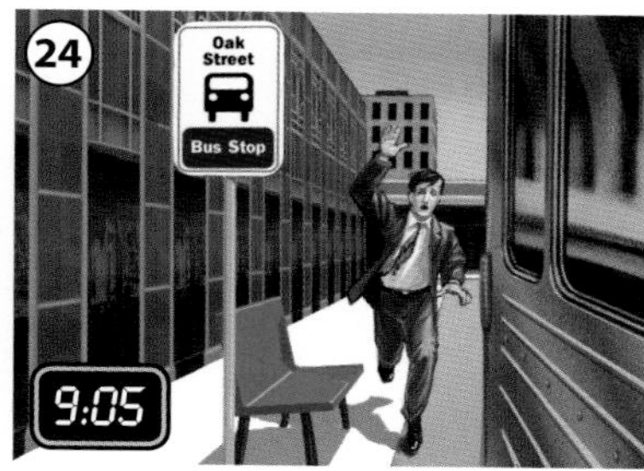

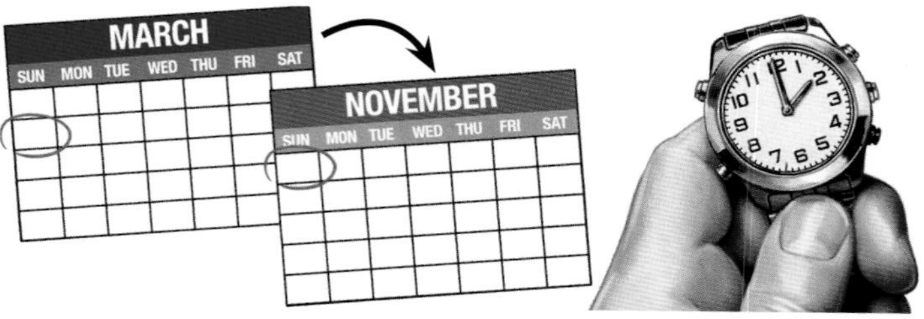

25. daylight saving time
giờ tiết kiệm ánh sáng ban ngày

NOVEMBER
SUN MON TUE WED THU FRI SAT
MARCH
SUN MON TUE WED THU FRI SAT

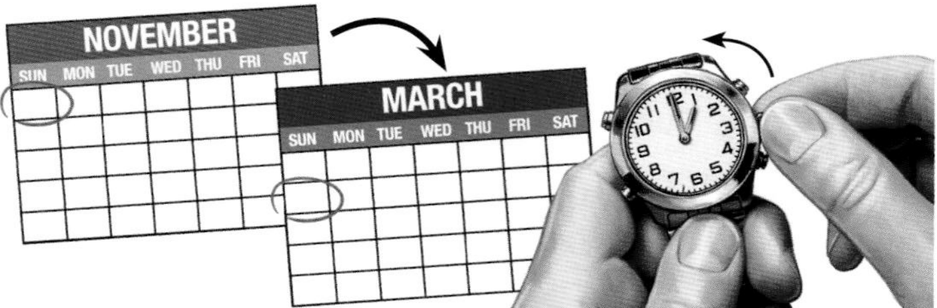

26. standard time
giờ chuẩn

Time Zones Múi Giờ

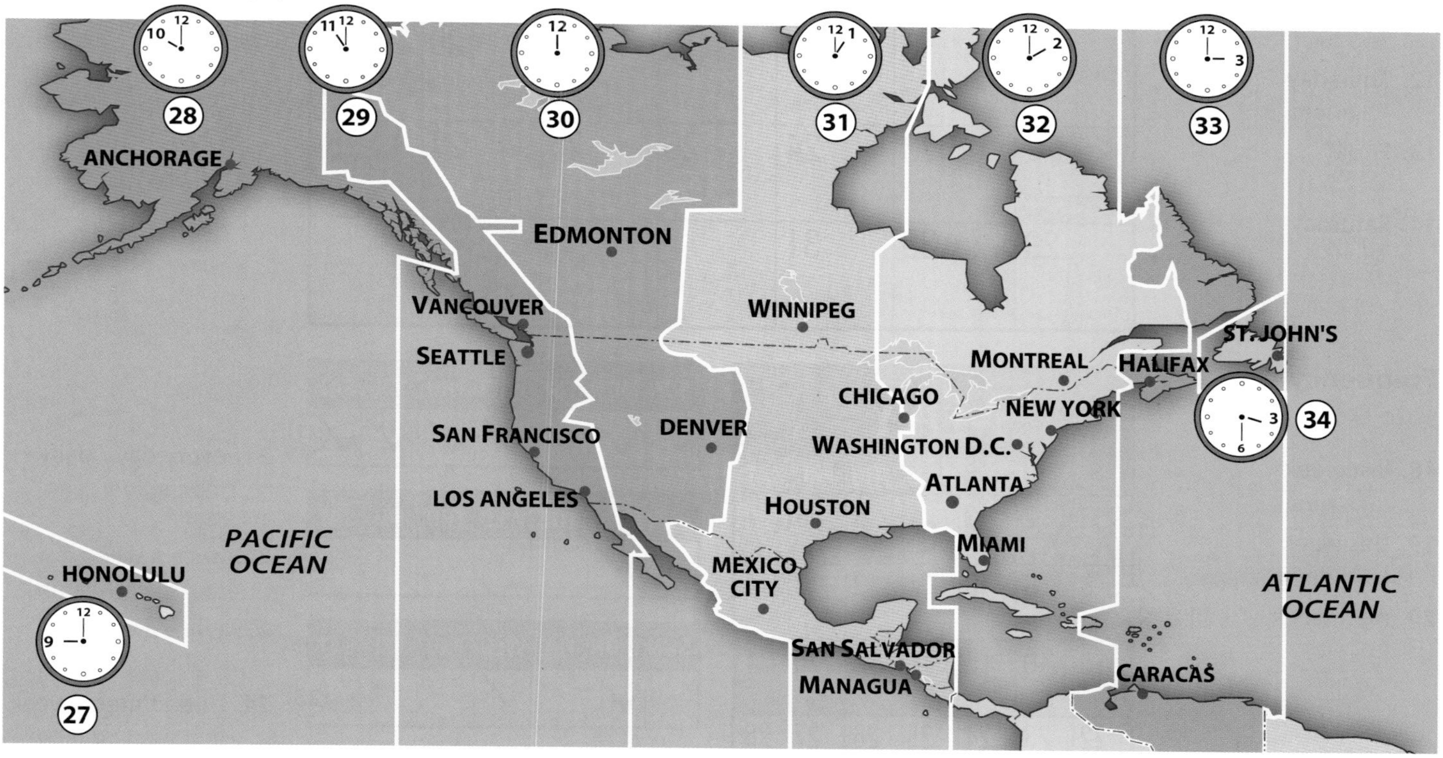

ANCHORAGE
EDMONTON
VANCOUVER
SEATTLE
WINNIPEG
SAN FRANCISCO
DENVER
LOS ANGELES
CHICAGO
MONTREAL
HALIFAX
ST. JOHN'S
NEW YORK
WASHINGTON D.C.
ATLANTA
HOUSTON
MIAMI
MEXICO CITY
SAN SALVADOR
MANAGUA
CARACAS
HONOLULU
PACIFIC OCEAN
ATLANTIC OCEAN

27. Hawaii-Aleutian time
giờ Hawaii-Aleutian

28. Alaska time
giờ Alaska

29. Pacific time
giờ Thái Bình Dương

30. Mountain time
giờ miền Núi

31. Central time
giờ miền Trung

32. Eastern time
giờ miền Đông

33. Atlantic time
giờ Đại Tây Dương

34. Newfoundland time
giờ Newfoundland

Ask your classmates. Share the answers.

1. When do you watch television? study? relax?
2. Do you like to stay up after midnight?
3. Do you like to wake up late on weekends?

Think about it. Discuss.

1. What is your favorite time of day? Why?
2. Do you think daylight saving time is a good idea? Why or why not?

1. date
ngày tháng năm
2. day
ngày
3. month
tháng
4. year
năm

5. today
hôm nay
6. tomorrow
ngày mai
7. yesterday
hôm qua

Days of the Week
Ngày Trong Tuần

8. Sunday
Chủ nhật
9. Monday
Thứ hai
10. Tuesday
Thứ ba
11. Wednesday
Thứ tư
12. Thursday
Thứ năm
13. Friday
Thứ sáu
14. Saturday
Thứ bảy

MAY

8 SUN	9 MON	10 TUE	11 WED	12 THU	13 FRI	14 SAT
1	2	3	4 (15)	5	6	7
8	9	10	11 (16)	12	13	14
15	16	17	18	19	20	21 (17)
22	23	24	25	26	27	28
29	30	31				

15. week
tuần lễ
16. weekdays
ngày (làm việc) trong tuần
17. weekend
cuối tuần

Frequency
Mức Độ

18. last week
tuần qua
19. this week
tuần này
20. next week
tuần tới

	SUN	MON	TUE	WED	THU	FRI	SAT
21	✓	✓	✓	✓	✓	✓	✓
22		✓					
23		✓		✓			
24		✓	✓		✓		

21. every day / daily
mỗi ngày / hàng ngày
22. once a week
mỗi tuần một lần
23. twice a week
mỗi tuần hai lần
24. three times a week
mỗi tuần ba lần

Ways to say the date

Today is <u>May 10th</u>. It's the <u>tenth</u>.
Yesterday was <u>May 9th</u>.
The party is on <u>May 21st</u>.

Pair practice. Make new conversations.

A: *The <u>test</u> is on <u>Friday</u>, <u>June 14th</u>.*
B: *Did you say <u>Friday</u>, the <u>fourteenth</u>?*
A: *Yes, the <u>fourteenth</u>.*

25 JAN

SUN	MON	TUE	WED	THU	FRI	SAT
					1	2
3	4	5	6	7	8	9
10	11	12	13	14	15	16
17	18	19	20	21	22	23
24/31	25	26	27	28	29	30

26 FEB

SUN	MON	TUE	WED	THU	FRI	SAT
	1	2	3	4	5	6
7	8	9	10	11	12	13
14	15	16	17	18	19	20
21	22	23	24	25	26	27
28						

27 MAR

SUN	MON	TUE	WED	THU	FRI	SAT
	1	2	3	4	5	6
7	8	9	10	11	12	13
14	15	16	17	18	19	20
21	22	23	24	25	26	27
28	29	30	31			

28 APR

SUN	MON	TUE	WED	THU	FRI	SAT
				1	2	3
4	5	6	7	8	9	10
11	12	13	14	15	16	17
18	19	20	21	22	23	24
25	26	27	28	29	30	

29 MAY

SUN	MON	TUE	WED	THU	FRI	SAT
						1
2	3	4	5	6	7	8
9	10	11	12	13	14	15
16	17	18	19	20	21	22
23/30	24/31	25	26	27	28	29

30 JUN

SUN	MON	TUE	WED	THU	FRI	SAT
		1	2	3	4	5
6	7	8	9	10	11	12
13	14	15	16	17	18	19
20	21	22	23	24	25	26
27	28	29	30			

31 JUL

SUN	MON	TUE	WED	THU	FRI	SAT
				1	2	3
4	5	6	7	8	9	10
11	12	13	14	15	16	17
18	19	20	21	22	23	24
25	26	27	28	29	30	31

32 AUG

SUN	MON	TUE	WED	THU	FRI	SAT
1	2	3	4	5	6	7
8	9	10	11	12	13	14
15	16	17	18	19	20	21
22	23	24	25	26	27	28
29	30	31				

33 SEP

SUN	MON	TUE	WED	THU	FRI	SAT
			1	2	3	4
5	6	7	8	9	10	11
12	13	14	15	16	17	18
19	20	21	22	23	24	25
26	27	28	29	30		

34 OCT

SUN	MON	TUE	WED	THU	FRI	SAT
					1	2
3	4	5	6	7	8	9
10	11	12	13	14	15	16
17	18	19	20	21	22	23
24/31	25	26	27	28	29	30

35 NOV

SUN	MON	TUE	WED	THU	FRI	SAT
	1	2	3	4	5	6
7	8	9	10	11	12	13
14	15	16	17	18	19	20
21	22	23	24	25	26	27
28	29	30				

36 DEC

SUN	MON	TUE	WED	THU	FRI	SAT
			1	2	3	4
5	6	7	8	9	10	11
12	13	14	15	16	17	18
19	20	21	22	23	24	25
26	27	28	29	30	31	

Months of the Year
Tháng Trong Năm

25. January
Tháng một

26. February
Tháng hai

27. March
Tháng ba

28. April
Tháng tư

29. May
Tháng năm

30. June
Tháng sáu

31. July
Tháng bảy

32. August
Tháng tám

33. September
Tháng chín

34. October
Tháng mười

35. November
Tháng mười một

36. December
Tháng mười hai

37

38

39

40

Seasons
Mùa

37. spring
xuân

38. summer
hạ

39. fall / autumn
thu

40. winter
đông

Dictate to your partner. Take turns.

A: *Write Monday.*
B: *Is it spelled M-o-n-d-a-y?*
A: *Yes, that's right.*

Ask your classmates. Share the answers.

1. What is your favorite day of the week? Why?
2. What is your busiest day of the week? Why?
3. What is your favorite season of the year? Why?

Calendar Events

Sự Kiện Trên Lịch

1. birthday
sinh nhật

2. wedding
ngày cưới

3. anniversary
ngày kỷ niệm

4. appointment
hẹn

5. parent-teacher conference
họp phụ huynh học sinh

6. vacation
nghỉ hè

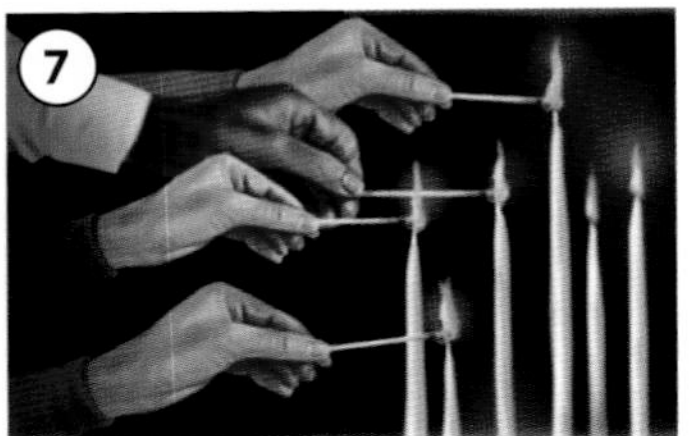

7. religious holiday
lễ tôn giáo

8. legal holiday
ngày lễ do luật định

Legal Holidays Ngày Lễ Do Luật Định

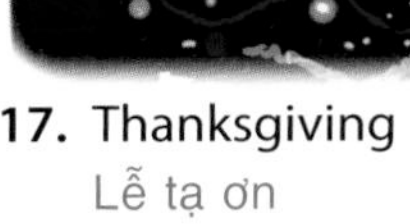

9. New Year's Day
Ngày năm mới

10. Martin Luther King Jr. Day
Ngày Martin Luther King Jr.

11. Presidents' Day
Ngày tổng thống

12. Memorial Day
Ngày chiến sĩ trận vong

13. Fourth of July / Independence Day
Ngày Bốn Tháng Bảy / Ngày độc lập

14. Labor Day
Ngày lễ lao động

15. Columbus Day
Ngày Kha-luân-bố

16. Veterans Day
Ngày cựu chiến binh

17. Thanksgiving
Lễ tạ ơn

18. Christmas
Lễ giáng sinh

Pair practice. Make new conversations.

A: *When is your birthday?*
B: *It's on January 31st. How about you?*
A: *It's on December 22nd.*

Ask your classmates. Share the answers.

1. What are the legal holidays in your native country?
2. When is Labor Day in your native country?
3. When do you celebrate the New Year in your native country?

1. **little** hand
   tay **nhỏ**
2. **big** hand
   tay **lớn**

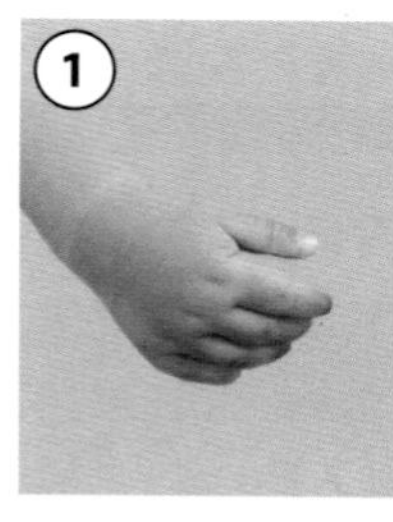
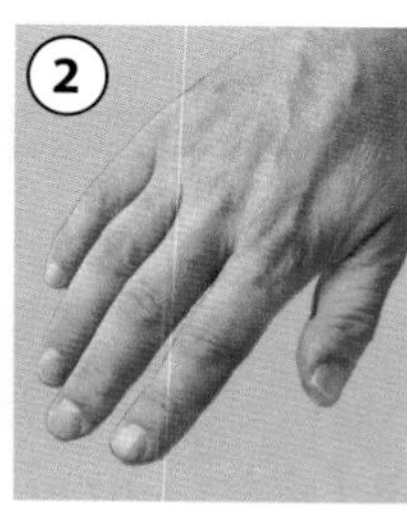
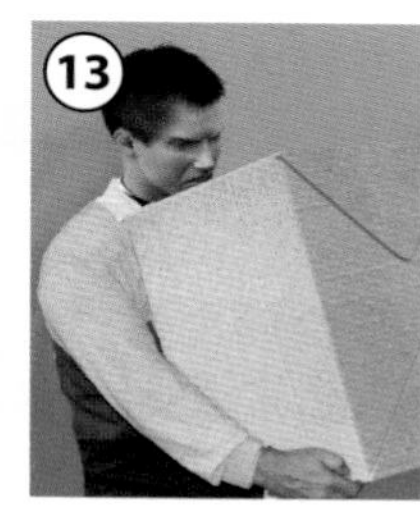

13. **heavy** box
    hộp **nặng**
14. **light** box
    hộp **nhẹ**

3. **fast** driver
   người lái xe **nhanh**
4. **slow** driver
   người lái xe **chậm**

15. **same** color
    cùng màu
16. **different** colors
    khác màu

5. **hard** chair
   ghế **cứng**
6. **soft** chair
   ghế **mềm**

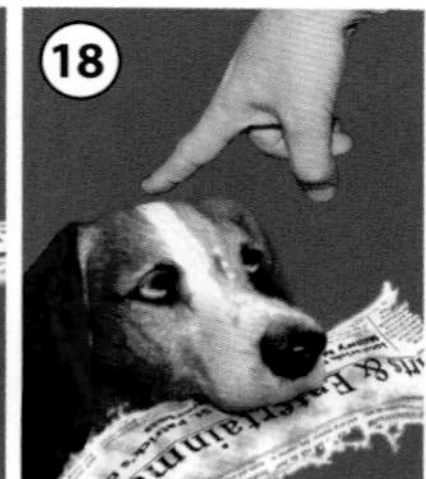

17. **good** dog
    chó **ngoan**
18. **bad** dog
    chó **hư**

7. **thick** book
   sách **dày**
8. **thin** book
   sách **mỏng**

19. **expensive** ring
    nhẫn **đắt tiền**
20. **cheap** ring
    nhẫn **rẻ tiền**

9. **full** glass
   ly **đầy**
10. **empty** glass
    ly **cạn**

21. **beautiful** view
    cảnh **đẹp**
22. **ugly** view
    cảnh **xấu**

11. **noisy** children / **loud** children
    trẻ **ồn ào** / trẻ **ầm ỹ**
12. **quiet** children
    trẻ **yên lặng**

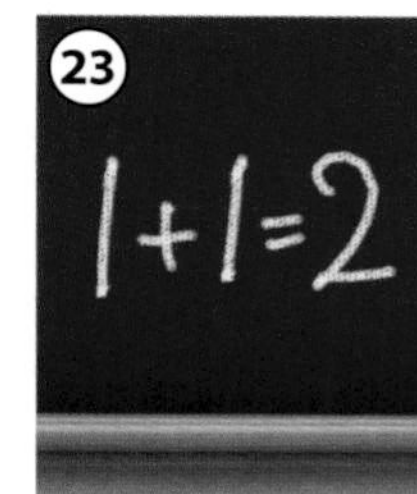

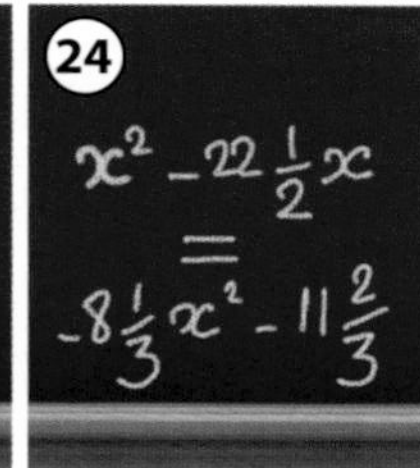

23. **easy** problem
    bài toán **dễ**
24. **difficult** problem / **hard** problem
    bài toán **khó** / bài toán **hóc búa**

Ask your classmates. Share the answers.

1. Are you a slow driver or a fast driver?
2. Do you prefer a hard bed or a soft bed?
3. Do you like loud parties or quiet parties?

Use the new words.

Look at page 150–151. Describe the things you see.

A: *The street* is *hard*.
B: *The truck* is *heavy*.

Basic Colors Màu Căn Bản

1. red
   màu đỏ
2. yellow
   màu vàng
3. blue
   màu xanh nước biển
4. orange
   màu cam
5. green
   màu xanh lá cây
6. purple
   màu tím
7. pink
   màu hồng
8. violet
   màu tím hoa cà
9. turquoise
   màu ngọc lam
10. dark blue
    màu xanh đậm
11. light blue
    màu xanh lạt
12. bright blue
    màu xanh sáng chói

Neutral Colors Màu Trung Hòa

13. black
    màu đen
14. white
    màu trắng
15. gray
    màu xám
16. cream / ivory
    màu kem / màu ngà
17. brown
    màu nâu
18. beige / tan
    màu nâu vàng lạt / màu rám nắng

Ask your classmates. Share the answers.

1. What colors are you wearing today?
2. What colors do you like?
3. Is there a color you don't like? What is it?

Use the new words. Look at pages 86–87.

Take turns naming the colors you see.

A: *His shirt is <u>blue</u>.*
B: *Her shoes are <u>white</u>.*

Prepositions

1. The yellow sweaters are **on the left**.
   Những áo len màu vàng **ở bên trái**.
2. The purple sweaters are **in the middle**.
   Những áo len màu tím **ở ngay giữa**.
3. The brown sweaters are **on the right**.
   Những áo len màu nâu **ở bên phải**.
4. The red sweaters are **above** the blue sweaters.
   Những áo len màu đỏ **ở trên** những áo len màu xanh nước biển.
5. The blue sweaters are **below** the red sweaters.
   Những áo len màu xanh nước biển **ở dưới** những áo len màu đỏ.
6. The turquoise sweater is **in** the box.
   Áo len màu ngọc lam **ở trong** hộp.
7. The white sweater is **in front of** the black sweater.
   Áo len màu trắng **ở đàng trước** áo len màu đen.
8. The black sweater is **behind** the white sweater.
   Áo len màu đen **ở đàng sau** áo len màu trắng.
9. The orange sweater is **on** the gray sweater.
   Áo len màu cam **nằm trên** áo len màu xám.
10. The violet sweater is **next to** the gray sweater.
    Áo len màu tím hoa cà **ở bên cạnh** áo len màu xám.
11. The gray sweater is **under** the orange sweater.
    Áo len màu xám **nằm dưới** áo len màu cam.
12. The green sweater is **between** the pink sweaters.
    Áo len màu xanh lá cây **ở giữa** những áo len màu hồng.

More vocabulary

near: in the same area
far from: not near

Role play. Make new conversations.

A: *Excuse me. Where are the red sweaters?*
B: *They're on the left, above the blue sweaters.*
A: *Thanks very much.*

Coins Tiền Kim Loại / Tiền Xu

1. $.01 = 1¢
   a penny / 1 cent
   một xu / 1 xu
2. $.05 = 5¢
   a nickel / 5 cents
   một nickel / 5 xu
3. $.10 = 10¢
   a dime / 10 cents
   một hào / 10 xu
4. $.25 = 25¢
   a quarter / 25 cents
   một phần tư / 25 xu
5. $.50 = 50¢
   a half dollar
   một nửa đô
6. $1.00
   a dollar coin
   một đồng đô

Bills Tiền Giấy

7. $1.00
   a dollar
   một đô
8. $5.00
   five dollars
   năm đô
9. $10.00
   ten dollars
   mười đô

10. $20.00
    twenty dollars
    hai mươi đô
11. $50.00
    fifty dollars
    năm mươi đô
12. $100.00
    one hundred dollars
    một trăm đô

A. **Get** change.
   Đổi tiền.

B. **Borrow** money.
   Mượn tiền.

C. **Lend** money.
   Cho mượn tiền.

D. **Pay back** the money.
   Trả tiền **lại.**

Pair practice. Make new conversations.

A: *Do you have change for a dollar?*
B: *Sure. How about two quarters and five dimes?*
A: *Perfect!*

Think about it. Discuss.

1. Is it a good idea to lend money to a friend? Why or why not?
2. Is it better to carry a dollar or four quarters? Why?
3. Do you prefer dollar coins or dollar bills? Why?

Ways to Pay Cách Trả Tiền

A. **pay** cash
trả tiền mặt

B. **use** a credit card
dùng thẻ tín dụng

C. **use** a debit card
dùng thẻ nợ

D. **write** a (personal) check
viết chi phiếu (cá nhân)

E. **use** a gift card
dùng thẻ tặng quà

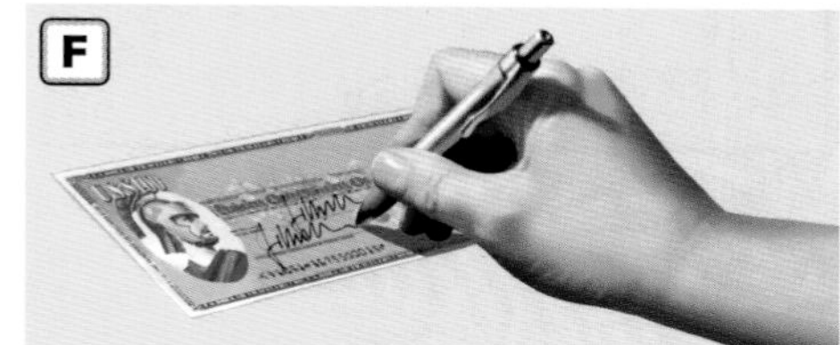

F. **cash** a traveler's check
đổi chi phiếu du lịch lấy tiền mặt

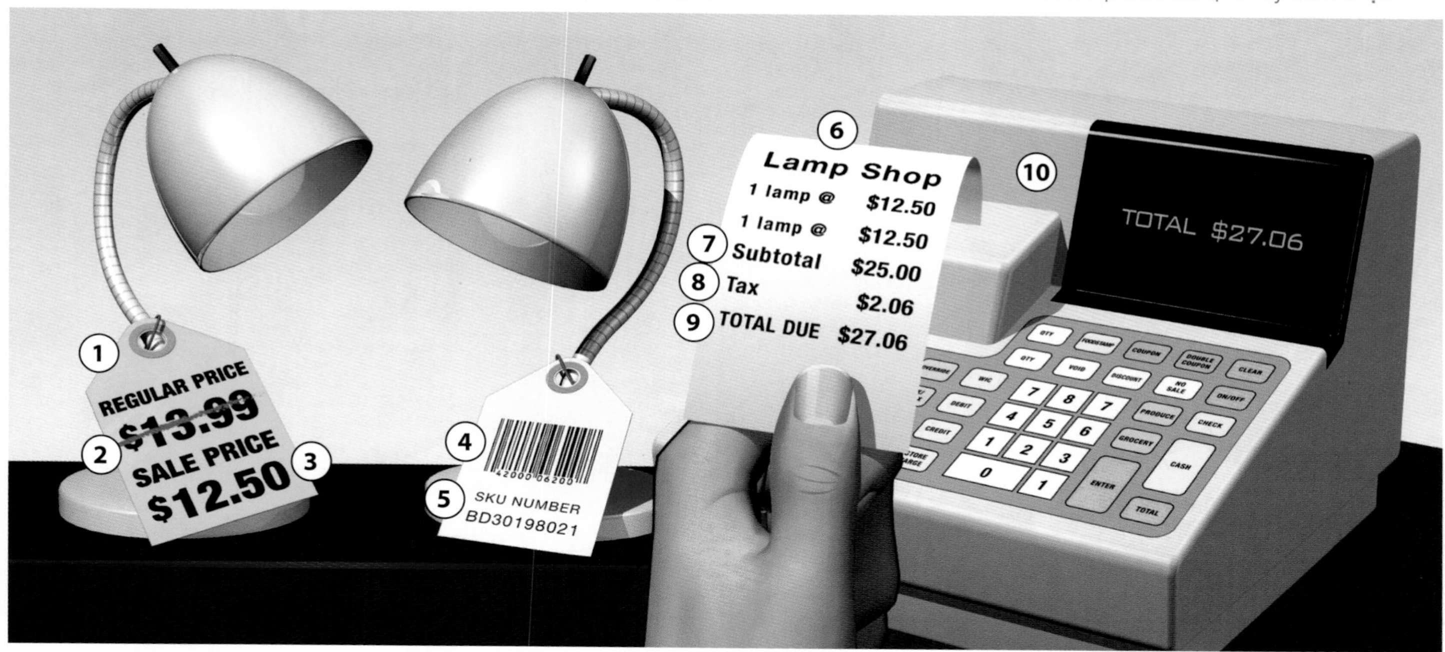

1. price tag
nhãn giá tiền
2. regular price
giá thường
3. sale price
giá hạ
4. bar code
mã vạch
5. SKU number
số SKU
6. receipt
hóa đơn / tờ biên nhận
7. price / cost
giá / giá mua
8. sales tax
thuế bán
9. total
tổng cộng
10. cash register
máy tính tiền

G. **buy** / **pay for**
mua / trả tiền

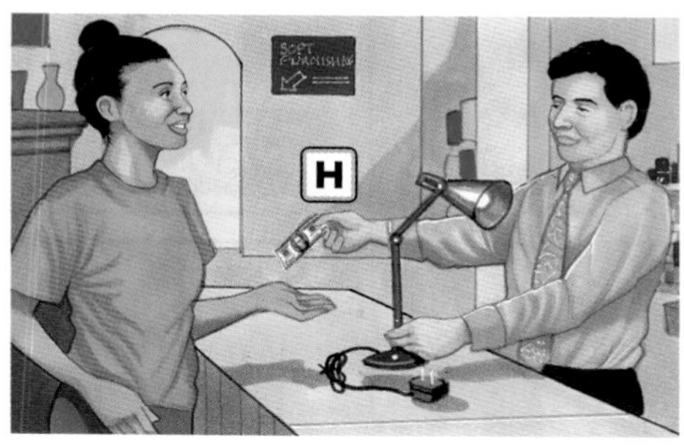

H. **return**
trả lại

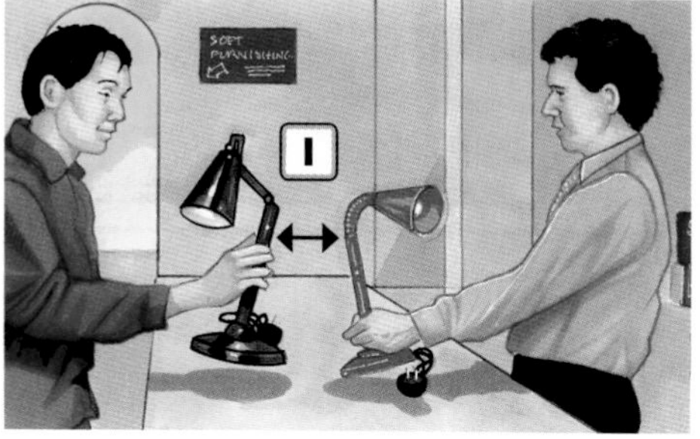

I. **exchange**
đổi

Same and Different

Giống Nhau Và Khác Biệt

1. twins
   song sinh
2. sweater
   áo len
3. matching
   giống nhau
4. disappointed
   bất mãn
5. navy blue
   xanh biển
6. happy
   vui vẻ

A. **shop**
   mua

B. **keep**
   giữ

Look at the pictures.
What do you see?

Answer the questions.

1. Who is the woman shopping for?
2. Does she buy matching sweaters or different sweaters?
3. How does Anya feel about her green sweater? What does she do?
4. What does Manda do with her sweater?

 **Read the story.**

Same and Different

Mrs. Kumar likes to shop for her twins. Today she's looking at sweaters. There are many different colors on sale. Mrs. Kumar chooses two matching green sweaters.

The next day, Manda and Anya open their gifts. Manda likes the green sweater, but Anya is disappointed. Mrs. Kumar understands the problem. Anya wants to be different.

Manda keeps her sweater. But Anya goes to the store. She exchanges her green sweater for a navy blue sweater. It's an easy answer to Anya's problem. Now the twins can be warm, happy, and different.

Think about it.

1. Do you like to shop for other people? Why or why not?
2. Imagine you are Anya. Would you keep the sweater or exchange it? Why?

1. man
đàn ông
2. woman
đàn bà
3. women
đàn bà (số nhiều)
4. men
đàn ông (số nhiều)
5. senior citizen
người cao niên

Listen and point. Take turns.

A: *Point to a woman.*
B: *Point to a senior citizen.*
A: *Point to an infant.*

Dictate to your partner. Take turns.

A: *Write woman.*
B: *Is that spelled w-o-m-a-n?*
A: *Yes, that's right, woman.*

Ways to talk about age

1 month – 3 months old = **infant**
18 months – 3 years old = **toddler**
3 years old – 12 years old = **child**
13 – 19 years old = **teenager**
18+ years old = **adult**
62+ years old = **senior citizen**

Pair practice. Make new conversations.

A: *How old is Sandra?*
B: *She's thirteen years old.*
A: *Wow, she's a teenager now!*

Age Tuổi

1. young
   trẻ
2. middle-aged
   trung niên
3. elderly
   già

Height Chiều Cao

4. tall
   cao
5. average height
   cao trung bình
6. short
   thấp

Weight Cân Nặng

7. heavy / fat
   mập / béo
8. average weight
   cân nặng trung bình
9. thin / slender
   gầy / thon

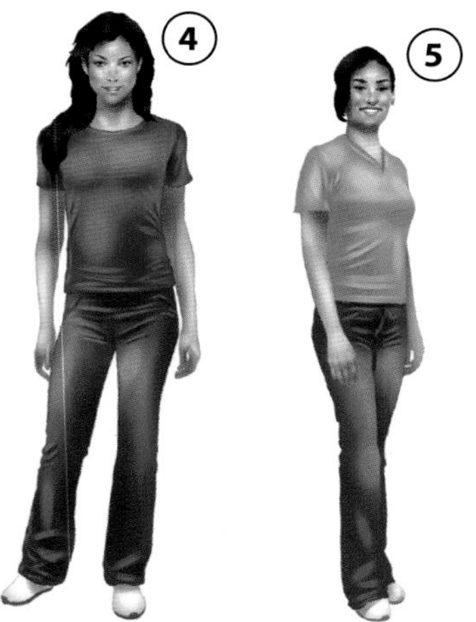

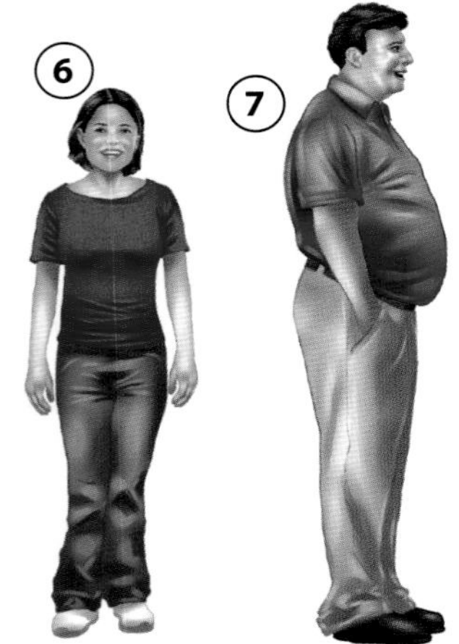

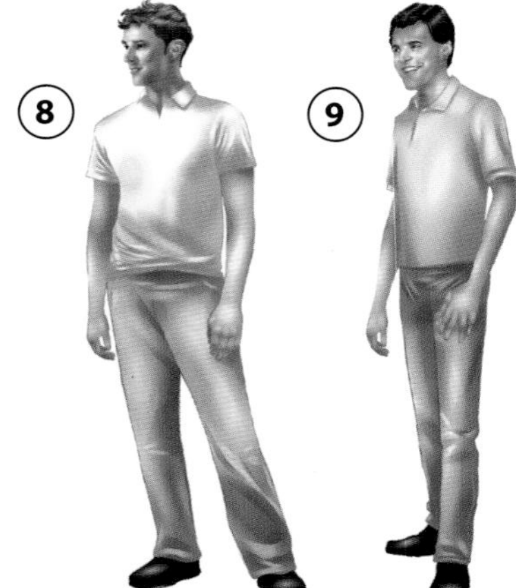

Disabilities Tật Nguyền

10. physically challenged
    thương tật
11. sight impaired / blind
    mắt kém / mù
12. hearing impaired / deaf
    tai kém / điếc

Appearance Diện Mạo

13. attractive
    hấp dẫn
14. cute
    dễ thương

15. pregnant
    chửa / thai nghén / có thai

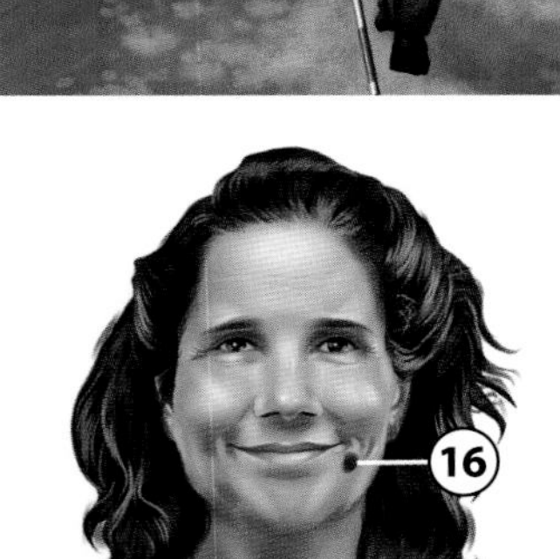

16. mole
    nốt ruồi

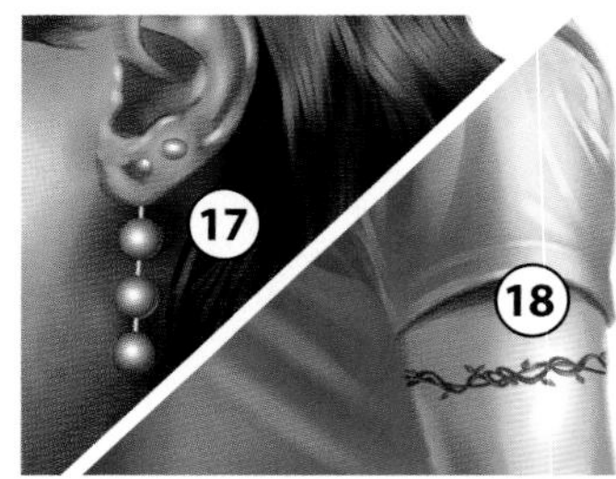

17. pierced ear
    xỏ lỗ tai
18. tattoo
    xâm

Ways to describe people

He's a *heavy, young* *man.*
She's a *pregnant* *woman with* *a mole.*
He's *sight impaired.*

Use the new words. Look at pages 2–3.
Describe the people and point. Take turns.

A: *He's a tall, thin, middle-aged man.*
B: *She's a short, average-weight young woman.*

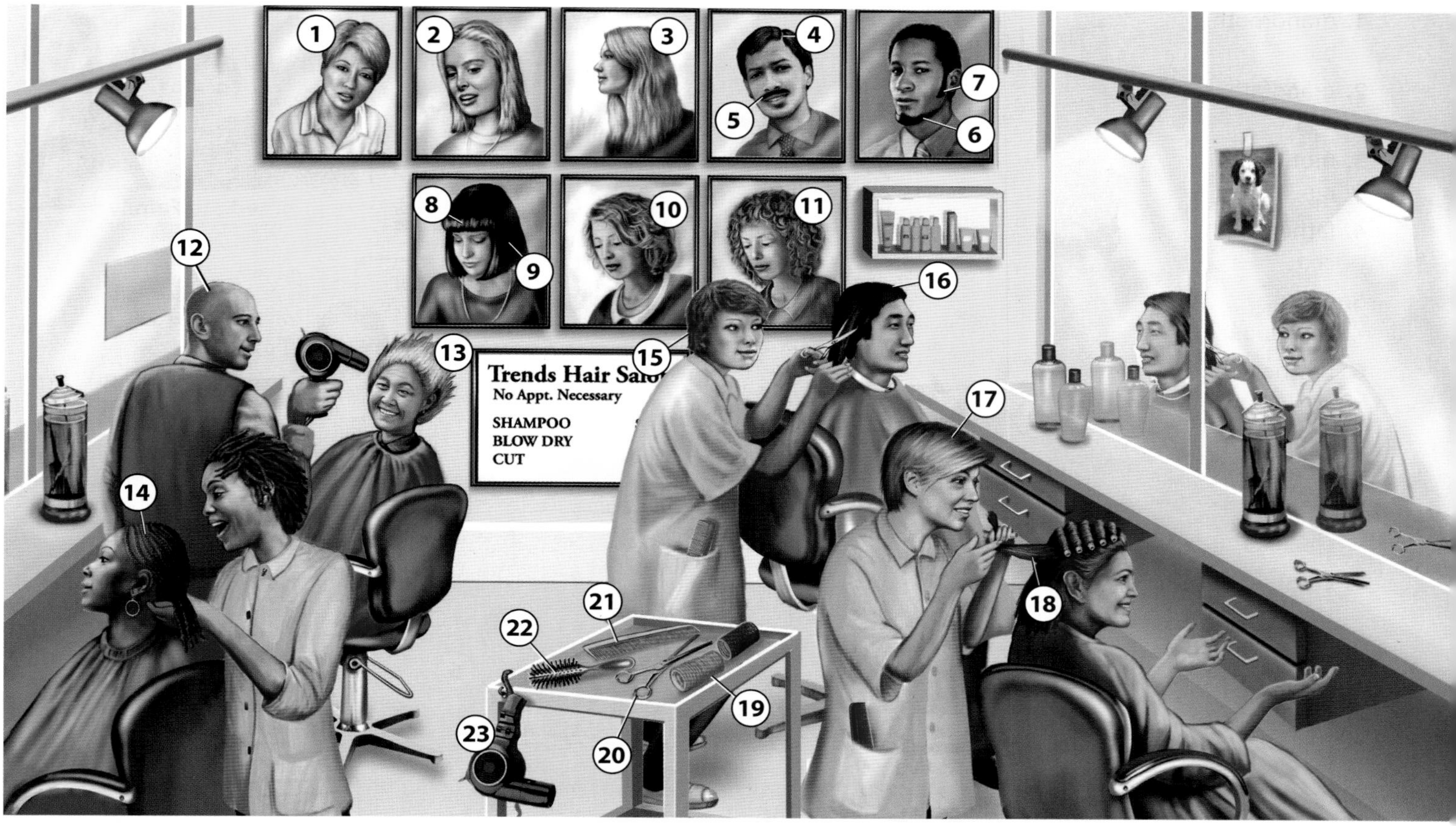

1. short hair
   tóc ngắn
2. shoulder-length hair
   tóc dài chấm vai
3. long hair
   tóc dài
4. part
   rẽ đường ngôi
5. mustache
   ria mép
6. beard
   râu quai nón
7. sideburns
   tóc mai dài
8. bangs
   tóc ngang trán
9. straight hair
   tóc thẳng
10. wavy hair
    tóc gợn sóng
11. curly hair
    tóc quăn
12. bald
    hói đầu
13. gray hair
    tóc bạc
14. corn rows
    tóc bện thành hàng
15. red hair
    tóc đỏ
16. black hair
    tóc đen
17. blond hair
    tóc vàng
18. brown hair
    tóc nâu
19. rollers
    ống cuộn tóc
20. scissors
    kéo
21. comb
    lược
22. brush
    lược kiểu bàn chải
23. blow dryer
    máy sấy tóc

Style Hair Kiểu Tóc

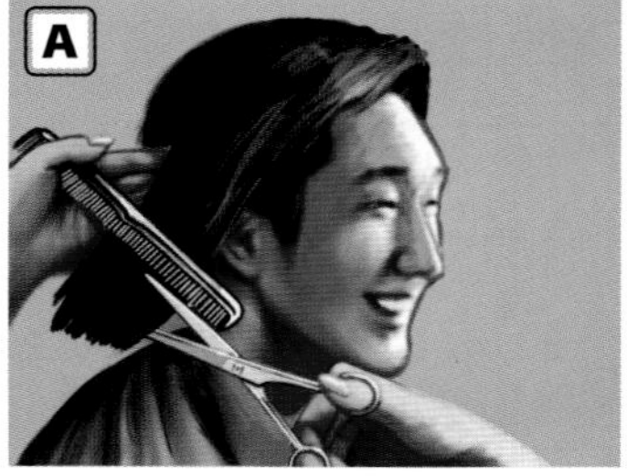

A. **cut** hair
cắt tóc

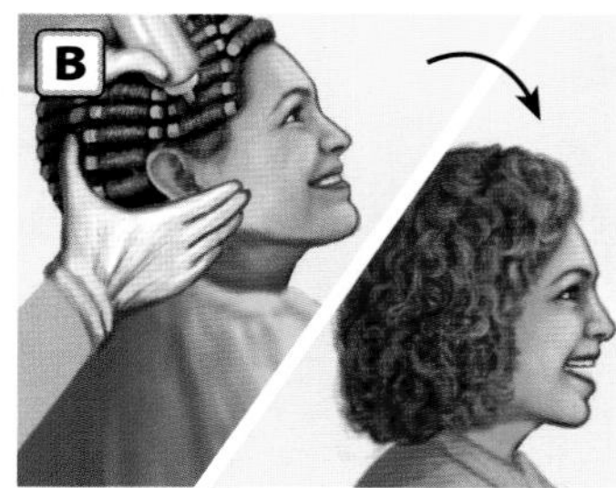

B. **perm** hair
uốn tóc

C. **set** hair
cuộn tóc

D. **color** hair / **dye** hair
làm màu tóc / **nhuộm** tóc

Ways to talk about hair

Describe hair in this order: length, style, and then color.
She has long, straight, brown hair.

Role play. Talk to a stylist.

A: *I need a new hairstyle.*
B: *How about short and straight?*
A: *Great. Do you think I should dye it?*

1. grandmother
bà
2. grandfather
ông
3. mother
mẹ
4. father
cha
5. sister
chị em gái
6. brother
anh em trai
7. aunt
cô, dì
8. uncle
chú, cậu
9. cousin
anh chị em họ

10. mother-in-law
mẹ chồng, mẹ vợ
11. father-in-law
cha chồng, cha vợ
12. wife
vợ
13. husband
chồng
14. daughter
con gái
15. son
con trai
16. sister-in-law
chị em thông gia
17. brother-in-law
anh em thông gia
18. niece
cháu gái
19. nephew
cháu trai

More vocabulary

Tim is Min and Lu's **grandson**.
Lily and Emily are Min and Lu's **granddaughters**.
Alex is Min's youngest **grandchild**.

Ana is Tito's **wife**.
Ana is Eva and Sam's **daughter-in-law**.
Carlos is Eva and Sam's **son-in-law**.

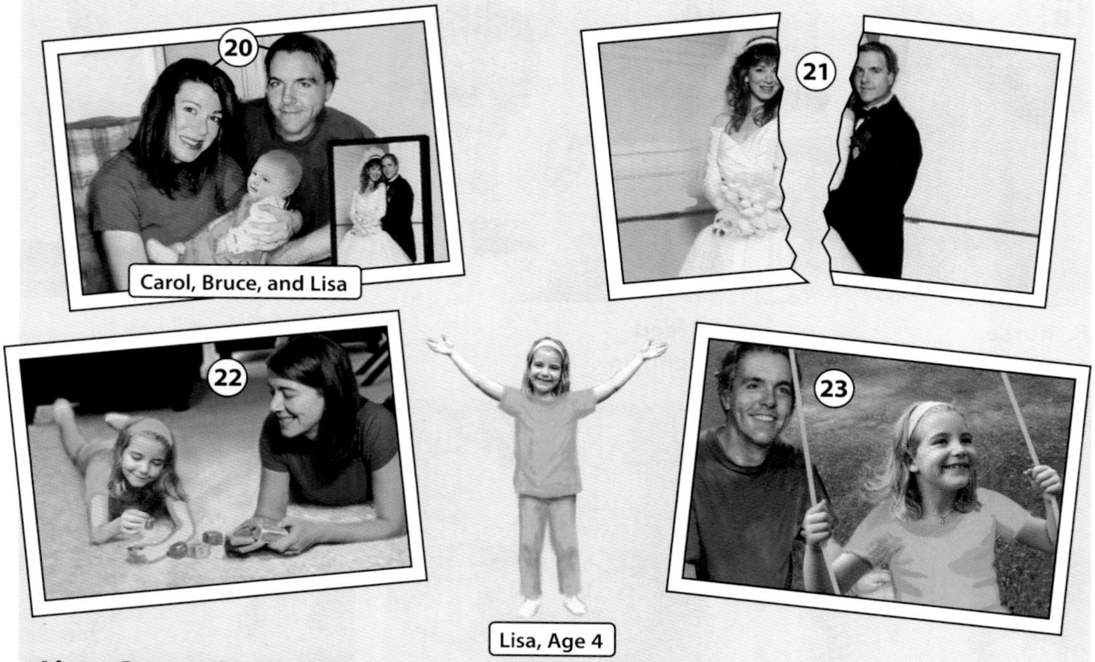

Lisa Green's Family

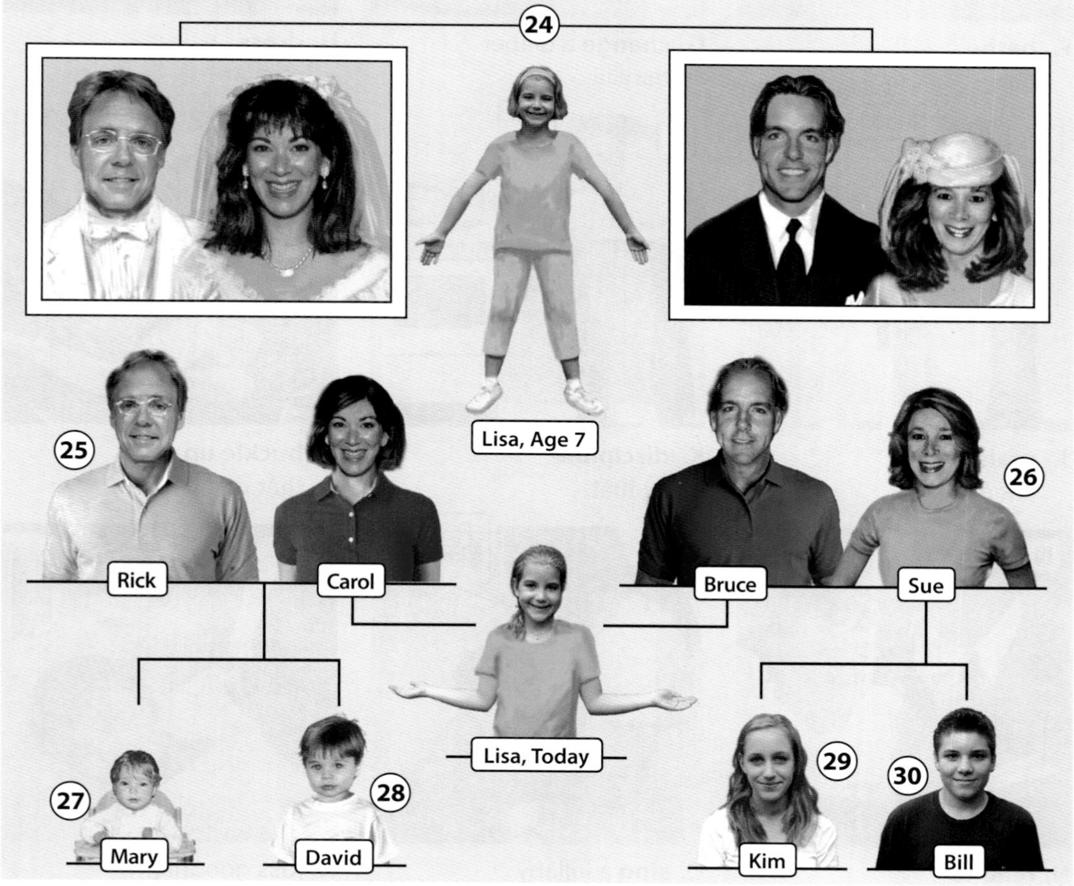

20. married couple
cặp vợ chồng
21. divorced couple
cặp ly dị
22. single mother
mẹ độc thân
23. single father
cha độc thân

24. remarried
tái hôn
25. stepfather
cha ghẻ
26. stepmother
mẹ ghẻ
27. half sister
chị em gái cùng mẹ khác cha / cùng cha khác mẹ
28. half brother
anh em trai cùng mẹ khác cha / cùng cha khác mẹ
29. stepsister
con gái riêng của cha / mẹ ghẻ
30. stepbrother
con trai riêng của cha / mẹ ghẻ

More vocabulary

Bruce is Carol's **former husband** or **ex-husband**.
Carol is Bruce's **former wife** or **ex-wife**.
Lisa is the **stepdaughter** of both Rick and Sue.

Look at the pictures.
Name the people.

A: *Who is Lisa's half sister?*
B: *Mary is. Who is Lisa's stepsister?*

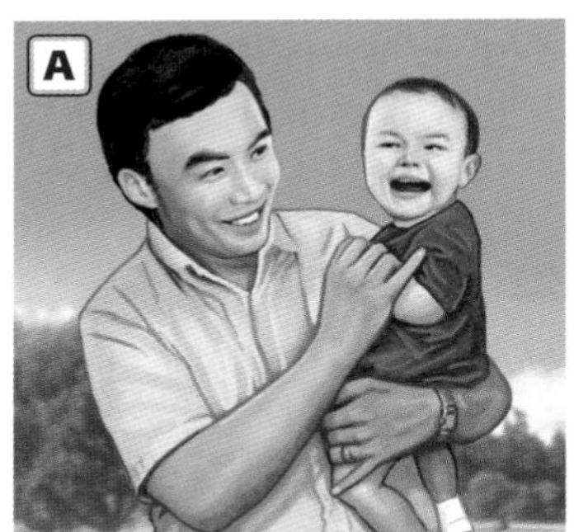

A. **hold**
bồng

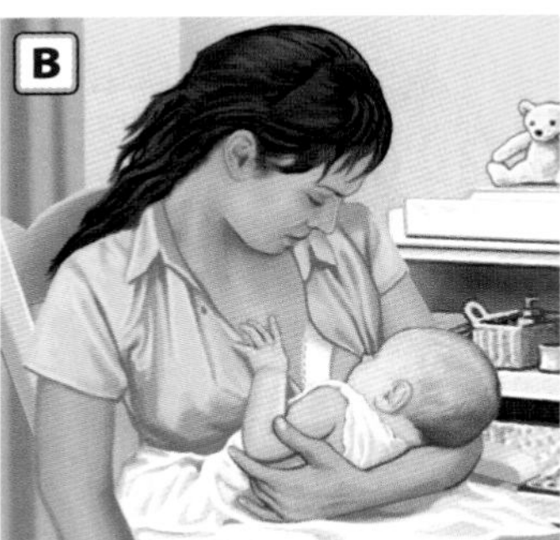

B. **nurse**
cho bú

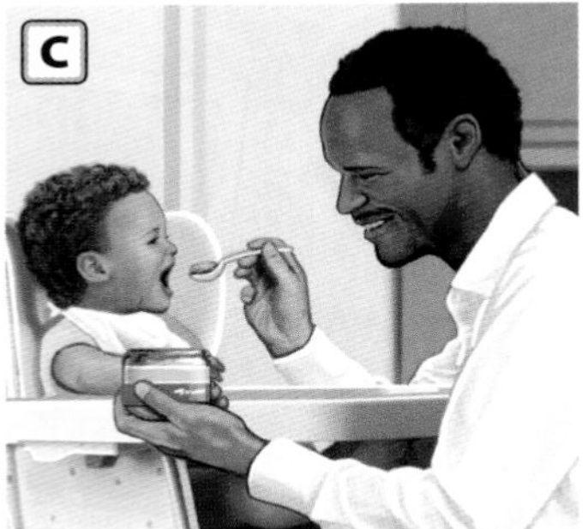

C. **feed**
cho ăn

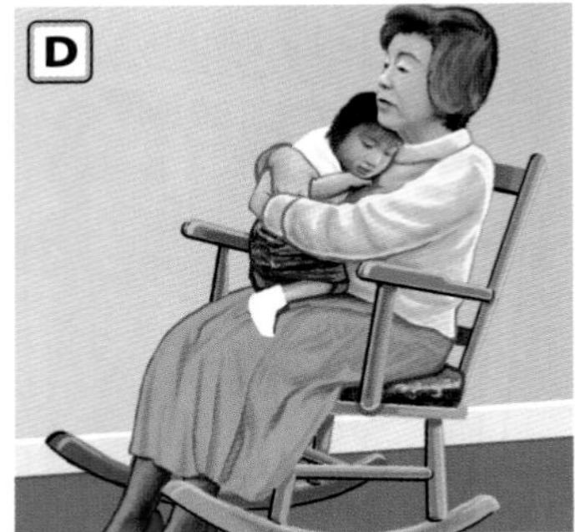

D. **rock**
ngồi đong đưa

E. **undress**
cởi đồ

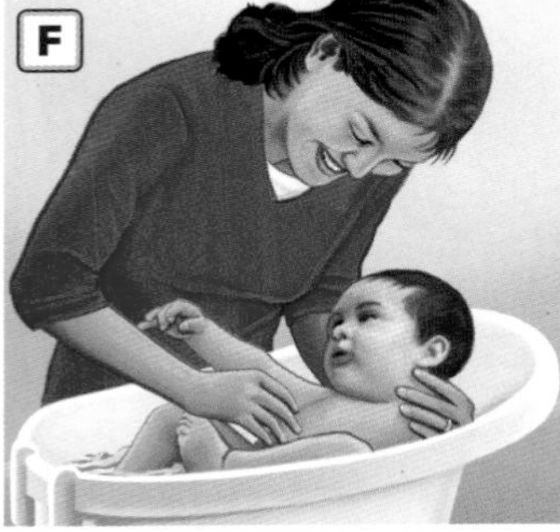

F. **bathe**
tắm

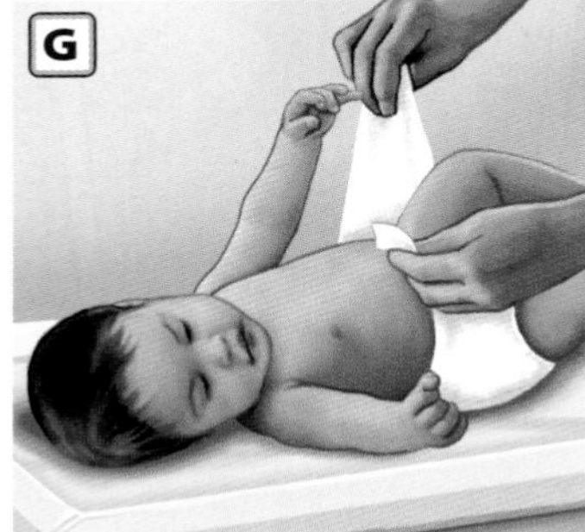

G. **change** a diaper
thay tã

H. **dress**
mặc đồ

I. **comfort**
dỗ

J. **praise**
khen

K. **discipline**
kỷ luật

L. **buckle up**
thắt dây an toàn

M. **play** with
chơi với

N. **read** to
đọc cho

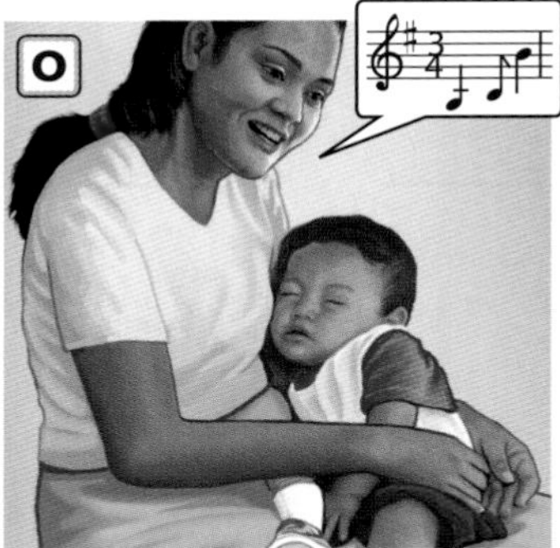

O. **sing** a lullaby
hát ru em

P. **kiss** goodnight
hôn trước khi đi ngủ

Look at the pictures.
Describe what is happening.

A: *She's changing her baby's diaper.*
B: *He's kissing his son goodnight.*

Ask your classmates. Share the answers.

1. Do you like to take care of children?
2. Do you prefer to read to children or play with them?
3. Can you sing a lullaby? Which one?

Childcare and Parenting

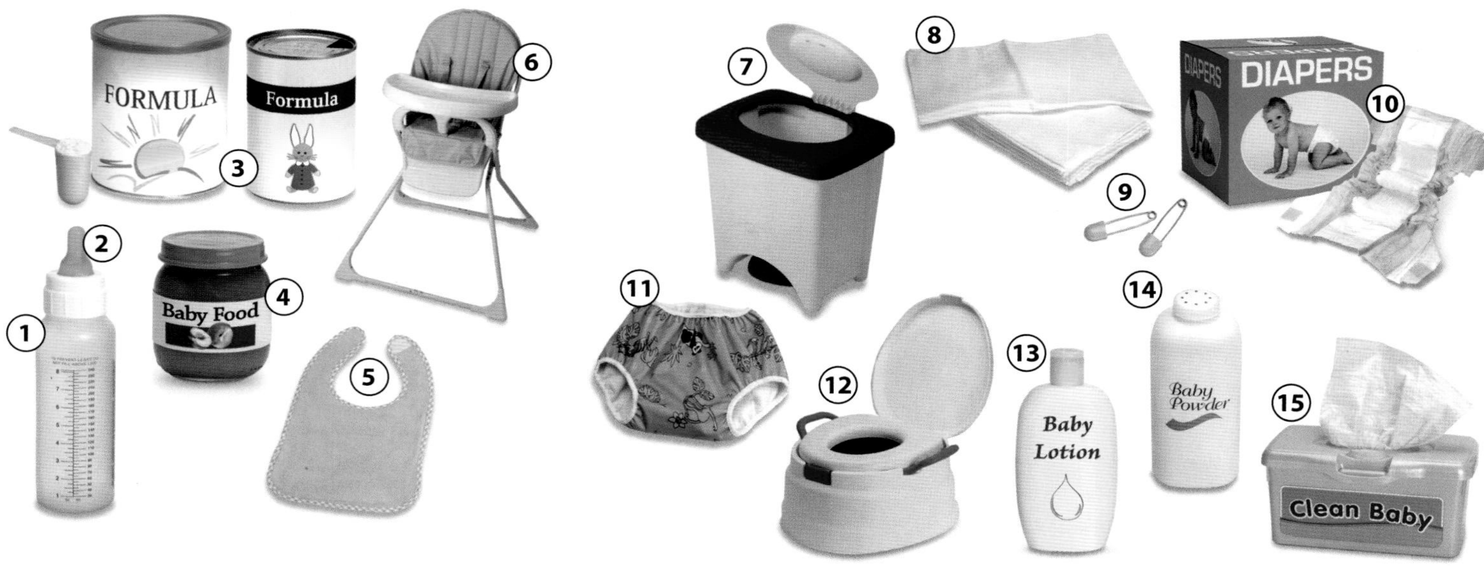

1. bottle
   bình sữa
2. nipple
   núm vú
3. formula
   sữa bình
4. baby food
   thức ăn trẻ em
5. bib
   yếm
6. high chair
   ghế cao
7. diaper pail
   thùng đựng tã dơ
8. cloth diaper
   tã bằng vải
9. safety pins
   kim băng
10. disposable diaper
    tã dùng rồi bỏ
11. training pants
    quần tập
12. potty seat
    ghế để đi cầu
13. baby lotion
    kem thoa con nít
14. baby powder
    bột phấn trẻ em
15. wipes
    khăn chùi

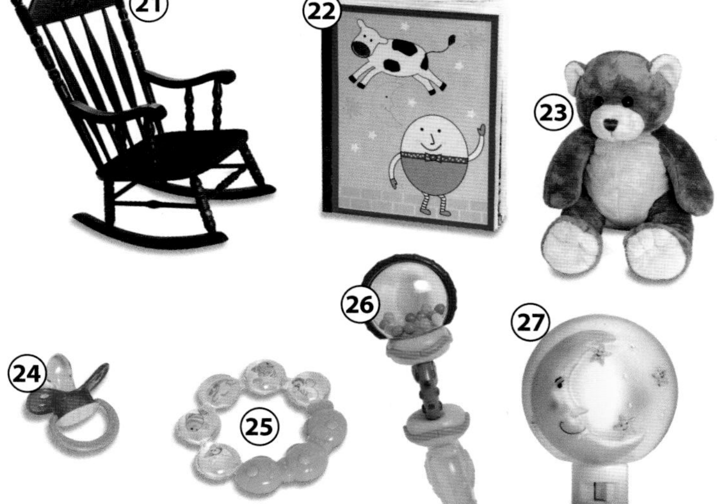

16. baby bag
    túi con nít
17. baby carrier
    nôi xách tay
18. stroller
    xe đẩy con nít
19. car safety seat
    ghế an toàn dành cho xe
20. carriage
    xe đẩy con nít
21. rocking chair
    ghế đong đưa
22. nursery rhymes
    nhạc con nít
23. teddy bear
    gấu bông
24. pacifier
    núm vú giả
25. teething ring
    đồ ngậm khi mọc răng
26. rattle
    cái lắc
27. night light
    đèn đêm

Dictate to your partner. Take turns.

A: *Write pacifier.*
B: *Was that pacifier, p-a-c-i-f-i-e-r?*
A: *Yes, that's right.*

Think about it. Discuss.

1. How can parents discipline toddlers? teens?
2. What are some things you can say to praise a child?
3. Why are nursery rhymes important for young children?

Daily Routines

Công Việc Hàng Ngày

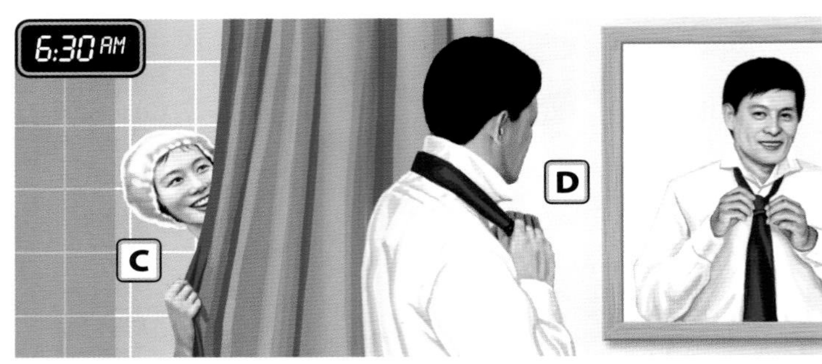

A. **wake up**
thức giấc

B. **get up**
thức dậy

C. **take** a shower
đi tắm

D. **get dressed**
mặc quần áo

E. **eat** breakfast
ăn điểm tâm / **ăn** sáng

F. **make** lunch
làm đồ ăn trưa

G. **take** the children to school / **drop off** the kids
đưa trẻ đi học / **đưa** con đi học

H. **take** the bus to school
đi xe bus đến trường

I. **drive** to work / **go** to work
lái xe đi làm / **đi** làm

J. **go** to class
đi học

K. **work**
làm việc

L. **go** to the grocery store
đi chợ

M. **pick up** the kids
đón con

N. **leave** work
rời sở làm

Grammar Point: third person singular

For ***he*** and ***she***, add **-s** or **-es** to the verb:

*He wake**s** up.* *He watch**es** TV.*
*He get**s** up.* *She go**es** to the store.*

These verbs are different (irregular):

Be: *She **is** in school at 10:00 a.m.*
Have: *He **has** dinner at 6:30 p.m.*

O. **clean** the house
quét dọn nhà

P. **exercise**
tập thể dục

Q. **cook** dinner / **make** dinner
nấu ăn tối / làm đồ ăn tối

R. **come** home / **get** home
tới nhà / về nhà

S. **have** dinner / **eat** dinner
ăn tối / dùng cơm tối

T. **do** homework
làm bài tập

U. **relax**
nghỉ ngơi / xả hơi

V. **read** the paper
đọc báo

W. **check** email
coi email

X. **watch** TV
xem TV

Y. **go** to bed
lên giường

Z. **go** to sleep
đi ngủ

Pair practice. Make new conversations.

A: *When does he go to work?*
B: *He goes to work at 8:00 a.m. When does she go to class?*
A: *She goes to class at 10:00 a.m.*

Ask your classmates. Share the answers.

1. Who cooks dinner in your family?
2. Who goes to the grocery store?
3. Who goes to work?

Life Events and Documents

Diễn Biến Trong Cuộc Sống Và Giấy Tờ

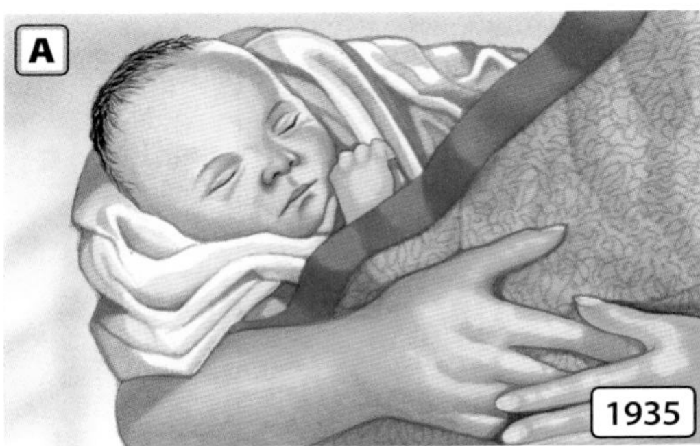

A. **be born**
sinh ra

B. **start** school
bắt đầu đi học

C. **immigrate**
nhập cảnh

D. **graduate**
tốt nghiệp

E. **learn** to drive
học lái xe

F. **get** a job
đi làm

G. **become** a citizen
trở thành công dân

H. **fall in love**
yêu nhau

1. birth certificate
giấy khai sinh

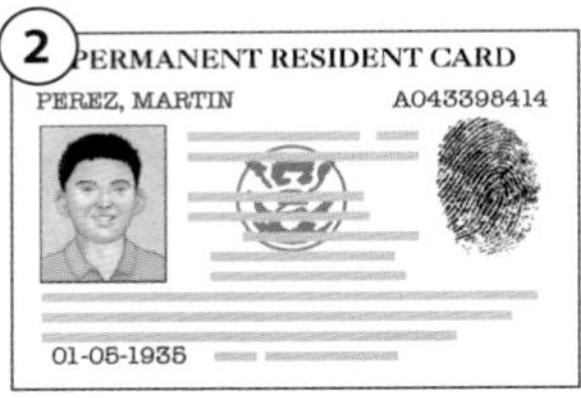

2. Resident Alien card / green card
thẻ Thường trú / thẻ xanh

3. diploma
bằng tốt nghiệp

4. driver's license
bằng lái xe

5. Social Security card
thẻ An sinh Xã hội

6. Certificate of Naturalization
Giấy chứng nhận nhập tịch

Grammar Point: past tense

start, learn, travel } +ed

immigrate, graduate, retire, die } +d

These verbs are different (irregular):

be – was
get – got
become – became
go – went
have – had
fall – fell
buy – bought

I. **go** to college
vô đại học

J. **get** engaged
làm đính hôn

City College
Martin Perez
Bachelor of Science

7. college degree
bằng đại học

K. **get** married
lập gia đình / **kết hôn**

L. **have** a baby
có con

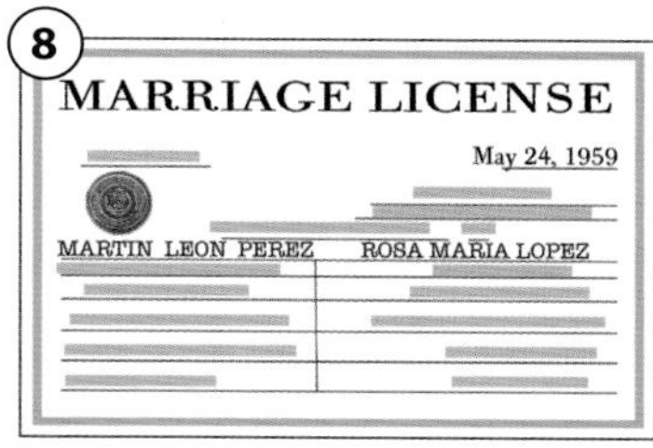
MARRIAGE LICENSE
May 24, 1959
MARTIN LEON PEREZ
ROSA MARIA LOPEZ

8. marriage license
giấy hôn thú

M. **buy** a home
mua nhà

N. **become** a grandparent
trở thành ông, bà

LAND DEED
6/7/1965
MARTIN LEON PEREZ
ROSA MARIA LOPEZ

9. deed
giấy nhà đất

O. **retire**
về hưu

P. **travel**
du lịch

10. passport
sổ hộ chiếu

Q. **volunteer**
làm thiện nguyện

R. **die**
chết

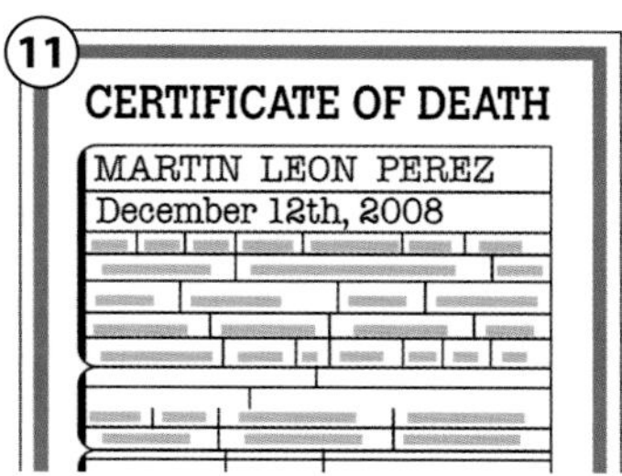
CERTIFICATE OF DEATH
MARTIN LEON PEREZ
December 12th, 2008

11. death certificate
giấy khai tử

More vocabulary

When a husband dies, his wife becomes a **widow**.
When a wife dies, her husband becomes a **widower**.

Ask your classmates. Share the answers.

1. When did you start school?
2. When did you get your first job?
3. Do you want to travel?

Feelings

1. hot
   nóng
2. thirsty
   khát
3. sleepy
   buồn ngủ
4. cold
   lạnh
5. hungry
   đói
6. full / satisfied
   no / thỏa mãn

7. disgusted
   chán ghét
8. calm
   bình tĩnh
9. uncomfortable
   không thoải mái
10. nervous
    hồi hộp, bồn chồn

11. in pain
    đau
12. sick
    ốm
13. worried
    lo
14. well
    khỏi / khỏe trở lại
15. relieved
    hết căng thẳng

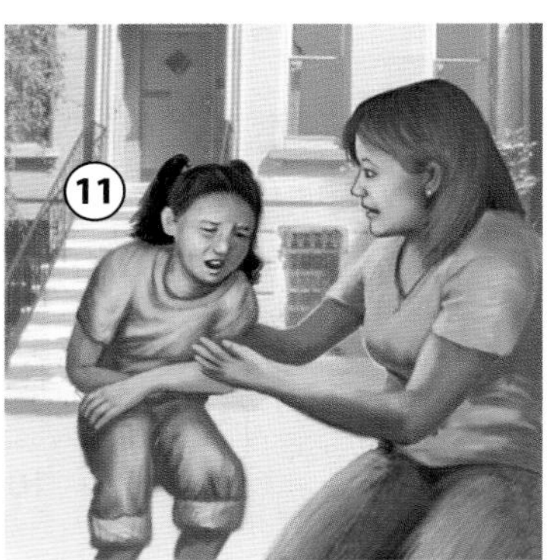

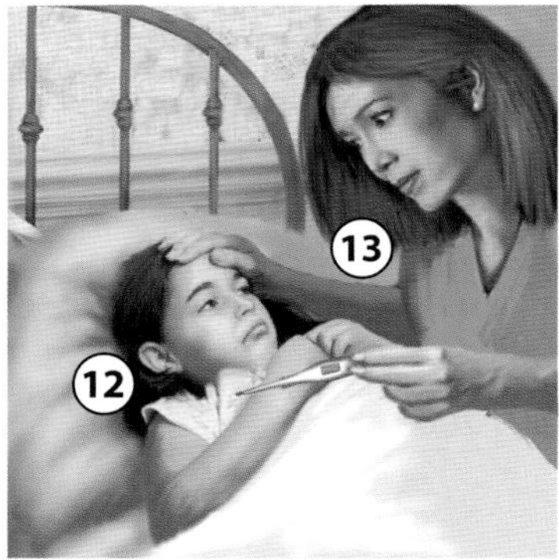

16. hurt
    đau lòng
17. lonely
    cô đơn
18. in love
    đang yêu

Pair practice. Make new conversations.

A: *How are you doing?*
B: *I'm hungry. How about you?*
A: *I'm hungry and thirsty, too!*

Use the new words.
Look at pages 40–41. Describe what each person is feeling.

A: *Martin is excited.*
B: *Martin's mother is proud.*

19. sad
    buồn rầu
20. homesick
    nhớ nhà
21. proud
    hãnh diện / tự hào

22. excited
    mừng / hào hứng
23. scared / afraid
    hoảng / sợ
24. embarrassed
    xấu hổ

25. bored
    chán chường
26. confused
    bối rối
27. frustrated
    bực mình

28. upset
    rối loạn
29. angry
    giận dữ

30. surprised
    ngạc nhiên / sửng sốt
31. happy
    vui vẻ
32. tired
    mệt mỏi

Ask your classmates. Share the answers.

1. Do you ever feel homesick?
2. What makes you feel frustrated?
3. Describe a time when you were very happy.

More vocabulary

exhausted: very tired
furious: very angry
humiliated: very embarrassed
overjoyed: very happy
starving: very hungry
terrified: very scared

A Family Reunion Đoàn Tụ Gia Đình

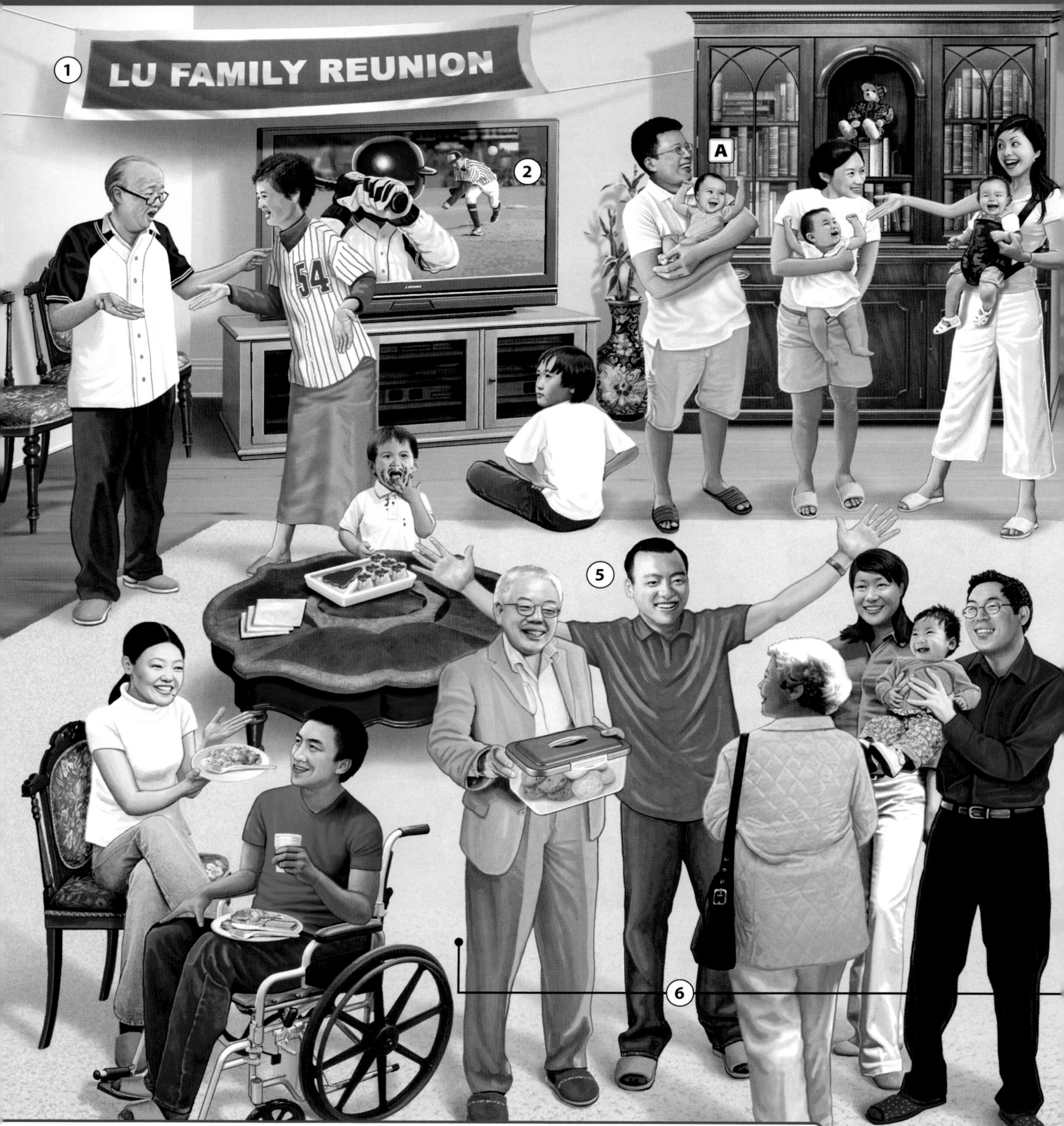

1. banner
   tấm biểu ngữ
2. baseball game
   trò chơi bóng chày
3. opinion
   ý kiến
4. balloons
   bong bóng
5. glad
   vui sướng
6. relatives
   bà con

A. **laugh**
   cười
B. **misbehave**
   tinh nghịch

I think large families are best.

Look at the picture.
What do you see?

Answer the questions.

1. How many relatives are there at this reunion?
2. How many children are there? Which children are misbehaving?
3. What are people doing at this reunion?

 **Read the story.**

A Family Reunion

Ben Lu has a lot of relatives and they're all at his house. Today is the Lu family reunion.

There is a lot of good food. There are also balloons and a banner. And this year there are four new babies!

People are having a good time at the reunion. Ben's grandfather and his aunt are talking about the baseball game. His cousins are laughing. His mother-in-law is giving her opinion. And many of the children are misbehaving.

Ben looks at his family and smiles. He loves his relatives, but he's glad the reunion is once a year.

Think about it.

1. Do you like to have large parties? Why or why not?
2. Imagine you see a little girl at a party. She's misbehaving. What do you do? What do you say?

The Home Nhà

1. roof
   mái nhà
2. bedroom
   phòng ngủ
3. door
   cửa
4. bathroom
   phòng tắm
5. kitchen
   nhà bếp
6. floor
   sàn nhà
7. dining area
   phòng ăn

Listen and point. Take turns.

A: *Point to the kitchen.*
B: *Point to the living room.*
A: *Point to the basement.*

Dictate to your partner. Take turns.

A: *Write kitchen.*
B: *Was that k-i-t-c-h-e-n?*
A: *Yes, that's right, kitchen.*

8. attic
   gác mái
9. kids' bedroom
   phòng ngủ trẻ con
10. baby's room
    phòng em bé
11. window
    cửa sổ
12. living room
    phòng khách
13. basement
    tầng hầm
14. garage
    nhà chứa xe

Ways to give locations

I'm home.
I'm in the kitchen.
I'm on the roof.

Pair practice. Make new conversations.

A: *Where's the man?*
B: *He's in the attic. Where's the teenager?*
A: *She's in the laundry room.*

1. Internet listing
   danh sách trên liên mạng

2. classified ad
   quảng cáo

Abbreviations

apt = apartment
bdrm = bedroom
ba = bathroom
kit = kitchen
yd = yard
util = utilities
incl = included
mo = month
furn = furnished
unfurn = unfurnished
mgr = manager
eves = evenings

3. furnished apartment
   căn hộ có trang bị đồ đạc

4. unfurnished apartment
   căn hộ không có trang bị đồ đạc

Gas | Water | Electricity | Phone | Cable | DSL

5. utilities
   tiện nghi công cộng

Renting an Apartment Mướn Căn Hộ

A. **Call** the manager.
   Gọi cho quản lý.

B. **Ask** about the features.
   Hỏi về đặc điểm.

C. **Submit** an application.
   Nộp đơn.

D. **Sign** the rental agreement.
   Ký hợp đồng mướn nhà.

E. **Pay** the first and last month's rent.
   Trả tiền mướn nhà tháng đầu và tháng cuối.

F. **Move in**.
   Dọn vào.

More vocabulary

lease: a monthly or yearly rental agreement
redecorate: to change the paint and furniture in a home
move out: to pack and leave a home

Ask your classmates. Share the answers.

1. How did you find your home?
2. Do you like to paint or arrange furniture?
3. Does gas or electricity cost more for you?

Buying a House Mua Nhà

G. **Meet** with a realtor.
Gặp nhân viên địa ốc.

H. **Look** at houses.
Coi nhà.

I. **Make** an offer.
Trả giá.

J. **Get** a loan.
Vay tiền.

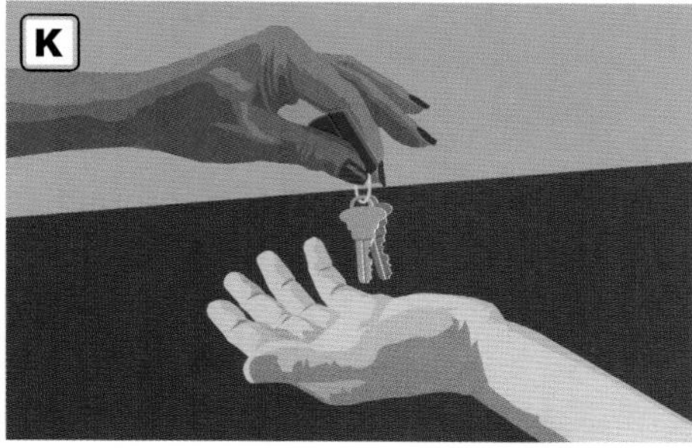

K. **Take** ownership.
Có chủ quyền sở hữu.

L. **Make** a mortgage payment.
Trả tiền vay mua nhà.

Moving In Dọn Vào

M. **Pack**.
Đóng thùng.

N. **Unpack**.
Mở thùng.

O. **Put** the utilities in your name.
Đứng tên các tiện nghi công cộng.

P. **Paint**.
Sơn.

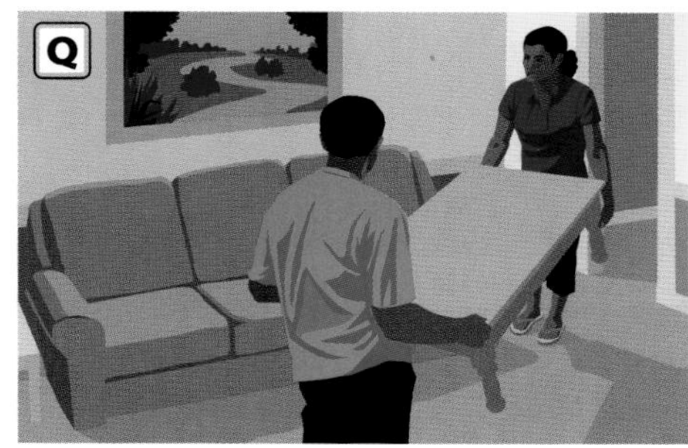

Q. **Arrange** the furniture.
Xếp đặt bàn ghế.

R. **Meet** the neighbors.
Gặp hàng xóm.

Ways to ask about a home's features

Are utilities included?
Is the kitchen large and sunny?
Are the neighbors quiet?

Role play. Talk to an apartment manager.

A: *Hi. I'm calling about the apartment.*
B: *OK. It's unfurnished and rent is $800 a month.*
A: *Are utilities included?*

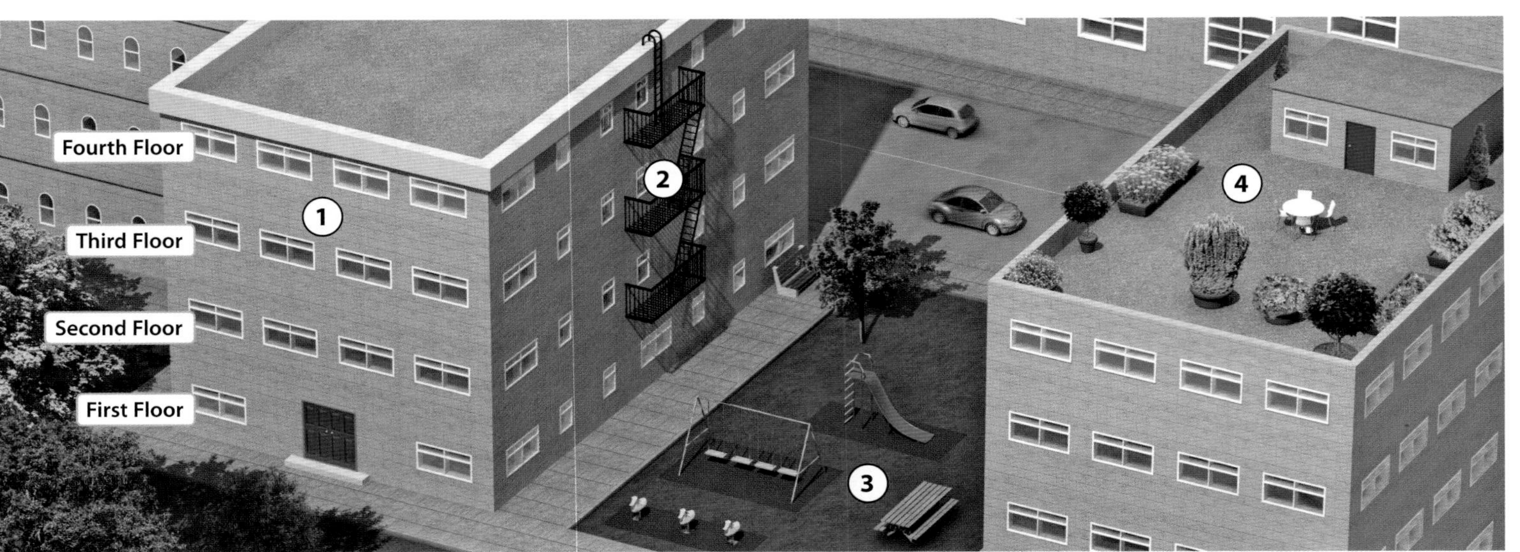

1. apartment building
tòa nhà chung cư
2. fire escape
lối thoát hiểm hỏa hoạn
3. playground
sân chơi
4. roof garden
vườn trên mái nhà

Entrance Lối Vào

5. intercom / speaker
hệ thống liên lạc / loa
6. tenant
người mướn nhà
7. vacancy sign
bảng cho mướn
8. manager / superintendent
quản lý / giám thị

Lobby Hành Lang

9. elevator
thang máy
10. stairs / stairway
cầu thang / bậc thang
11. mailboxes
hộp thư

Basement Tầng Hầm

RECREATION ROOM
14
15

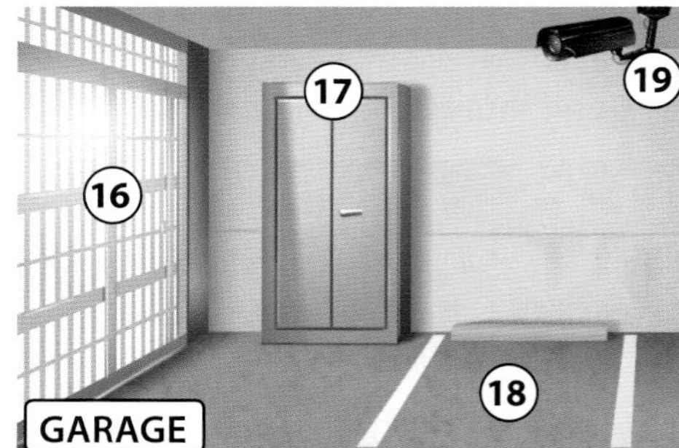

12. washer
máy giặt
13. dryer
máy sấy
14. big-screen TV
TV màn ảnh lớn
15. pool table
bàn bi-da
16. security gate
cổng an ninh
17. storage locker
tủ đựng đồ
18. parking space
chỗ đậu xe
19. security camera
máy thâu phim an ninh

Grammar Point: ***there is / there are***

singular: there is **plural:** there are

There is *a recreation room in the basement.*

There are *mailboxes in the lobby.*

Look at the pictures.

Describe the apartment building.

A: *There's a pool table in the recreation room.*

B: *There are parking spaces in the garage.*

20. balcony
ban công
21. courtyard
sân
22. swimming pool
hồ bơi
23. trash bin
thùng rác
24. alley
ngõ hẻm

Hallway Hành Lang

25. emergency exit
lối thoát hiểm
26. trash chute
chỗ thả rác

Rental Office Văn Phòng Cho Mướn Nhà

27. landlord
chủ nhà
28. lease / rental agreement
hợp đồng cho thuê / hợp đồng mướn nhà

An Apartment Entryway Lối Vào Căn Hộ Chung Cư

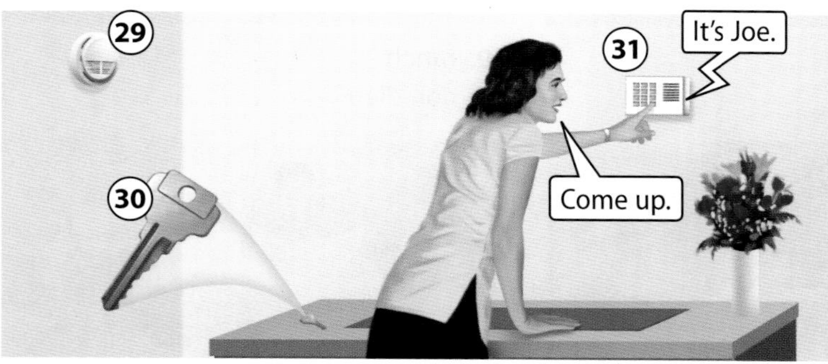

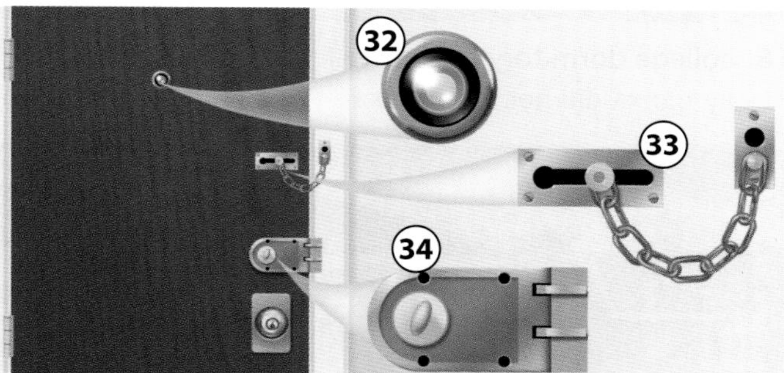

29. smoke detector
máy báo động khi có khói
30. key
chìa khóa
31. buzzer
chuông điện
32. peephole
lỗ nhìn
33. door chain
dây xích cửa
34. dead-bolt lock
then khóa

More vocabulary

upstairs: the floor(s) above you
downstairs: the floor(s) below you
fire exit: another name for emergency exit

Role play. Talk to a landlord.

A: *Is there a swimming pool in this complex?*
B: *Yes, there is. It's near the courtyard.*
A: *Is there…?*

Different Places to Live

Những Địa Điểm Sống Khác Nhau

1. the city / an urban area
   thành phố / khu thành thị
2. the suburbs
   khu ngoại ô
3. a small town / a village
   thị trấn nhỏ / làng
4. the country / a rural area
   nông thôn / khu thôn dã

5. condominium / condo
   nhà condominium / condo

6. townhouse
   nhà townhouse

7. mobile home
   nhà mobile home

8. college dormitory / dorm
   ký túc xá đại học / ký túc xá

9. farm
   trang trại

10. ranch
    đồn điền

11. senior housing
    nhà dành cho người cao niên

12. nursing home
    nhà dưỡng lão

13. shelter
    nhà tạm trú

More vocabulary

co-op: an apartment building owned by residents
duplex: a house divided into two homes
two-story house: a house with two floors

Think about it. Discuss.

1. What's good and bad about these places to live?
2. How are small towns different from cities?
3. How do shelters help people in need?

Front Yard and House Sân Trước Và Nhà

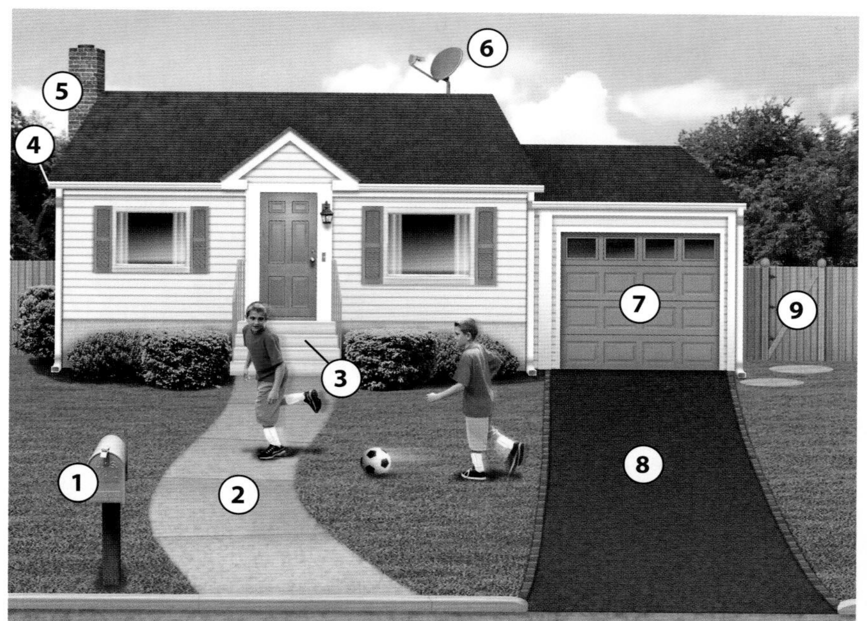

1. mailbox
   thùng thư
2. front walk
   đường đi bộ vào nhà
3. steps
   bậc thềm
4. gutter
   rãnh / máng xối
5. chimney
   ống khói
6. satellite dish
   đĩa vệ tinh
7. garage door
   cửa nhà để xe
8. driveway
   lối xe vào
9. gate
   cổng

Front Porch Hiên Trước

10. storm door
    cửa bảo vệ (khi trời giông bão)
11. front door
    cửa trước
12. doorknob
    cái nắm cửa
13. porch light
    đèn trước hiên
14. doorbell
    chuông cửa
15. screen door
    cửa lưới

Backyard Sân Sau

16. patio
    sân (cạnh nhà)
17. grill
    bếp lò nướng
18. sliding glass door
    cửa kính kéo trượt
19. patio furniture
    bàn ghế ngoài sân
20. flower bed
    luống hoa
21. hose
    vòi nước
22. sprinkler
    vòi tưới nước
23. hammock
    võng
24. garbage can
    thùng rác
25. compost pile
    phân cỏ
26. lawn
    sân cỏ
27. vegetable garden
    vườn rau

A. **take** a nap
   đánh một giấc
B. **garden**
   làm vườn

A Kitchen

Nhà Bếp

1. cabinet
   tủ có ngăn
2. shelf
   kệ
3. paper towels
   giấy lau
4. sink
   bồn
5. dish rack
   giá để dĩa
6. toaster
   máy nướng bánh mì
7. garbage disposal
   máy xay rác
8. dishwasher
   máy rửa chén
9. refrigerator
   tủ lạnh
10. freezer
    tủ đông lạnh
11. coffeemaker
    máy pha cà phê
12. blender
    máy xay
13. microwave
    lò vi ba
14. electric can opener
    máy mở hộp
15. toaster oven
    lò nướng
16. pot
    nồi
17. teakettle
    nồi nấu nước
18. stove
    bếp lò
19. burner
    bếp
20. oven
    lò
21. broiler
    lò nướng
22. counter
    quầy
23. drawer
    ngăn kéo
24. pan
    chảo
25. electric mixer
    máy trộn
26. food processor
    máy chế biến đồ ăn
27. cutting board
    thớt
28. mixing bowl
    tô để trộn

Ways to talk about location using *on* and *in*

Use ***on*** for the counter, shelf, burner, stove, and cutting board. *It's **on** the counter.* Use ***in*** for the dishwasher, oven, sink, and drawer. *Put it **in** the sink.*

Pair practice. Make new conversations.

A: *Please move the blender.*
B: *Sure. Do you want it in the cabinet?*
A: *No, put it on the counter.*

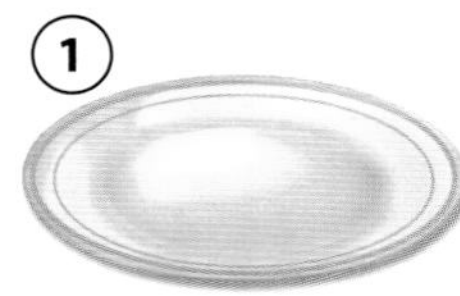

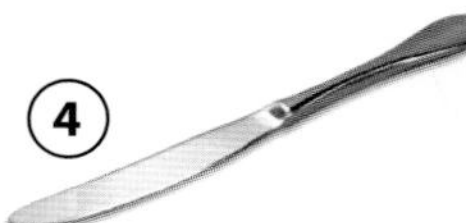

1. dish / plate
   đĩa / dĩa
2. bowl
   tô
3. fork
   nĩa
4. knife
   dao
5. spoon
   muỗng
6. teacup
   tách trà
7. coffee mug
   ly cà phê
8. dining room chair
   ghế phòng ăn
9. dining room table
   bàn phòng ăn
10. napkin
    khăn ăn
11. placemat
    tấm lót
12. tablecloth
    khăn bàn
13. salt and pepper shakers
    lọ rắc muối và tiêu
14. sugar bowl
    lọ đường
15. creamer
    lọ kem
16. teapot
    bình trà
17. tray
    khay
18. light fixture
    đèn
19. fan
    quạt
20. platter
    đĩa lớn
21. serving bowl
    tô lớn
22. hutch
    khung tủ
23. vase
    lọ cắm hoa
24. buffet
    ngăn tủ

Ways to make requests at the table

May I have the sugar bowl?
Would you pass the creamer, please?
Could I have a coffee mug?

Role play. Request items at the table.

A: *What do you need?*
B: *Could I have a coffee mug?*
A: *Certainly. And would you...*

1. love seat
ghế sa-lông hai chỗ ngồi
2. throw pillow
gối dựa
3. basket
rổ
4. houseplant
cây trồng trong nhà
5. entertainment center
trung tâm tiêu khiển
6. TV (television)
máy truyền hình
7. DVD player
máy DVD
8. stereo system
giàn máy
9. painting
tranh
10. wall
tường
11. mantle
kệ trên lò sưởi
12. fire screen
lưới chắn lửa
13. fireplace
lò sưởi
14. end table
bàn để ở góc
15. floor lamp
đèn đứng
16. drapes
màn cửa
17. window
cửa sổ
18. sofa / couch
ghế sa-lông dài
19. coffee table
bàn cà-phê
20. candle
đèn cầy
21. candle holder
chân đèn cầy
22. armchair / easy chair
ghế dựa / ghế thư giãn
23. magazine holder
giá đựng tạp chí
24. carpet
thảm

Use the new words.
Look at pages 44–45. Name the things in the room.
A: *There's a TV.*
B: *There's a carpet.*

More vocabulary
light bulb: the light inside a lamp
lampshade: the part of the lamp that covers the light bulb
sofa cushions: the pillows that are part of the sofa

Phòng Tắm

A Bathroom

1. hamper
   đồ chứa y phục thay ra
2. bathtub
   bồn tắm
3. soap dish
   đồ đựng xà phòng
4. soap
   xà phòng
5. rubber mat
   thảm cao-su
6. washcloth
   khăn mặt
7. drain
   ống thoát nước
8. faucet
   vòi nước
9. hot water
   nước nóng
10. cold water
    nước lạnh
11. grab bar
    thanh ngang để nắm
12. tile
    gạch lót
13. showerhead
    vòi hoa sen
14. shower curtain
    màn che nước
15. towel rack
    thanh treo khăn
16. bath towel
    khăn tắm
17. hand towel
    khăn lau tay
18. mirror
    gương
19. toilet paper
    giấy vệ sinh
20. toilet brush
    bàn chải cầu tiêu
21. toilet
    cầu tiêu
22. medicine cabinet
    tủ đựng thuốc
23. toothbrush
    bàn chải đánh răng
24. toothbrush holder
    đồ đựng bàn chải đánh răng
25. sink
    bồn nước để rửa
26. wastebasket
    thùng rác
27. scale
    cân
28. bath mat
    tấm lót phòng tắm

More vocabulary

stall shower: a shower without a bathtub
half bath: a bathroom with no shower or tub
linen closet: a closet for towels and sheets

Ask your classmates. Share the answers.

1. Is your toothbrush on the sink or in the medicine cabinet?
2. Do you have a bathtub or a shower?
3. Do you have a shower curtain or a shower door?

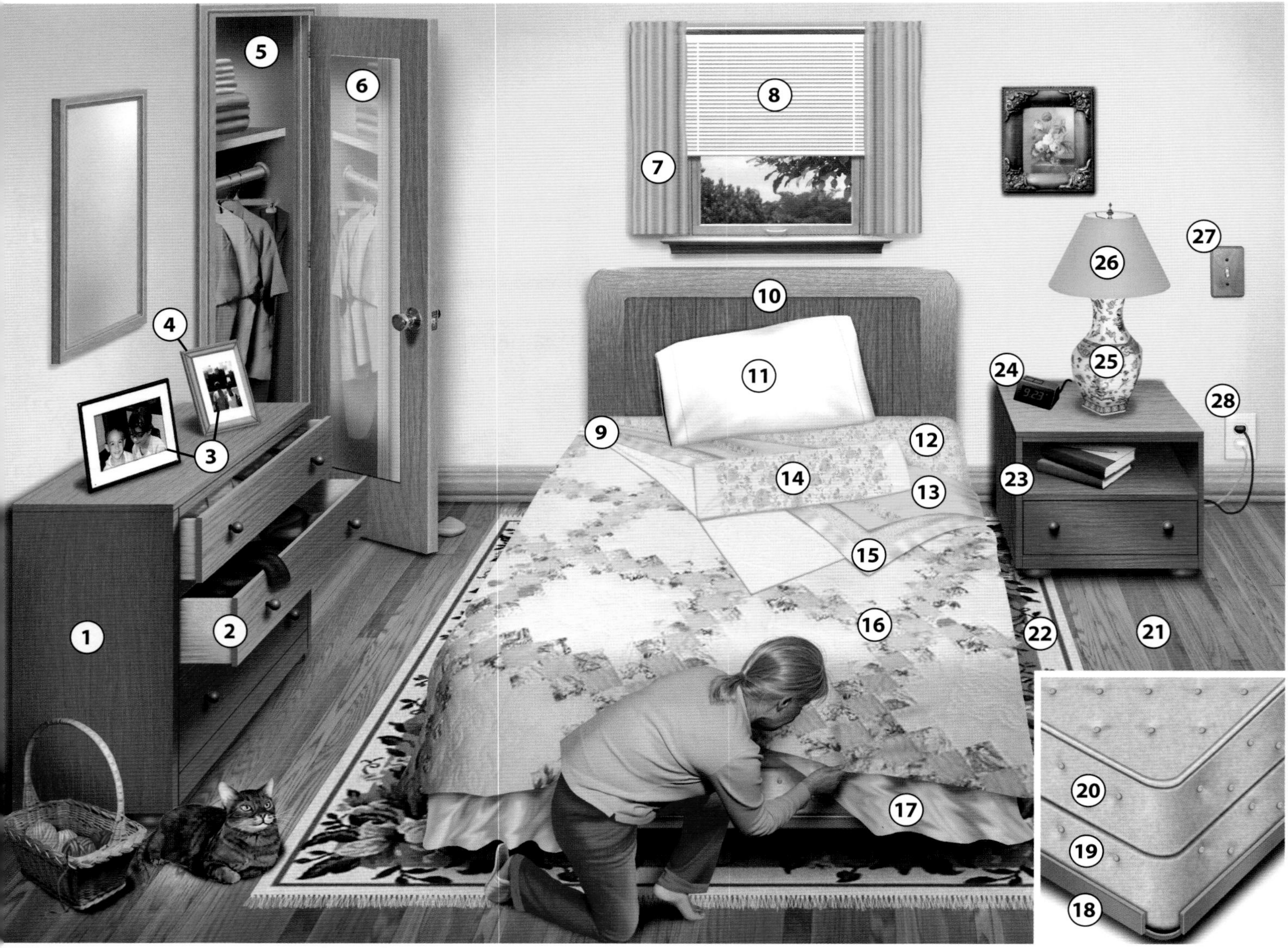

A Bedroom

Phòng Ngủ

1. dresser / bureau
   tủ áo quần / tủ có ngăn kéo
2. drawer
   ngăn kéo
3. photos
   ảnh / hình
4. picture frame
   khung hình
5. closet
   phòng treo áo quần
6. full-length mirror
   gương lớn dài
7. curtains
   màn cửa
8. mini-blinds
   rèm cửa
9. bed
   giường
10. headboard
    đầu giường
11. pillow
    gối
12. fitted sheet
    khăn trải ôm khít giường
13. flat sheet
    khăn trải giường
14. pillowcase
    bao gối
15. blanket
    chăn, mền
16. quilt
    chăn bông
17. dust ruffle
    váy giường
18. bed frame
    khung giường
19. box spring
    khung lò-xo nâng nệm
20. mattress
    nệm
21. wood floor
    sàn gỗ
22. rug
    thảm
23. night table / nightstand
    bàn ngủ / bàn phòng ngủ
24. alarm clock
    đồng hồ báo thức
25. lamp
    đèn
26. lampshade
    chụp đèn
27. light switch
    công-tắc đèn
28. outlet
    ổ cắm

Look at the pictures.
Describe the bedroom.

A: *There's a lamp on the nightstand.*
B: *There's a mirror in the closet.*

Ask your classmates. Share the answers.

1. Do you prefer a hard or a soft mattress?
2. Do you prefer mini-blinds or curtains?
3. How many pillows do you like on your bed?

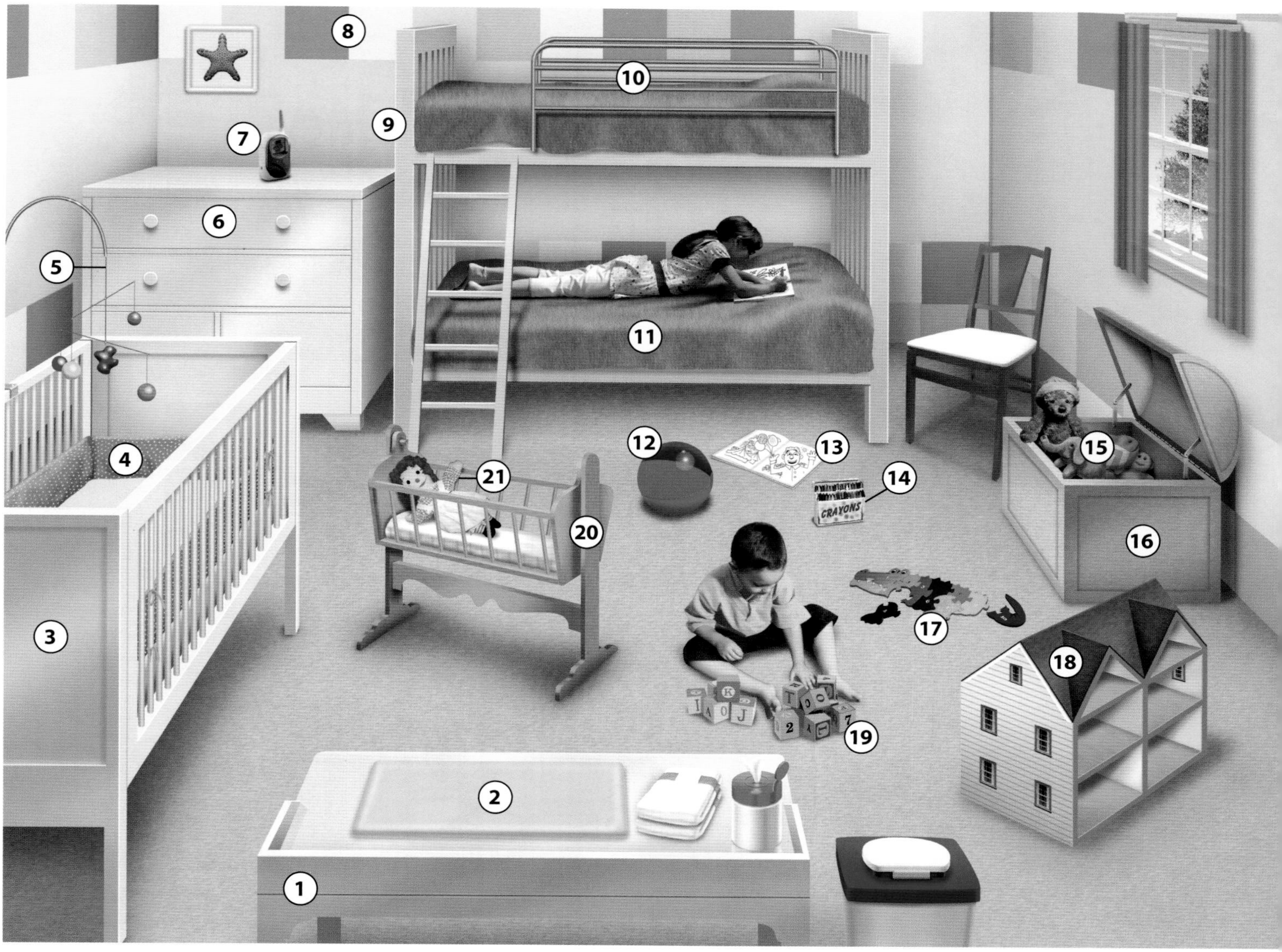

Furniture and Accessories Đồ Đạc Và Phụ Kiện

1. changing table
   bàn thay tã
2. changing pad
   tấm trải để thay
3. crib
   giường cũi
4. bumper pad
   nệm lót viền nôi
5. mobile
   đồ chơi treo nôi
6. chest of drawers
   tủ đựng áo quần
7. baby monitor
   máy theo dõi trẻ em
8. wallpaper
   giấy dán tường
9. bunk beds
   giường tầng
10. safety rail
    thanh ngang an toàn
11. bedspread
    khăn trải giường

Toys and Games Đồ Chơi Và Trò Chơi

12. ball
    banh
13. coloring book
    sách tô màu
14. crayons
    bút màu bằng sáp
15. stuffed animals
    thú nhồi bông
16. toy chest
    tủ đựng đồ chơi
17. puzzle
    đồ chơi ráp hình
18. dollhouse
    nhà búp bê
19. blocks
    đồ chơi hình khối
20. cradle
    nôi
21. doll
    búp bê

Pair practice. Make conversations.

A: *Where's the changing pad?*
B: *It's on the changing table.*

Think about it. Discuss.

1. Which toys help children learn? How?
2. Which toys are good for older and younger children?
3. What safety features does this room need? Why?

A. **dust** the furniture
phủi bụi bàn ghế

B. **recycle** the newspapers
gom giấy báo để **tái chế**

C. **clean** the oven
chùi bếp lò

D. **mop** the floor
chùi nhà

E. **polish** the furniture
đánh bóng bàn ghế

F. **make** the bed
làm giường

G. **put away** the toys
thu dọn đồ chơi

H. **vacuum** the carpet
hút bụi thảm

I. **wash** the windows
chùi rửa cửa sổ

J. **sweep** the floor
quét nhà

K. **scrub** the sink
chà bồn rửa

L. **empty** the trash
đổ rác

M. **wash** the dishes
rửa chén

N. **dry** the dishes
lau chén

O. **wipe** the counter
lau quầy

P. **change** the sheets
thay tấm trải giường

Q. **take out** the garbage
đem rác **ra**

Pair practice. Make new conversations.

A: *Let's clean this place. First, I'll sweep the floor.*
B: *I'll mop the floor when you finish.*

Ask your classmates. Share the answers.

1. Who does the housework in your home?
2. How often do you wash the windows?
3. When should kids start to do housework?

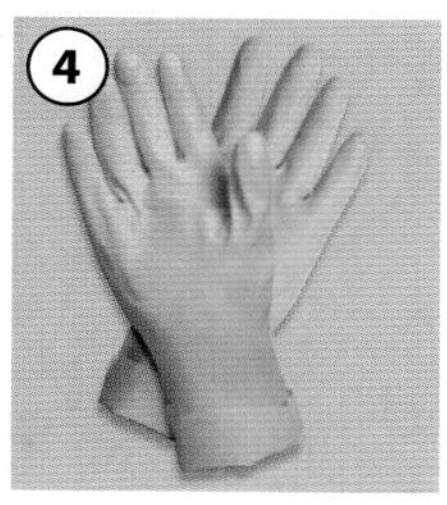

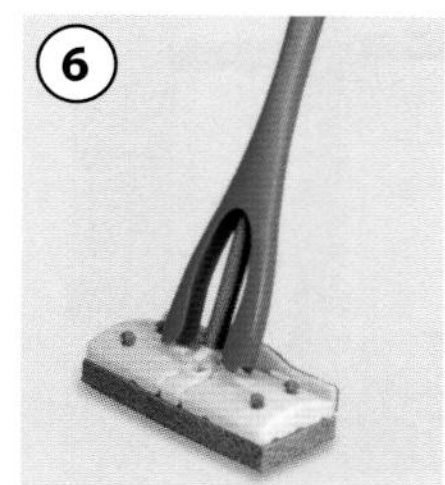

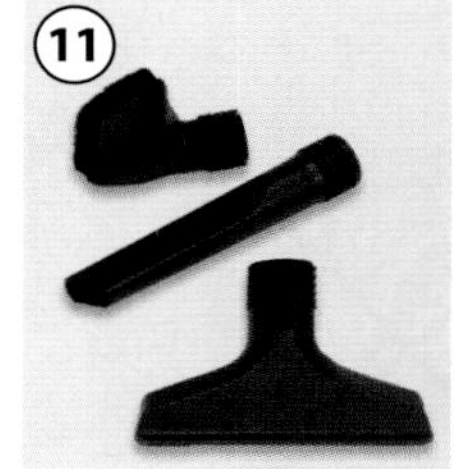

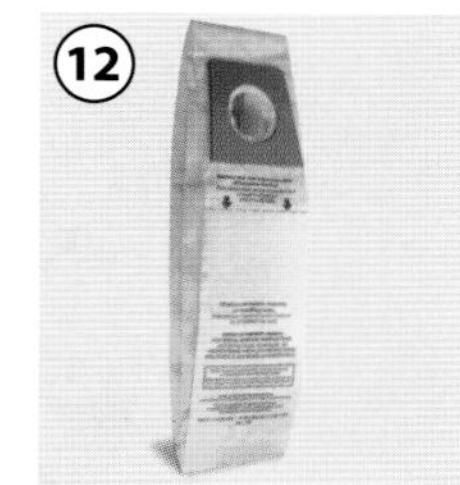

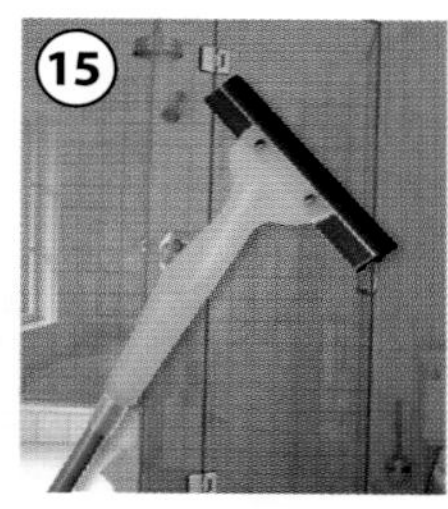

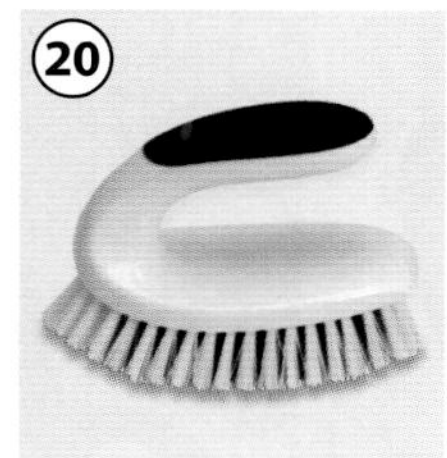

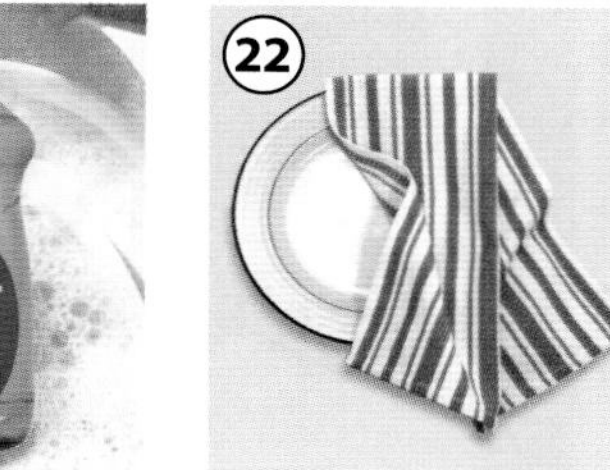

1. feather duster
   chổi lông
2. recycling bin
   thùng đựng đồ tái chế
3. oven cleaner
   thuốc chùi lò
4. rubber gloves
   găng cao-su
5. steel-wool soap pads
   đồ chùi cọ bằng thép xốp
6. sponge mop
   miếng xốp chùi nhà
7. bucket / pail
   thùng / xô nước
8. furniture polish
   dầu đánh bóng bàn ghế
9. rags
   giẻ lau chùi
10. vacuum cleaner
    máy hút bụi
11. vacuum cleaner attachments
    phụ tùng máy hút bụi
12. vacuum cleaner bag
    bao hút bụi
13. stepladder
    thang gấp
14. glass cleaner
    thuốc lau kính
15. squeegee
    cây lau kính
16. broom
    chổi
17. dustpan
    đồ hốt rác
18. cleanser
    thuốc lau chùi
19. sponge
    miếng xốp
20. scrub brush
    bàn chải cọ
21. dishwashing liquid
    xà phòng nước rửa chén
22. dish towel
    khăn lau chén bát
23. disinfectant wipes
    khăn lau sát trùng
24. trash bags
    bao rác

Ways to ask for something

Please hand me the squeegee.
Can you get me the broom?
I need the sponge mop.

Pair practice. Make new conversations.

A: *Please hand me the sponge mop.*
B: *Here you go. Do you need the bucket?*
A: *Yes, please. Can you get me the rubber gloves, too?*

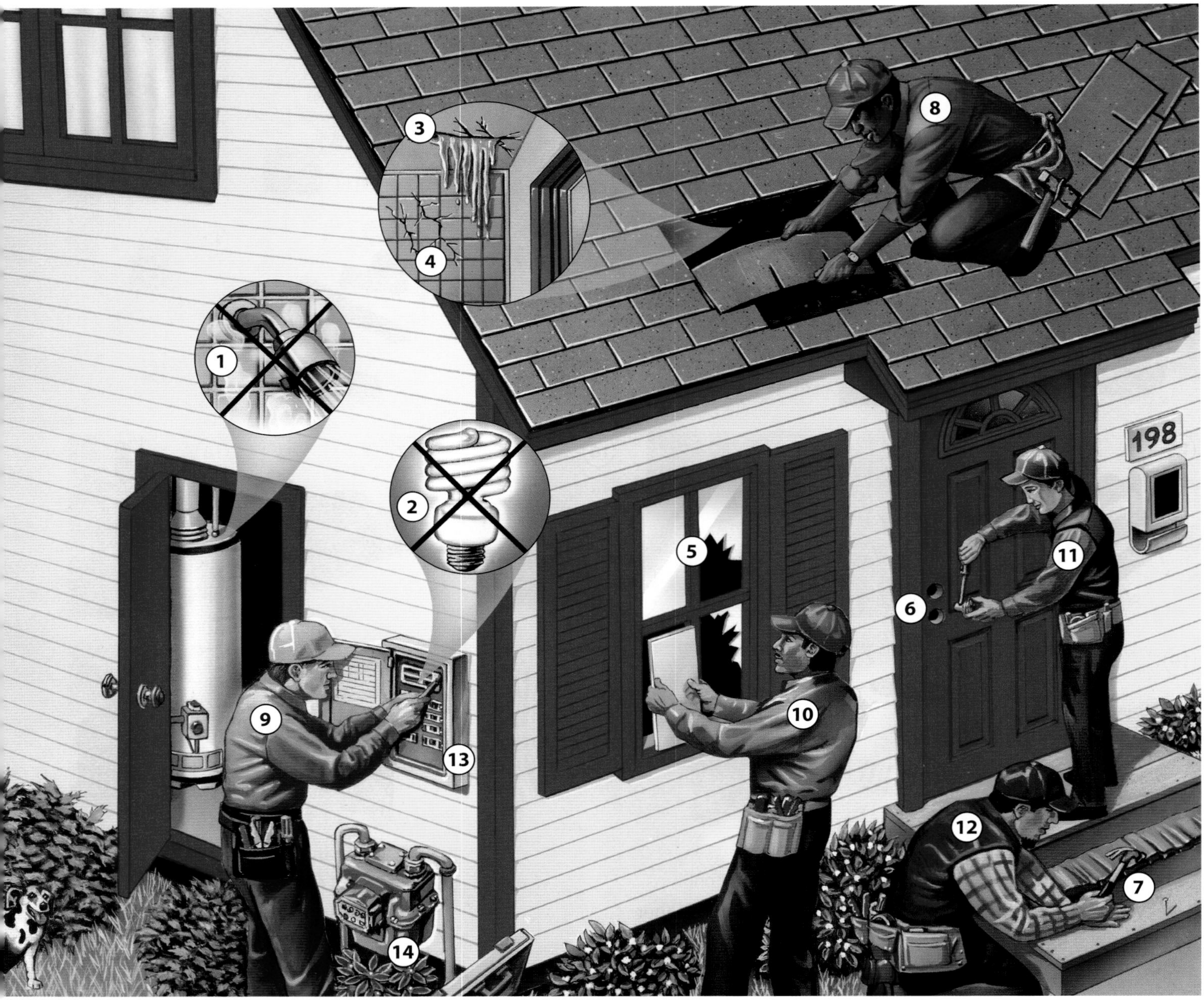

1. The water heater is **not working**.
   Máy nước nóng **không chạy**.
2. The power is **out**.
   Điện bị **cúp**.
3. The roof is **leaking**.
   Mái nhà bị **dột**.
4. The tile is **cracked**.
   Gạch lót bị **nứt**.
5. The window is **broken**.
   Cửa sổ bị **bể**.
6. The lock is **broken**.
   Ổ khóa bị **hư**.
7. The steps are **broken**.
   Bậc thềm bị **bể**.
8. roofer
   thợ sửa mái nhà
9. electrician
   thợ điện
10. repair person
    người sửa
11. locksmith
    thợ khóa
12. carpenter
    thợ mộc
13. fuse box
    hộp cầu chì
14. gas meter
    đồng hồ ga

More vocabulary

fix: to repair something that is broken
pests: termites, fleas, rats, etc.
exterminate: to kill household pests

Pair practice. Make new conversations.

A: *The faucet is leaking.*
B: *Let's call the plumber. He can fix it.*

Vấn Đề Trong Nhà Và Sửa Chữa Trong Nhà

Household Problems and Repairs

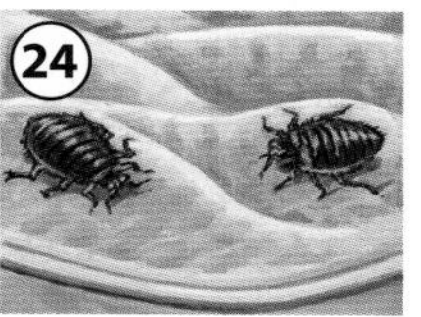

15. The furnace is **broken**.
Lò ga bị **hư**.

16. The pipes are **frozen**.
Ống nước bị **đông đá**.

17. The faucet is **dripping**.
Vòi nước bị **rỉ**.

18. The sink is **overflowing**.
Bồn nước bị **tràn ra ngoài**.

19. The toilet is **stopped up**.
Cầu tiêu bị **nghẹt**.

20. plumber
thợ sửa ống nước

21. exterminator
thợ trừ mối, gián

22. termites
mối

23. ants
kiến

24. bedbugs
rệp

25. fleas
rận, bọ chét

26. cockroaches / roaches
con gián / con dán

27. rats
chuột lớn

28. mice*
chuột nhắt

***Note:** one mouse, two mice

Ways to ask about repairs

How much will this repair cost?
When can you begin?
How long will the repair take?

Role play. Talk to a repair person.

A: *Can you fix the roof?*
B: *Yes, but it will take two weeks.*
A: *How much will the repair cost?*

1. roommates
   bạn cùng phòng
2. party
   tiệc
3. music
   nhạc
4. DJ
   người sắp xếp nhạc
5. noise
   ồn
6. irritated
   phát cáu
7. rules
   nội quy
8. mess
   bừa bãi
9. invitation
   giấy mời

A. **dance**
   khiêu vũ

Look at the pictures.
What do you see?

Answer the questions.

1. What happened in apartment 2B? How many people were there?
2. How did the neighbor feel? Why?
3. What rules did they write at the tenant meeting?
4. What did the roommates do after the tenant meeting?

 **Read the story.**

The Tenant Meeting

Sally Lopez and Tina Green are roommates. They live in apartment 2B. One night they had a big party with music and a DJ. There was a mess in the hallway. Their neighbors were very unhappy. Mr. Clark in 2A was very irritated. He hates noise!

The next day there was a tenant meeting. Everyone wanted rules about parties and loud music. The girls were very embarrassed.

After the meeting, the girls cleaned the mess in the hallway. Then they gave each neighbor an invitation to a new party. Everyone had a good time at the rec room party. Now the tenants have two new rules and a new place to dance.

Think about it.

1. What are the most important rules in an apartment building? Why?
2. Imagine you are the neighbor in 2A. What do you say to Tina and Sally?

Back from the Market

Đi Chợ Về

1. fish
   cá
2. meat
   thịt
3. chicken
   thịt gà
4. cheese
   phó-mát
5. milk
   sữa
6. butter
   bơ
7. eggs
   trứng
8. vegetables
   rau

Listen and point. Take turns.

A: *Point to the vegetables.*
B: *Point to the bread.*
A: *Point to the fruit.*

Pair Dictation

A: *Write vegetables.*
B: *Please spell vegetables for me.*
A: *V-e-g-e-t-a-b-l-e-s.*

9. fruit
   trái cây
10. rice
    gạo
11. bread
    bánh mì
12. pasta
    mì sợi
13. grocery bag
    bao đi chợ
14. shopping list
    bảng liệt kê những món sẽ mua
15. coupons
    phiếu giảm giá

Ways to talk about food.

Do we need eggs?
Do we have any pasta?
We have some vegetables, but we need fruit.

Role play. Talk about your shopping list.

A: *Do we need eggs?*
B: *No, we have some.*
A: *Do we have any...*

1. apples
   táo (bom)
2. bananas
   chuối
3. grapes
   nho
4. pears
   lê
5. oranges
   cam
6. grapefruit
   bưởi
7. lemons
   chanh (vàng)
8. limes
   chanh (xanh)
9. tangerines
   quýt
10. peaches
    đào
11. cherries
    quả anh đào
12. apricots
    quả mơ
13. plums
    mận
14. strawberries
    trái dâu tây
15. raspberries
    quả mâm xôi
16. blueberries
    quả việt quất
17. blackberries
    quả mâm xôi đen
18. watermelons
    dưa hấu
19. melons
    dưa tây
20. papayas
    đu đủ
21. mangoes
    xoài
22. kiwi
    kiwi
23. pineapples
    dứa, thơm
24. coconuts
    dừa
25. raisins
    nho khô
26. prunes
    mận khô
27. figs
    sung
28. dates
    chà là
29. a bunch of bananas
    nải chuối
30. **ripe** banana
    chuối **chín**
31. **unripe** banana
    chuối **chưa chín**
32. **rotten** banana
    chuối **thối**

Pair practice. Make new conversations.

A: *What's your favorite fruit?*
B: *I like apples. Do you?*
A: *I prefer bananas.*

Ask your classmates. Share the answers.

1. Which fruit do you put in a fruit salad?
2. What kinds of fruit are common in your native country?
3. What kinds of fruit are in your kitchen right now?

Vegetables

1. lettuce
   rau diếp
2. cabbage
   bắp xú / bắp cải
3. carrots
   cà rốt
4. radishes
   củ cải đỏ
5. beets
   củ cải đường
6. tomatoes
   cà chua
7. bell peppers
   ớt ngọt
8. string beans
   đậu dây / đậu đũa
9. celery
   cần tây
10. cucumbers
    dưa chuột
11. spinach
    rau spi-nách
12. corn
    bắp / ngô
13. broccoli
    bông cải xanh
14. cauliflower
    cải hoa lơ, xu lơ
15. bok choy
    bok choy
16. turnips
    củ cải
17. potatoes
    khoai tây
18. sweet potatoes
    khoai lang
19. onions
    hành
20. green onions / scallions
    hành lá / hành cọng
21. peas
    đậu
22. artichokes
    atisô
23. eggplants
    cà tím
24. squash
    bí
25. zucchini
    dưa xanh
26. asparagus
    măng tây
27. mushrooms
    nấm
28. parsley
    rau mùi tây
29. chili peppers
    ớt
30. garlic
    tỏi
31. a **bag of** lettuce
    một bao rau diếp
32. a **head of** lettuce
    một bó rau diếp

Pair practice. Make new conversations.

A: *Do you eat broccoli?*
B: *Yes. I like most vegetables, but not peppers.*
A: *Really? Well, I don't like cauliflower.*

Ask your classmates. Share the answers.

1. Which vegetables do you eat raw? cooked?
2. Which vegetables do you put in a green salad?
3. Which vegetables are in your refrigerator right now?

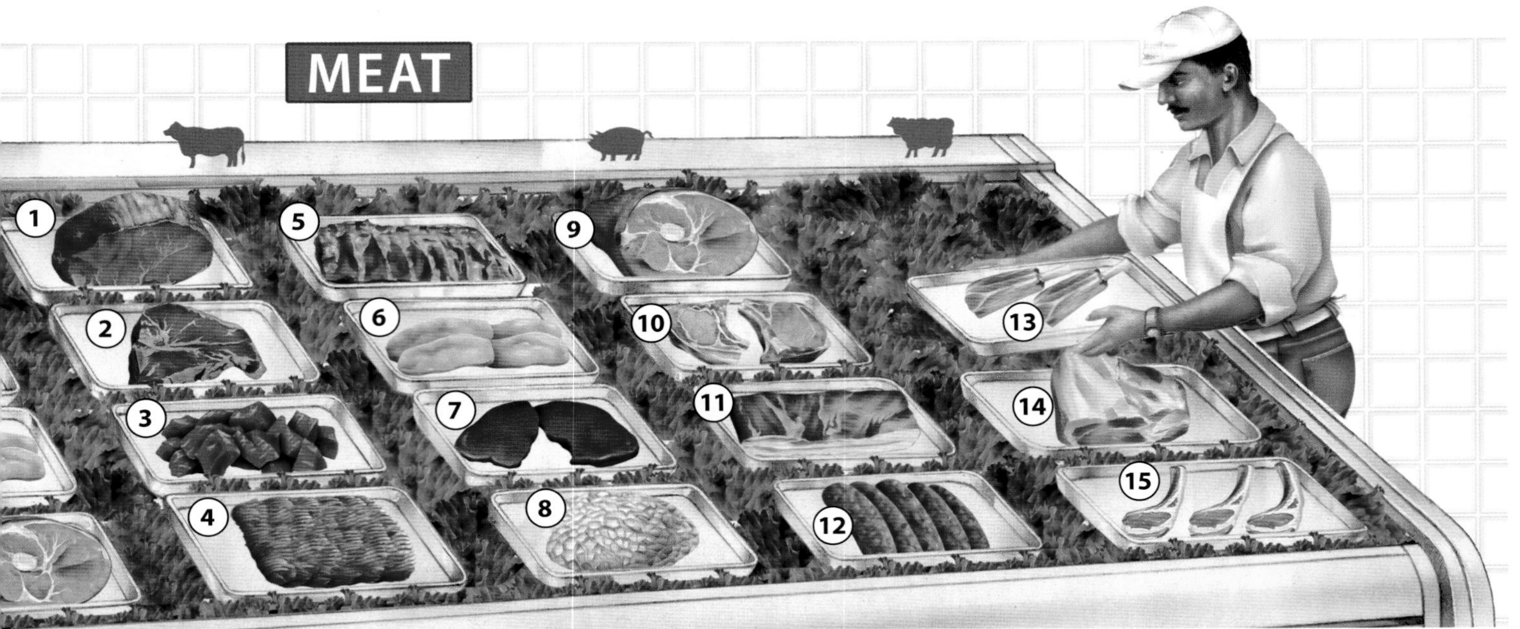

Beef Thịt Bò

1. roast
thịt nướng
2. steak
steak
3. stewing beef
thịt bò kho
4. ground beef
thịt bò xay
5. beef ribs
sườn bò
6. veal cutlets
thịt bê cắt lát
7. liver
gan
8. tripe
dạ dày bò

Pork Thịt Heo

9. ham
thịt giăm bông
10. pork chops
thịt heo cắt lát
11. bacon
thịt heo xông muối
12. sausage
dồi / xúc-xích

Lamb Cừu

13. lamb shanks
thịt cừu có xương
14. leg of lamb
đùi cừu
15. lamb chops
thịt cừu cắt lát

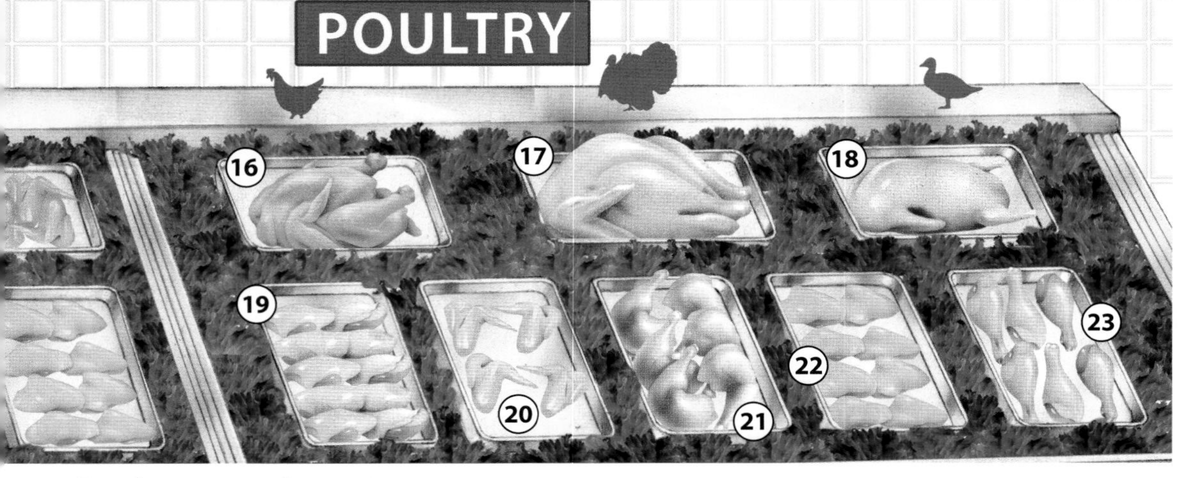

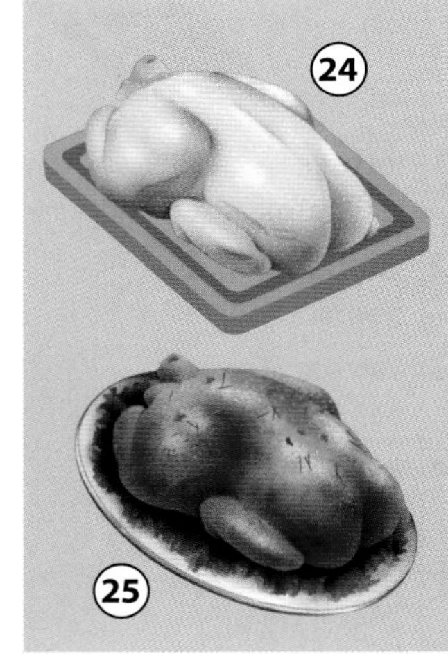

Poultry Gia Cầm

16. chicken
gà
17. turkey
gà tây
18. duck
vịt
19. breasts
ngực / ức
20. wings
cánh
21. legs
chân
22. thighs
bắp đùi
23. drumsticks
đùi gà, tỏi gà
24. **raw** chicken
thịt gà **chưa nấu**
25. **cooked** chicken
thịt gà **nấu chín**

More vocabulary

vegetarian: a person who doesn't eat meat
boneless: meat and poultry without bones
skinless: poultry without skin

Ask your classmates. Share the answers.

1. What kind of meat do you eat most often?
2. What kind of meat do you use in soups?
3. What part of the chicken do you like the most?

Fish Cá

1. trout
   cá hồi
2. catfish
   cá bông lau
3. whole salmon
   cá hồi nguyên con
4. salmon steak
   phi lê cá hồi
5. swordfish
   cá mũi kiếm
6. halibut steak
   phi lê cá bơn
7. tuna
   cá ngừ
8. cod
   cá tuyết

Shellfish Tôm Cua

9. crab
   cua
10. lobster
    tôm hùm
11. shrimp
    tôm
12. scallops
    con điệp
13. mussels
    con vẹm
14. oysters
    con trai
15. clams
    sò hến
16. **fresh** fish
    cá **tươi**
17. **frozen** fish
    cá **đông lạnh**

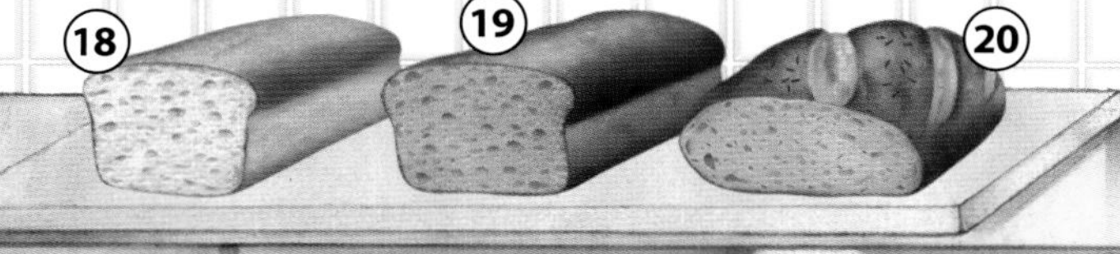

18. white bread
    bánh mì trắng
19. wheat bread
    bánh mì nguyên chất
20. rye bread
    bánh mì lúa mạch đen
21. roast beef
    thịt bò nướng
22. corned beef
    thịt bò muối
23. pastrami
    thịt bò hun khói
24. salami
    xúc-xích Ý
25. smoked turkey
    thịt gà tây xông khói
26. American cheese
    phó-mát Mỹ
27. Swiss cheese
    phó-mát Thụy Sĩ
28. cheddar cheese
    phó-mát vàng
29. mozzarella cheese
    phó-mát Ý

Ways to order at the counter

I'd like some roast beef.
I'll have a halibut steak and some shrimp.
Could I get some Swiss cheese?

Pair practice. Make new conversations.

A: *What can I get for you?*
B: *I'd like some roast beef. How about a pound?*
A: *A pound of roast beef coming up!*

A Grocery Store

Tiệm Thực Phẩm

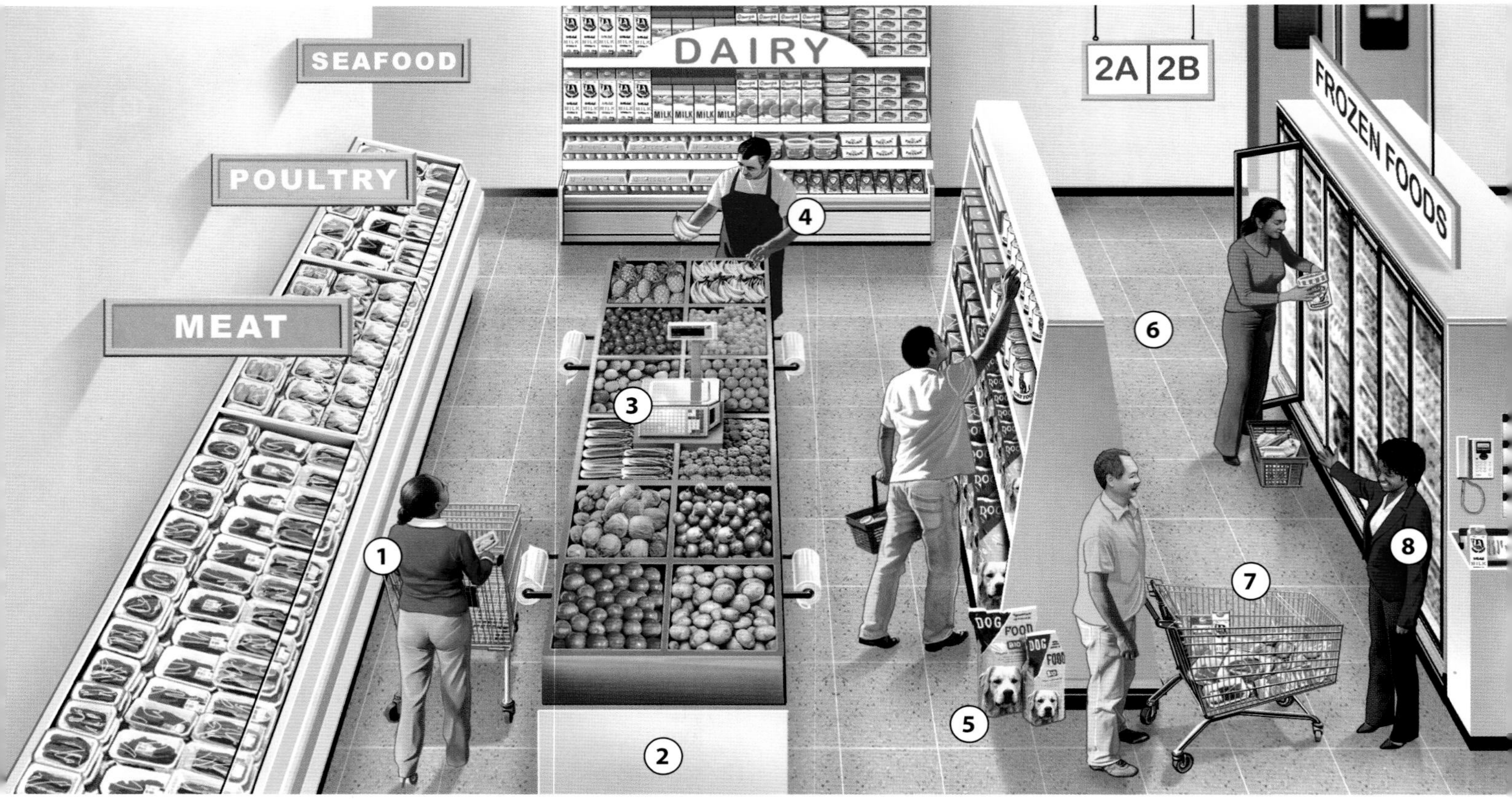

1. customer
   khách
2. produce section
   khu rau quả
3. scale
   cân
4. grocery clerk
   nhân viên chợ
5. pet food
   thức ăn vật nuôi
6. aisle
   lối đi
7. cart
   xe đẩy
8. manager
   quản lý

Canned Foods
Đồ Ăn Đóng Hộp

17. beans
    đậu
18. soup
    xúp
19. tuna
    cá ngừ

Dairy
Đồ Ăn Làm Bằng Sữa

20. margarine
    bơ thực vật
21. sour cream
    kem chua
22. yogurt
    sữa chua

Grocery Products
Sản Phẩm Chợ

23. aluminum foil
    giấy gói bằng nhôm mỏng
24. plastic wrap
    giấy gói bằng nhựa mỏng
25. plastic storage bags
    bao đựng bằng nhựa

Frozen Foods
Đồ Ăn Đông Lạnh

26. ice cream
    kem
27. frozen vegetables
    rau đông lạnh
28. frozen dinner
    món ăn đông lạnh

Ways to ask for information in a grocery store

Excuse me, where are the carrots?
Can you please tell me where to find the dog food?
Do you have any lamb chops today?

Pair practice. Make conversations.

A: *Can you please tell me where to find the dog food?*
B: *Sure. It's in aisle 1B. Do you need anything else?*
A: *Yes, where are the carrots?*

9. shopping basket
rổ đi chợ
10. self-checkout
quầy tự tính tiền

11. line
xếp hàng
12. checkstand
quầy trả tiền

13. cashier
thâu ngân viên
14. bagger
người bỏ vô bao

15. cash register
máy tính tiền
16. bottle return
trả vỏ chai

Baking Products
Sản Phẩm Nướng Bánh

29. flour
bột
30. sugar
đường
31. oil
dầu

Beverages
Thức Uống

32. apple juice
nước cốt táo
33. coffee
cà-phê
34. soda / pop
sô-đa / nước ngọt

Snack Foods
Thức Ăn Vặt

35. potato chips
khoai tây chiên lát mỏng
36. nuts
đậu
37. candy bar
thỏi kẹo

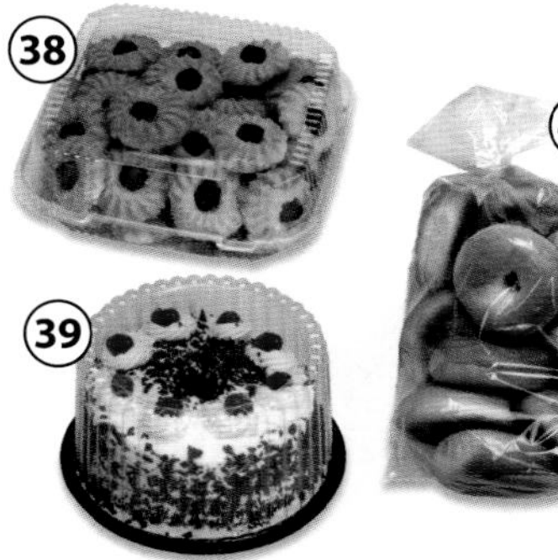

Baked Goods
Đồ Nướng

38. cookies
bánh cookie
39. cake
bánh ga-tô
40. bagels
bánh bagel

Ask your classmates. Share the answers.

1. What is your favorite grocery store?
2. Do you prefer to shop alone or with friends?
3. Which foods from your country are hard to find?

Think about it. Discuss.

1. Is it better to shop every day or once a week? Why?
2. Why do grocery stores put snacks near the checkstands?
3. What's good and what's bad about small grocery stores?

Containers and Packaging

Đồ Đựng Và Đóng Gói

1. bottles
chai

2. jars
lọ

3. cans
lon

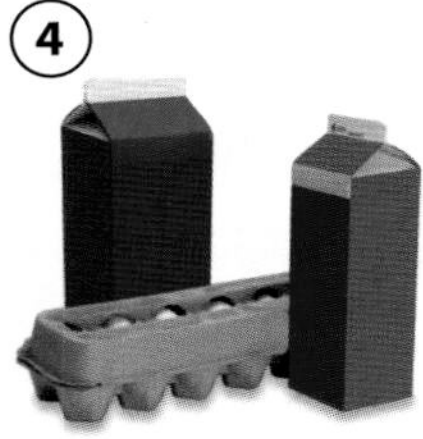

4. cartons
cạc-tông, vỉ

5. containers
đồ đựng

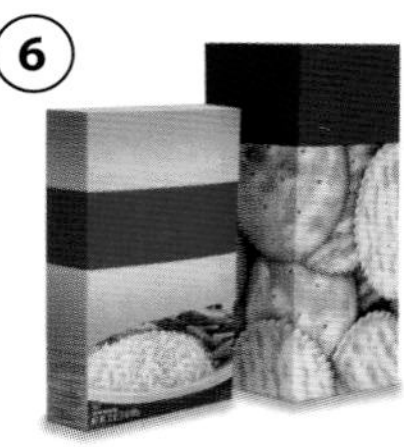

6. boxes
hộp

7. bags
bao

8. packages
gói

9. six-packs
xách có sáu lon

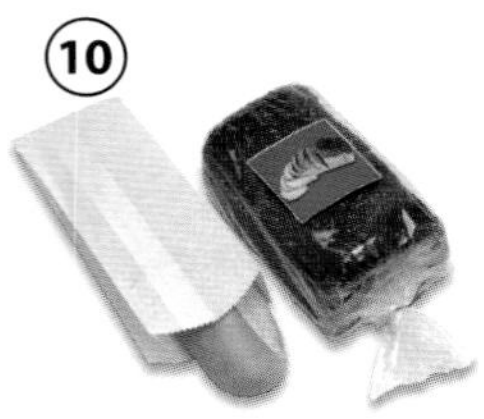

10. loaves
ổ bánh mì

11. rolls
cuộn

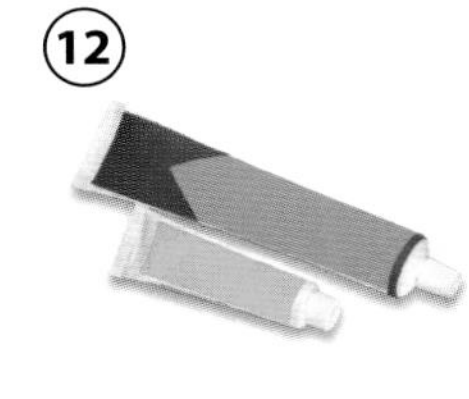

12. tubes
ống

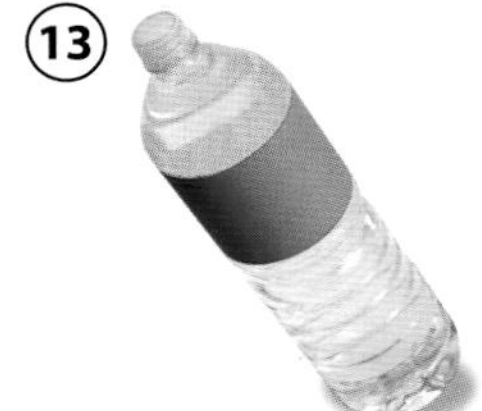

13. a bottle of water
một chai nước

14. a jar of jam
một lọ mứt

15. a can of beans
một lon đậu

16. a carton of eggs
một vỉ trứng

17. a container of cottage cheese
một hộp phó-mát mềm

18. a box of cereal
một hộp ngũ cốc

19. a bag of flour
một bao bột mì

20. a package of cookies
một gói bánh cookie

21. a six-pack of soda (pop)
một xách sáu lon sô-đa

22. a loaf of bread
một ổ bánh mì

23. a roll of paper towels
một cuộn khăn giấy

24. a tube of toothpaste
một ống kem đánh răng

Grammar Point: count and non-count

Some foods can be counted: *an apple, two apples*.
Some foods can't be counted: *some rice, some water*.
For non-count foods, count containers: *two bags of rice*.

Pair practice. Make conversations.

A: *How many boxes of cereal do we need?*
B: *We need two boxes.*

A. **Measure** the ingredients.
Đo thành phần.

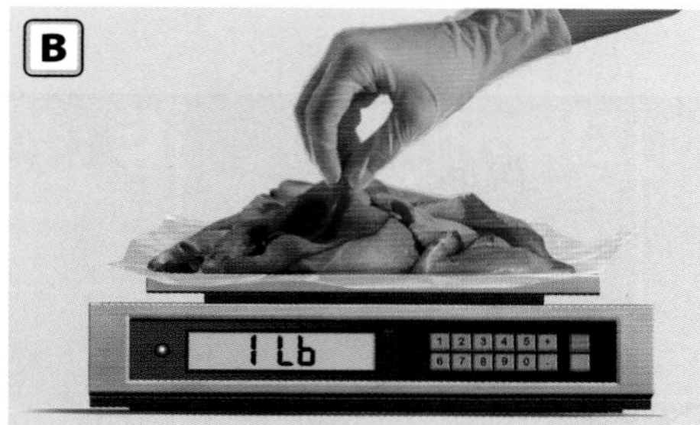

B. **Weigh** the food.
Cân thức ăn.

C. **Convert** the measurements.
Hoán đổi đơn vị đo lường.

Liquid Measures Đo Lường Chất Lỏng

1 fl. oz.

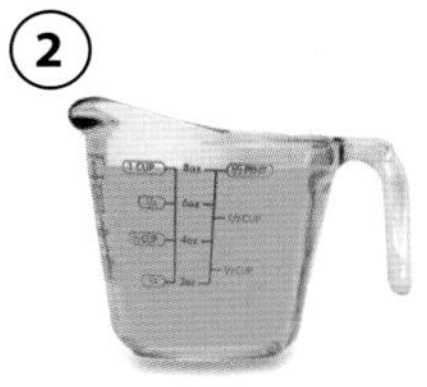

1 c.

1 pt.

1 qt.

1 gal.

Dry Measures Đo Lường Chất Khô

1 tsp.

1 TBS.

1/4 c.

1/2 c.

1 c.

Weight Trọng Lượng

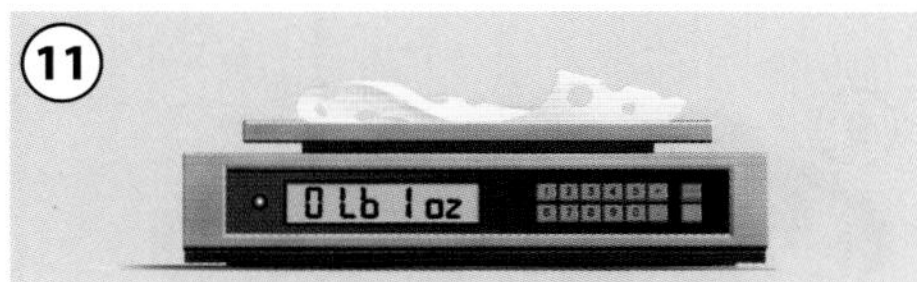

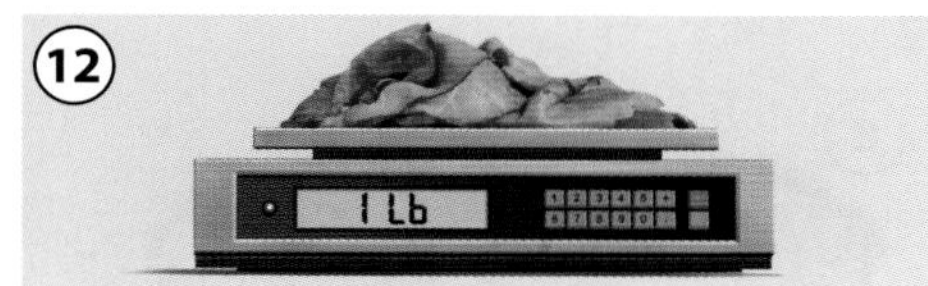

1. a fluid ounce of milk
   một fluid ounce sữa
2. a cup of oil
   một tách dầu
3. a pint of frozen yogurt
   một pint sữa chua đông lạnh
4. a quart of milk
   một quart sữa
5. a gallon of water
   một gallon nước
6. a teaspoon of salt
   một muỗng cà phê muối
7. a tablespoon of sugar
   một muỗng canh đường
8. a quarter cup of brown sugar
   một phần tư tách đường nâu
9. a half cup of raisins
   một nửa tách nho khô
10. a cup of flour
    một tách bột mì
11. an ounce of cheese
    một ounce phó-mát
12. a pound of roast beef
    một cân Anh thịt bò nướng

Equivalencies	
3 tsp. = 1 TBS.	2 c. = 1 pt.
2 TBS. = 1 fl. oz.	2 pt. = 1 qt.
8 fl. oz. = 1 c.	4 qt. = 1 gal.

Volume
1 fl. oz. = 30 ml
1 c. = 237 ml
1 pt. = .47 L
1 qt. = .95 L
1 gal. = 3.79 L

Weight
1 oz. = 28.35 grams (g)
1 lb. = 453.6 g
2.205 lbs. = 1 kilogram (kg)
1 lb. = 16 oz.

Food Safety Đồ Ăn An Toàn

A. **clean**
chùi sạch

B. **separate**
dùng riêng

C. **cook**
nấu ăn

D. **chill**
để lạnh

Ways to Serve Meat and Poultry Cách Nấu Thịt Và Gia Cầm

1. fried chicken
gà chiên

2. barbecued / grilled ribs
sườn nướng / sườn đút lò

3. broiled steak
steak nướng

4. roasted turkey
gà tây nướng

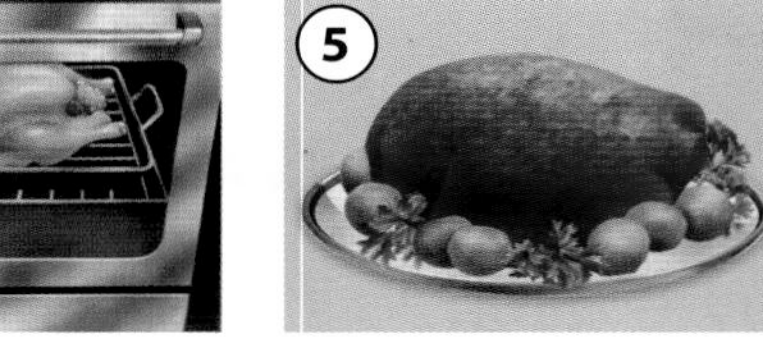

5. boiled ham
thịt giăm-bông luộc

6. stir-fried beef
bò xào

Ways to Serve Eggs Cách Nấu Trứng

7. scrambled eggs
trứng khuấy

8. hardboiled eggs
trứng luộc

9. poached eggs
trứng hấp

10. eggs sunny-side up
trứng có lòng đỏ

11. eggs over easy
trứng lật sơ

12. omelet
trứng tráng

Role play. Make new conversations.

A: *How do you like your eggs?*
B: *I like them scrambled. And you?*
A: *I like them hardboiled.*

Ask your classmates. Share the answers.

1. Do you use separate cutting boards?
2. What is your favorite way to serve meat? poultry?
3. What are healthy ways of preparing meat? poultry?

Cheesy Tofu Vegetable Casserole Rau Đậu Hũ Phó-Mát Hấp Lò

A. **Preheat** the oven.
Hâm nóng lò.

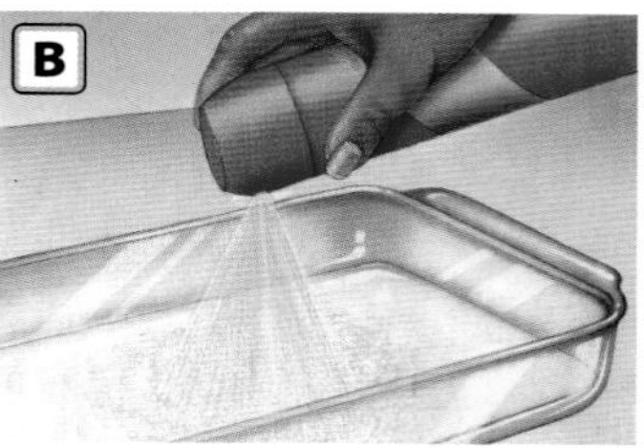

B. **Grease** a baking pan.
Tráng dầu lên chảo nướng.

C. **Slice** the tofu.
Xắt đậu hũ.

D. **Steam** the broccoli.
Hấp bông cải xanh.

E. **Saute** the mushrooms.
Xào qua nấm.

F. **Spoon** sauce on top.
Rưới muỗng nước sốt lên trên.

G. **Grate** the cheese.
Mài phó-mát.

H. **Bake**.
Nướng.

Easy Chicken Soup Xúp Gà Dễ Nấu

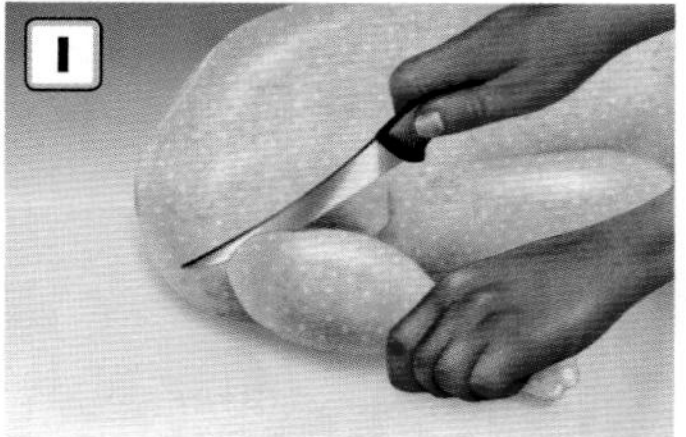

I. **Cut up** the chicken.
Chặt thịt gà.

J. **Dice** the celery.
Xắt lát cần tây.

K. **Peel** the carrots.
Gọt vỏ cà rốt.

L. **Chop** the onions.
Cắt hành.

M. **Boil** the chicken.
Luộc thịt gà.

N. **Add** the vegetables.
Thêm rau.

O. **Stir**.
Khuấy.

P. **Simmer**.
Ninh nhỏ lửa.

Quick and Easy Cake Bánh Ga-Tô Dễ Và Nhanh

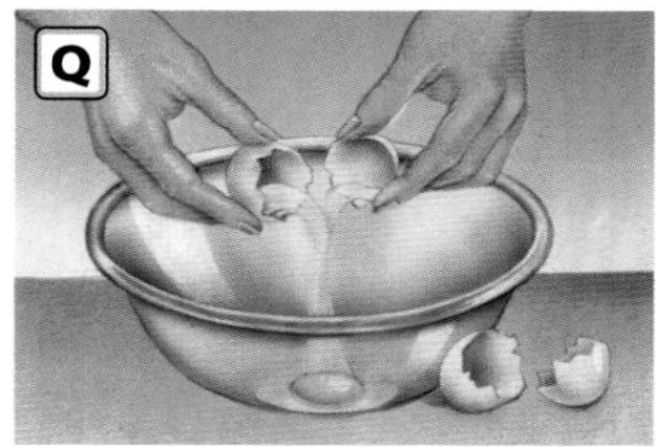

Q. **Break** 2 eggs into a microwave-safe bowl.
Đập 2 trứng vào loại tô có thể để trong lò vi ba an toàn.

R. **Mix** the ingredients.
Trộn các thứ.

S. **Beat** the mixture.
Đánh cho nhuyễn.

T. **Microwave** for 5 minutes.
Bỏ vào lò vi ba 5 phút.

1. can opener
   đồ mở hộp
2. grater
   đồ cạo, mài phó-mát
3. steamer
   nồi hấp
4. plastic storage container
   đồ đựng thức ăn bằng nhựa
5. frying pan
   chảo chiên
6. pot
   nồi
7. ladle
   vá lớn
8. double boiler
   nồi luộc hai tầng
9. wooden spoon
   muỗng gỗ
10. casserole dish
    đĩa để hấp lò
11. garlic press
    đồ kẹp tỏi
12. carving knife
    dao cắt
13. roasting pan
    chảo quay
14. roasting rack
    giá để nướng thịt
15. vegetable peeler
    đồ lột vỏ
16. paring knife
    dao gọt
17. colander
    rổ (để ráo nước)
18. kitchen timer
    đồng hồ canh giờ (trong bếp)
19. spatula
    thìa lớn dẹp
20. eggbeater
    cây đánh trứng
21. whisk
    cây để trộn
22. strainer
    lưới lọc
23. tongs
    kẹp gắp
24. lid
    nắp
25. saucepan
    nồi (nấu canh)
26. cake pan
    khay làm bánh ngọt
27. cookie sheet
    khay làm bánh cookie
28. pie pan
    khay làm bánh nhân
29. pot holders
    rế nhắc nồi
30. rolling pin
    cây cán bột
31. mixing bowl
    tô lớn để trộn

Pair practice. Make new conversations.

A: *Please hand me the whisk.*
B: *Here's the whisk. Do you need anything else?*
A: *Yes, pass me the casserole dish.*

Use the new words.

Look at page 77. Name the kitchen utensils you see.

A: *Here's a grater.*
B: *This is a mixing bowl.*

Fast Food Restaurant

1. hamburger
ham-bơ-gơ
2. french fries
khoai tây chiên
3. cheeseburger
chiz-bơ-gơ
4. onion rings
hành chiên bột
5. chicken sandwich
xăng-wuýt gà
6. hot dog
hot-dog
7. nachos
bánh tráng nát-chô
8. taco
bánh tráng tát-cô
9. burrito
bánh bu-ri-tồ
10. pizza
bánh nướng pizza
11. soda
nước sô-đa / nước ngọt
12. iced tea
nước trà đá
13. ice-cream cone
kem chứa trong bánh đựng
14. milkshake
sinh tố
15. donut
bánh đô-nất
16. muffin
bánh nướng xốp
17. counterperson
nhân viên quầy
18. straw
ống hút
19. plastic utensils
muỗng nĩa nhựa
20. sugar substitute
đường nhân tạo
21. ketchup
sốt cà chua
22. mustard
mù-tạt
23. mayonnaise
may-dô / sốt dầu trứng
24. salad bar
quầy xà-lách

Grammar Point: yes/no questions *(do)*

***Do** you like hamburgers? Yes, I do.*
***Do** you like nachos? No, I don't.*

Think about it. Discuss.

1. Do you think that fast food is bad for people? Why or why not?
2. What fast foods do you have in your country?
3. Do you have a favorite fast food restaurant? Which one?

1. bacon
   thịt heo xông muối
2. sausage
   dồi, xúc xích
3. hash browns
   khoai tây bằm
4. toast
   bánh mì nướng
5. English muffin
   bánh nướng xốp Anh
6. biscuits
   bánh bơ tròn
7. pancakes
   bánh pen-khết
8. waffles
   bánh wháp-phồ
9. hot cereal
   ngũ cốc nóng

10. grilled cheese sandwich
    xăng-wuýt phó mát nướng
11. pickle
    dưa muối
12. club sandwich
    xăng-wuýt club
13. spinach salad
    xà lách spin-nách
14. chef's salad
    xà lách đặc biệt
15. dinner salad
    xà lách ăn tối
16. soup
    xúp
17. rolls
    bánh mì ổ
18. coleslaw
    xà lách cải thái nhỏ
19. potato salad
    xà lách khoai tây trộn
20. pasta salad
    mì trộn
21. fruit salad
    trái cây trộn

Ways to order from a menu

I'd like a grilled cheese sandwich.
I'll have a bowl of tomato soup.
Could I get the chef's salad with ranch dressing?

Pair practice. Make conversations.

A: *I'd like a grilled cheese sandwich, please.*
B: *Anything else for you?*
A: *Yes, I'll have a bowl of tomato soup with that.*

A Coffee Shop Menu

22. roast chicken
thịt gà nướng
23. mashed potatoes
khoai tây đánh nhuyễn
24. steak
steak
25. baked potato
khoai tây nướng
26. spaghetti
mì spaghetti
27. meatballs
thịt viên
28. garlic bread
bánh mì tỏi
29. grilled fish
cá nướng
30. rice
cơm
31. meatloaf
thịt ninh nhừ
32. steamed vegetables
rau hấp
33. layer cake
bánh ga-tô hai tầng
34. cheesecake
bánh phó mát
35. pie
bánh nhân
36. mixed berries
quả berries trộn
37. coffee
cà-phê
38. decaf coffee
cà-phê đã lọc chất ca-fê-in
39. tea
trà
40. herbal tea
trà dược thảo
41. cream
kem
42. low-fat milk
sữa ít béo

Ask your classmates. Share the answers.

1. Do you prefer vegetable soup or chicken soup?
2. Do you prefer tea or coffee?
3. Which desserts on the menu do you like?

Role play. Order a dinner from the menu.

A: *Are you ready to order?*
B: *I think so. I'll have the roast chicken.*
A: *Would you also like...?*

A Restaurant

Nhà Hàng

1. dining room
   phòng ăn
2. hostess
   nữ tiếp viên
3. high chair
   ghế cao
4. booth
   bàn riêng
5. to-go box
   hộp để đem về
6. patron / diner
   khách ăn / thực khách
7. menu
   thực đơn
8. server / waiter
   bồi bàn / nam tiếp viên

A. **set** the table
   sắp đặt bàn
B. **seat** the customer
   đặt khách **ngồi**
C. **pour** the water
   rót nước
D. **order** from the menu
   gọi món ăn từ thực đơn
E. **take** the order
   nhận đặt món ăn
F. **serve** the meal
   dọn món ăn ra
G. **clear** / **bus** the dishes
   dọn / **thu** sạch bàn
H. **carry** the tray
   bưng khay
I. **pay** the check
   trả tiền
J. **leave** a tip
   để tiền buộc-boa **lại**

More vocabulary

eat out: to go to a restaurant to eat

take out: to buy food at a restaurant and take it home to eat

Look at the pictures.

Describe what is happening.

A: *She's seating the customer.*

B: *He's taking the order.*

9. server / waitress
   bồi bàn / nữ tiếp viên
10. dessert tray
    khay đồ ăn tráng miệng
11. bread basket
    rổ bánh mì
12. busser
    người dọn bàn
13. dish room
    phòng chén bát
14. dishwasher
    người rửa chén
15. kitchen
    nhà bếp
16. chef
    đầu bếp

17. place setting
    đủ bộ đĩa muỗng cho một người dùng
18. dinner plate
    dĩa ăn
19. bread-and-butter plate
    dĩa bánh mì và bơ
20. salad plate
    dĩa xà lách
21. soup bowl
    tô xúp
22. water glass
    ly nước
23. wine glass
    ly rượu
24. cup
    tách
25. saucer
    dĩa đựng tách
26. napkin
    khăn ăn
27. salad fork
    nĩa để ăn xà lách
28. dinner fork
    nĩa để ăn tối
29. steak knife
    dao steak
30. knife
    dao
31. teaspoon
    muỗng cà phê
32. soupspoon
    muỗng canh

Pair practice. Make new conversations.

A: *Excuse me, this spoon is dirty.*
B: *I'm so sorry. I'll get you a clean spoon right away.*
A: *Thanks.*

Role play. Talk to a new busser.

A: *Do the salad forks go on the left?*
B: *Yes. They go next to the dinner forks.*
A: *What about the…?*

1. live music
nhạc sống
2. organic
rau sạch
3. lemonade
nước chanh
4. sour
chua
5. samples
nếm thử
6. avocados
trái bơ
7. vendors
người bán
8. sweets
đồ ngọt
9. herbs
rau thơm
A. count
đếm

Look at the pictures. What do you see?

Answer the questions.

1. How many vendors are at the market today?
2. Which vegetables are organic?
3. What are the children eating?
4. What is the woman counting? Why?

 **Read the story.**

The Farmers' Market

On Saturdays, the Novaks go to the farmers' market. They like to visit the <u>vendors</u>. Alex Novak always goes to the hot food stand for lunch. His children love to eat the fruit <u>samples</u>. Alex's father usually buys some <u>sweets</u> and <u>lemonade</u>. The lemonade is very <u>sour</u>.

Nina Novak likes to buy <u>organic</u> <u>herbs</u> and vegetables. Today, she is buying <u>avocados</u>. The market worker <u>counts</u> eight avocados. She gives Nina one more for free.

There are other things to do at the market. The Novaks like to listen to the <u>live music</u>. Sometimes they meet friends there. The farmers' market is a great place for families on a Saturday afternoon.

Think about it.

1. What's good or bad about shopping at a farmers' market?
2. Imagine you are at the farmers' market. What will you buy?

1. shirt
   áo
2. jeans
   quần bò
3. dress
   áo đầm / đồ đầm
4. T-shirt
   áo thun
5. baseball cap
   mũ lưỡi trai
6. socks
   tất, vớ
7. athletic shoes
   giầy thể thao

A. **tie**
   cà-vạt

Listen and point. Take turns.

A: *Point to the dress.*
B: *Point to the T-shirt.*
A: *Point to the baseball cap.*

Dictate to your partner. Take turns.

A: *Write dress.*
B: *Is that spelled d-r-e-s-s?*
A: *Yes. That's right.*

8. blouse
áo cánh
9. handbag
bóp
10. skirt
váy
11. suit
đồ vét
12. slacks / pants
quần tây / quần dài
13. shoes
giầy
14. sweater
áo ấm

B. **put on**
mặc vào

Ways to compliment clothes

That's a pretty dress!
Those are great shoes!
I really like your baseball cap!

Role play. Compliment a friend.

A: *That's a pretty dress! Green is a great color on you.*
B: *Thanks! I really like your…*

Casual, Work, and Formal Clothes
Y Phục Thường, Đi Làm & Trang Trọng

Casual Clothes Y Phục Thường

1. cap
   mũ
2. cardigan sweater
   áo len đan
3. pullover sweater
   áo len chui đầu
4. sports shirt
   áo thể thao
5. maternity dress
   áo đầm của phụ nữ có thai
6. overalls
   quần yếm
7. knit top
   áo đan len
8. capris
   quần lửng
9. sandals
   xăng-đan

Work Clothes Y Phục Đi Làm

10. uniform
    đồng phục
11. business suit
    đồ vét
12. tie
    cà-vạt
13. briefcase
    cặp táp

More vocabulary

three piece suit: matching jacket, vest, and slacks
outfit: clothes that look nice together
in fashion / in style: clothes that are popular now

Describe the people. Take turns.

A: *She's wearing a maternity dress.*
B: *He's wearing a uniform.*

Formal Clothes Y Phục Trang Trọng

14. sports jacket / sports coat
jacket thể thao / áo khoác ngoài
15. vest
áo vét
16. bow tie
nơ đeo cổ
17. tuxedo
tục-xi-đô
18. evening gown
áo đầm dạ hội
19. clutch bag
bóp cầm tay
20. cocktail dress
áo đầm đi tiệc
21. high heels
giầy cao gót

Exercise Wear Đồ Mặc Tập Thể Dục

22. sweatshirt / hoodie
áo (khi tập thể dục) / áo có mũ
23. sweatpants
quần (khi tập thể dục)
24. tank top
áo lót sát nách
25. shorts
quần đùi

Ask your classmates. Share the answers.

1. What's your favorite outfit?
2. Do you like to wear formal clothes? Why or why not?
3. Do you prefer to exercise in shorts or sweatpants?

Think about it. Discuss.

1. What jobs require formal clothes? Uniforms?
2. What's good and bad about wearing school uniforms?
3. What is your opinion of today's popular clothing?

1. hat
mũ
2. (over)coat
áo bành-tô
3. headband
dải buộc đầu, bờm tóc
4. leather jacket
áo khoác ngoài bằng da
5. winter scarf
khăn quàng cổ mùa đông
6. gloves
găng tay
7. headwrap
khăn buộc đầu
8. jacket
áo khoác ngoài
9. parka
áo ấm có mũ
10. mittens
găng tay bao
11. ski hat
mũ len
12. leggings
quần chật ống
13. earmuffs
đồ che tai (cho ấm)
14. down vest
áo vét nhồi bông
15. ski mask
mặt nạ trượt tuyết
16. down jacket
áo khoác ngoài (nhồi bông)

17. umbrella
dù, ô
18. raincoat
áo mưa
19. poncho
áo choàng che mưa
20. rain boots
giầy ống đi mưa
21. trench coat
áo bành-tô
22. swimming trunks
quần tắm
23. straw hat
mũ rơm
24. windbreaker
áo gió
25. cover-up
áo choàng ngoài (khi mặc đồ tắm)
26. swimsuit / bathing suit
đồ tắm
27. sunglasses
kiếng mát

Grammar Point: *should*

*It's raining. You **should** take an umbrella.*
*It's snowing. You **should** wear a scarf.*
*It's sunny. You **should** wear a straw hat.*

Pair practice. Make new conversations.

A: *It's snowing. You should wear a scarf.*
B: *Don't worry. I'm wearing my parka.*
A: *Good, and don't forget your mittens.*

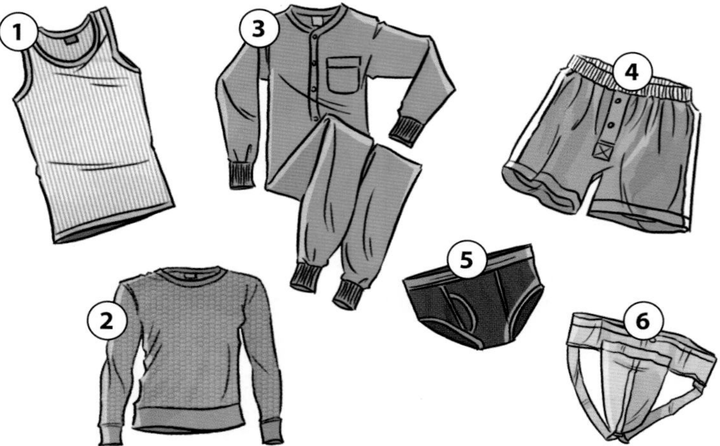

Unisex Underwear
Đồ Lót Cho Cả Nam Lẫn Nữ

1. undershirt
   áo lót
2. thermal undershirt
   áo lót ấm
3. long underwear
   đồ lót dài

Men's Underwear
Đồ Lót Nam

4. boxer shorts
   quần lót ống rộng
5. briefs
   quần lót bó sát
6. athletic supporter / jockstrap
   khố đeo (bảo vệ hạ bộ khi chơi thể thao)

Unisex Socks
Vớ Cho Cả Nam Lẫn Nữ

7. ankle socks
   vớ tới mắt cá
8. crew socks
   vớ dài dầy
9. dress socks
   vớ dài mỏng

Women's Socks
Vớ Nữ

10. low-cut socks
    vớ cắt ngắn
11. anklets
    vớ tới mắt cá
12. knee highs
    vớ tới đầu gối

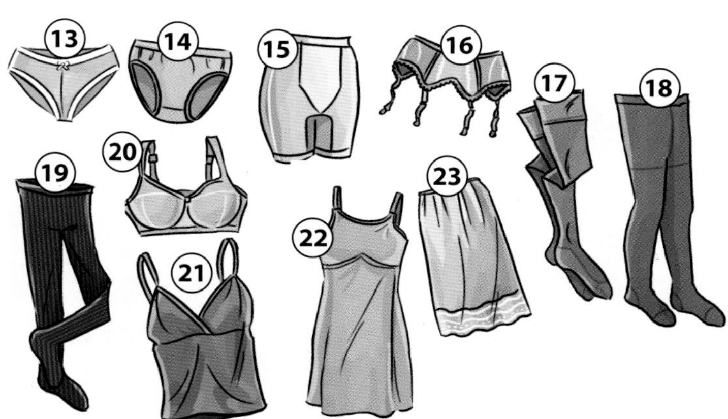

Women's Underwear Đồ Lót Nữ

13. (bikini) panties
    quần lót nhỏ
14. briefs / underpants
    quần lót bó sát / xi-líp
15. body shaper / girdle
    nịt bụng
16. garter belt
    nịt bít tất
17. stockings
    vớ, tất dài
18. panty hose
    vớ lót
19. tights
    quần tất
20. bra
    nịt ngực
21. camisole
    áo lót mỏng
22. full slip
    áo lót dài
23. half slip
    váy lót ngắn

Sleepwear Đồ Ngủ

24. pajamas
    đồ pi-da-ma / bộ đồ ngủ
25. nightgown
    áo ngủ (của đàn bà)
26. slippers
    dép
27. blanket sleeper
    áo ngủ (của trẻ em)
28. nightshirt
    áo ngủ (của đàn ông)
29. robe
    áo choàng ngoài

More vocabulary

lingerie: underwear or sleepwear for women

loungewear: very casual clothing for relaxing around the home

Ask your classmates. Share the answers.

1. What kind of socks are you wearing today?
2. What kind of sleepwear do you prefer?
3. Do you wear slippers at home?

Workplace Clothing

Y Phục Ở Chỗ Làm

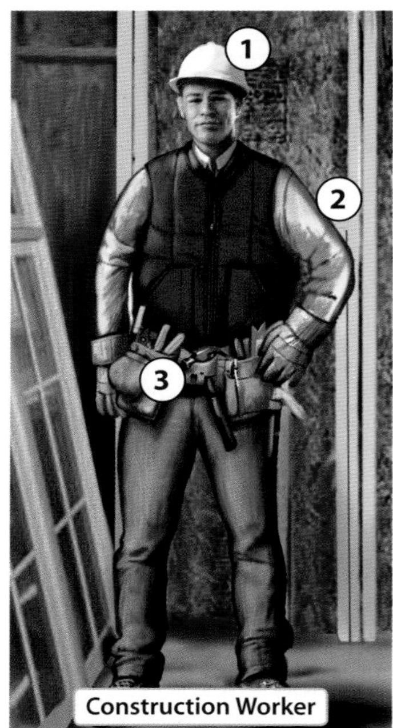

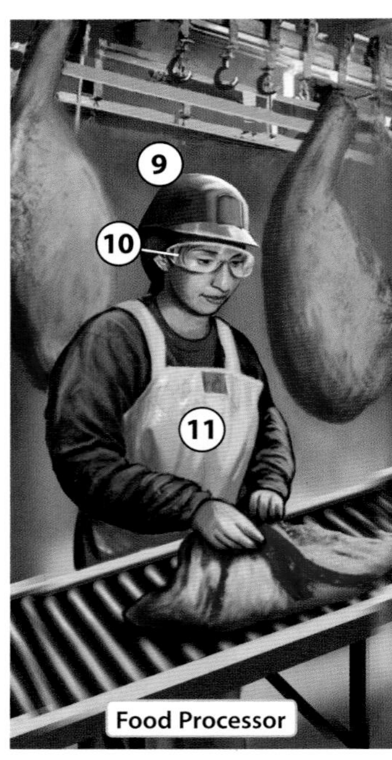

1. hard hat
   mũ bảo hộ
2. work shirt
   áo đi làm
3. tool belt
   thắt lưng đồ nghề
4. Hi-Visibility safety vest
   áo vét an toàn rất dễ thấy
5. work pants
   quần đi làm
6. steel toe boots
   giầy ống mũi thép
7. ventilation mask
   mặt nạ thông hơi
8. coveralls
   bộ áo liền quần
9. bump cap
   mũ bảo hộ
10. safety glasses
    kiếng mắt an toàn
11. apron
    cái tạp dề

12. blazer
    áo vét màu sặc sỡ
13. tie
    cà-vạt
14. polo shirt
    áo thun polo
15. name tag
    bảng tên
16. bandana
    khăn tay buộc đầu
17. work gloves
    bao tay lao động
18. cowboy hat
    mũ cao bồi
19. jeans
    quần bò

Pair practice. Make new conversations.

A: *What do construction workers wear to work?*
B: *They wear hard hats and tool belts.*
A: *What do road workers wear to work?*

Use the new words.

Look at pages 166–169. Name the workplace clothing you see.

A: *He's wearing a hard hat.*
B: *She's wearing scrubs.*

20. security shirt
áo an ninh

21. badge
phù hiệu

22. security pants
quần an ninh

23. helmet
mũ bảo hộ

24. jumpsuit
bộ áo quần liền nhau

25. hairnet
lưới bao tóc

26. smock
áo choàng ngoài

27. disposable gloves
găng dùng rồi vất

28. chef's hat
nón của đầu bếp

29. chef's jacket
áo khoác ngoài của đầu bếp

30. waist apron
cái tạp-dề ngang hông

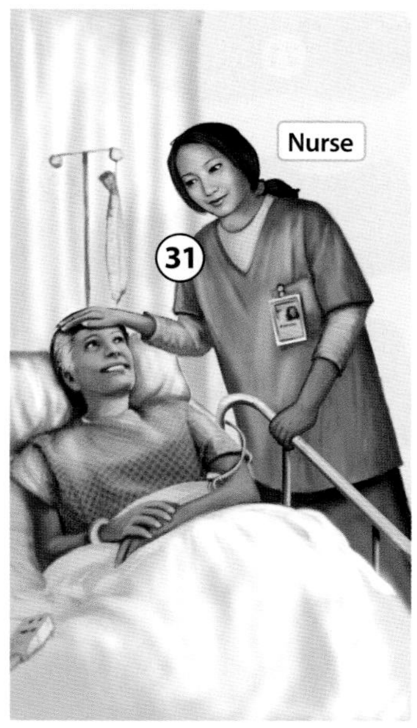

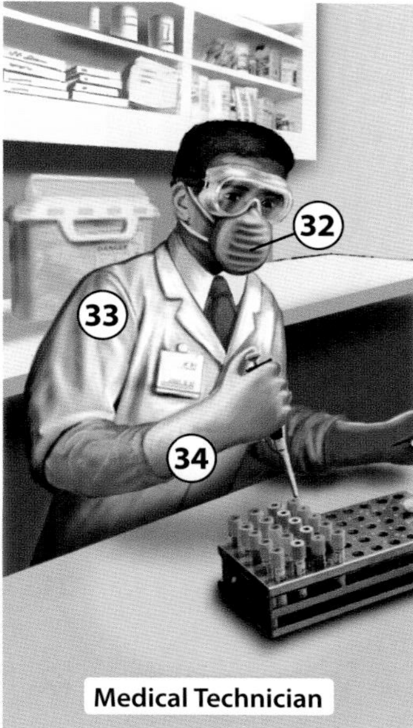

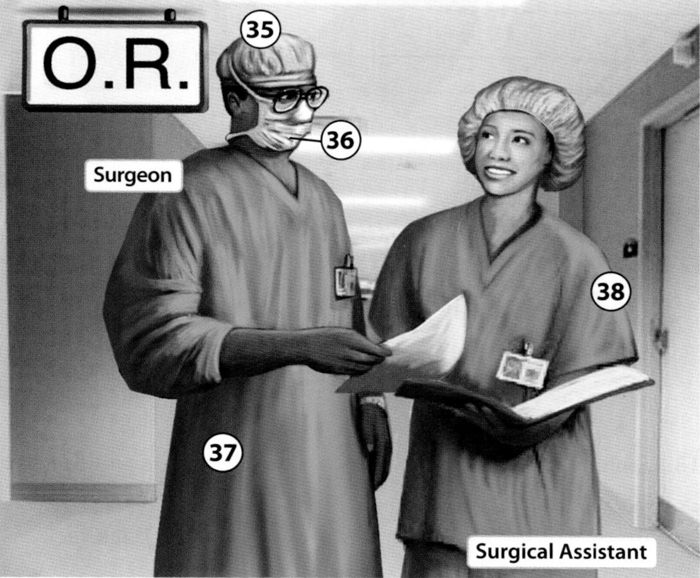

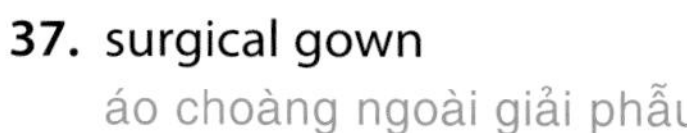

31. scrubs
đồng phục y sĩ

32. face mask
khẩu trang

33. lab coat
áo khoác ngoài trong phòng thí nghiệm

34. latex gloves
găng tay latex

35. surgical scrub cap
mũ đồng phục y sĩ giải phẫu

36. surgical mask
khẩu trang giải phẫu

37. surgical gown
áo choàng ngoài giải phẫu

38. surgical scrubs
đồng phục y sĩ giải phẫu

Ask your classmates. Share the answers.

1. Which of these outfits would you like to wear?
2. Which of these items are in your closet?
3. Do you wear safety clothing at work? What kinds?

Think about it. Discuss.

1. What other jobs require helmets? disposable gloves?
2. Is it better to have a uniform or wear your own clothes at work? Why?

A. **purchase**
mua

B. **wait** in line
xếp hàng đợi

1. suspenders
dây đeo quần

2. purses / handbags
ví / bóp cầm tay

3. salesclerk
nhân viên bán hàng

4. customer
khách hàng

5. display case
kệ trưng bày

6. belts
dây nịt / thắt lưng

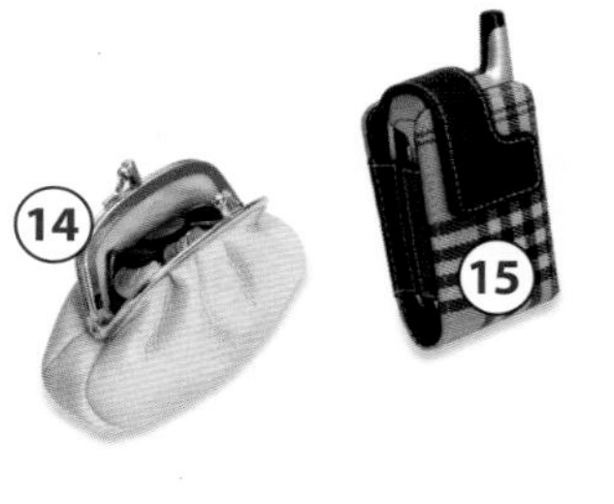

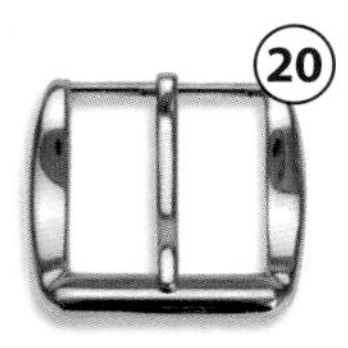

13. wallet
bóp

14. change purse / coin purse
ví tiền lẻ / ví tiền kên

15. cell phone holder
bọc đựng điện thoại di động

16. (wrist)watch
đồng hồ đeo tay

17. shoulder bag
túi đeo vai

18. backpack
cặp

19. tote bag
túi xách

20. belt buckle
khóa dây thắt lưng

21. sole
đế giầy

22. heel
gót giầy

23. toe
mũi giầy

24. shoelaces
dây giầy

More vocabulary

gift: something you give or receive from friends or family for a special occasion

present: a gift

Grammar Point: object pronouns

*My **sister** loves jewelry. I'll buy **her** a necklace.*
*My **dad** likes belts. I'll buy **him** a belt buckle.*
*My **friends** love scarves. I'll buy **them** scarves.*

7. shoe department
   khu bán giầy
8. jewelry department
   khu bán nữ trang
9. bracelets
   dây đeo cổ tay
10. necklaces
   dây chuyền cổ
11. hats
   mũ, nón
12. scarves
   khăn quàng cổ

C. **try on** shoes
   thử giầy
D. **assist** a customer
   giúp khách hàng

25. high heels
   giầy cao gót
26. pumps
   giầy bít nữ
27. flats
   giầy thấp
28. boots
   giầy ống / giầy bốt
29. oxfords
   giầy cứng nam
30. loafers
   giầy lười
31. hiking boots
   giầy đi núi
32. tennis shoes
   giầy ten-nít
33. chain
   dây chuyền
34. beads
   chuỗi hột
35. locket
   mặt (dây chuyền)
36. pierced earrings
   hoa tai (có lỗ)
37. clip-on earrings
   hoa tai (để kẹp)
38. pin
   kim cài
39. string of pearls
   chuỗi ngọc trai
40. ring
   nhẫn

Ways to talk about accessories

I need a hat to wear with this scarf.
I'd like earrings to go with the necklace.
Do you have a belt that would go with my shoes?

Role play. Talk to a salesperson.

A: *Do you have boots that would go with this skirt?*
B: *Let me see. How about these brown ones?*
A: *Perfect. I also need…*

Describing Clothes

Mô Tả Y Phục

Sizes Cỡ

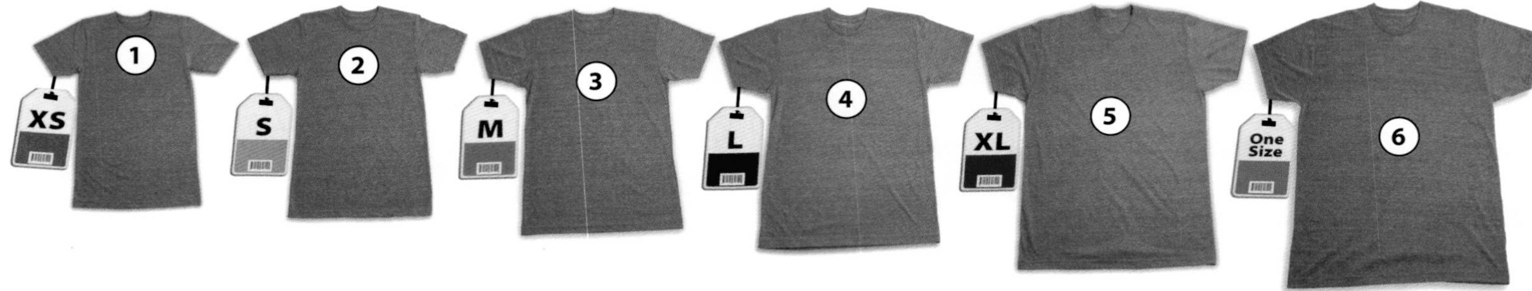

1. extra small
   rất nhỏ
2. small
   nhỏ
3. medium
   trung bình
4. large
   lớn
5. extra large
   rất lớn
6. one-size-fits-all
   một cỡ ai mặc cũng vừa

Styles Kiểu

7. **crewneck** sweater
   áo ấm **cổ tròn**
8. **V-neck** sweater
   áo ấm **cổ chữ V**
9. **turtleneck** sweater
   áo ấm **cổ đứng**
10. **scoop neck** sweater
    áo ấm **hở cổ**
11. **sleeveless** shirt
    áo **không tay**
12. **short-sleeved** shirt
    áo **ngắn tay**
13. **3/4-sleeved** shirt
    áo **tay lửng**
14. **long-sleeved** shirt
    áo **dài tay**
15. **mini**-skirt
    váy **cực ngắn**
16. **short** skirt
    váy **ngắn**
17. **mid-length** / **calf-length** skirt
    váy **dài trung bình** / váy tới **bắp chân**
18. **long** skirt
    váy **dài**

Patterns Mẫu

19. solid
    một màu
20. striped
    có sọc
21. polka-dotted
    điểm lấm chấm
22. plaid
    sọc ô vuông
23. print
    in hoa văn
24. checked
    có hình mặt bàn cờ
25. floral
    có hoa / bông
26. paisley
    hình cong

Ask your classmates. Share the answers.

1. Do you prefer crewneck or V-neck sweaters?
2. Do you prefer checked or striped shirts?
3. Do you prefer short-sleeved or sleeveless shirts?

Role play. Talk to a salesperson.

A: *Excuse me. I'm looking for this V-neck sweater in large.*
B: *Here's a large. It's on sale for $19.99.*
A: *Wonderful! I'll take it. I'm also looking for…*

Comparing Clothing So Sánh Y Phục

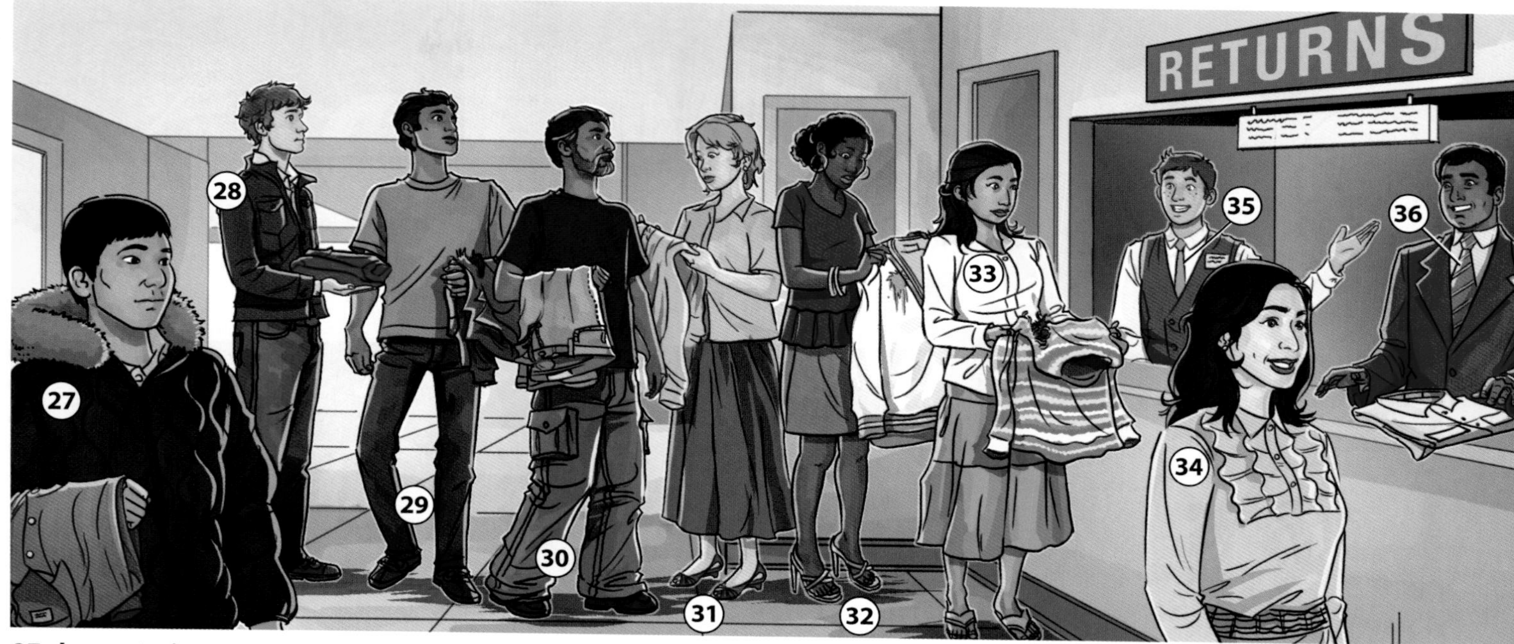

27. **heavy** jacket
áo khoác ngoài **nặng**

28. **light** jacket
áo khoác ngoài **nhẹ**

29. **tight** pants
quần **bó sát**

30. **loose** / **baggy** pants
quần **rộng** / quần **rộng thùng thình**

31. **low** heels
giầy **thấp** gót

32. **high** heels
giầy **cao** gót

33. **plain** blouse
áo cánh **đơn sơ**

34. **fancy** blouse
áo cánh **có kiểu**

35. **narrow** tie
cà-vạt **nhỏ bản**

36. **wide** tie
cà-vạt **to bản**

Clothing Problems Y Phục Có Vấn Đề

37. It's **too small**.
Nó **nhỏ quá**.

38. It's **too big**.
Nó **rộng quá**.

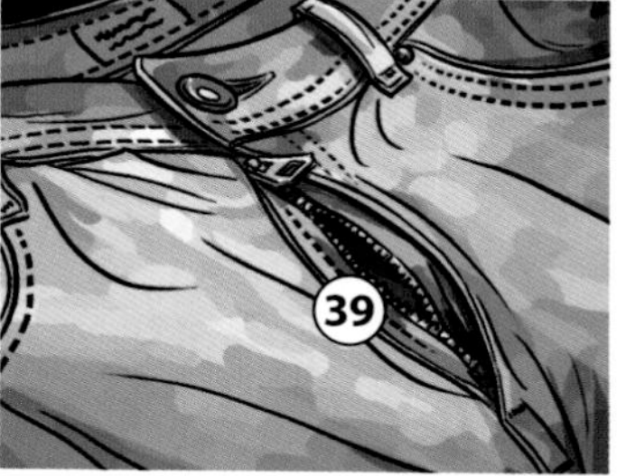

39. The zipper is **broken**.
Cái phẹc-mơ-tuya bị **hư**.

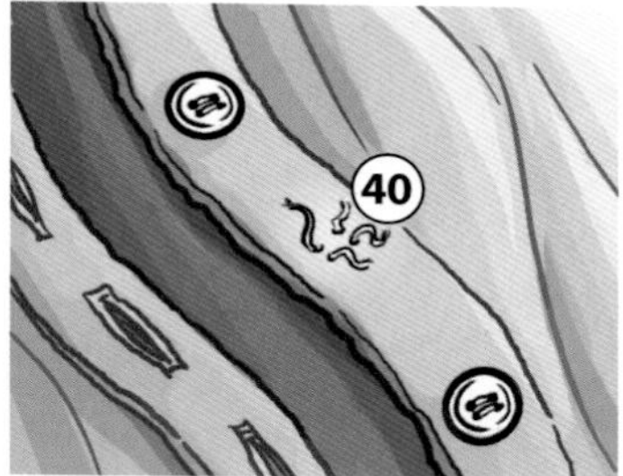

40. A button is **missing**.
Một hột nút bị **mất**.

41. It's **ripped** / **torn**.
Nó bị **rách** / **sờn**.

42. It's **stained**.
Nó bị **ố**.

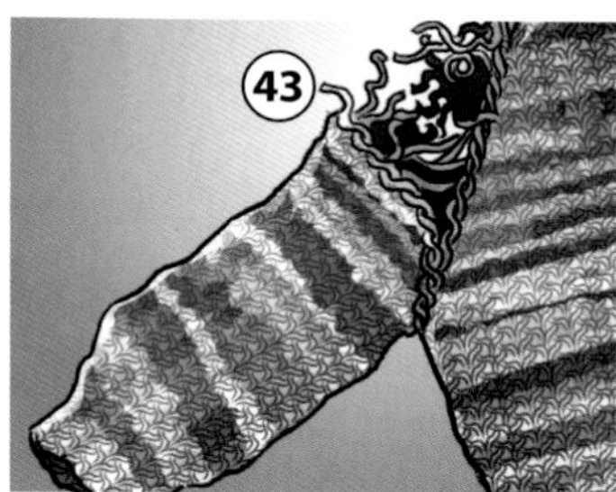

43. It's **unraveling**.
Nó bị **sút chỉ**.

44. It's **too expensive**.
Nó **mắc quá**.

More vocabulary

refund: money you get back when you return an item to the store
complaint: a statement that something is not right
customer service: the place customers go with their complaints

Role play. Return an item to a salesperson.

A: *Welcome to Shopmart. How may I help you?*
B: *This sweater is new, but it's unraveling.*
A: *I'm sorry. Would you like a refund?*

Types of Material Các Loại Vải

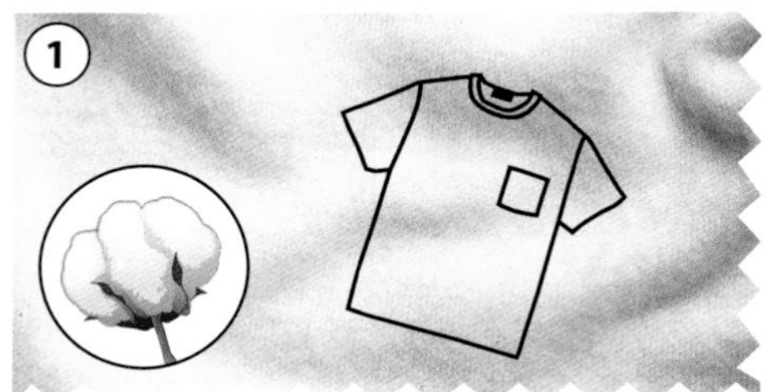

1. cotton
   vải bông

2. linen
   vải lanh

3. wool
   vải len

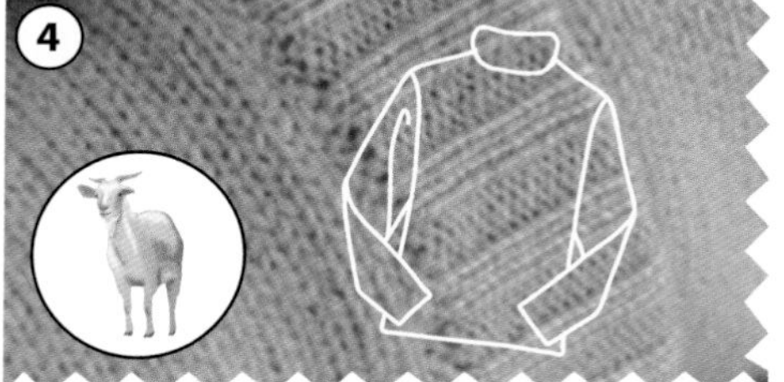

4. cashmere
   len lông dê cashmere

5. silk
   lụa

6. leather
   da

A Garment Factory Xưởng May

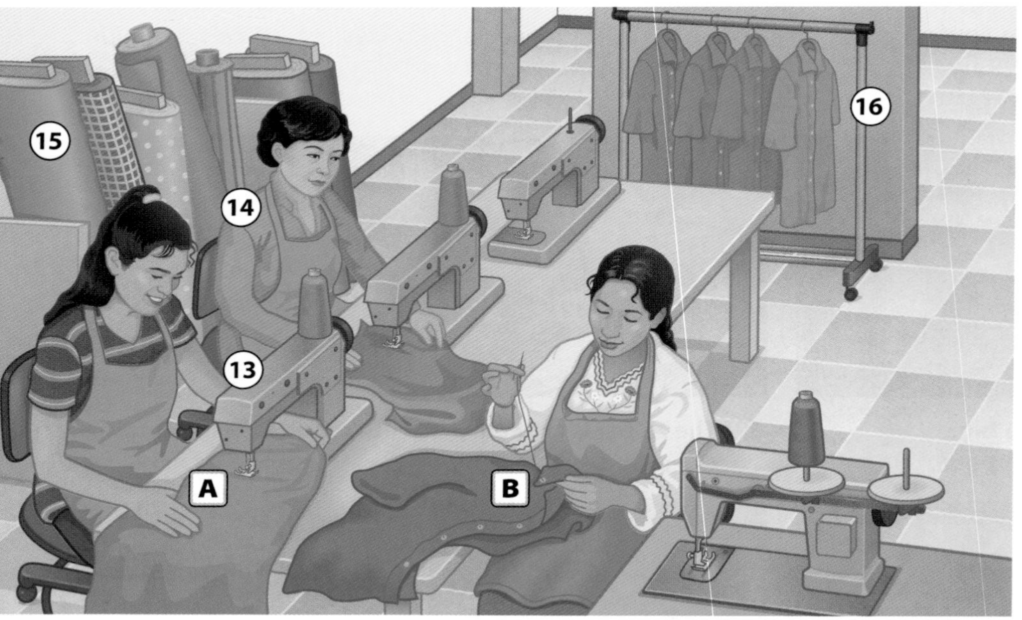

Parts of a Sewing Machine
Bộ Phận Máy May

A. **sew** by machine
   may bằng máy

B. **sew** by hand
   khâu bằng tay

13. sewing machine
    máy may

14. sewing machine operator
    người chạy máy may

15. bolt of fabric
    cuộn vải

16. rack
    giá

17. needle
    kim

18. needle plate
    đế kim

19. presser foot
    chân ép

20. feed dog / feed bar
    thanh đưa / thanh đẩy

21. bobbin
    ống chỉ

More vocabulary

fashion designer: a person who makes original clothes
natural materials: cloth made from things that grow in nature
synthetic materials: cloth made by people, such as nylon

Use the new words.

Look at pages 86–87. Name the materials you see.

A: *That's <u>denim</u>.*
B: *That's <u>leather</u>.*

Types of Material Các Loại Vải

7. denim
vải bông chéo

8. suede
da lộn

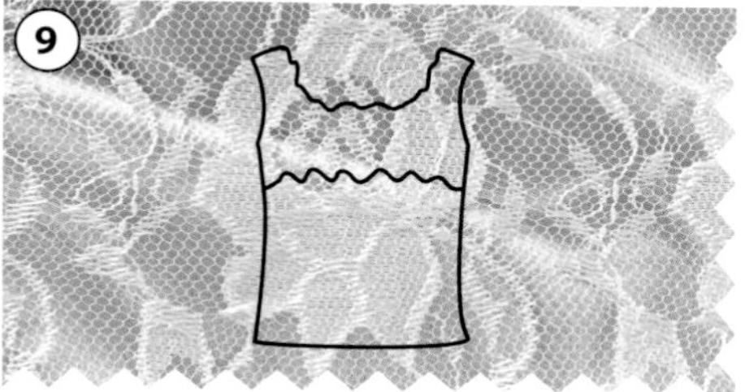

9. lace
đăng-ten

10. velvet
nhung

11. corduroy
nhung kẻ

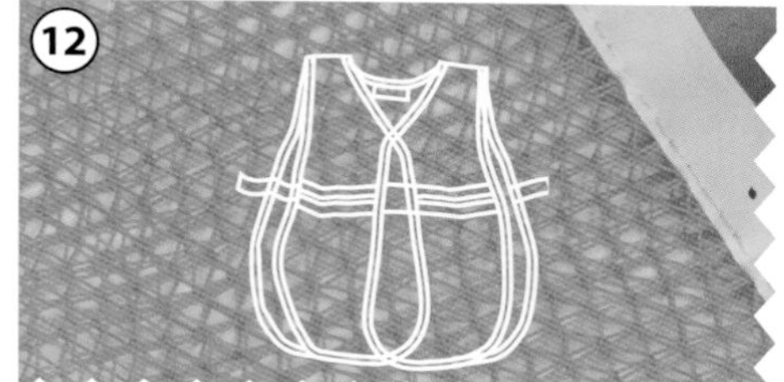

12. nylon
ni-lông

A Fabric Store Tiệm Vải

22. pattern
mẫu

23. thread
chỉ

24. button
nút, khuy

25. zipper
phẹc-mơ-tuya

26. snap
nút bấm

27. hook and eye
nút móc

28. buckle
khóa dây nịt

29. hook and loop fastener
dây móc

30. ribbon
dải, băng

Closures Khuy

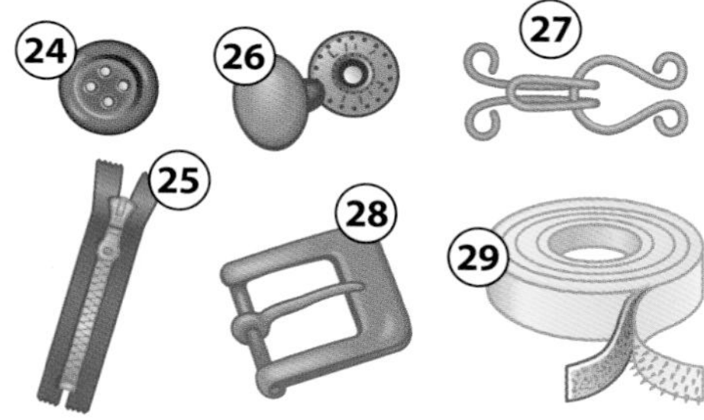

Trim Đính Thêm

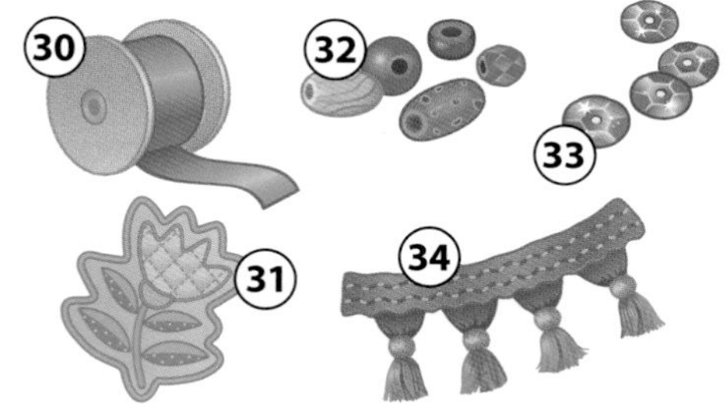

31. appliqué
miếng đính

32. beads
hột

33. sequins
hột kim sa

34. fringe
tua

Ask your classmates. Share the answers.

1. Can you sew?
2. What's your favorite type of material?
3. How many types of material are you wearing today?

Think about it. Discuss.

1. Do most people make or buy clothes in your country?
2. Is it better to make or buy clothes? Why?
3. Which materials are best for formal clothes?

An Alterations Shop Tiệm Sửa Quần Áo

1. dressmaker
   thợ may y phục phụ nữ
2. dressmaker's dummy
   manơcanh của thợ may
3. tailor
   thợ may
4. collar
   cổ
5. waistband
   lưng quần
6. sleeve
   tay áo
7. pocket
   túi
8. hem
   lai
9. cuff
   lai gấp lên

Sewing Supplies Đồ Phụ Kiện May

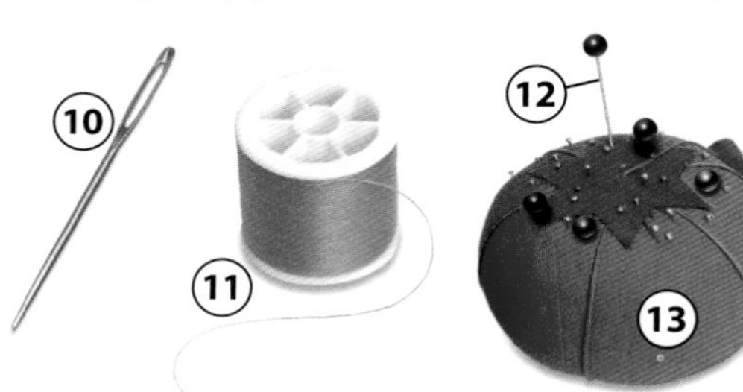

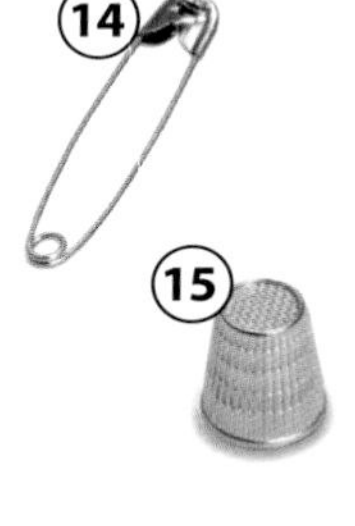

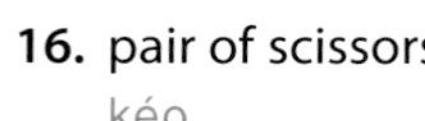

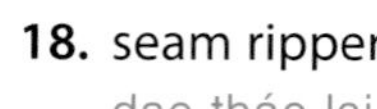

10. needle
    kim
11. thread
    chỉ
12. (straight) pin
    kim găm
13. pin cushion
    trái banh đựng kim găm
14. safety pin
    kim băng
15. thimble
    đồ bọc đầu ngón tay
16. pair of scissors
    kéo
17. tape measure
    thước dây
18. seam ripper
    dao tháo lai

Alterations Sửa Đồ

A. **Lengthen** the pants.
   Làm quần **dài ra**.

B. **Shorten** the pants.
   Làm quần **ngắn lại**.

C. **Let out** the pants.
   Làm quần **rộng ra**.

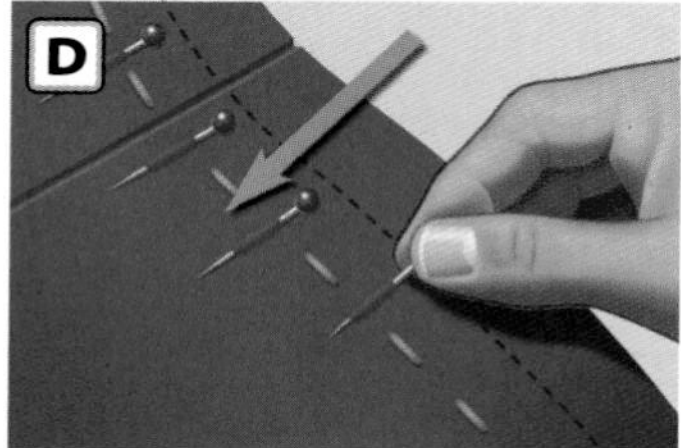

D. **Take in** the pants.
   Làm quần **hẹp lại**.

Pair practice. Make new conversations.

A: *Would you hand me the thread?*
B: *OK. What are you going to do?*
A: *I'm going to take in these pants.*

Ask your classmates. Share the answers.

1. Is there an alterations shop near your home?
2. Do you ever go to a tailor or a dressmaker?
3. What sewing supplies do you have at home?

Doing the Laundry

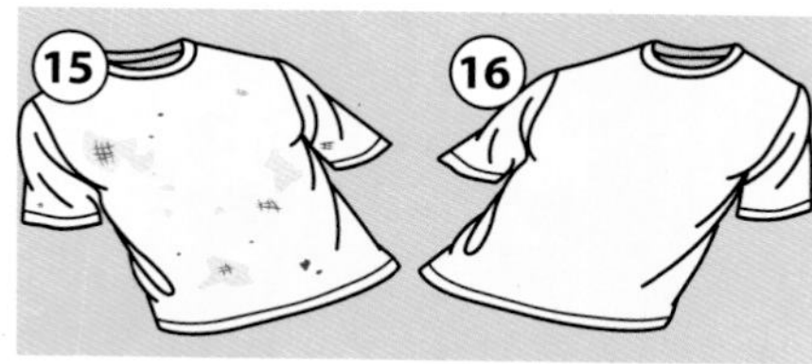

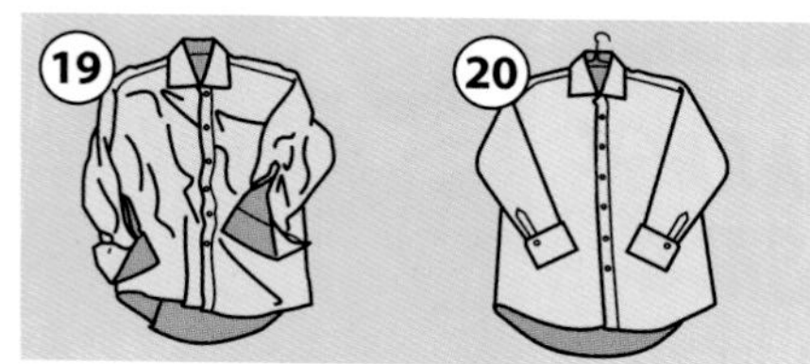

1. laundry
   đồ cần giặt
2. laundry basket
   rổ đựng đồ cần giặt
3. washer
   máy giặt
4. dryer
   máy sấy
5. dryer sheets
   giấy bỏ vào máy sấy
6. fabric softener
   thuốc làm mềm quần áo
7. bleach
   thuốc tẩy
8. laundry detergent
   bột giặt
9. clothesline
   dây phơi đồ
10. clothespin
    cái kẹp đồ
11. hanger
    móc treo đồ
12. spray starch
    hồ để xịt
13. iron
    bàn ủi
14. ironing board
    bàn để ủi
15. **dirty** T-shirt
    áo **dơ**
16. **clean** T-shirt
    áo **sạch**
17. **wet** shirt
    áo **ướt**
18. **dry** shirt
    áo **khô**
19. **wrinkled** shirt
    áo bị **nhăn**
20. **ironed** shirt
    áo đã **ủi**

A. **Sort** the laundry.
Lựa đồ giặt.

B. **Add** the detergent.
Thêm bột giặt vào.

C. **Load** the washer.
Bỏ đồ vào máy giặt.

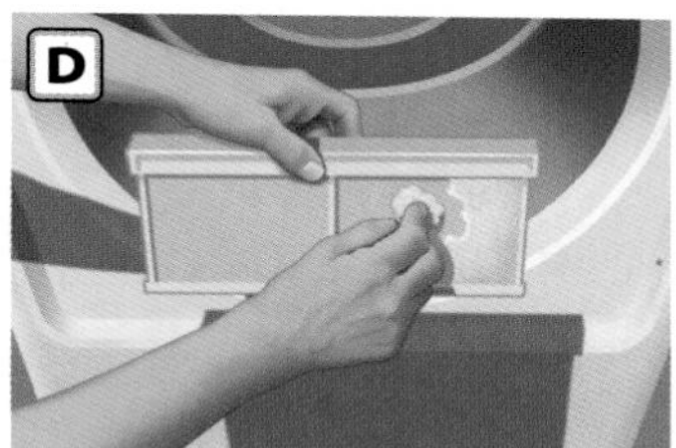

D. **Clean** the lint trap.
Chùi bộ lọc xơ vải.

E. **Unload** the dryer.
Lấy đồ từ máy sấy **ra**.

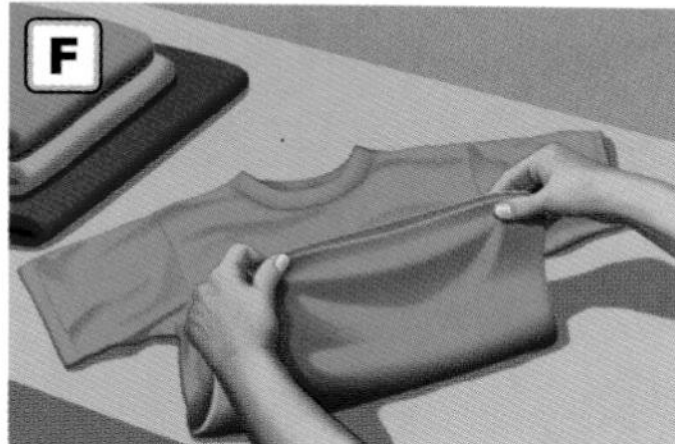

F. **Fold** the laundry.
Xếp đồ.

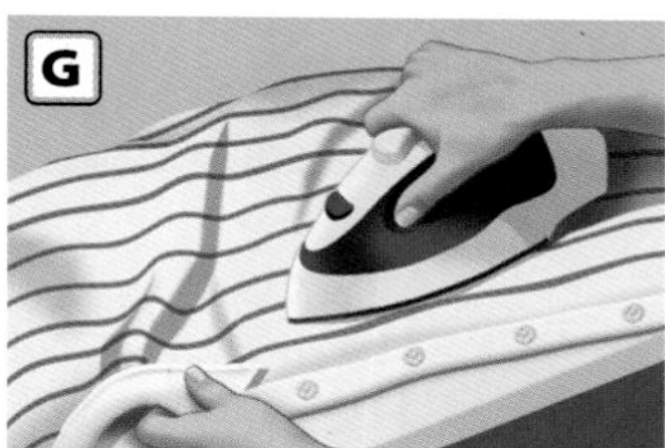

G. **Iron** the clothes.
Ủi đồ.

H. **Hang up** the clothes.
Treo đồ **lên**.

 wash in cold water

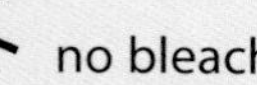 no bleach

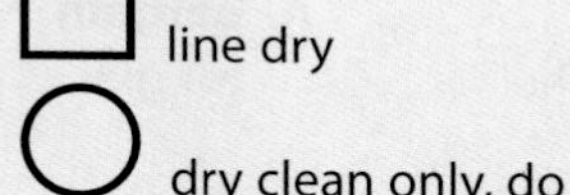

line dry

dry clean only, do not wash

Pair practice. Make new conversations.

A: *I have to sort the laundry. Can you help?*
B: *Sure. Here's the laundry basket.*
A: *Thanks a lot!*

1. flyer
   giấy quảng cáo
2. used clothing
   áo quần cũ
3. sticker
   nhãn có sẵn keo dính
4. folding card table
   bàn gấp
5. folding chair
   ghế gấp
6. clock radio
   radio đồng hồ
7. VCR
   máy VCR

A. **bargain**
   trả giá

B. **browse**
   coi

Look at the pictures.
What do you see?

Answer the questions.

1. What kind of used clothing do you see?
2. What information is on the flyer?
3. Why are the stickers different colors?
4. How much is the clock radio? the VCR?

Read the story.

A Garage Sale

Last Sunday, I had a garage sale. At 5:00 a.m., I put up flyers in my neighborhood. Next, I put price stickers on my used clothing, my VCR, and some other old things. At 7:00 a.m., I opened my folding card table and folding chair. Then I waited.

At 7:05 a.m., my first customer arrived. She asked, "How much is the sweatshirt?"

"Two dollars," I said.

She said, "It's stained. I can give you seventy-five cents." We bargained for a minute and she paid $1.00.

All day people came to browse, bargain, and buy. At 7:00 p.m., I had $85.00.

Now I know two things: Garage sales are hard work and nobody wants to buy an old clock radio!

Think about it.

1. Do you like to buy things at garage sales? Why or why not?
2. Imagine you want the VCR. How will you bargain for it?

1. head
   đầu
2. hair
   tóc
3. neck
   cổ
4. chest
   ngực
5. back
   lưng
6. nose
   mũi
7. mouth
   miệng
8. foot
   bàn chân

1 2 3 4 5 6 7 8

Birds of North America

Listen and point. Take turns.

A: *Point to* *the chest*.
B: *Point to* *the neck*.
A: *Point to* *the mouth*.

Dictate to your partner. Take turns.

A: *Write* *hair*.
B: *Did you say* *hair*?
A: *That's right,* *h-a-i-r*.

9. leg
cẳng chân
10. toe
ngón chân
11. eye
mắt
12. ear
tai
13. shoulder
vai
14. arm
cánh tay
15. hand
bàn tay
16. finger
ngón tay

Grammar Point: imperatives

Please touch *your right foot.*
Put *your hands on your feet.*
Don't *put your hands on your shoulders.*

Pair practice. Take turns giving commands.

A: *Raise your arms.*
B: *Touch your feet.*
A: *Put your hand on your shoulder.*

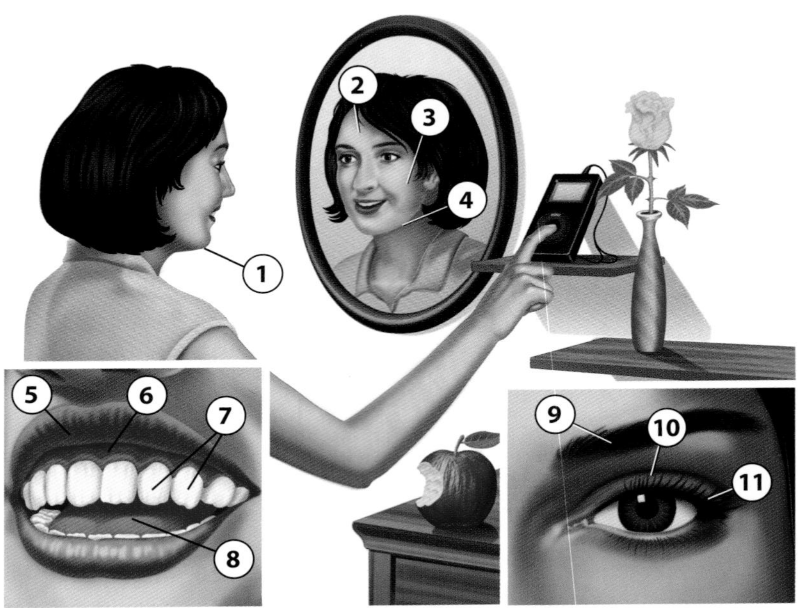

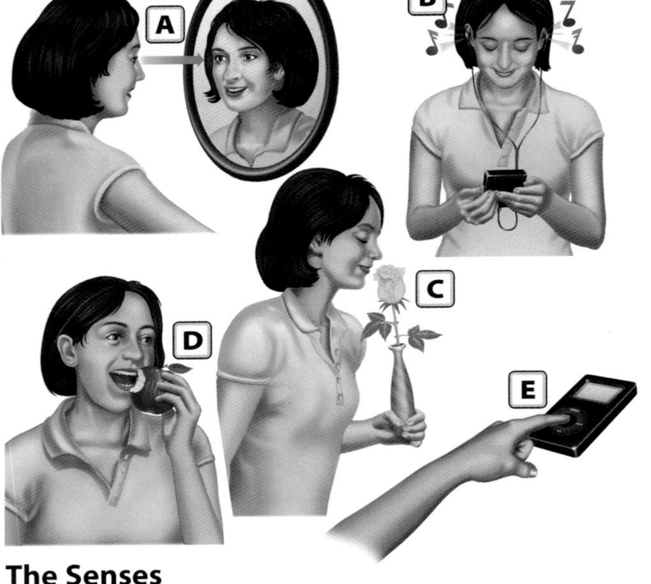

The Face
Mặt

1. chin
   cằm
2. forehead
   trán
3. cheek
   gò má
4. jaw
   hàm

The Mouth
Miệng

5. lip
   môi
6. gums
   lợi
7. teeth
   răng
8. tongue
   lưỡi

The Eye
Mắt

9. eyebrow
   lông mày
10. eyelid
    mí mắt
11. eyelashes
    lông mi

The Senses
Giác Quan

A. **see**
   thấy
B. **hear**
   nghe
C. **smell**
   ngửi
D. **taste**
   nếm
E. **touch**
   sờ

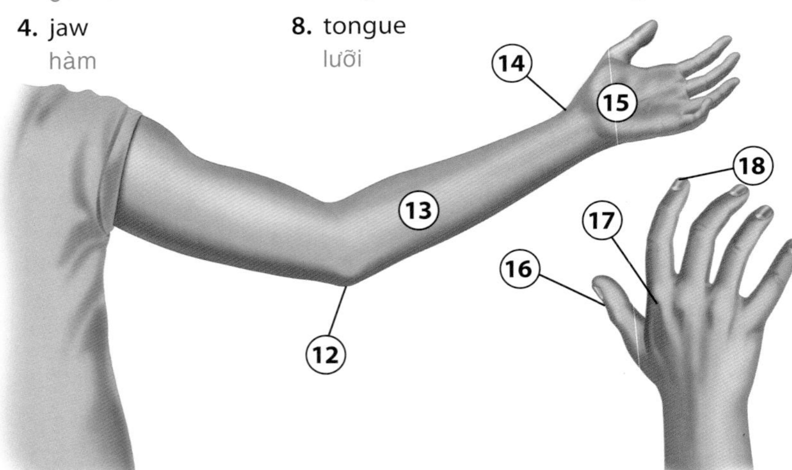

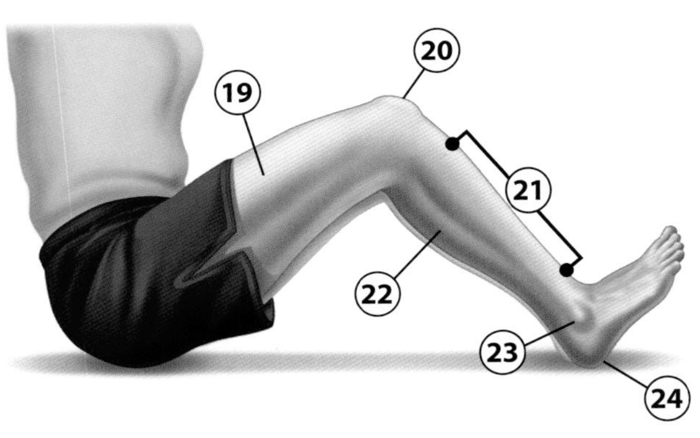

The Arm, Hand, and Fingers Cánh Tay, Bàn Tay Và Ngón Tay

12. elbow
    khuỷu tay
13. forearm
    cánh tay
14. wrist
    cổ tay
15. palm
    lòng bàn tay
16. thumb
    ngón tay cái
17. knuckle
    khớp đốt ngón tay
18. fingernail
    móng tay

The Leg and Foot Cẳng Và Chân

19. thigh
    bắp vế
20. knee
    đầu gối
21. shin
    ống quyển
22. calf
    bắp chân
23. ankle
    mắt cá
24. heel
    gót chân

More vocabulary

torso: the part of the body from the shoulders to the pelvis
limbs: arms and legs
toenail: the nail on your toe

Pair practice. Make new conversations.

A: *Is your arm OK?*
B: *Yes, but now my elbow hurts.*
A: *I'm sorry to hear that.*

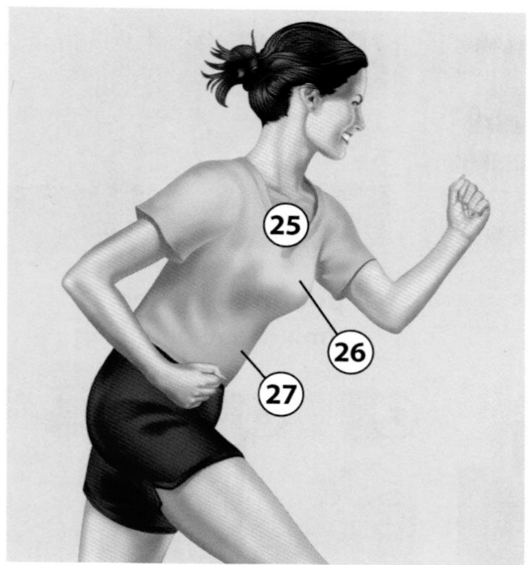

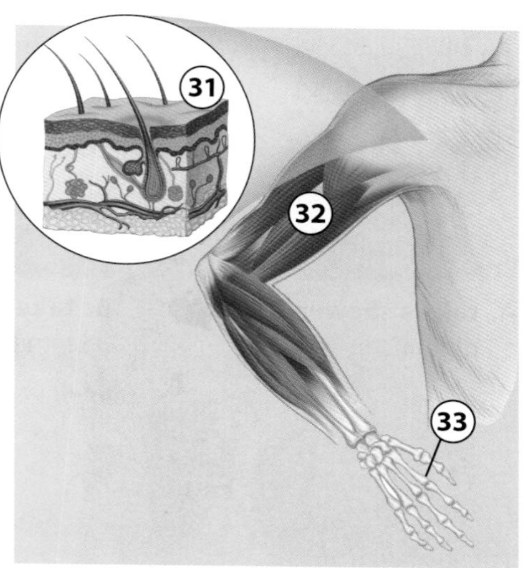

25. chest
ngực

26. breast
vú

27. abdomen
bụng

28. shoulder blade
bả vai

29. lower back
dưới lưng

30. buttocks
mông

31. skin
da

32. muscle
bắp thịt

33. bone
xương

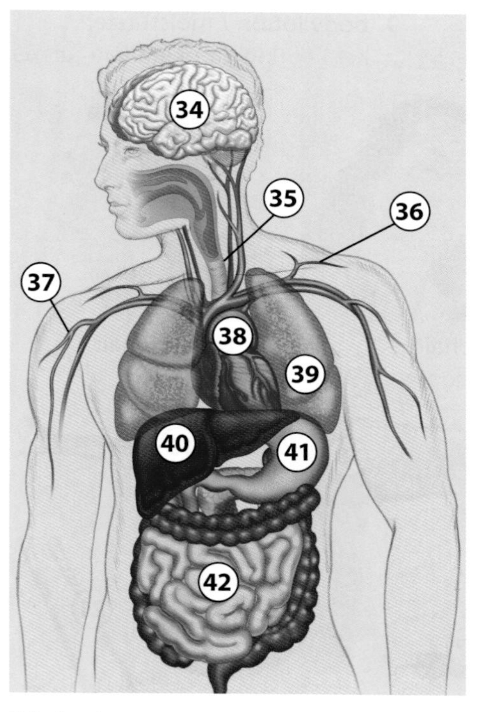

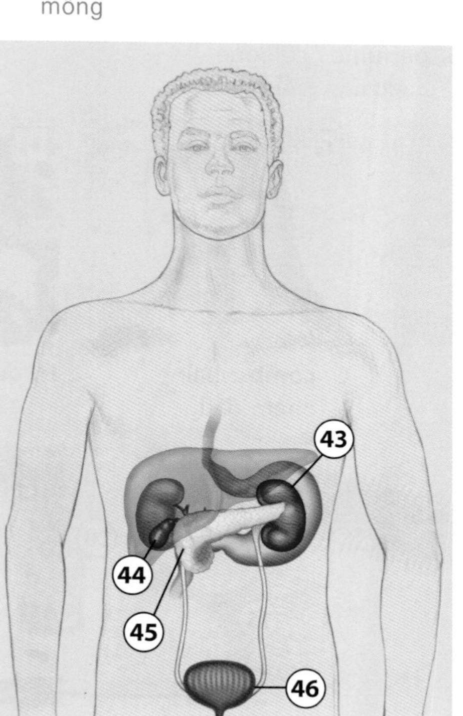

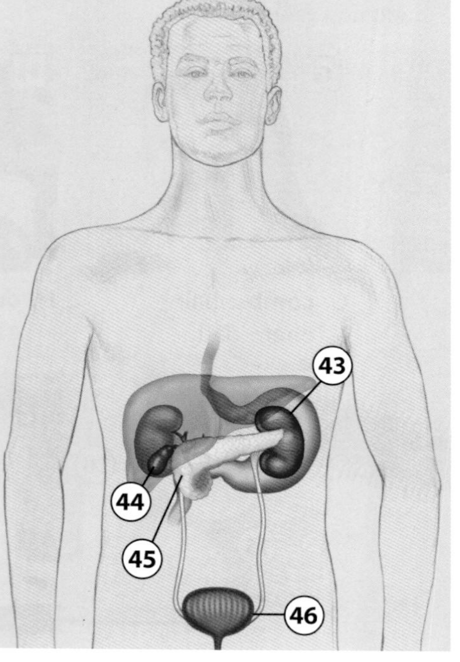

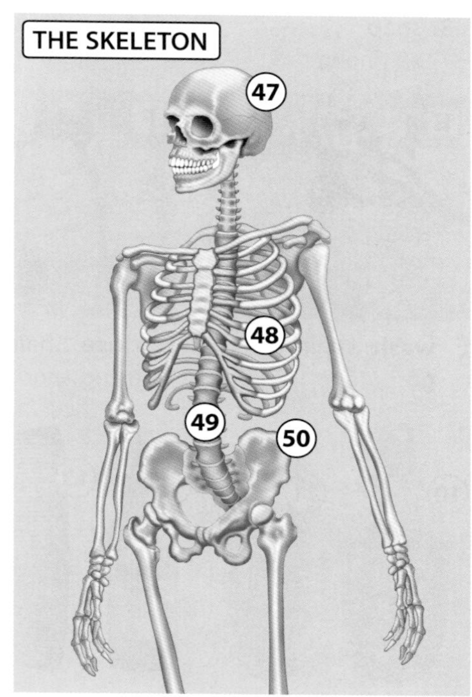

34. brain
não óc

35. throat
cổ họng

36. artery
động mạch

37. vein
tĩnh mạch

38. heart
tim

39. lung
phổi

40. liver
gan

41. stomach
bao tử

42. intestines
ruột

43. kidney
thận

44. gallbladder
túi mật

45. pancreas
tuyến tụy

46. bladder
bàng quang, bọng đái

47. skull
xương sọ

48. rib cage
giàn xương sườn

49. spinal column
xương sống

50. pelvis
xương chậu

Personal Hygiene

Vệ Sinh Cá Nhân

A. **take** a shower
đi tắm

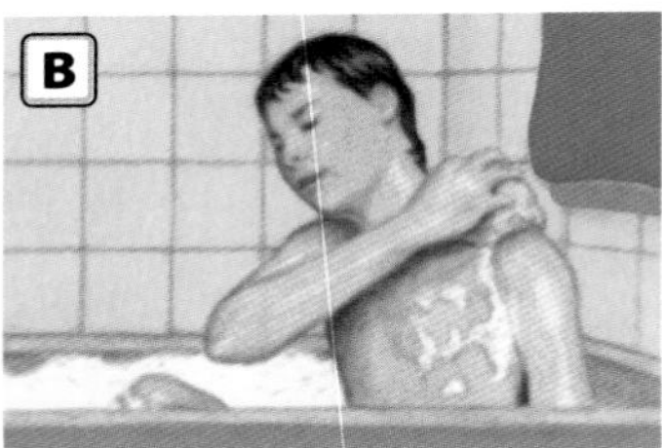

B. **take** a bath / **bathe**
tắm bồn tắm / **tắm rửa**

C. **use** deodorant
thoa thuốc khử mùi

D. **put on** sunscreen
thoa dầu chống nắng

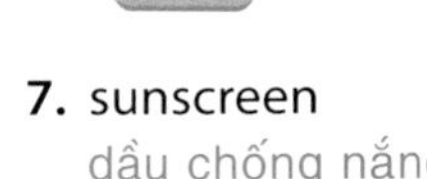

1. shower cap
mũ che tóc khi tắm
2. shower gel
xà phòng dạng gel
3. soap
xà phòng
4. bath powder
bột phấn
5. deodorant / antiperspirant
thuốc khử mùi / thuốc chống tiết mồ hôi
6. perfume / cologne
nước hoa / dầu thơm
7. sunscreen
dầu chống nắng
8. sunblock
kem chống nắng
9. body lotion / moisturizer
kem dưỡng da / kem làm ẩm da

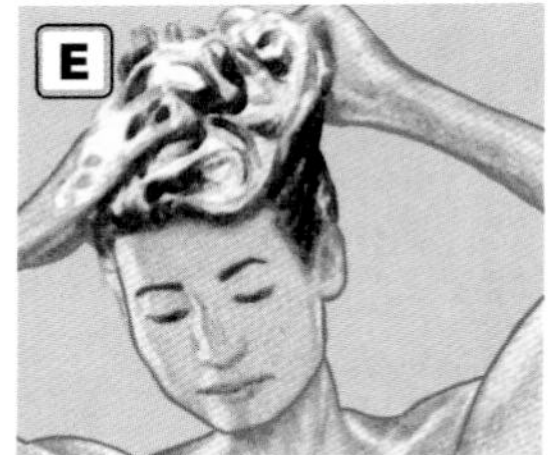

E. **wash**...hair
gội...đầu

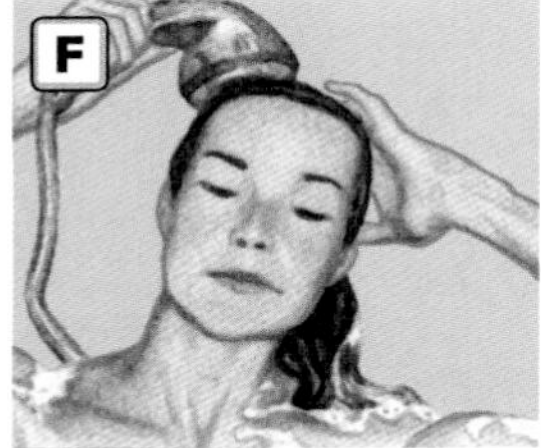

F. **rinse**...hair
tráng...tóc

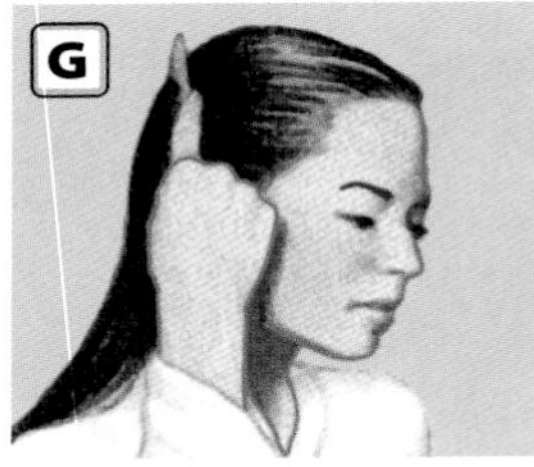

G. **comb**...hair
chải...đầu

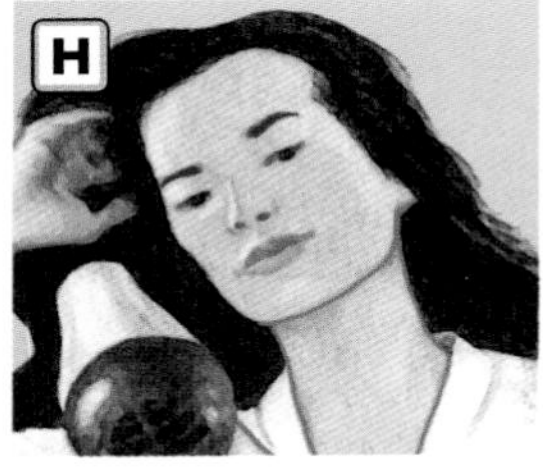

H. **dry**...hair
sấy...tóc

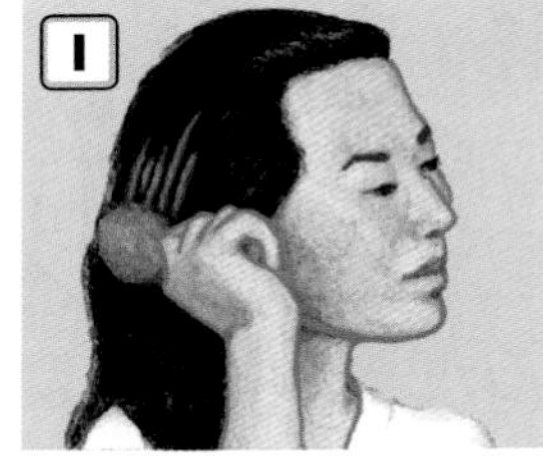

I. **brush**...hair
chải...tóc

10. shampoo
thuốc gội đầu
11. conditioner
thuốc dưỡng tóc
12. hair spray
keo xịt tóc
13. comb
lược
14. brush
lược kiểu bàn chải
15. pick
lược đứng
16. hair gel
keo thoa tóc
17. curling iron
cây uốn tóc
18. blow dryer
máy sấy tóc
19. hair clip
kẹp tóc
20. barrette
cột tóc
21. bobby pins
kẹp tóc

More vocabulary

unscented: a product without perfume or scent

hypoallergenic: a product that is better for people with allergies

Think about it. Discuss.

1. Which personal hygiene products should someone use before a job interview?
2. What is the right age to start wearing makeup? Why?

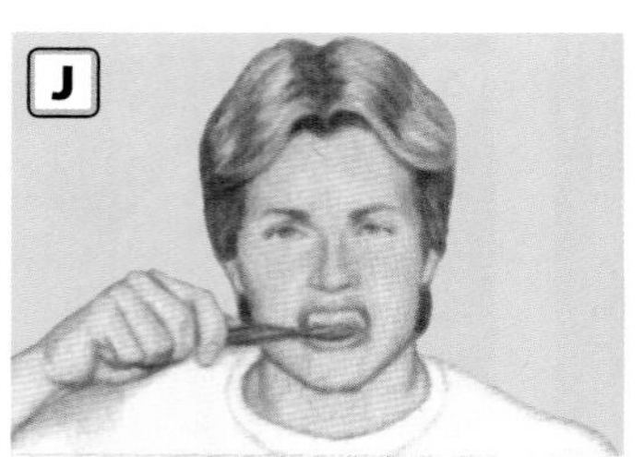

J. **brush**...teeth
đánh...răng

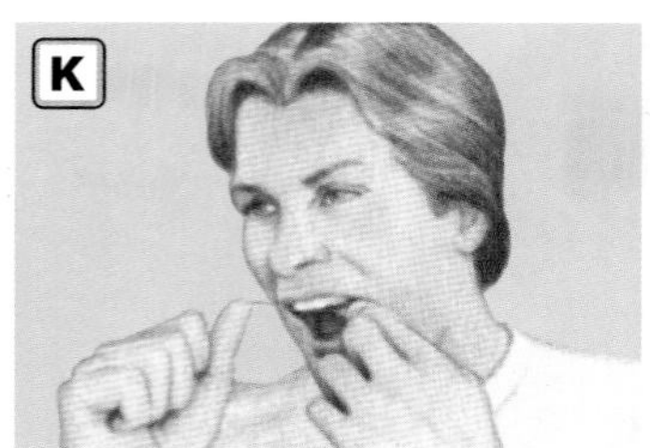

K. **floss**...teeth
xỉa...răng **bằng chỉ**

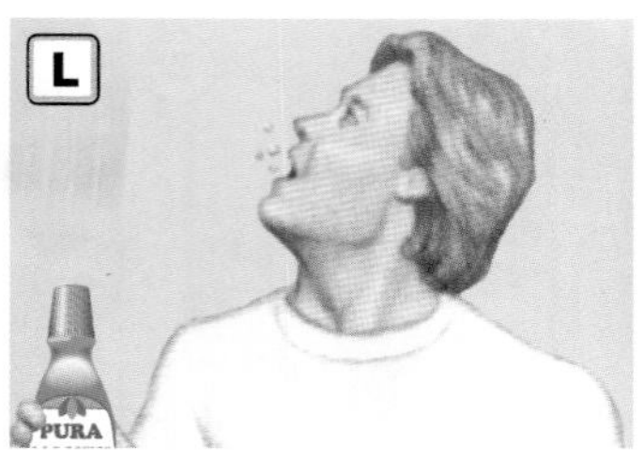

L. **gargle**
xúc miệng

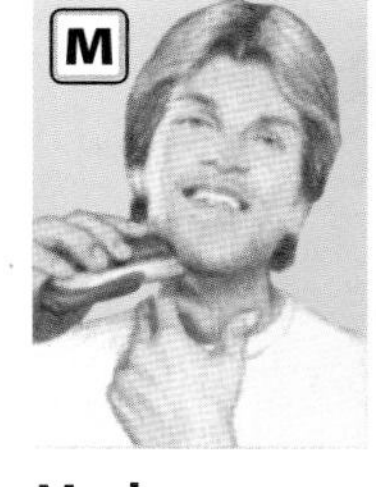

M. **shave**
cạo

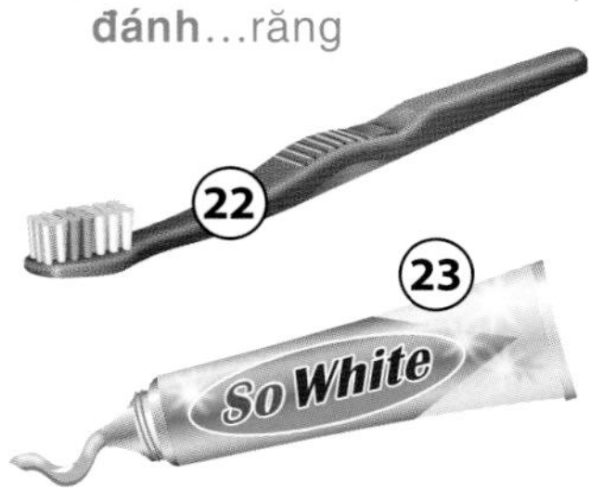

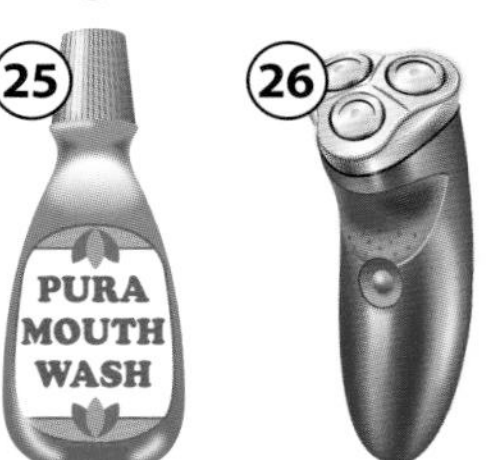

22. toothbrush
bàn chải đánh răng
23. toothpaste
kem đánh răng
24. dental floss
chỉ xỉa răng
25. mouthwash
nước xúc miệng
26. electric shaver
máy cạo râu bằng điện
27. razor
cái cạo râu
28. razorblade
lưỡi dao cạo
29. shaving cream
kem cạo râu
30. aftershave
thuốc thoa mặt (sau khi cạo)

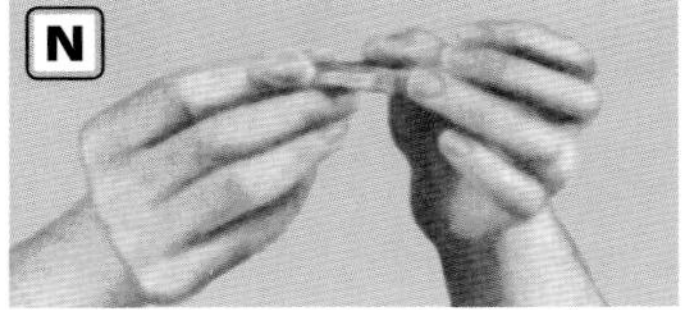

N. **cut**...nails
cắt...móng tay

O. **polish**...nails
sơn...móng tay

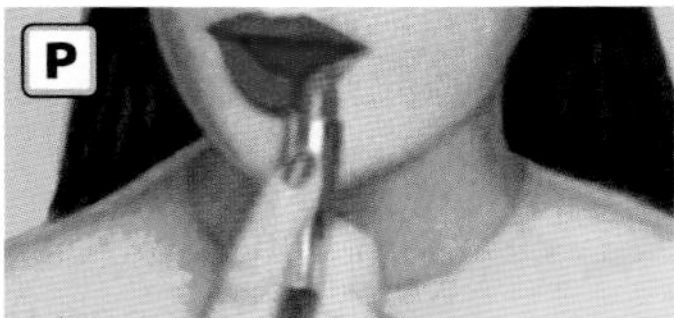

P. **put on / apply**
tô vào / thoa vào

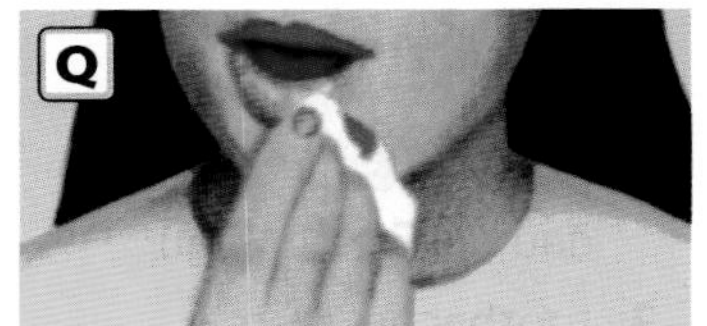

Q. **take off / remove**
xóa đi / chùi

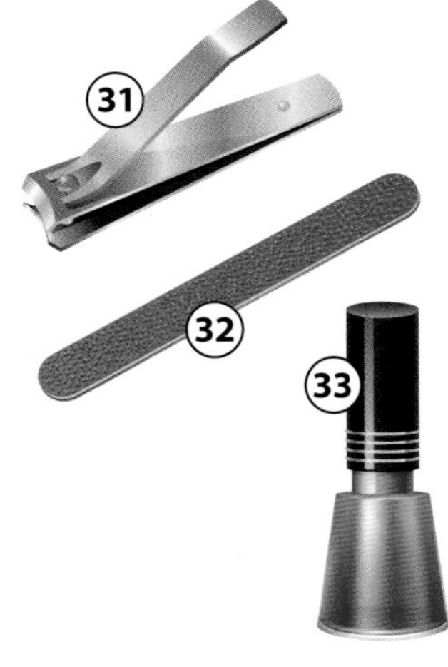

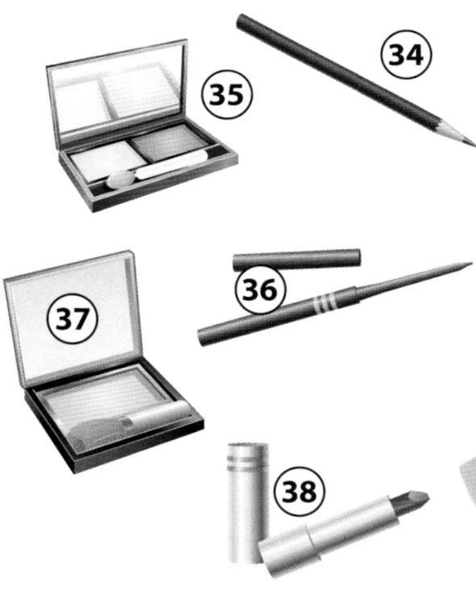

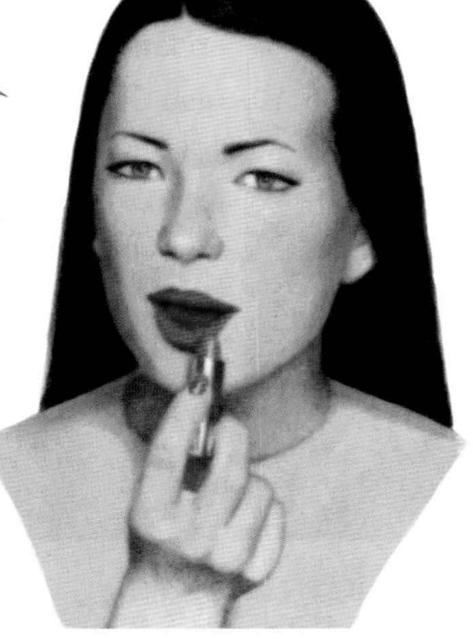

Makeup Trang Điểm

31. nail clipper
đồ cắt móng tay
32. emery board
đồ dũa móng tay
33. nail polish
sơn móng tay
34. eyebrow pencil
chì kẻ chân mày
35. eye shadow
phấn mắt
36. eyeliner
chì kẻ viền mắt
37. blush
phấn má
38. lipstick
son môi
39. mascara
thuốc chải mi
40. foundation
kem nền
41. face powder
phấn thoa mặt
42. makeup remover
nước tẩy trang điểm

Symptoms and Injuries

Triệu Chứng Và Thương Tích

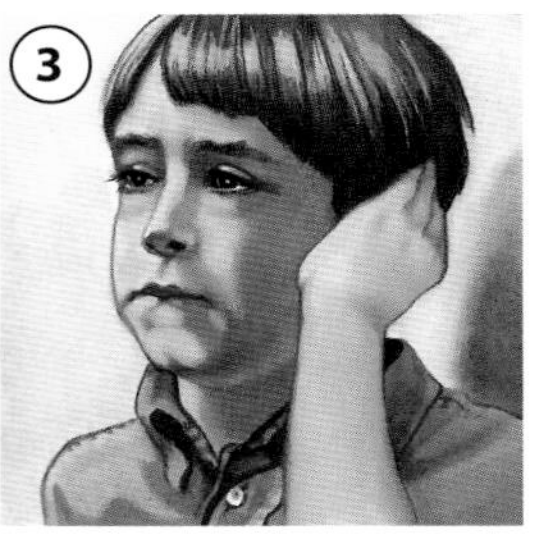

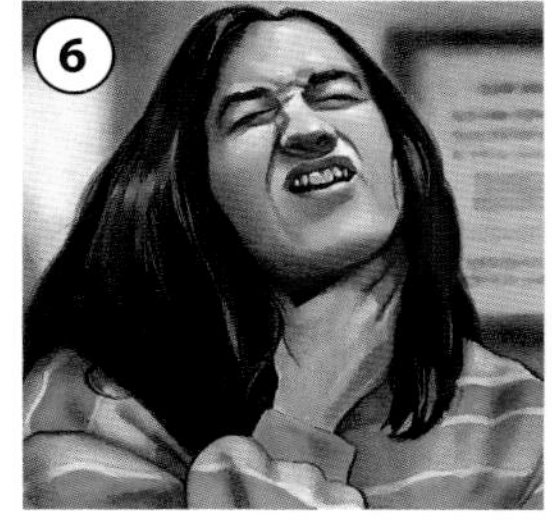

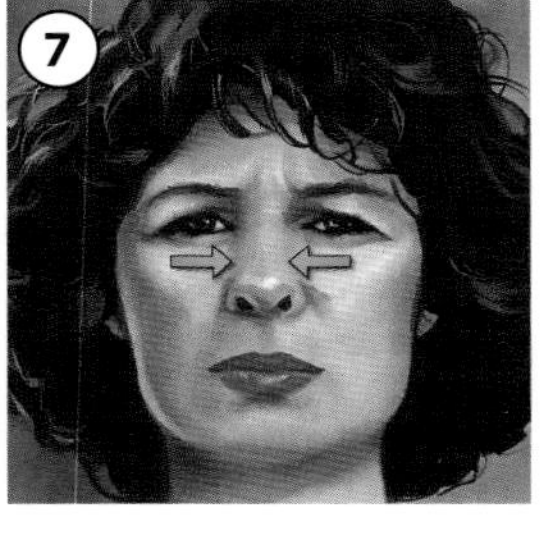

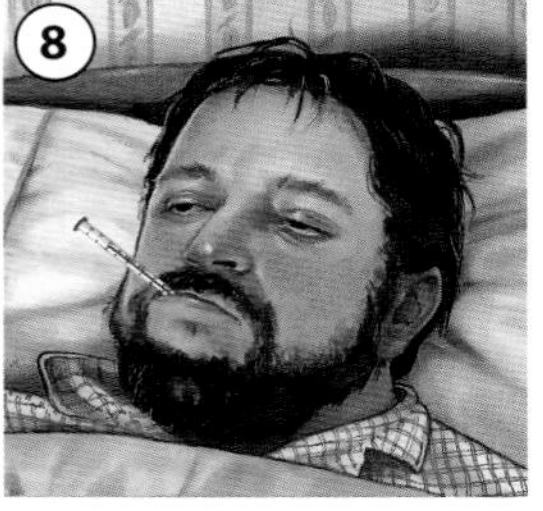

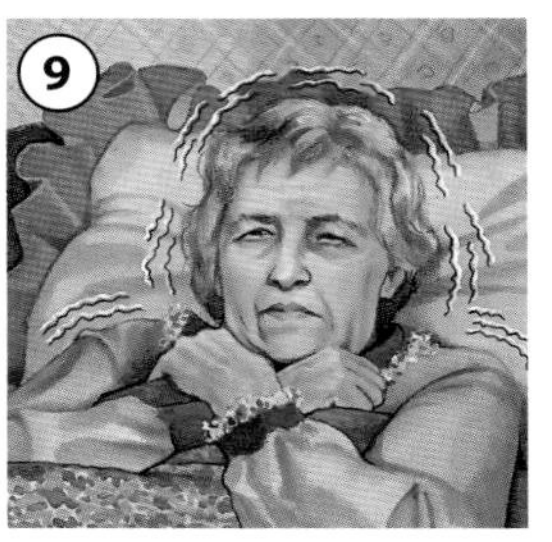

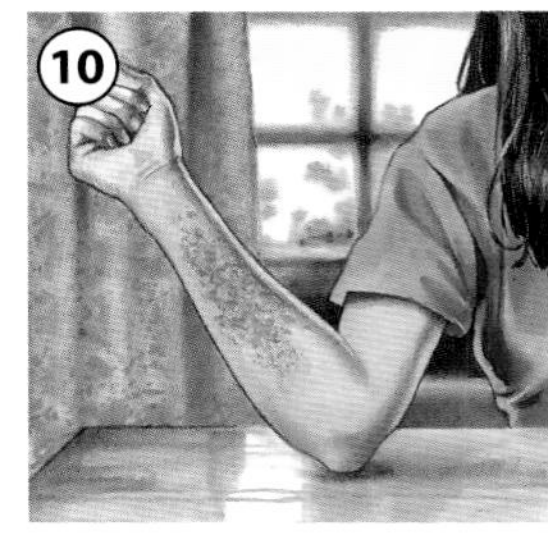

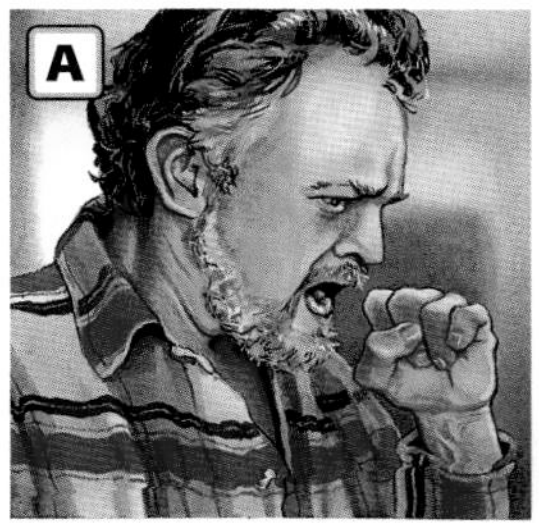

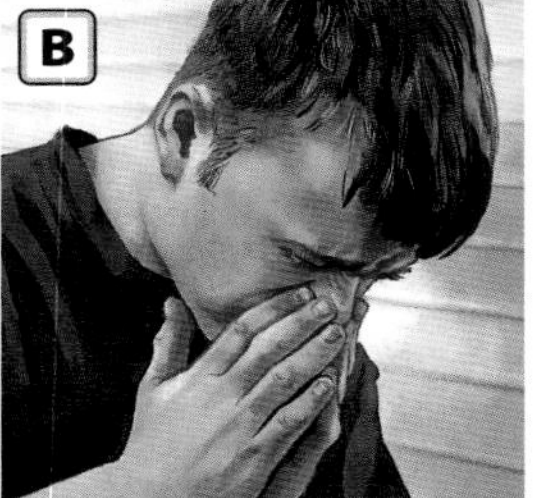

1. headache
   đau đầu / nhức đầu
2. toothache
   đau răng
3. earache
   đau tai
4. stomachache
   đau bụng
5. backache
   đau lưng
6. sore throat
   đau cổ
7. nasal congestion
   nghẹt mũi
8. fever / temperature
   sốt / có nhiệt độ cao
9. chills
   ớn lạnh
10. rash
    nổi phong

A. **cough**
   ho
B. **sneeze**
   hắt hơi
C. **feel** dizzy
   cảm thấy chóng mặt
D. **feel** nauseous
   cảm thấy buồn nôn
E. **throw up / vomit**
   nôn / mửa

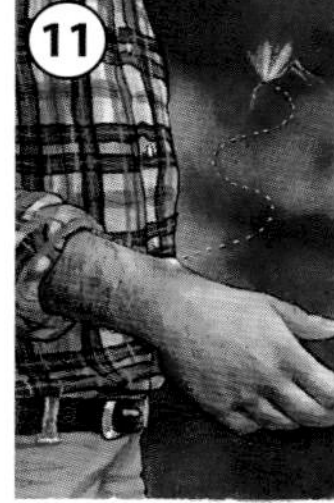

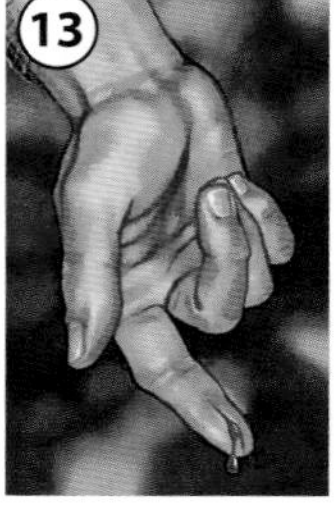

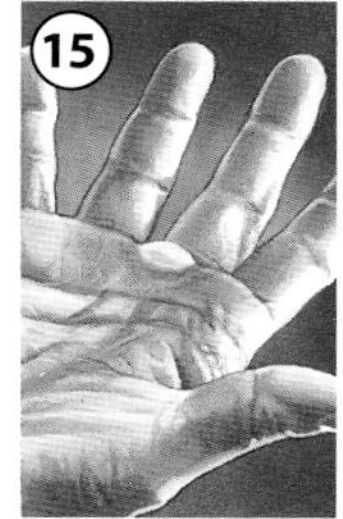

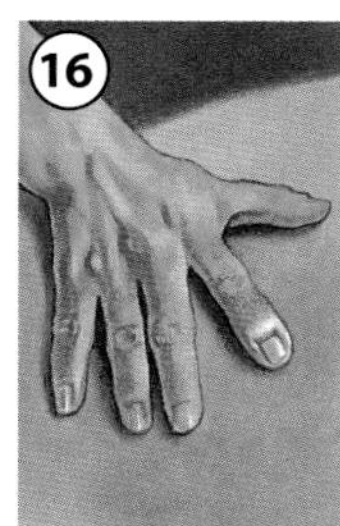

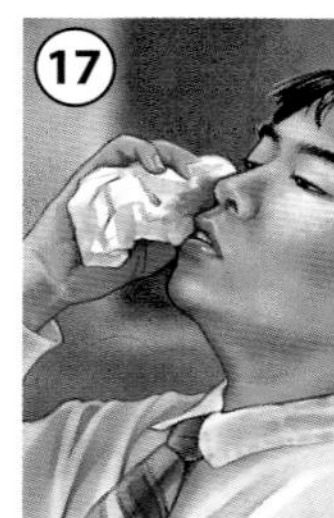

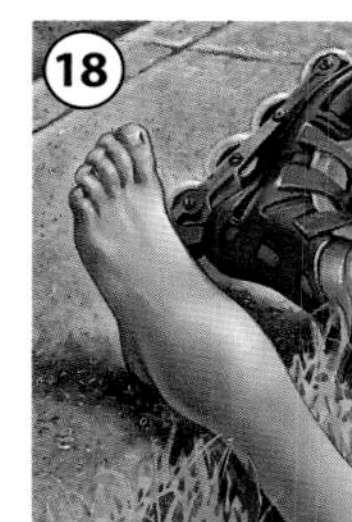

11. insect bite
    vết côn trùng cắn
12. bruise
    bầm
13. cut
    bị cắt / bị đứt
14. sunburn
    cháy nắng
15. blister
    nốt phồng
16. swollen finger
    ngón tay bị sưng
17. bloody nose
    chảy máu mũi
18. sprained ankle
    trật mắt cá

Look at the pictures.
Describe the symptoms and injuries.

A: *He has* *a backache*.
B: *She has* *a toothache*.

Think about it. Discuss.

1. What are some common cold symptoms?
2. What do you recommend for a stomachache?
3. What is the best way to stop a bloody nose?

Illnesses and Medical Conditions

Common Illnesses and Childhood Diseases Các Bệnh Thông Thường Và Bệnh Trẻ Em

1. cold
cảm

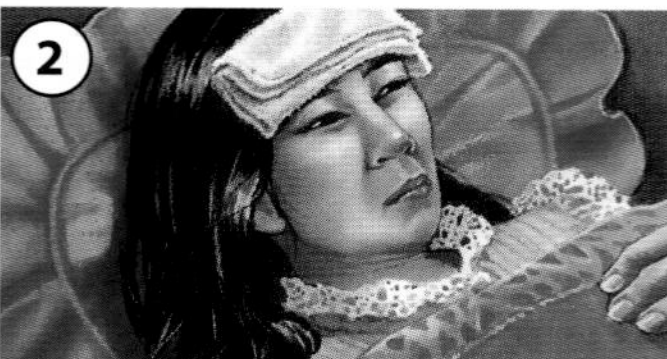

2. flu
cúm

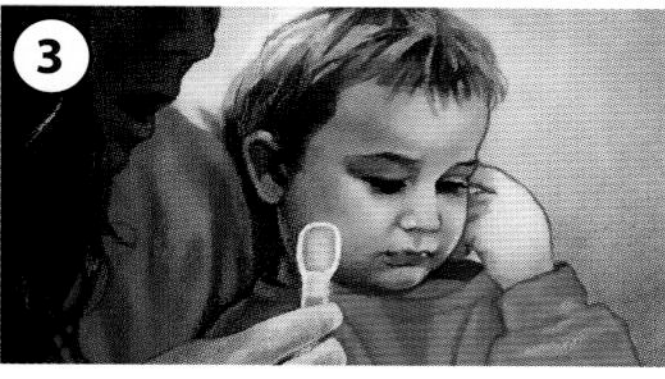

3. ear infection
tai bị nhiễm trùng

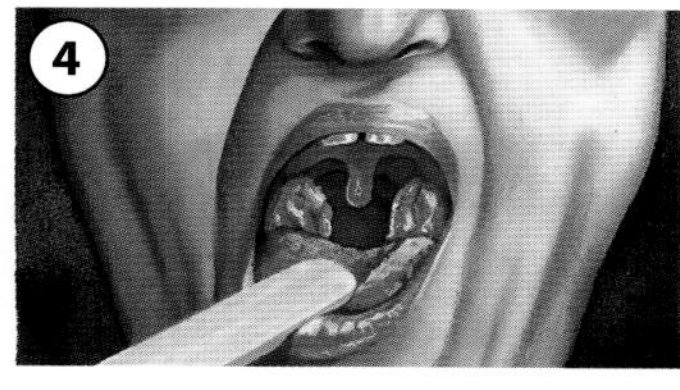

4. strep throat
sưng cổ

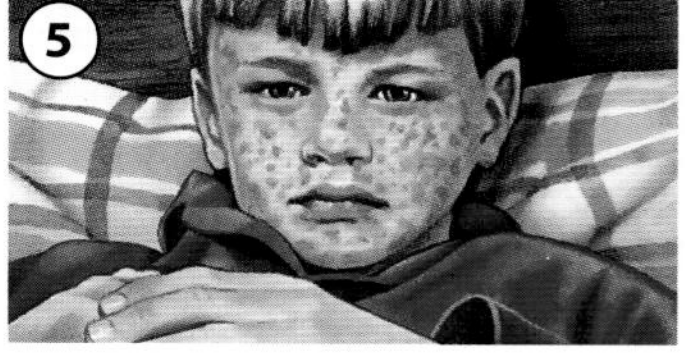

5. measles
lên sởi

6. chicken pox
thủy đậu

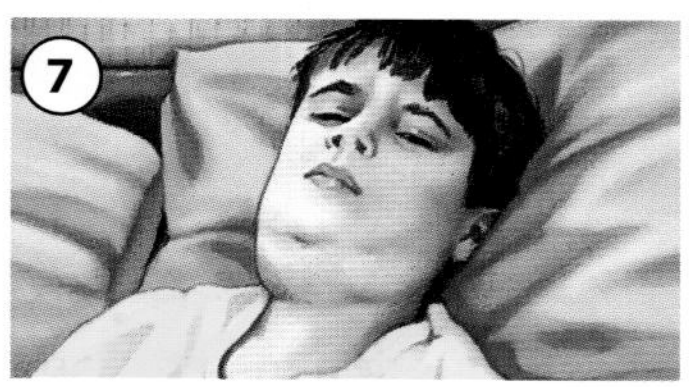

7. mumps
quai bị

8. allergies
dị ứng

Serious Medical Conditions and Diseases Các Căn Bệnh và Bệnh Trạng Trầm Trọng

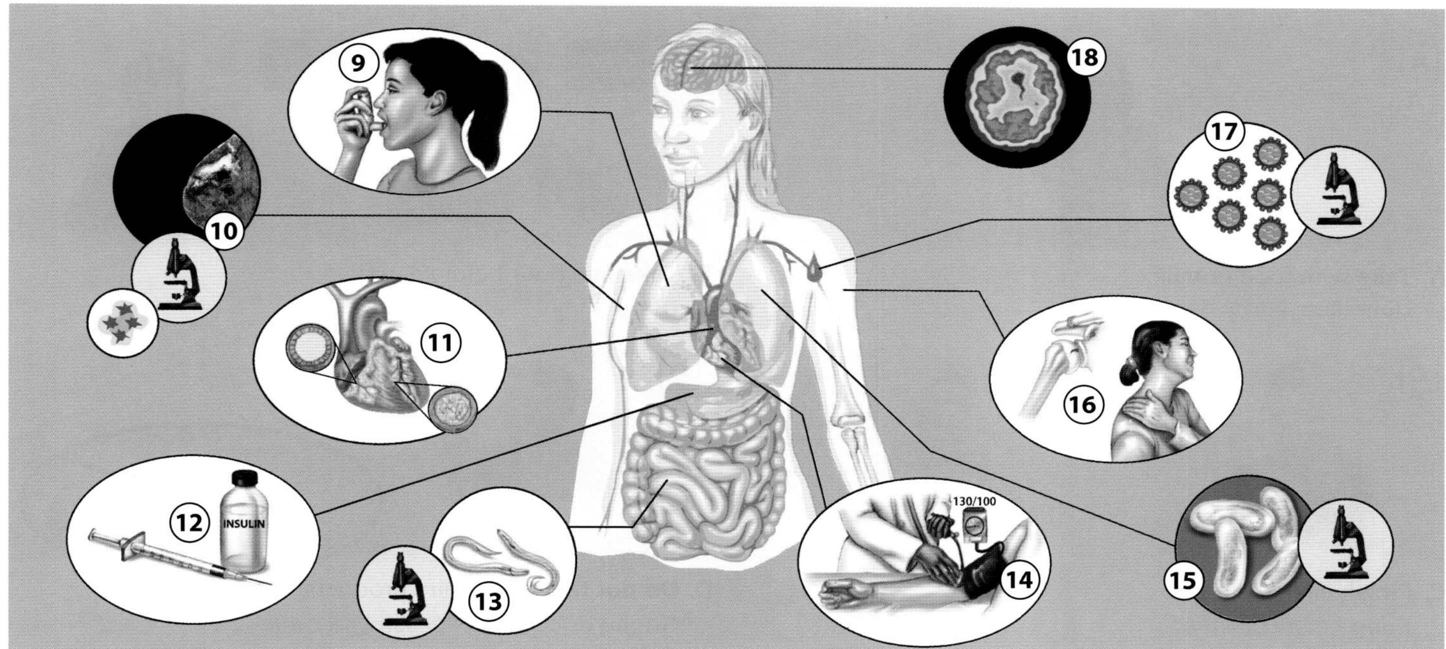

9. asthma
suyễn

10. cancer
ung thư

11. heart disease
bệnh tim

12. diabetes
tiểu đường

13. intestinal parasites
bệnh giun sán

14. high blood pressure / hypertension
huyết áp cao / cao máu

15. TB (tuberculosis)
lao phổi

16. arthritis
viêm khớp

17. HIV (human immunodeficiency virus)
HIV (siêu vi bệnh liệt kháng)

18. dementia
mất trí

More vocabulary

AIDS (acquired immune deficiency syndrome): a medical condition that results from contracting the HIV virus

Alzheimer's disease: a disease that causes dementia

coronary disease: heart disease

infectious disease: a disease that is spread through air or water

influenza: flu

A Pharmacy   Nhà Thuốc Tây

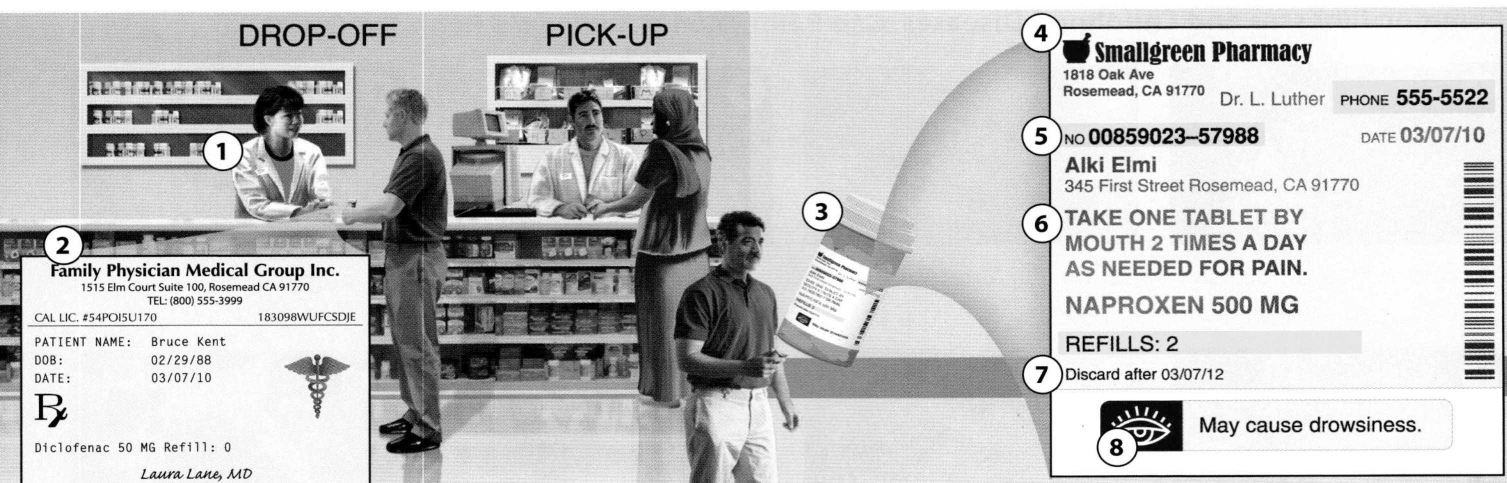

1. pharmacist
   dược sĩ
2. prescription
   toa thuốc
3. prescription medication
   thuốc do bác sĩ cho toa
4. prescription label
   nhãn hiệu toa thuốc
5. prescription number
   số toa
6. dosage
   liều lượng
7. expiration date
   ngày hết hạn
8. warning label
   nhãn hiệu cảnh báo

Medical Warnings Cảnh Báo Y Tế

A. **Take** with food or milk.
Uống kèm với đồ ăn hoặc sữa.

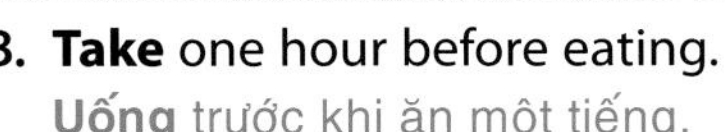

B. **Take** one hour before eating.
Uống trước khi ăn một tiếng.

C. **Finish** all medication.
Xong hết tất cả thuốc.

D. **Do not take** with dairy products.
Không được uống với sản phẩm sữa.

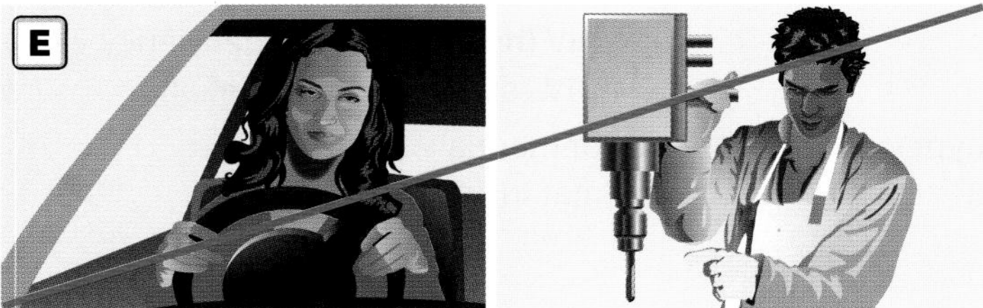

E. **Do not drive or operate** heavy machinery.
Không được lái xe hoặc điều khiển máy móc.

F. **Do not drink** alcohol.
Không được uống rượu.

More vocabulary

prescribe medication: to write a prescription
fill prescriptions: to prepare medication for patients
pick up a prescription: to get prescription medication

Role play. Talk to the pharmacist.

A: *Hi. I need to pick up a prescription for Jones.*
B: *Here's your medication, Mr. Jones. Take these once a day with milk or food.*

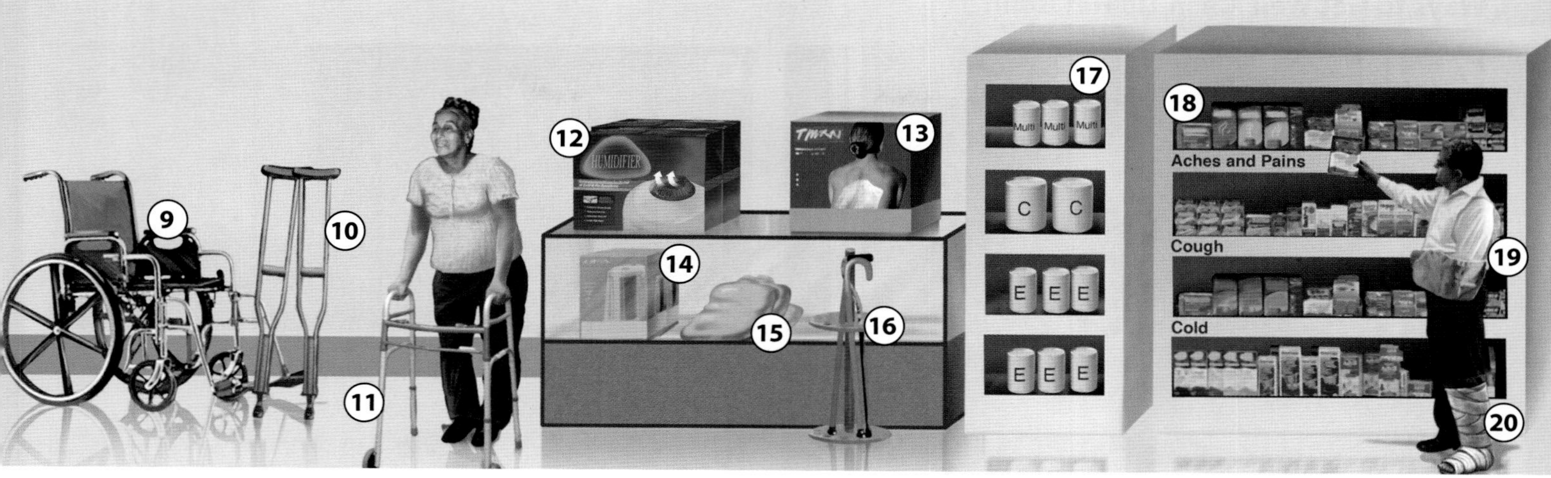

9. wheelchair
xe lăn
10. crutches
nạng
11. walker
cây chống (để đi)
12. humidifier
máy tăng độ ẩm
13. heating pad
tấm đệm nóng
14. air purifier
máy lọc không khí
15. hot water bottle
túi chườm nóng
16. cane
gậy
17. vitamins
thuốc bổ
18. over-the-counter medication
thuốc không cần toa
19. sling
dây đeo (khi bó bột)
20. cast
băng bột / bó bột

Types of Medication Loại Thuốc

21. pill
thuốc viên tròn
22. tablet
thuốc viên dẹt
23. capsule
thuốc viên nang
24. ointment
thuốc mỡ
25. cream
kem

Over-the-Counter Medication Thuốc Không Cần Toa

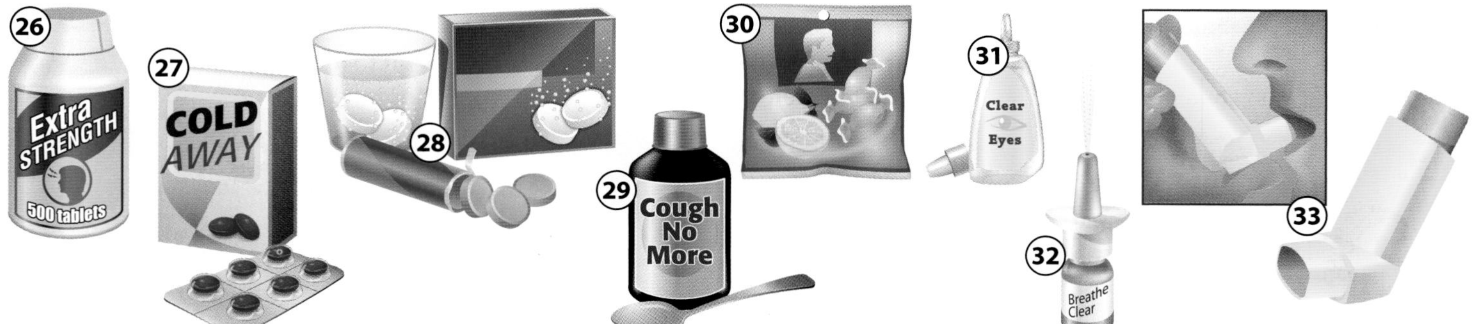

26. pain reliever
thuốc giảm đau
27. cold tablets
thuốc cảm dạng viên
28. antacid
thuốc giảm độ acid
29. cough syrup
thuốc ho dạng sirô
30. throat lozenges
thuốc ngậm ho
31. eye drops
thuốc nhỏ mắt
32. nasal spray
thuốc xịt mũi
33. inhaler
thuốc hít

Ways to talk about medication

Use *take* for pills, tablets, capsules, and cough syrup.
Use *apply* for ointments and creams.
Use *use* for drops, nasal sprays, and inhalers.

Ask your classmates. Share the answers.

1. What pharmacy do you go to?
2. Do you ever ask the pharmacist for advice?
3. Do you take any vitamins? Which ones?

Ways to Get Well Cách Để Hết Bệnh

A. **Seek** medical attention.
Đi bác sĩ.

B. **Get** bed rest.
Nằm nghỉ.

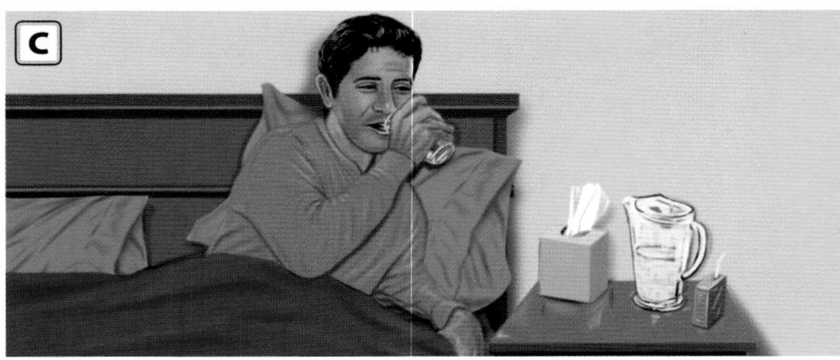

C. **Drink** fluids.
Uống nước.

D. **Take** medicine.
Uống thuốc.

Ways to Stay Well Cách Giữ Gìn Sức Khỏe

E. **Stay** fit.
Giữ cho cơ thể khỏe mạnh.

F. **Eat** a healthy diet.
Ăn uống điều độ.

G. **Don't smoke**.
Không hút thuốc.

H. **Have** regular checkups.
Đi khám sức khỏe thường xuyên.

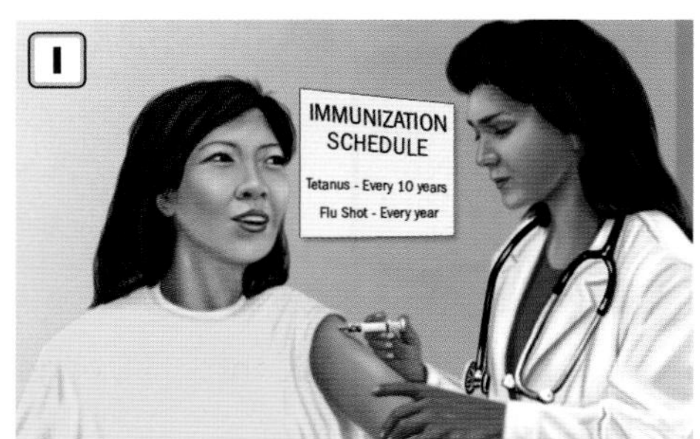

I. **Get** immunized.
Đi chích ngừa.

J. **Follow** medical advice.
Theo lời bác sĩ dặn.

More vocabulary

injection: medicine in a syringe that is put into the body

immunization / vaccination: an injection that stops serious diseases

Ask your classmates. Share the answers.

1. How do you stay fit?
2. What do you do when you're sick?
3. Which two foods are a part of your healthy diet?

Types of Health Problems Các Vấn Đề Sức Khỏe

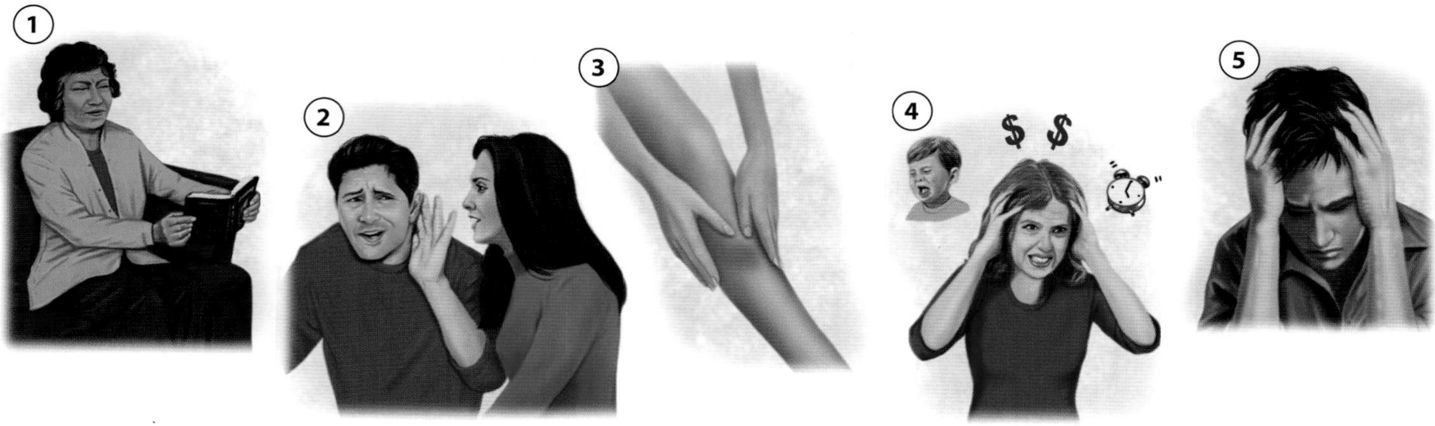

1. vision problems
vấn đề thị giác
2. hearing loss
lãng tai
3. pain
đau
4. stress
căng thẳng
5. depression
trầm cảm

Help with Health Problems Giúp Đỡ Các Vấn Đề Sức Khỏe

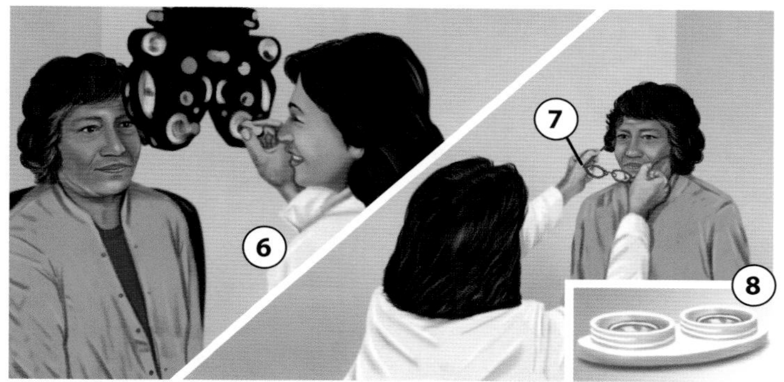

6. optometrist
chuyên viên đo thị lực
7. glasses
kiếng
8. contact lenses
kiếng sát tròng

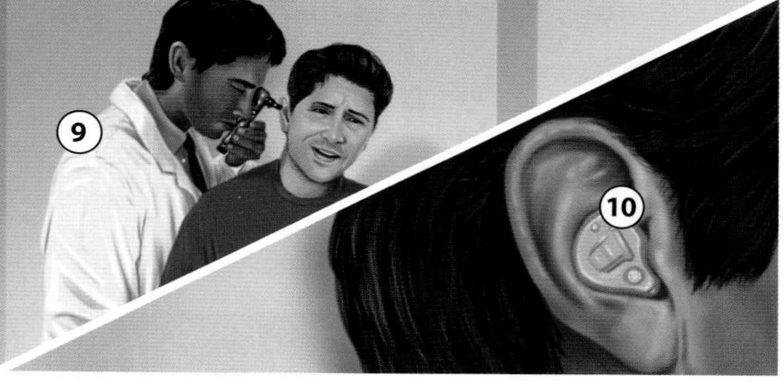

9. audiologist
chuyên viên thính học
10. hearing aid
máy trợ thính

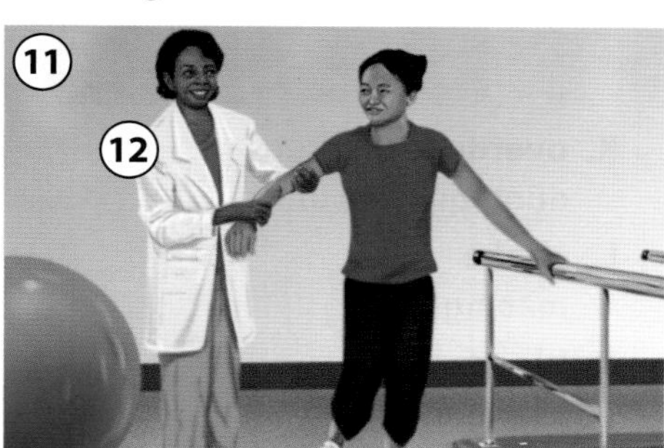

11. physical therapy
vật lý trị liệu
12. physical therapist
chuyên viên vật lý trị liệu

13. talk therapy
liệu pháp trò chuyện
14. therapist
chuyên viên trị liệu

15. support group
nhóm tương trợ

Ways to ask about health problems

Are you in pain?
Are you having vision problems?
Are you experiencing depression?

Pair practice. Make new conversations.

A: *Do you know a good optometrist?*
B: *Why? Are you having vision problems?*
A: *Yes, I might need glasses.*

Medical Emergencies

Cấp Cứu Y Tế

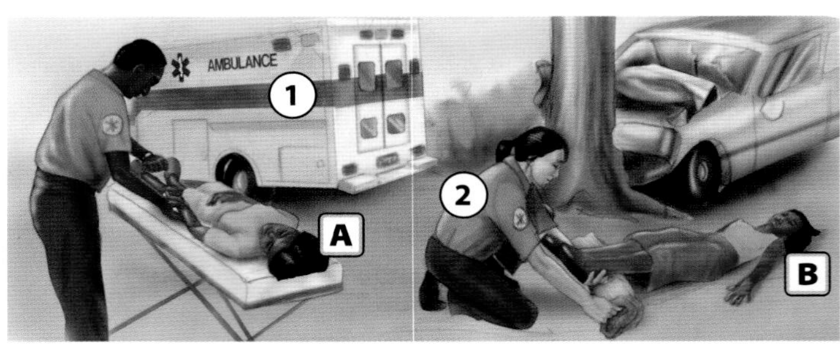

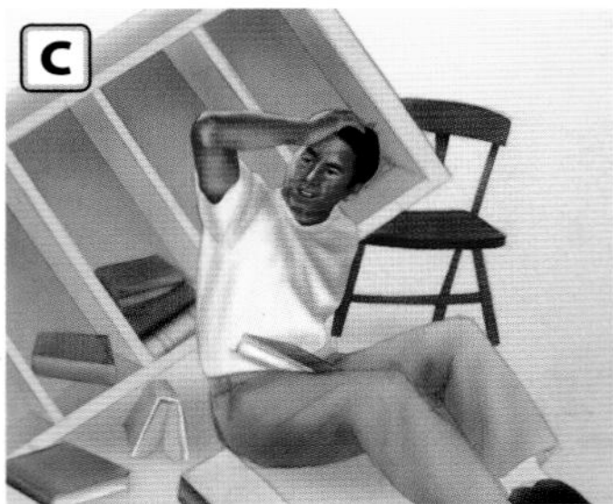

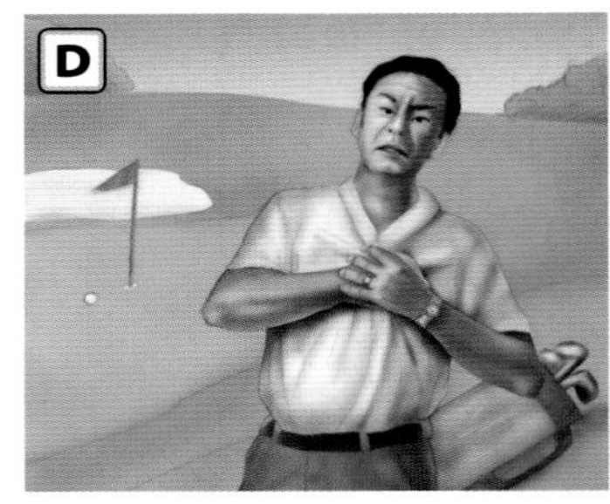

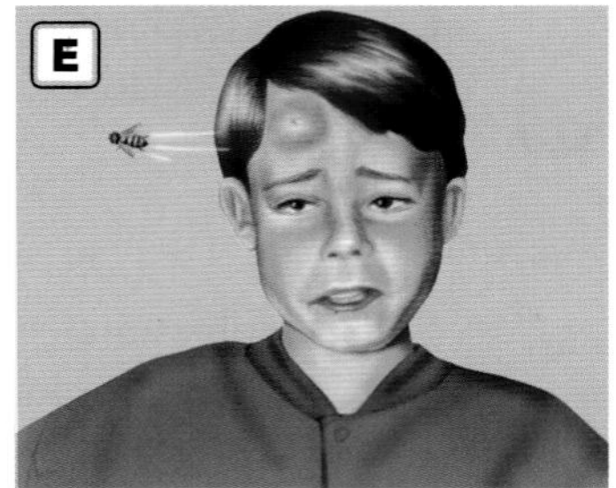

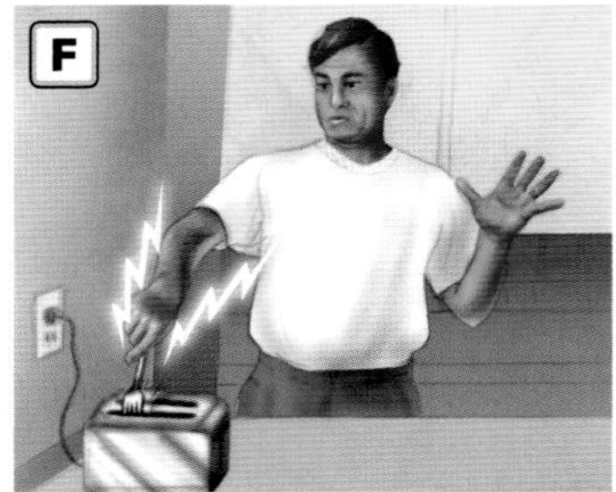

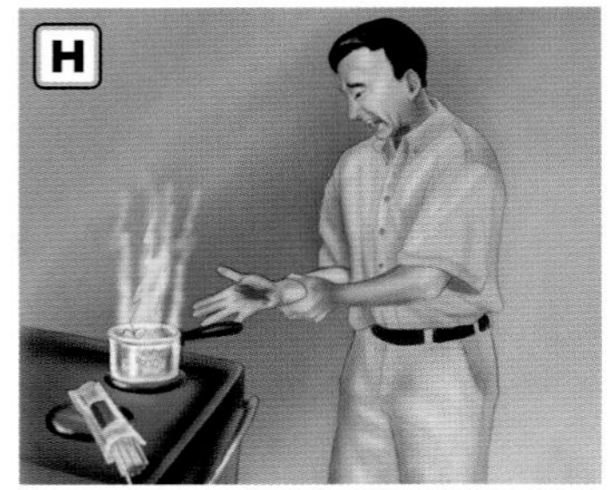

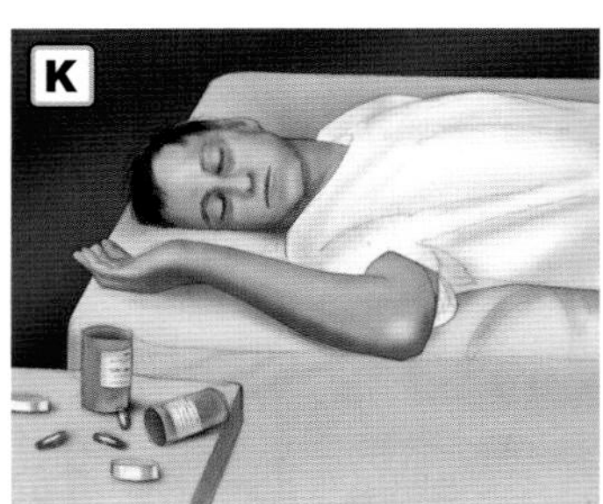

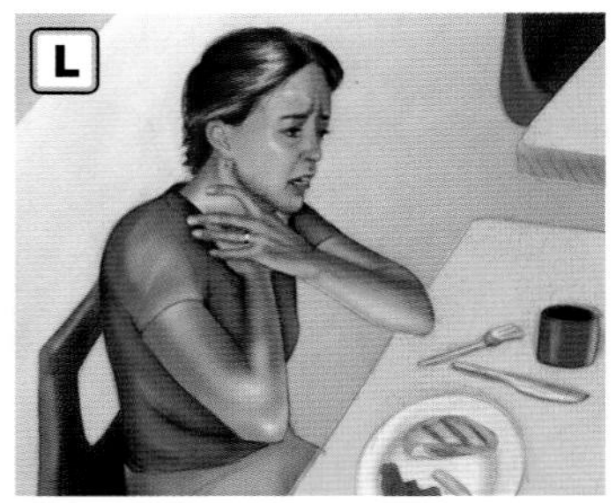

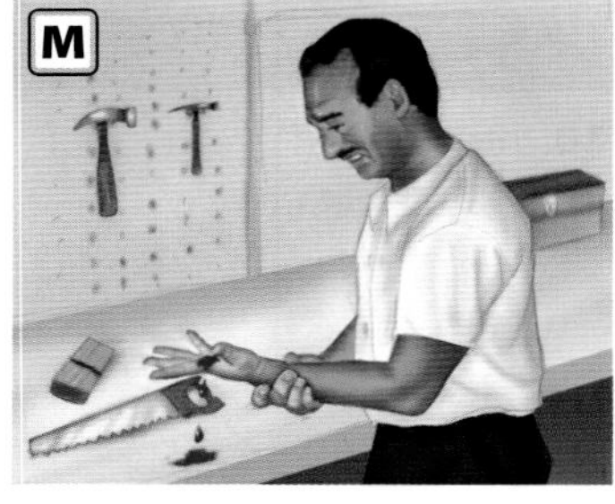

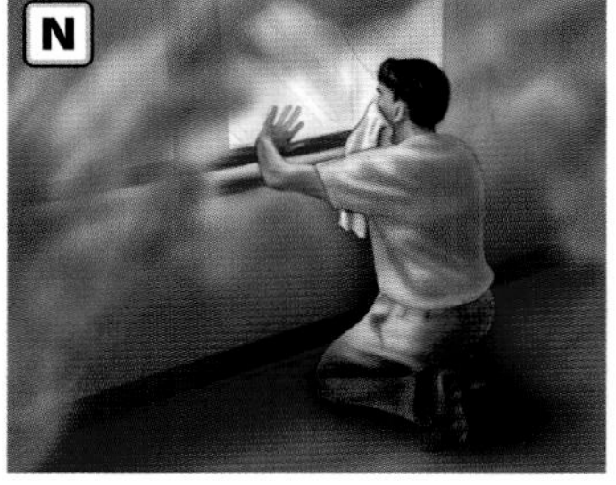

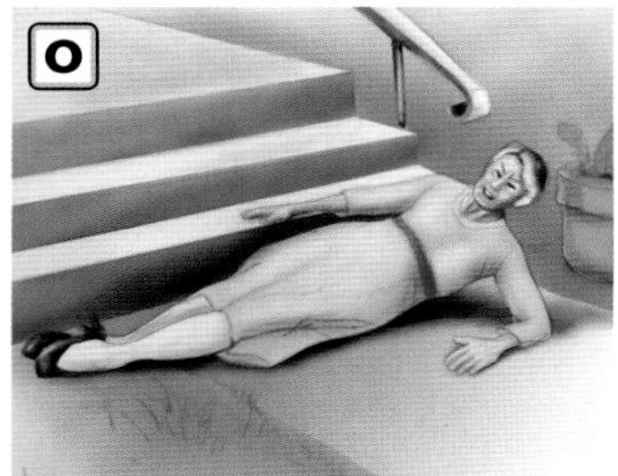

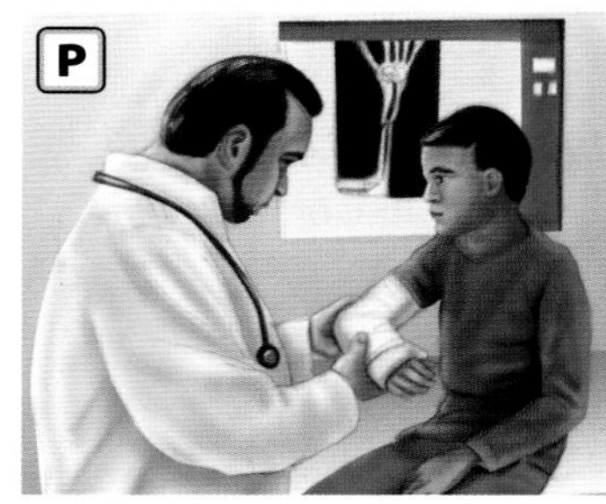

1. ambulance
   xe cứu thương
2. paramedic
   nhân viên cứu thương

A. **be** unconscious
   bị bất tỉnh
B. **be** in shock
   bị sốc
C. **be** injured / **be** hurt
   bị thương / **bị** đau
D. **have** a heart attack
   bị đau tim
E. **have** an allergic reaction
   bị dị ứng
F. **get** an electric shock
   bị điện giật
G. **get** frostbite
   bị băng cóng
H. **burn** (your)self
   bị **bỏng**
I. **drown**
   chết đuối
J. **swallow** poison
   ngộ độc
K. **overdose** on drugs
   dùng quá liều thuốc
L. **choke**
   mắc nghẹn
M. **bleed**
   chảy máu
N. **can't breathe**
   thở không được
O. **fall**
   té
P. **break** a bone
   gẫy xương

Grammar Point: past tense

For past tense add –ed:
burned, drowned, swallowed, overdosed, choked

These verbs are different (irregular):

be – was, were
have – had
get – got
bleed – bled
can't – couldn't
break – broke
fall – fell

First Aid Cứu Thương

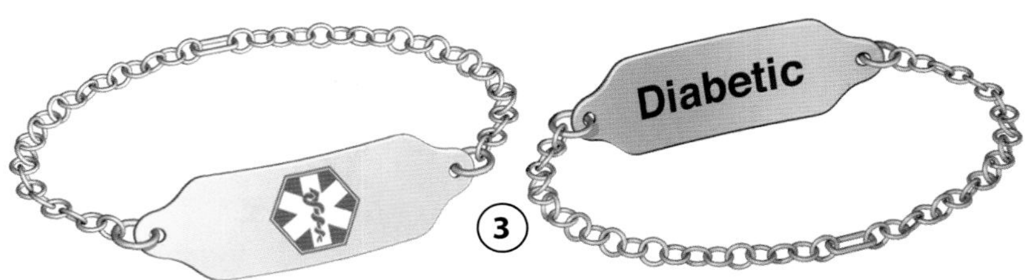

1. first aid kit
   thùng cấp cứu / đồ cứu thương
2. first aid manual
   cẩm nang cấp cứu
3. medical emergency bracelet
   vòng đeo tay cấp cứu y tế

Inside the Kit Trong Thùng

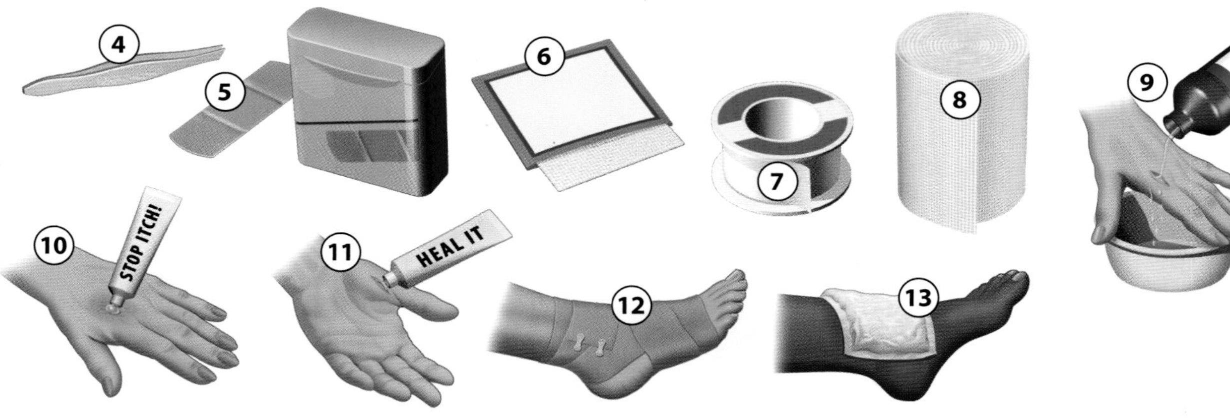

4. tweezers
   cái nhíp
5. adhesive bandage
   băng dán
6. sterile pad
   băng khử trùng
7. sterile tape
   băng dán khử trùng
8. gauze
   băng
9. hydrogen peroxide
   nước oxy già
10. antihistamine cream
    kem chống histamin
11. antibacterial ointment
    kem chống vi khuẩn
12. elastic bandage
    băng quấn
13. ice pack
    bao đá lạnh
14. splint
    thanh nẹp

First Aid Procedures Phương Pháp Cấp Cứu

15. stitches
    mũi khâu

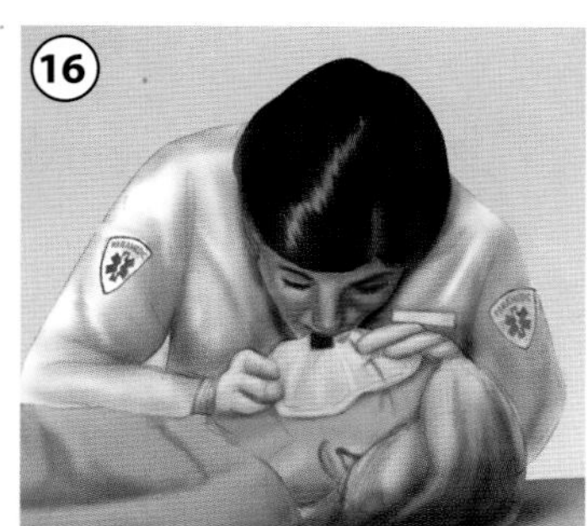

16. rescue breathing
    hô hấp nhân tạo

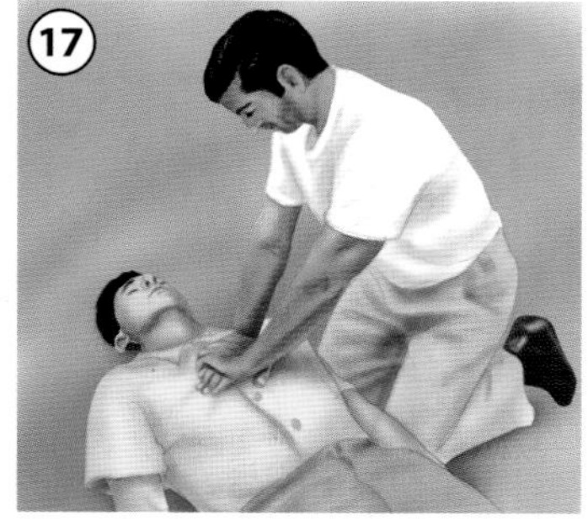

17. CPR (cardiopulmonary resuscitation)
    hồi sức tim phổi

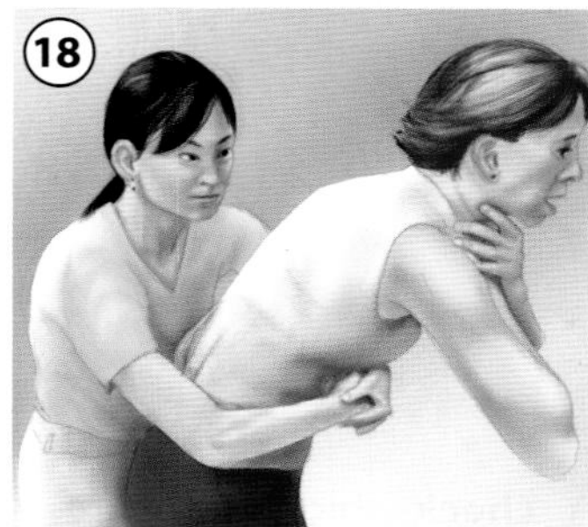

18. Heimlich maneuver
    cách trị nghẹn thở Heimlich

Pair practice. Make new conversations.

A: *What do we need in the first aid kit?*
B: *We need <u>tweezers</u> and <u>gauze</u>.*
A: *I think we need <u>sterile tape</u>, too.*

Think about it. Discuss.

1. What are the three most important first aid items? Why?
2. Which first aid procedures should everyone know? Why?
3. What are some good places to keep a first aid kit?

In the Waiting Room Trong Phòng Đợi

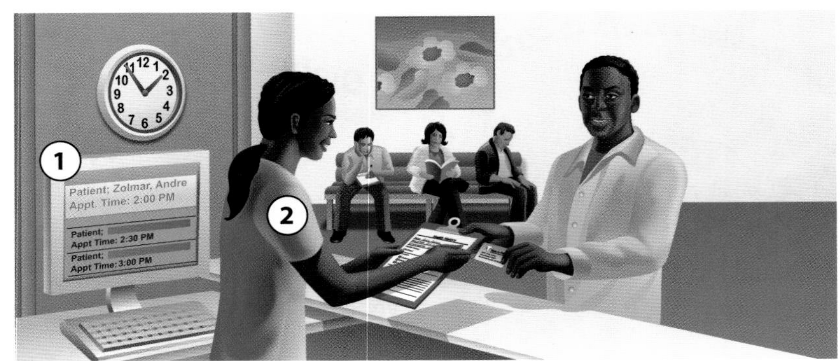

4

Health Form

Name: *Andre Zolmar*
Date of birth: *July 8, 1973*
Current symptoms: *stomachache*

Health History:

Childhood Diseases:

- ☑ chicken pox
- ☑ diphtheria
- ☑ rubella
- ☑ measles
- ☐ mumps
- ☐ other

Description of symptoms:

1. appointment
   hẹn
2. receptionist
   nhân viên tiếp tân
3. health insurance card
   thẻ bảo hiểm sức khỏe
4. health history form
   mẫu khai tiểu sử sức khỏe

In the Examining Room Trong Phòng Khám

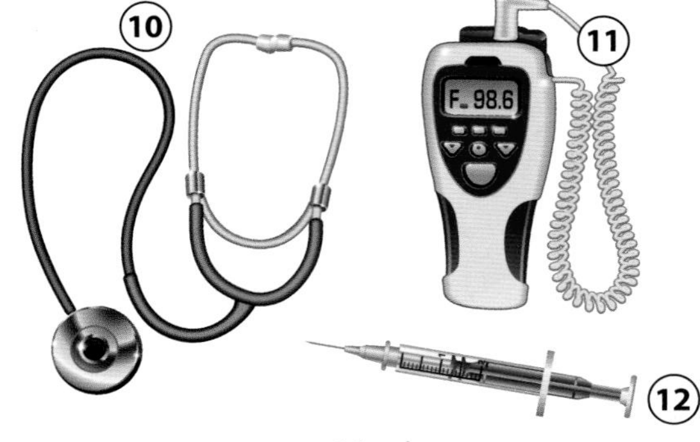

5. doctor
   bác sĩ
6. patient
   bệnh nhân
7. examination table
   bàn khám bệnh
8. nurse
   y tá
9. blood pressure gauge
   máy đo áp huyết
10. stethoscope
    ống nghe
11. thermometer
    nhiệt kế
12. syringe
    ống chích

Medical Procedures Thủ Thuật Y Tế

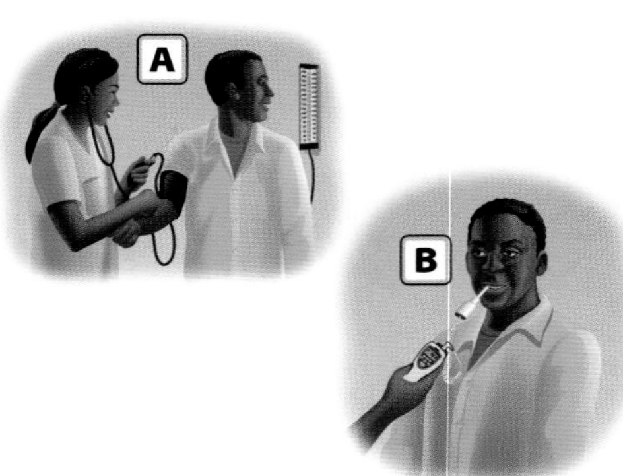

E

F

A. **check**…blood pressure
   đo…áp huyết
B. **take**…temperature
   đo…thân nhiệt
C. **listen** to…heart
   nghe…tim đập
D. **examine**…eyes
   khám…mắt
E. **examine**…throat
   khám…cổ họng
F. **draw**…blood
   lấy…máu

Grammar Point: future tense with *will* + verb

To show a future action, use *will* + verb.
The subject pronoun contraction of *will* is *-'ll*.
*She **will draw** your blood. = She'**ll draw** your blood.*

Role play. Talk to a medical receptionist.

A: *Will the nurse examine my eyes?*
B: *No, but she'll draw your blood.*
A: *What will the doctor do?*

Dentistry Nha Khoa

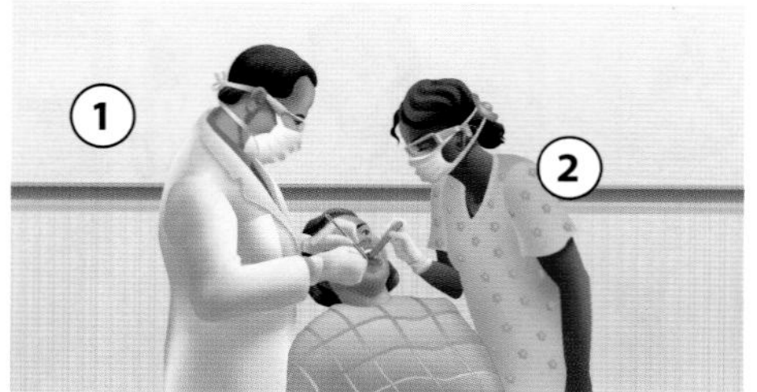

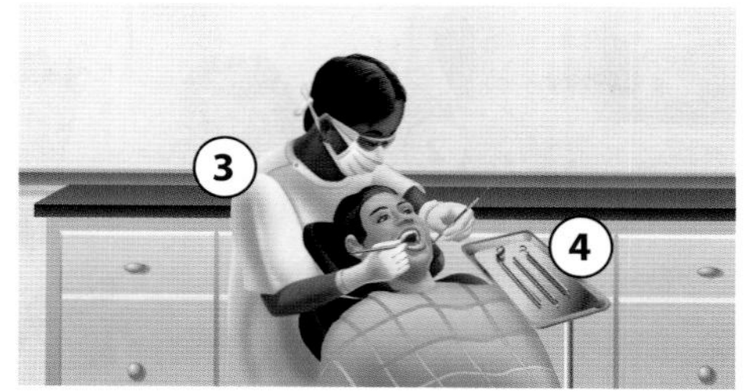

1. dentist
   nha sĩ
2. dental assistant
   phụ tá nha khoa
3. dental hygienist
   chuyên viên làm sạch răng
4. dental instruments
   dụng cụ nha khoa

Orthodontics Khoa Chỉnh Răng

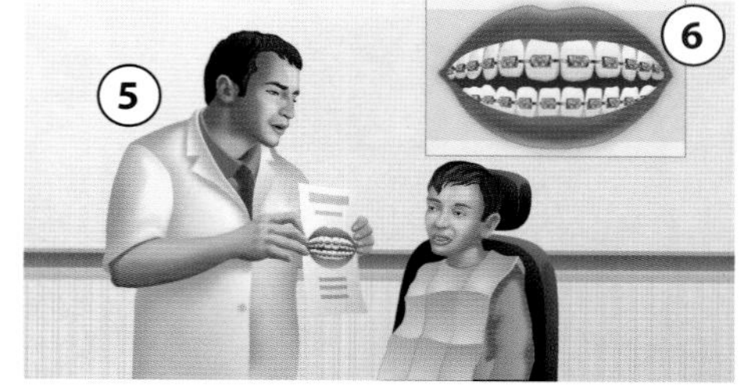

5. orthodontist
   nha sĩ chỉnh răng
6. braces
   niềng

Dental Problems Vấn Đề Răng

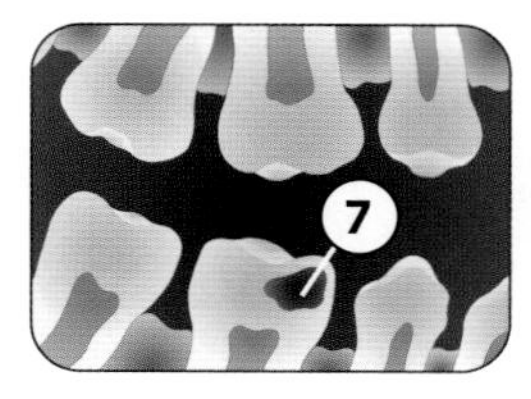

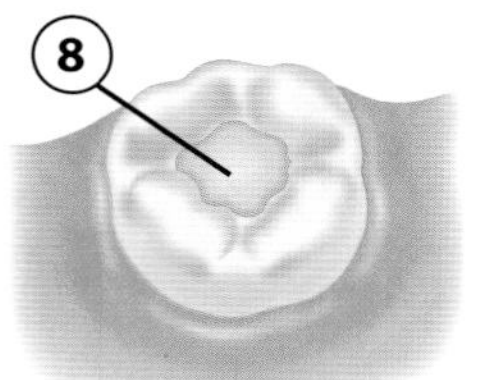

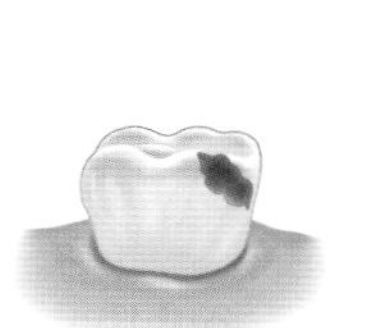

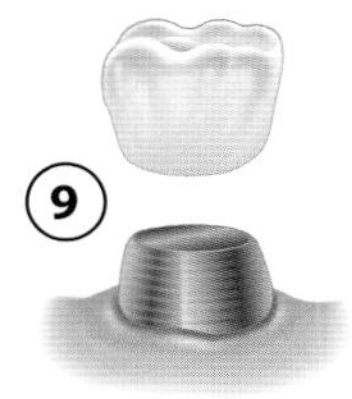

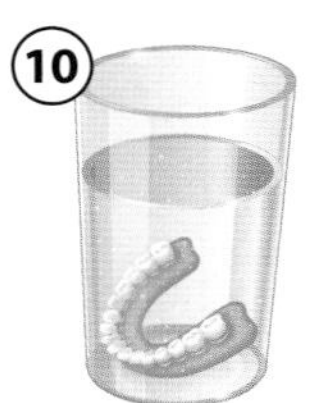

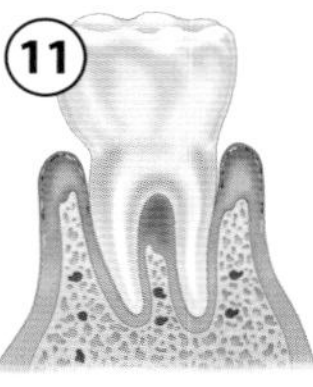

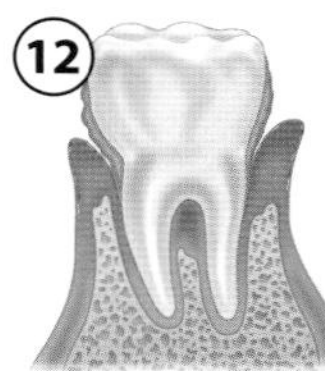

7. cavity / decay
   sâu / hư
8. filling
   trám
9. crown
   bọc
10. dentures
    răng giả
11. gum disease
    bệnh nướu răng
12. plaque
    bựa răng

An Office Visit Đến Văn Phòng

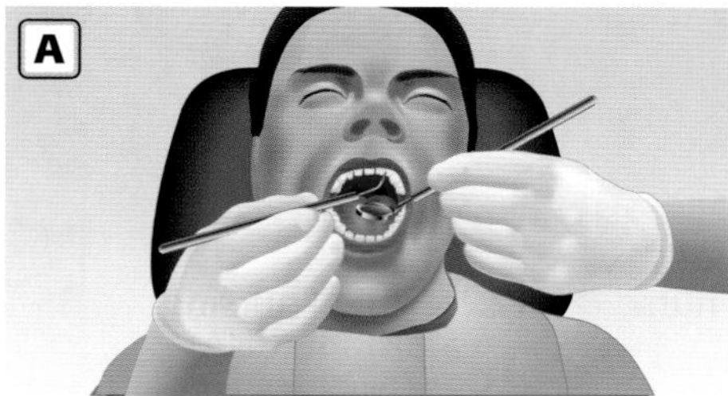

A. **clean**…teeth
   làm sạch…răng

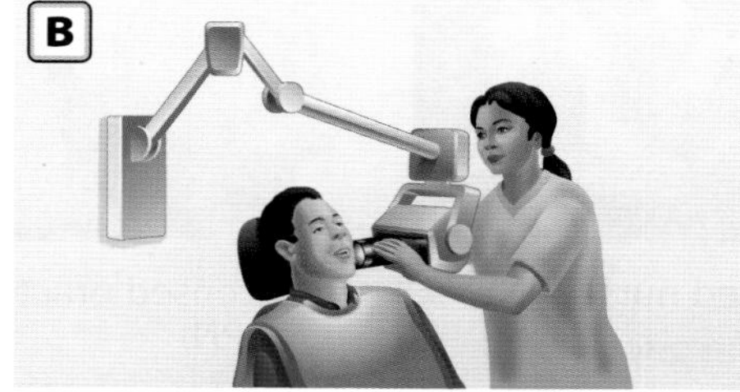

B. **take** x-rays
   chụp quang tuyến

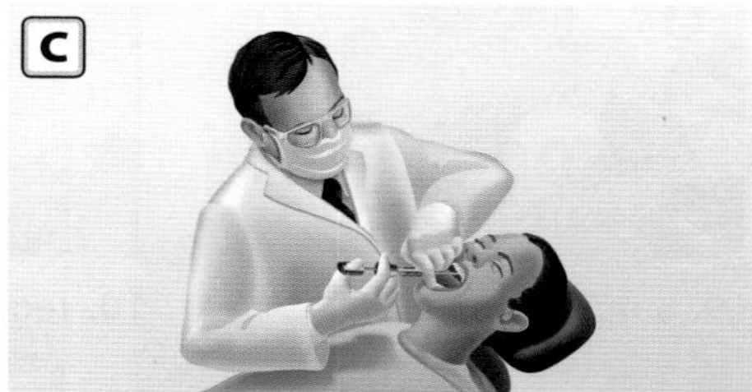

C. **numb** the mouth
   làm tê miệng

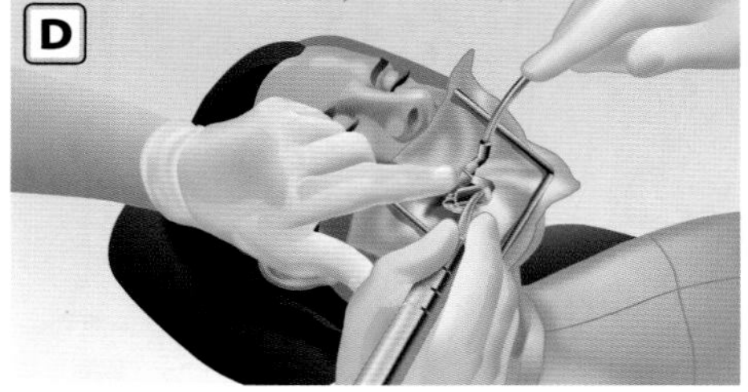

D. **drill** a tooth
   khoan răng

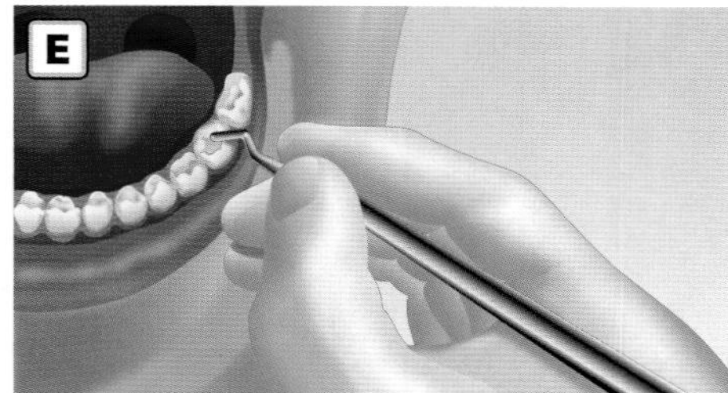

E. **fill** a cavity
   trám răng sâu

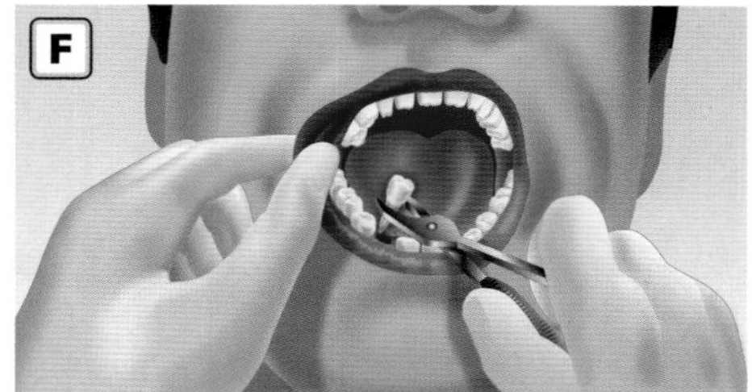

F. **pull** a tooth
   nhổ răng

Ask your classmates. Share the answers.

1. Do you know someone with braces? Who?
2. Do dentists make you nervous? Why or why not?
3. How often do you go to the dentist?

Role play. Talk to a dentist.

A: *I think I have a cavity.*
B: *Let me take a look.*
A: *Will I need a filling?*

Medical Specialists Bác Sĩ Chuyên Khoa

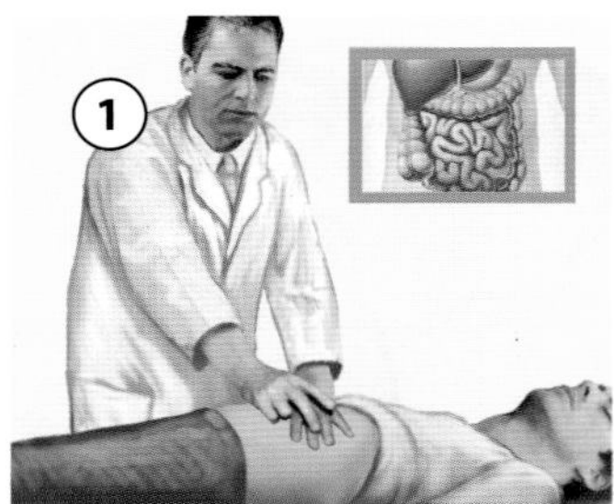

1. internist
bác sĩ nội khoa

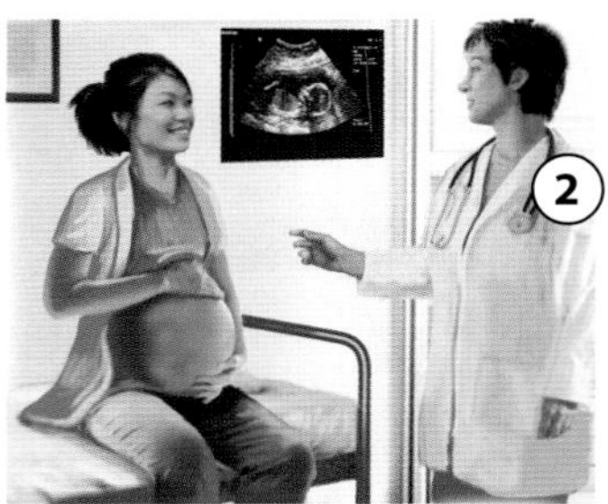

2. obstetrician
bác sĩ sản khoa

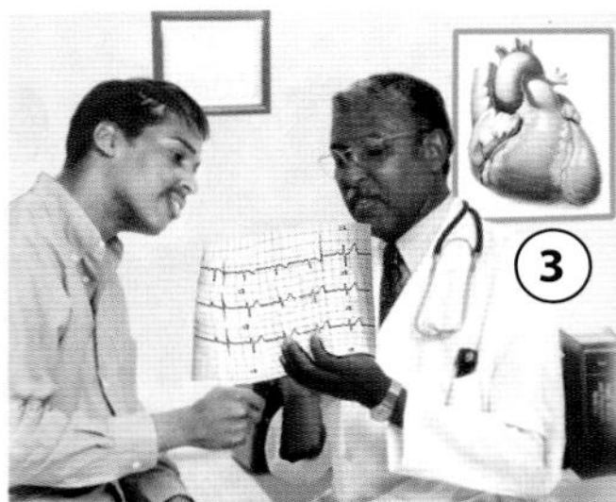

3. cardiologist
bác sĩ tim

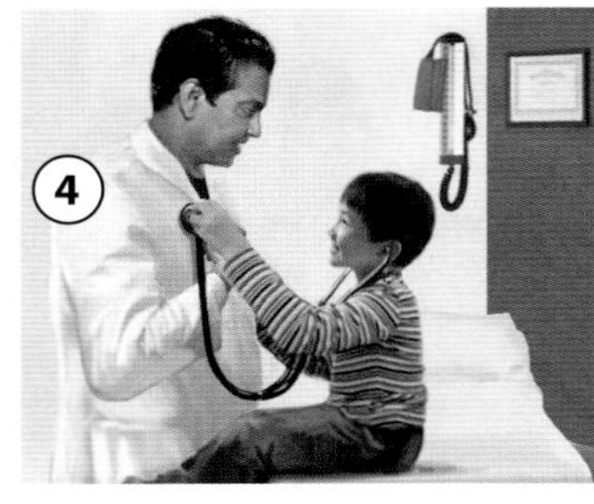

4. pediatrician
bác sĩ nhi khoa

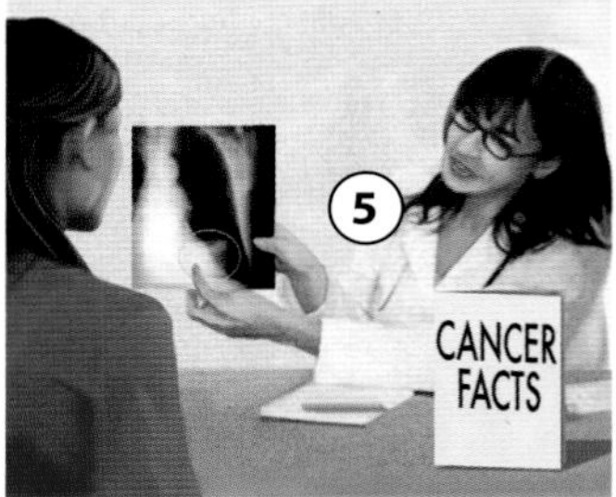

5. oncologist
bác sĩ ung thư

6. radiologist
chuyên viên quang tuyến

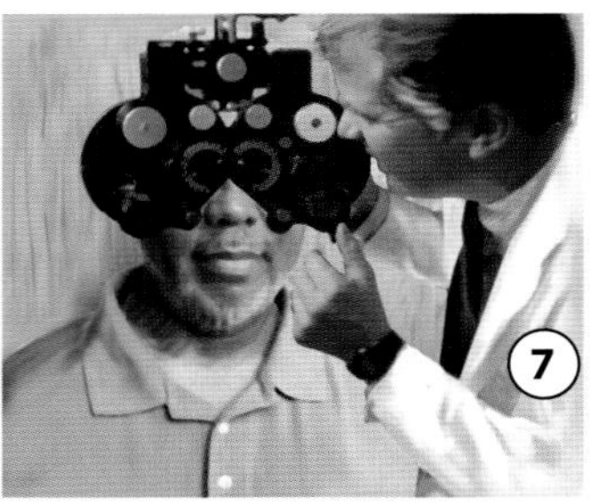

7. ophthalmologist
bác sĩ nhãn khoa

8. psychiatrist
bác sĩ tâm thần

Nursing Staff Nhân Viên Y Tá

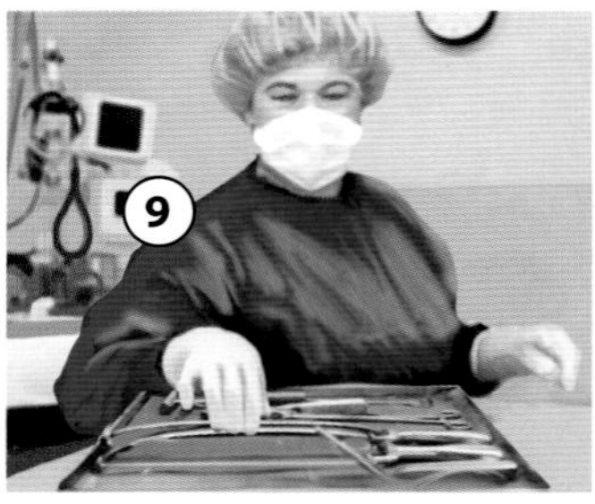

9. surgical nurse
y tá mổ

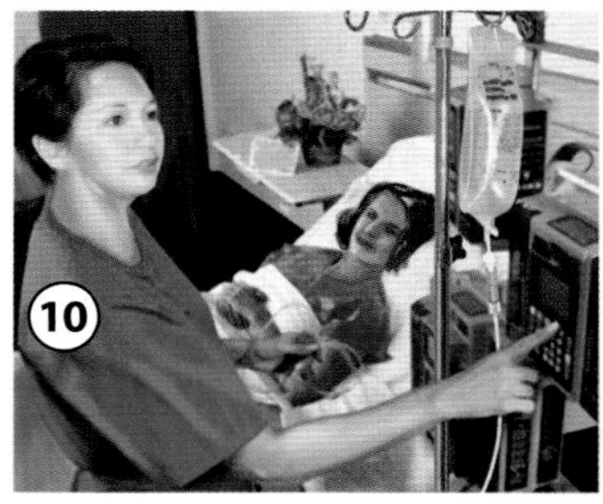

10. registered nurse (RN)
y tá chính quy

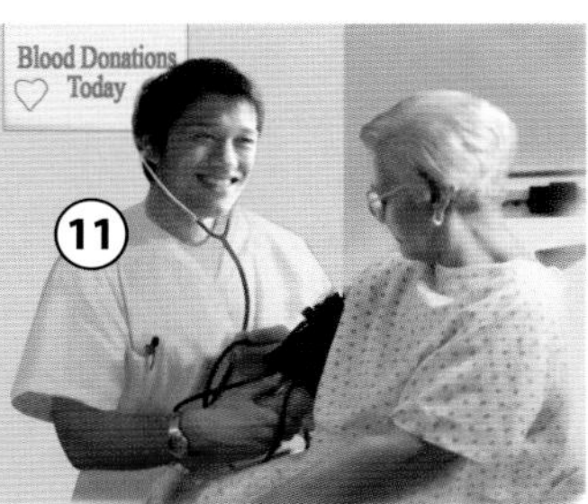

11. licensed practical nurse (LPN)
y tá thực hành có giấy phép hành nghề

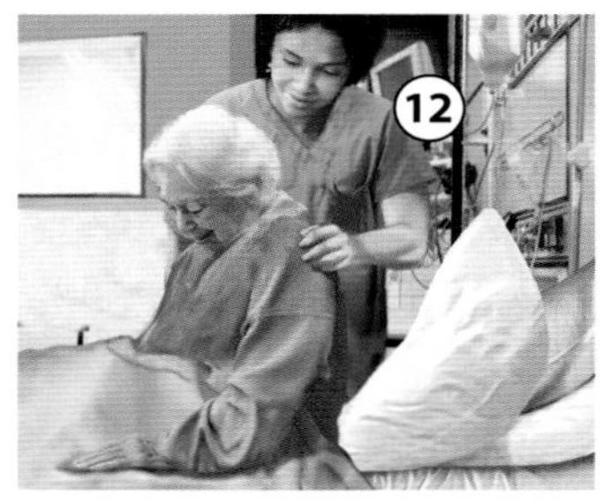

12. certified nursing assistant (CNA)
y tá phụ có chứng chỉ

Hospital Staff Nhân Viên Bệnh Viện

13. administrator
nhân viên điều hành

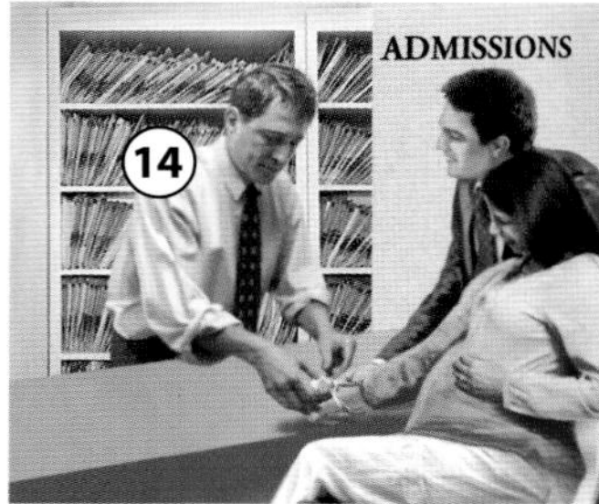

14. admissions clerk
thư ký nhập viện

15. dietician
chuyên viên dinh dưỡng

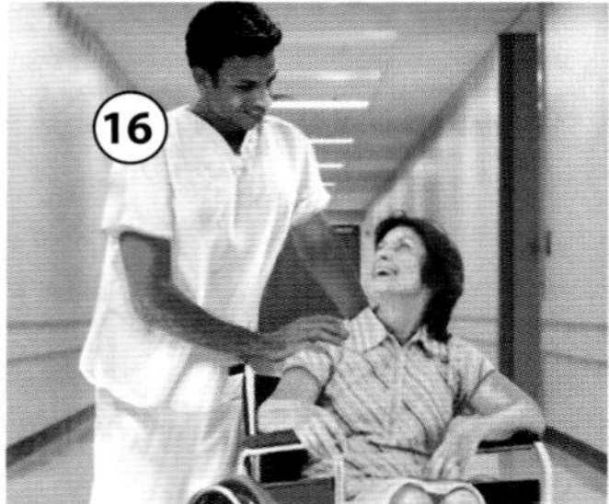

16. orderly
hộ lý

More vocabulary

Gynecologists examine and treat women.
Nurse practitioners can give medical exams.
Nurse midwives deliver babies.

Chiropractors move the spine to improve health.
Orthopedists treat bone and joint problems.

A Hospital Room Phòng Bệnh

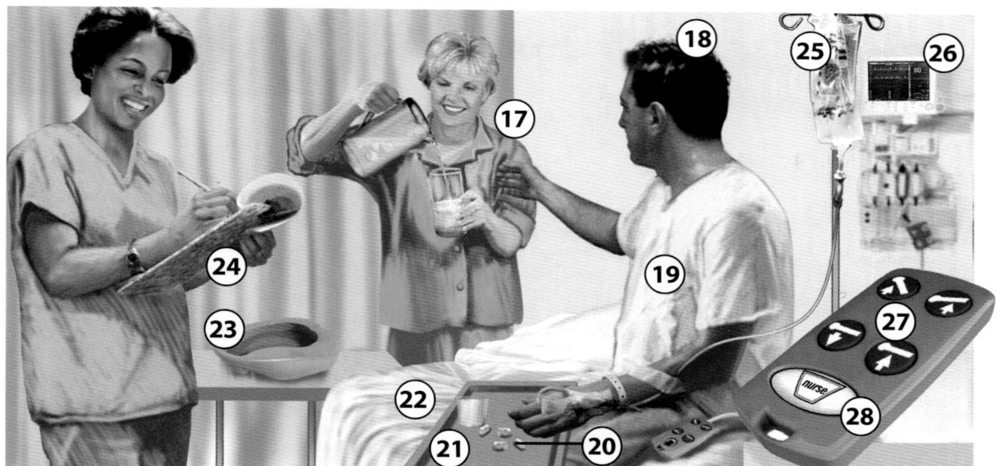

Lab Phòng Thử Nghiệm

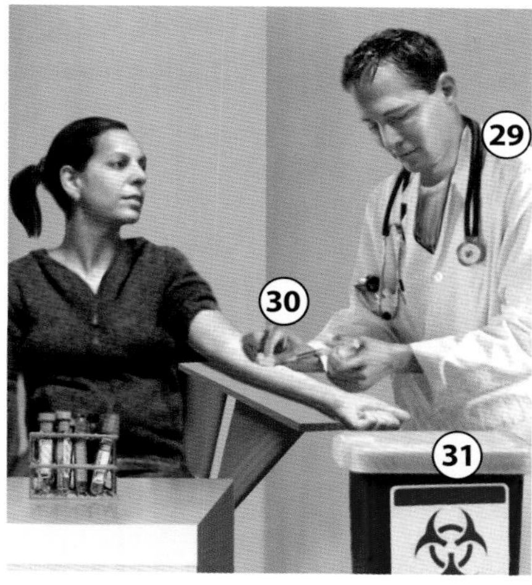

17. volunteer
tình nguyện viên
18. patient
bệnh nhân
19. hospital gown
áo bệnh viện
20. medication
thuốc
21. bed table
bàn bên giường
22. hospital bed
giường bệnh
23. bed pan
bô (để đi vệ sinh)
24. medical chart
hồ sơ bệnh án
25. IV (intravenous drip)
ống truyền vào tĩnh mạch
26. vital signs monitor
máy theo dõi dấu hiệu sống
27. bed control
bộ phận điều khiển giường
28. call button
nút bấm để gọi
29. phlebotomist
chuyên viên lấy máu
30. blood work / blood test
thử máu / xét nghiệm máu
31. medical waste disposal
thùng vứt rác thải y tế

Emergency Room Entrance
Lối Vào Phòng Cấp Cứu

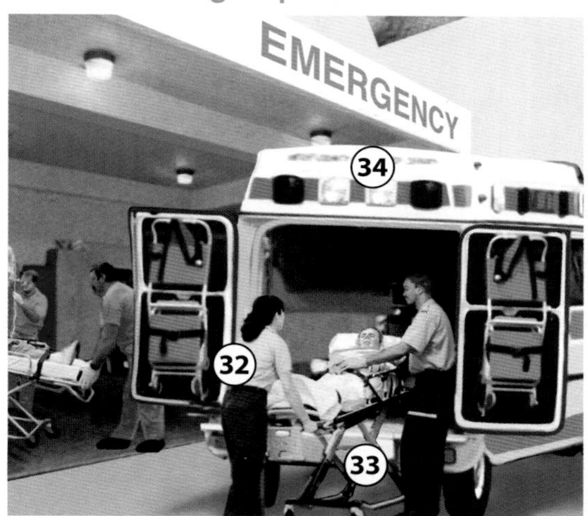

32. emergency medical technician (EMT)
nhân viên cấp cứu
33. stretcher / gurney
băng ca / cáng
34. ambulance
xe cứu thương

Operating Room
Phòng Giải Phẫu

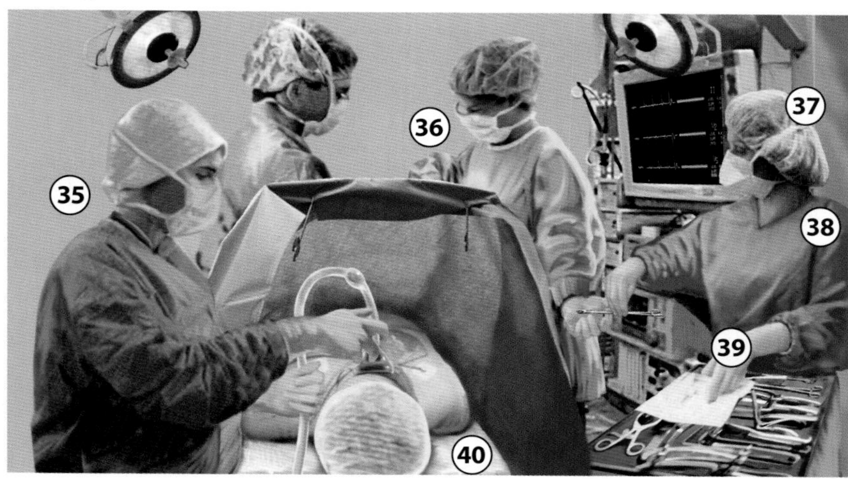

35. anesthesiologist
chuyên viên gây mê
36. surgeon
bác sĩ giải phẫu
37. surgical cap
mũ đội khi giải phẫu
38. surgical gown
áo choàng khi giải phẫu
39. surgical gloves
găng tay giải phẫu
40. operating table
bàn giải phẫu

Dictate to your partner. Take turns.
A: *Write this sentence. She's a volunteer.*
B: *She's a what?*
A: *Volunteer. That's v-o-l-u-n-t-e-e-r.*

Role play. Ask about a doctor.
A: *I need to find a good surgeon.*
B: *Dr. Jones is a great surgeon. You should call him.*
A: *I will! Please give me his number.*

A Health Fair
Hội Chợ Sức Khỏe

1. low-cost exam
   khám rẻ tiền
2. acupuncture
   châm cứu
3. booth
   gian hàng
4. yoga
   yoga
5. aerobic exercise
   thể dục nhịp điệu
6. demonstration
   trình bày
7. sugar-free
   không có chất đường
8. nutrition label
   nhãn hiệu dinh dưỡng

A. **check**…pulse
   đo…mạch
B. **give** a lecture
   nói diễn thuyết

Look at the picture.
What do you see?

Answer the questions.

1. How many different booths are there at the health fair?
2. What kinds of exams and treatments can you get at the fair?
3. What kinds of lectures and demonstrations are there?
4. How much is an acupuncture treatment? a medical screening?

Read the story.

A Health Fair

Once a month the Fadool Health Clinic has a health fair. You can get a low-cost medical exam at one booth. The nurses check your blood pressure and check your pulse. At another booth you can get a free eye exam. And an acupuncture treatment is only $5.00.

You can learn a lot at the fair. This month a doctor is giving a lecture on nutrition labels. There is also a demonstration on sugar-free cooking. You can learn to do aerobic exercise and yoga, too.

Do you want to get healthy and stay healthy? Then come to the Fadool Clinic Health Fair!

Think about it.

1. Which booths at this fair look interesting to you? Why?
2. Do you read nutrition labels? Why or why not?

Downtown Phố

1. parking garage
   bãi đậu xe
2. office building
   khu văn phòng
3. hotel
   khách sạn
4. Department of Motor Vehicles
   Nha Lộ Vận
5. bank
   ngân hàng
6. police station
   trạm cảnh sát
7. bus station
   trạm xe buýt
8. city hall
   tòa thị chính

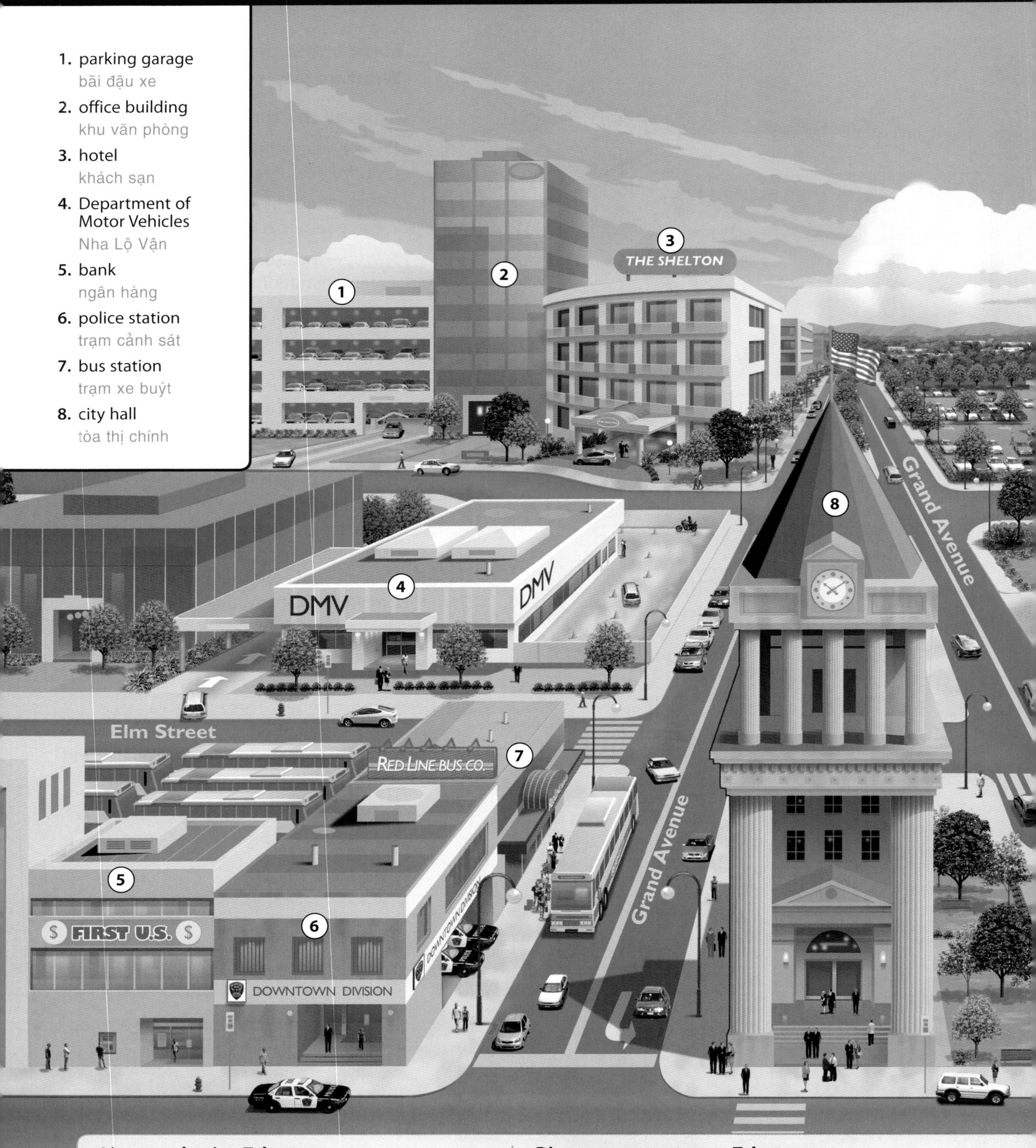

Listen and point. Take turns.

A: *Point to the bank.*
B: *Point to the hotel.*
A: *Point to the restaurant.*

Dictate to your partner. Take turns.

A: *Write bank.*
B: *Is that spelled b-a-n-k?*
A: *Yes, that's right.*

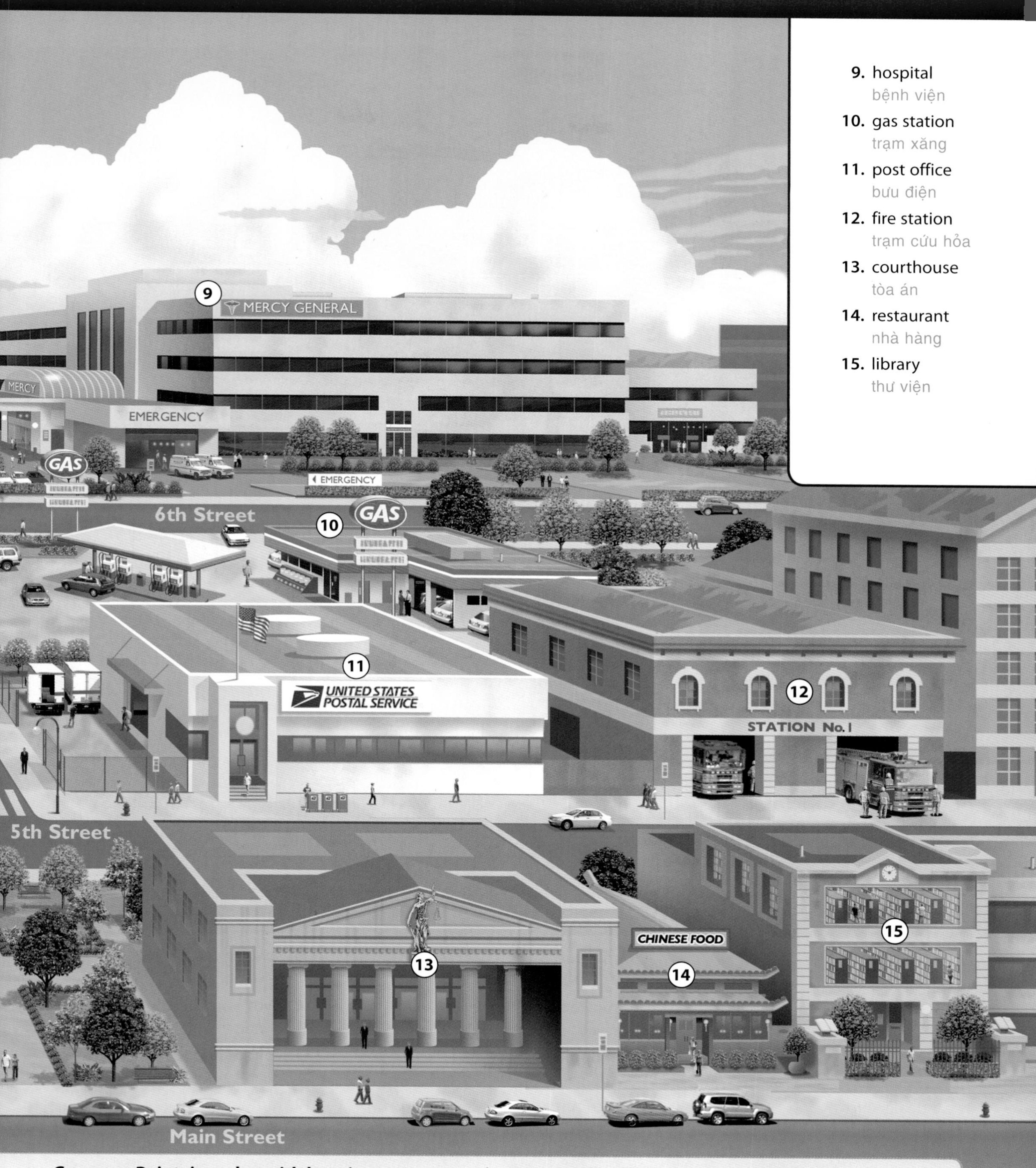

9. hospital
bệnh viện
10. gas station
trạm xăng
11. post office
bưu điện
12. fire station
trạm cứu hỏa
13. courthouse
tòa án
14. restaurant
nhà hàng
15. library
thư viện

Grammar Point: *in* and *at* with locations

Use ***in*** when you are inside the building. *I am **in** (inside) the bank.* Use ***at*** to describe your general location. *I am **at** the bank.*

Pair practice. Make new conversations.

A: *I'm in the bank. Where are you?*
B: *I'm at the bank, too, but I'm outside.*
A: *OK. I'll meet you there.*

1. stadium
   sân vận động
2. construction site
   công trường
3. factory
   hãng xưởng
4. car dealership
   tiệm bán xe
5. mosque
   nhà thờ Hồi giáo
6. movie theater
   rạp chiếu bóng
7. shopping mall
   khu chợ
8. furniture store
   tiệm bán đồ gỗ
9. school
   trường học
10. gym
    phòng thể dục
11. coffee shop
    quán cà phê
12. motel
    nhà trọ

Ways to state your destination using *to* and *to the*

Use ***to*** for schools, churches, and synagogues.

*I'm going **to** school.*

Use ***to the*** for all other locations. *I have to go **to the** bakery.*

Pair practice. Make new conversations.

A: *Where are you going today?*

B: *I'm going to school. How about you?*

A: *I have to go to the bakery.*

13. skyscraper / high-rise
tòa nhà cao ốc
14. church
nhà thờ
15. cemetery
nghĩa trang
16. synagogue
giáo đường Do thái
17. community college
trường cao đẳng cộng đồng
18. supermarket
siêu thị
19. bakery
lò bánh mì
20. home improvement store
tiệm bán đồ sửa nhà
21. office supply store
tiệm văn phòng phẩm
22. garbage truck
xe đổ rác
23. theater
rạp hát
24. convention center
trung tâm hội nghị

Ways to give locations

The mall is on 2nd Street.
The mall is on the corner of 2nd and Elm.
The mall is next to the movie theater.

Ask your classmates. Share the answers.

1. Where's your favorite coffee shop?
2. Where's your favorite supermarket?
3. Where's your favorite movie theater?

1. laundromat
   tiệm giặt
2. dry cleaners
   tiệm giặt khô
3. convenience store
   tiệm tạp phẩm
4. pharmacy
   nhà thuốc tây
5. parking space
   chỗ đậu xe
6. handicapped parking
   chỗ đậu xe dành cho người tàn tật
7. corner
   góc đường
8. traffic light
   đèn giao thông
9. bus
   xe buýt
10. fast food restaurant
    nhà hàng bán đồ ăn nhanh
11. drive-thru window
    cửa sổ lái xe qua
12. newsstand
    quầy báo
13. mailbox
    thùng thư
14. pedestrian
    người đi bộ
15. crosswalk
    đường đi bộ

A. **cross** the street
   băng qua đường

B. **wait for** the light
   đợi đèn xanh

C. **jaywalk**
   băng qua đường ẩu

Pair practice. Make new conversations.

A: *I have a lot of errands to do today.*
B: *Me, too. First, I'm going to the laundromat.*
A: *I'll see you there after I stop at the copy center.*

Think about it. Discuss.

1. Which businesses are good to have in a neighborhood? Why?
2. Would you like to own a small business? If yes, what kind? If no, why not?

An Intersection

16. bus stop
trạm ngừng xe buýt
17. donut shop
tiệm donut
18. copy center
tiệm copy
19. barbershop
tiệm cắt tóc
20. video store
tiệm video
21. curb
lề đường
22. bike
xe đạp
23. pay phone
điện thoại công cộng
24. sidewalk
vỉa hè
25. parking meter
cột thu tiền đậu xe
26. street sign
bảng tên đường
27. fire hydrant
ống nước chữa lửa
28. cart
xe đẩy
29. street vendor
người bán hàng ngoài đường
30. childcare center
nhà trẻ

D. **ride** a bike
đạp xe
E. **park** the car
đậu xe
F. **walk** a dog
dắt chó

More vocabulary

neighborhood: the area close to your home

do errands: to make a short trip from your home to buy or pick up things

Ask your classmates. Share the answers.

1. What errands do you do every week?
2. What stores do you go to in your neighborhood?
3. What things can you buy from a street vendor?

A Mall

Khu Chợ

1. music store
   tiệm nhạc
2. jewelry store
   tiệm kim hoàn
3. nail salon
   tiệm móng tay
4. bookstore
   tiệm sách
5. toy store
   tiệm đồ chơi
6. pet store
   tiệm bán vật nuôi
7. card store
   tiệm bán thiệp
8. florist
   người bán hoa
9. optician
   thợ kiếng mắt
10. shoe store
    tiệm giầy
11. play area
    chỗ chơi
12. guest services
    dịch vụ khách hàng

More vocabulary

beauty shop: hair salon
men's store: men's clothing store
gift shop: a store that sells t-shirts, mugs, and other small gifts

Pair practice. Make new conversations.

A: *Where is the florist?*
B: *It's on the first floor, next to the optician.*

13. department store
cửa hàng bách hóa
14. travel agency
văn phòng du lịch
15. food court
khu ẩm thực
16. ice cream shop
tiệm kem
17. candy store
tiệm kẹo
18. hair salon
tiệm tóc
19. maternity store
tiệm dành cho sản phụ
20. electronics store
tiệm đồ điện tử
21. elevator
thang máy
22. cell phone kiosk
quầy bán điện thoại di động
23. escalator
thang tự động
24. directory
bảng hướng dẫn

Ways to talk about plans

Let's go to the card store.
I have to go to the card store.
I want to go to the card store.

Role play. Talk to a friend at the mall.

A: *Let's go to the card store. I need to buy a card for Maggie's birthday.*
B: *OK, but can we go to the shoe store next?*

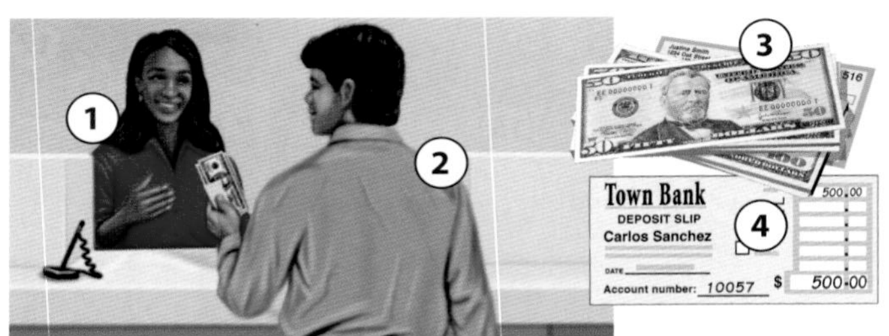

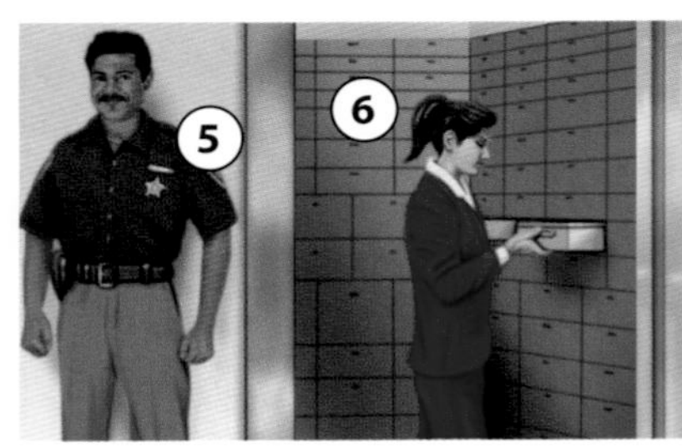

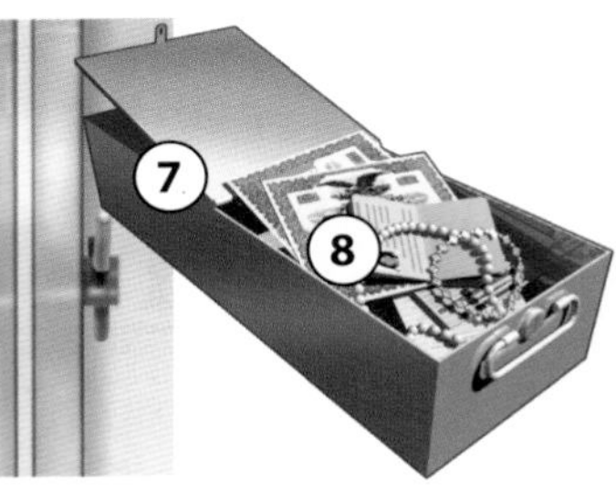

1. teller
   thu ngân viên
2. customer
   khách hàng
3. deposit
   ký thác
4. deposit slip
   giấy ký thác
5. security guard
   nhân viên bảo vệ
6. vault
   tủ sắt
7. safety deposit box
   hộp gởi an toàn
8. valuables
   vật quý giá

Opening an Account Mở Trương Mục

9. account manager
   quản lý trương mục
10. passbook
    sổ ngân hàng
11. savings account number
    số trương mục tiết kiệm
12. check book
    sổ chi phiếu
13. check
    chi phiếu
14. checking account number
    số trương mục vãng lai
15. ATM card
    thẻ ATM
16. bank statement
    giấy kết toán ngân hàng
17. balance
    tiền còn trong trương mục

A. **Cash** a check.
   Đổi chi phiếu lấy tiền mặt.

B. **Make** a deposit.
   Bỏ tiền vô.

C. **Bank** online.
   Giao dịch ngân hàng trên mạng.

The ATM (Automated Teller Machine) ATM (Máy Ngân Hàng Tự Động)

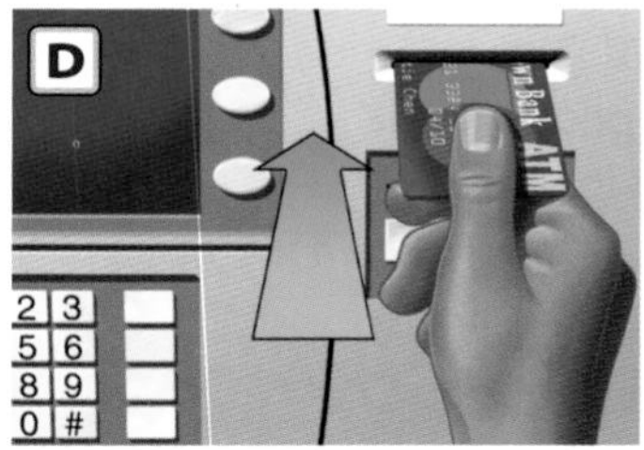

D. **Insert** your ATM card.
   Đút thẻ ATM vào.

E. **Enter** your PIN.*
   Bấm số mật mã vào.

F. **Withdraw** cash.
   Lấy tiền ra.

G. **Remove** your card.
   Rút thẻ ra.

*PIN = personal identification number

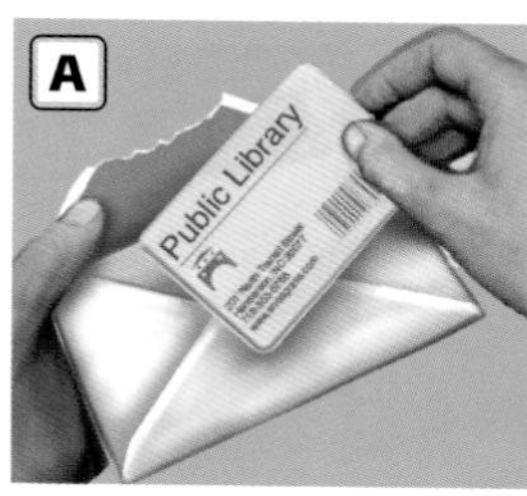

A. **get** a library card
lấy thẻ thư viện

B. **look for** a book
tìm sách

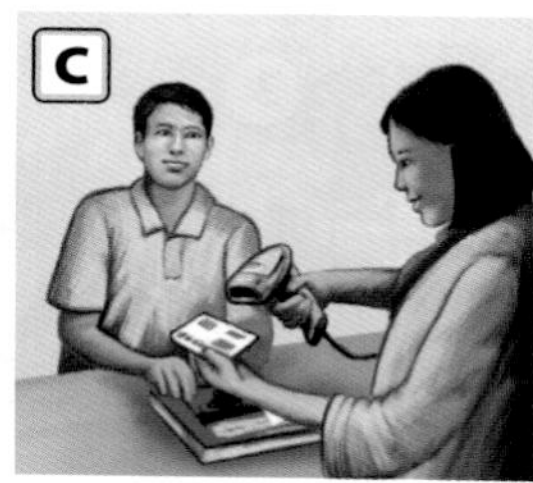

C. **check out** a book
mượn sách

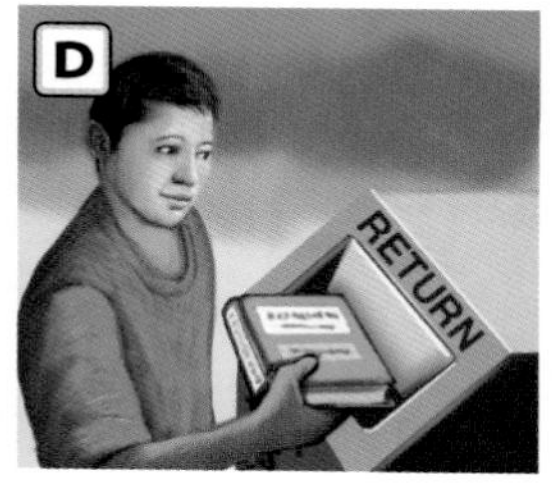

D. **return** a book
trả sách

E. **pay** a late fine
trả tiền phạt vì trễ

1. library clerk
nhân viên thư viện
2. circulation desk
bàn mượn sách
3. library patron
khách thư viện
4. periodicals
tạp chí xuất bản định kỳ
5. magazine
tạp chí
6. newspaper
báo
7. headline
tít báo
8. atlas
tập bản đồ
9. reference librarian
quản thủ thư viện
10. self-checkout
tự làm thủ tục mượn sách
11. online catalog
danh mục trên mạng
12. picture book
sách có hình

13. biography
tiểu sử
14. title
tựa đề
15. author
tác giả
16. novel
tiểu thuyết
17. audiobook
sách để nghe
18. videocassette
băng video
19. DVD
đĩa DVD

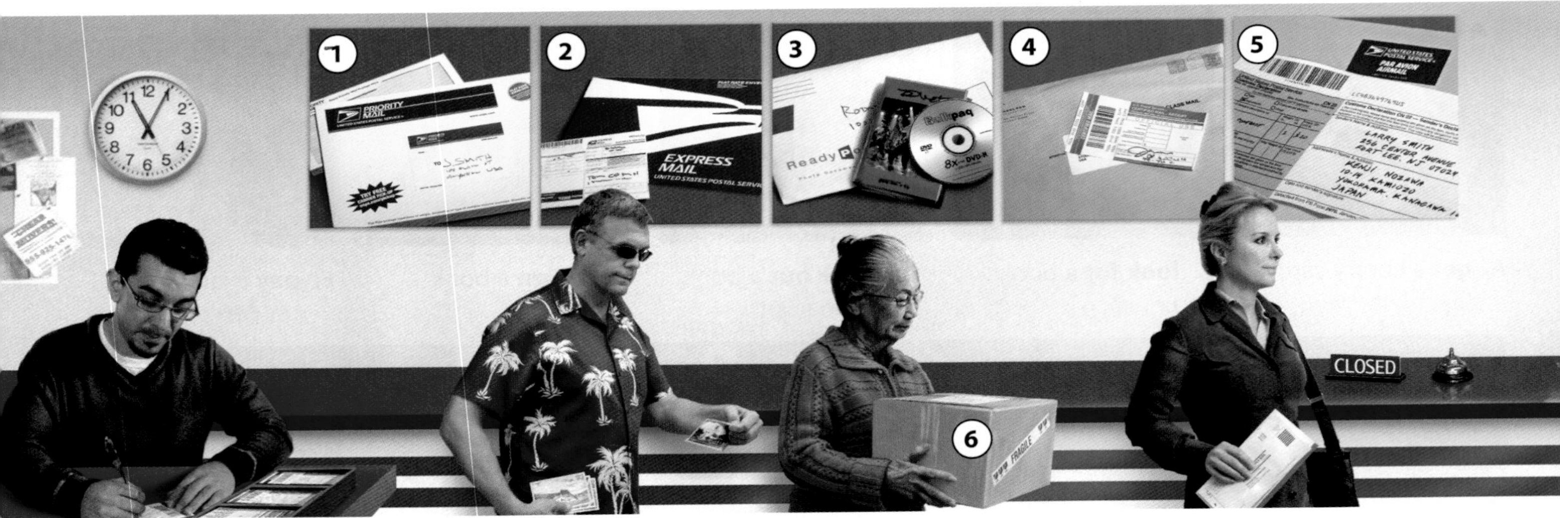

1. Priority Mail®
Priority Mail® (Thư Ưu Tiên)
2. Express Mail®
Express Mail® (Thư Hỏa Tốc)
3. media mail
thư có sách, đĩa
4. Certified Mail™
Certified Mail™ (Thư Bảo Đảm)
5. airmail
thư hàng không
6. ground post / parcel post
kiện hàng gửi đường bộ

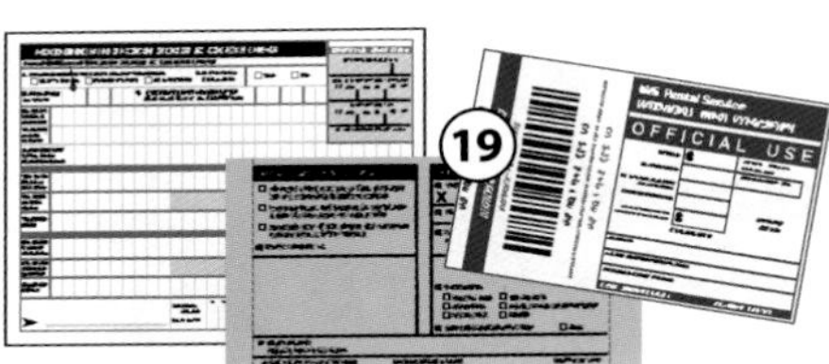

13. letter
lá thư
14. envelope
bì thư
15. greeting card
thiệp chúc
16. post card
bưu thiếp
17. package
gói hàng
18. book of stamps
quyển tem
19. postal forms
mẫu đơn bưu điện
20. letter carrier
người đưa thư

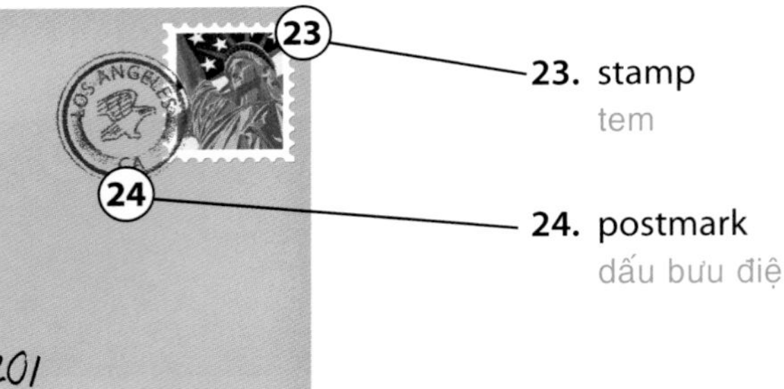

21. return address
địa chỉ gửi đi
22. mailing address
địa chỉ gửi đến
23. stamp
tem
24. postmark
dấu bưu điện

Ways to talk about sending mail

This letter has to get there tomorrow. **(Express Mail®)**
This letter has to arrive in two days. **(Priority Mail®)**
This letter can go in regular mail. **(First Class)**

Pair practice. Make new conversations.

A: *Hi. This letter has to get there tomorrow.*
B: *You can send it by Express Mail®.*
A: *OK. I need a book of stamps, too.*

7. postal clerk
nhân viên bưu điện
8. scale
cân
9. post office box (PO box)
hộp thư
10. automated postal center (APC)
máy bưu điện tự động
11. stamp machine
máy bán tem
12. mailbox
thùng thư

Sending a Card Gửi Thiệp

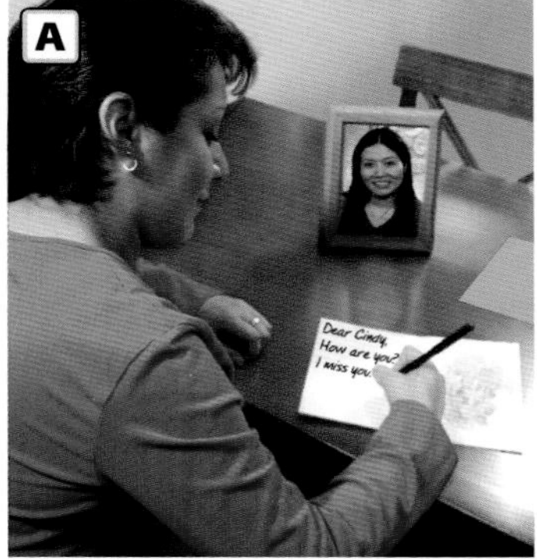

A. **Write** a note in a card.
Viết vài dòng trong thiệp.

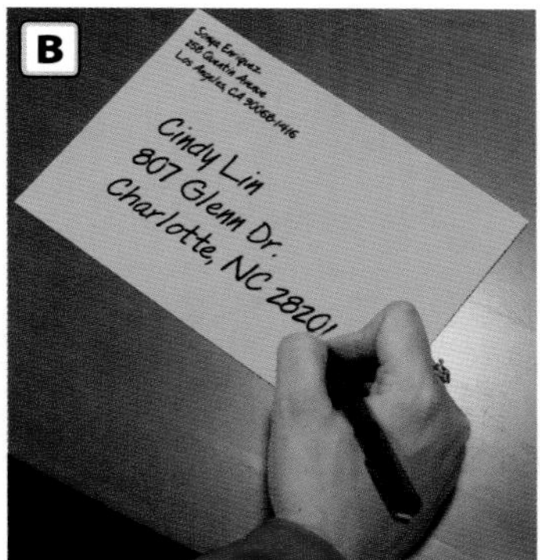

B. **Address** the envelope.
Ghi địa chỉ trên bì thư.

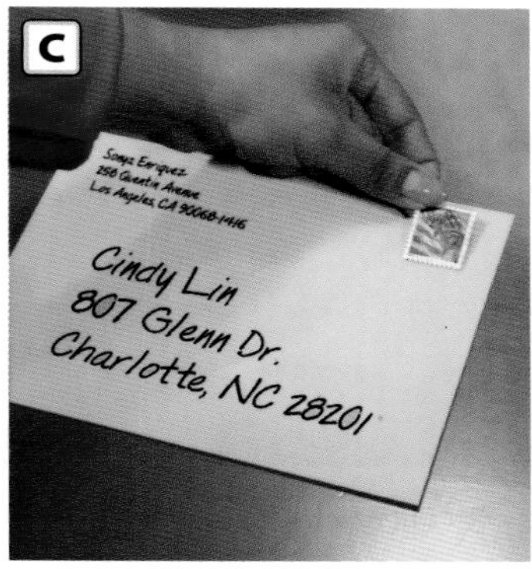

C. **Put on** a stamp.
Dán tem.

D. **Mail** the card.
Gửi thiệp đi.

E. **Deliver** the card.
Đem thiệp đến.

F. **Receive** the card.
Nhận thiệp.

G. **Read** the card.
Đọc thiệp.

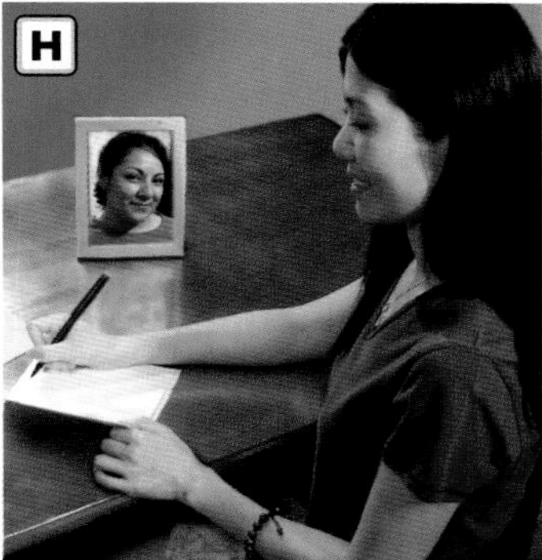

H. **Write** back.
Viết trả lời.

More vocabulary

overnight / next day mail: Express Mail®
postage: the cost to send mail
junk mail: mail you don't want

Think about it. Discuss.

1. What kind of mail do you send overnight?
2. Do you want to be a letter carrier? Why or why not?
3. Do you get junk mail? What do you do with it?

Department of Motor Vehicles (DMV)

Nha Lộ Vận

1. DMV handbook
cẩm nang DMV
2. testing area
khu vực thi
3. DMV clerk
nhân viên DMV
4. photo
hình chụp
5. fingerprint
dấu tay
6. vision exam
khám mắt
7. window
quầy

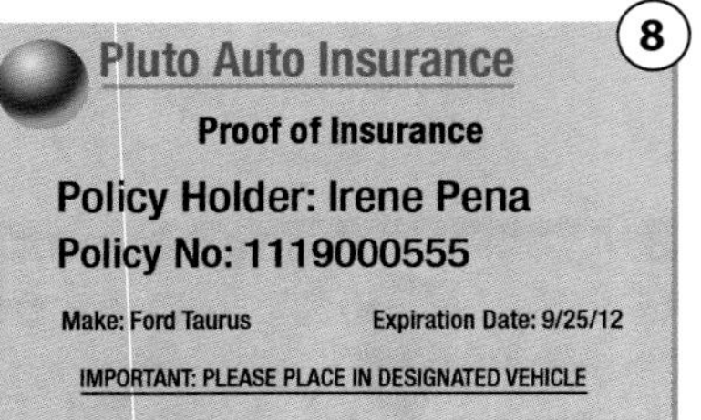

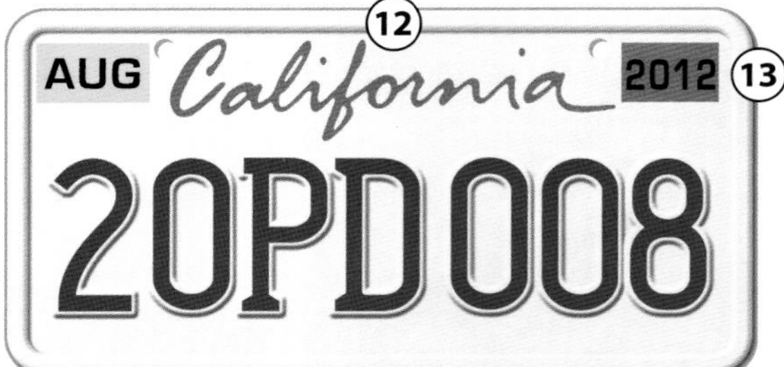

8. proof of insurance
chứng minh có bảo hiểm
9. driver's license
bằng lái xe
10. expiration date
ngày hết hạn
11. driver's license number
số bằng lái xe
12. license plate
bảng số xe
13. registration sticker / tag
miếng dán có đóng thuế xe

More vocabulary

expire: a license is no good, or **expires**, after the expiration date
renew a license: to apply to keep a license before it expires
vanity plate: a more expensive, personal license plate

Ask your classmates. Share the answers.

1. How far is the DMV from your home?
2. Do you have a driver's license? If yes, when does it expire? If not, do you want one?

Getting Your First License Lấy Bằng Lái Đầu Tiên

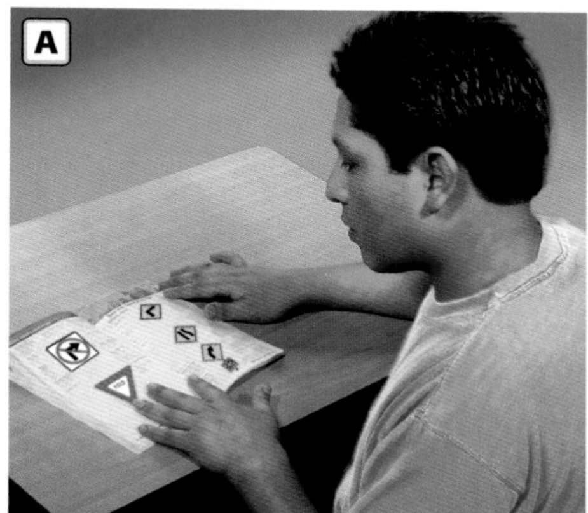

A. **Study** the handbook.
Học trong cẩm nang.

B. **Take** a driver education course.*
Lấy lớp dạy lái xe.

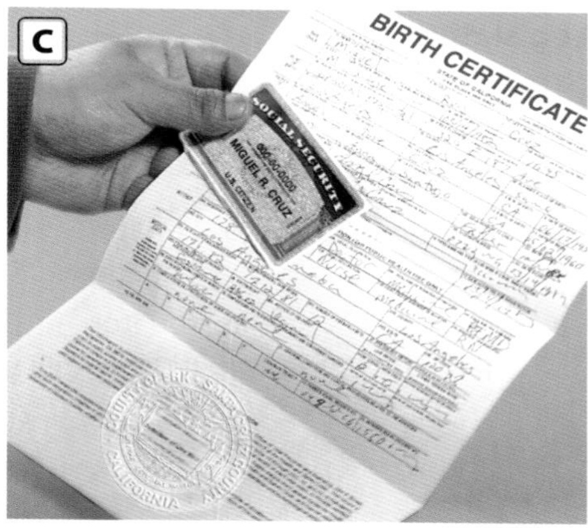

C. **Show** your identification.
Trình giấy tờ nhận diện.

D. **Pay** the application fee.
Trả tiền lệ phí nộp đơn.

E. **Take** a written test.
Thi viết.

F. **Get** a learner's permit.
Lấy bằng tạm.

G. **Take** a driver's training course.*
Lấy lớp dạy lái xe.

H. **Pass** a driving test.
Thi **đậu** lái xe.

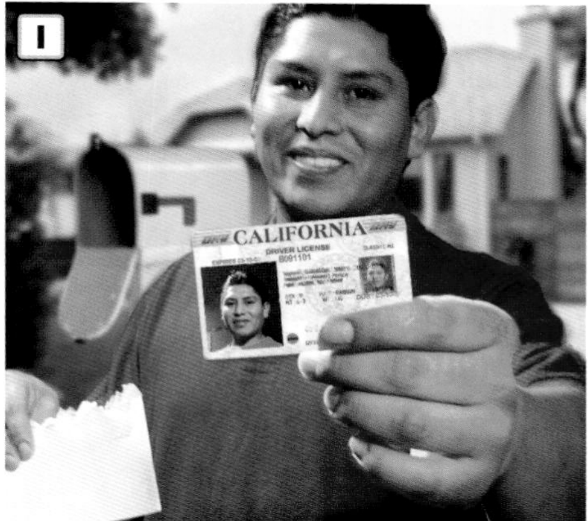

I. **Get** your license.
Lấy bằng lái.

***Note:** This is not required for drivers 18 and older.

Ways to request more information

What do I do next?
What's the next step?
Where do I go from here?

Role play. Talk to a DMV clerk.

A: *I want to apply for a driver's license.*
B: *Did you study the handbook?*
A: *Yes, I did. What do I do next?*

Federal Government Chính Quyền Liên Bang

Legislative Branch
Ngành Lập Pháp

1. U.S. Capitol
   Tòa Quốc hội
2. Congress
   Quốc hội
3. House of Representatives
   Hạ Nghị Viện
4. congressperson
   hạ nghị sĩ
5. Senate
   Thượng Nghị Viện
6. senator
   thượng nghị sĩ

Executive Branch
Ngành Hành Pháp

7. White House
   Tòa Bạch Ốc
8. president
   tổng thống
9. vice president
   phó tổng thống
10. Cabinet
    Nội Các

Judicial Branch
Ngành Tư Pháp

11. Supreme Court
    Tối Cao Pháp Viện
12. justices
    thẩm phán
13. chief justice
    chánh thẩm phán

The Military Quân Đội

14. Army
    Lục Quân
15. Navy
    Hải Quân
16. Air Force
    Không Quân
17. Marines
    Thủy Quân Lục Chiến
18. Coast Guard
    Tuần Duyên
19. National Guard
    Vệ Binh Quốc Gia

State Government Chính Quyền Tiểu Bang

20. governor
thống đốc
21. lieutenant governor
phó thống đốc
22. state capital
thủ phủ tiểu bang

23. Legislature
cơ quan lập pháp
24. assemblyperson
hạ nghị sĩ tiểu bang
25. state senator
thượng nghị sĩ tiểu bang

City Government Chính Quyền Thành Phố

26. mayor
thị trưởng
27. city council
hội đồng thành phố
28. councilperson
ủy viên hội đồng

An Election Bầu Cử

A. **run for** office
ra **ứng cử**

29. political campaign
vận động tranh cử

B. **debate**
tranh luận

30. opponent
đối phương

C. **get elected**
thắng cử

31. election results
kết quả bầu cử

D. **serve**
phục vụ

32. elected official
viên chức dân cử

More vocabulary

term: the period of time an elected official serves

political party: a group of people with the same political goals

Think about it. Discuss.

1. Should everyone have to serve in the military? Why or why not?
2. Would you prefer to run for city council or mayor? Why?

Civic Rights and Responsibilities Các Quyền và Trách Nhiệm Công Dân

Responsibilities Trách Nhiệm

A. **vote**
đi bầu

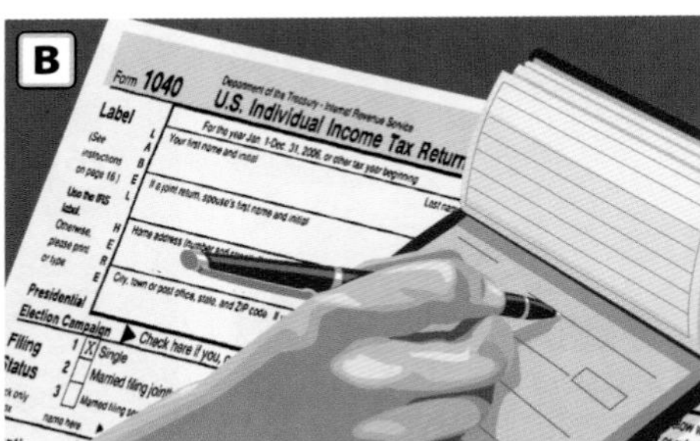

B. **pay** taxes
đóng thuế

C. **obey** the law
tuân theo pháp luật

D. **register** with Selective Service*
đăng ký Quân Dịch

E. **serve** on a jury
phục vụ trong bồi thẩm đoàn

F. **be** informed
được thông tin đầy đủ

Citizenship Requirements Các Yêu Cầu Để Nhập Quốc Tịch

G. **be** 18 or older
từ 18 tuổi trở lên

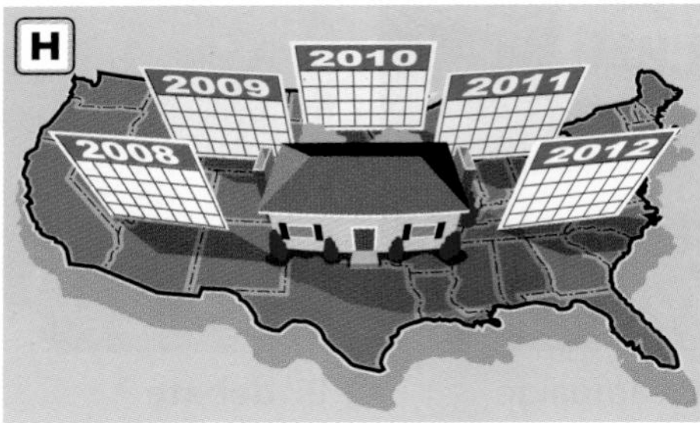

H. **live** in the U.S. for 5 years
sống ở Mỹ 5 năm

I. **take** a citizenship test
thi quốc tịch

Rights Quyền

1. peaceful assembly
hội họp

2. free speech
tự do ngôn luận

3. freedom of religion
tự do tín ngưỡng

4. freedom of the press
tự do báo chí

5. fair trial
được tòa án xét xử công bằng

*__Note:__ All males 18 to 26 who live in the U.S. are required to register with Selective Service.

A. **arrest** a suspect
bắt giữ nghi can

1. police officer
cảnh sát viên

2. handcuffs
còng

B. **hire** a lawyer / **hire** an attorney
mướn luật sư

3. guard
bảo vệ

4. defense attorney
luật sư biện hộ

C. **appear** in court
ra tòa

5. defendant
bị can

6. judge
thẩm phán

D. **stand** trial
ra phiên xử

7. courtroom
phòng xử

8. jury
bồi thẩm đoàn

9. evidence
chứng cớ

10. prosecuting attorney
luật sư buộc tội

11. witness
nhân chứng

12. court reporter
tốc ký viên

13. bailiff
chấp hành viên tòa án

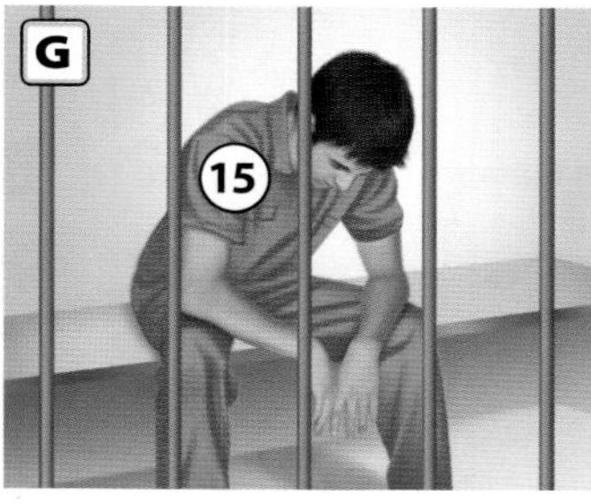

E. **convict** the defendant
kết án bị can

14. verdict*
phán quyết

F. **sentence** the defendant
tuyên án bị can

G. **go** to jail / **go** to prison
đi tù

15. convict / prisoner
tù nhân

H. **be** released
được thả

***Note:** There are two possible verdicts, "guilty" and "not guilty."

Look at the pictures.
Describe what happened.

A: *The police officer arrested a suspect.*
B: *He put handcuffs on him.*

Think about it. Discuss.

1. Would you want to serve on a jury? Why or why not?
2. Look at the crimes on page 142. What sentence would you give for each crime? Why?

Crime

Tội Phạm

1. vandalism
   phá hoại
2. burglary
   ăn trộm nhà

3. assault
   hành hung
4. gang violence
   bạo lực băng đảng

5. drunk driving
   say rượu lái xe
6. illegal drugs
   ma túy

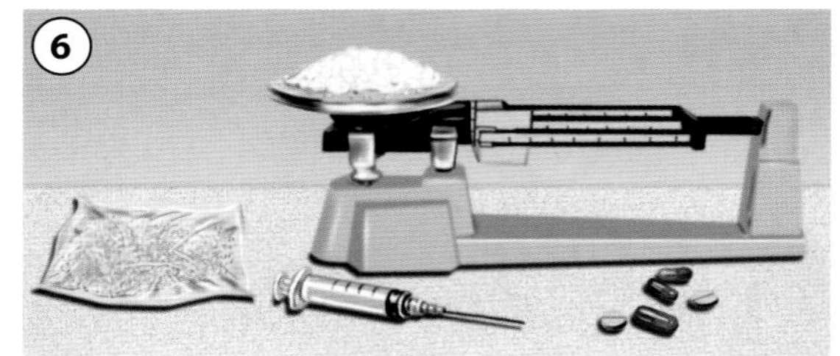

7. arson
   đốt nhà
8. shoplifting
   vào tiệm ăn cắp vặt

9. identity theft
   ăn cắp danh tính
10. victim
    nạn nhân

11. mugging
    chặn đường cướp bóc
12. murder
    giết người
13. gun
    súng

More vocabulary

steal: to take money or things from someone illegally
commit a crime: to do something illegal
criminal: someone who does something illegal

Think about it. Discuss.

1. Is there too much crime on TV or in the movies? Explain.
2. How can communities help stop crime?

Public Safety

A. **Walk** with a friend.
Đi bộ với bạn.

B. **Stay** on well-lit streets.
Chỉ đi trên các đường có đủ ánh sáng.

C. **Conceal** your PIN number.
Giấu số PIN đi.

D. **Protect** your purse or wallet.
Giữ bóp hoặc ví.

E. **Lock** your doors.
Khóa cửa.

F. Don't **open** your door to strangers.
Không **mở cửa** cho người lạ.

G. Don't **drink** and **drive**.
Không **uống** rượu **lái** xe.

H. **Shop** on secure websites.
Mua đồ ở các trang web bảo mật thông tin.

I. **Be** aware of your surroundings.
Để ý nhìn xung quanh.

J. **Report** suspicious packages.
Báo cáo những gói đồ khả nghi.

K. **Report** crimes to the police.
Báo cáo tội phạm cho cảnh sát.

L. **Join** a Neighborhood Watch.
Tham gia nhóm "Hàng Xóm Đề Phòng".

More vocabulary

sober: not drunk

designated drivers: sober drivers who drive drunk people home safely

Ask your classmates. Share the answers.

1. Do you feel safe in your neighborhood?
2. Look at the pictures. Which of these things do you do?
3. What other things do you do to stay safe?

Emergencies and Natural Disasters

Tình Trạng Khẩn Cấp và Thiên Tai

1. lost child
   trẻ lạc
2. car accident
   tai nạn xe cộ
3. airplane crash
   máy bay rớt
4. explosion
   nổ
5. earthquake
   động đất
6. mudslide
   đất trôi
7. forest fire
   cháy rừng
8. fire
   hỏa hoạn
9. firefighter
   lính chữa lửa
10. fire truck
    xe chữa lửa

Ways to report an emergency

First, give your name. *My name is* *__Tim Johnson__*.
Then, state the emergency and give the address.
There was *__a car accident__* *at* *__219 Elm Street__*.

Role play. Call 911.

A: *911 Emergency Operator.*

B: *My name is* *__Lisa Diaz__*. *There is* *__a fire__* *at* *__323 Oak Street__*. *Please hurry!*

Emergencies and Natural Disasters

11. drought
    hạn hán
12. famine
    nạn đói
13. blizzard
    bão tuyết
14. hurricane
    bão gió mưa
15. tornado
    cơn trốt xoáy
16. volcanic eruption
    núi lửa phun
17. tidal wave / tsunami
    sóng thần
18. avalanche
    tuyết lở
19. flood
    lụt
20. search and rescue team
    đội tìm và cứu

Ask your classmates. Share the answers.

1. Which natural disaster worries you the most?
2. Which natural disaster worries you the least?
3. Which disasters are common in your local area?

Think about it. Discuss.

1. What organizations can help you in an emergency?
2. What are some ways to prepare for natural disasters?
3. Where would you go in an emergency?

Before an Emergency Trước Khi Gặp Tình Trạng Khẩn Cấp

A. Plan for an emergency.
Lập kế hoạch ứng phó tình trạng khẩn cấp.

1. meeting place
điểm hẹn

2. out-of-state contact
người liên lạc ngoài tiểu bang

3. escape route
lối thoát hiểm

4. gas shut-off valve
vòi tắt ga (hơi đốt)

5. evacuation route
đường thoát hiểm

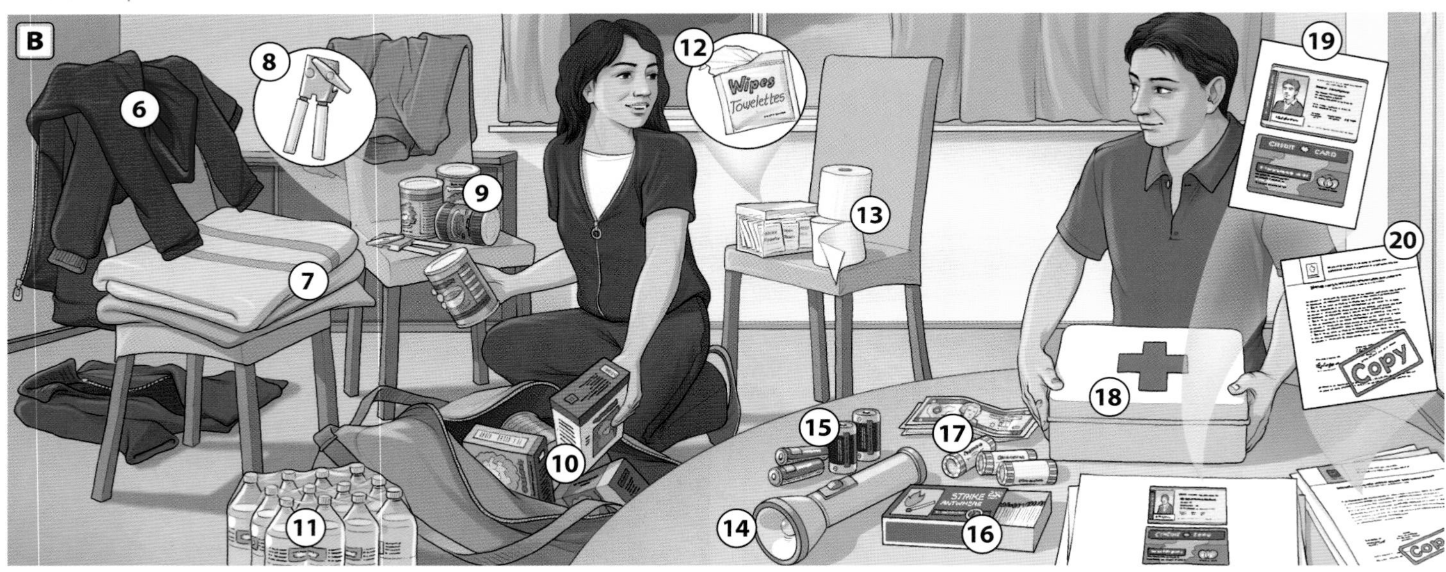

B. Make a disaster kit.
Chuẩn bị bộ đồ phòng khi gặp trường hợp khẩn cấp.

6. warm clothes
áo quần ấm

7. blankets
chăn mền

8. can opener
đồ khui hộp

9. canned food
đồ hộp

10. packaged food
đồ ăn đóng gói

11. bottled water
nước đóng chai

12. moist towelettes
khăn ẩm

13. toilet paper
giấy vệ sinh

14. flashlight
đèn pin

15. batteries
pin

16. matches
diêm quẹt

17. cash and coins
tiền mặt và tiền kên

18. first aid kit
hộp cứu thương

19. copies of ID and credit cards
bản sao thẻ căn cước và thẻ tín dụng

20. copies of important papers
bản sao những giấy tờ quan trọng

Pair practice. Make new conversations.

A: *What do we need for our disaster kit?*
B: *We need blankets and matches.*
A: *I think we also need batteries.*

Ask your classmates. Share the answers.

1. Who would you call first after an emergency?
2. Do you have escape and evacuation routes planned?
3. Are you a calm person in case of an emergency?

During an Emergency Khi Gặp Tình Trạng Khẩn Cấp

C. **Watch** the weather.
Theo dõi thời tiết.

D. **Pay attention** to warnings.
Để ý đến lời cảnh cáo.

E. **Remain** calm.
Giữ bình tĩnh.

F. **Follow** directions.
Tuân theo sự hướng dẫn.

G. **Help** people with disabilities.
Giúp đỡ người khuyết tật.

H. **Seek** shelter.
Tìm chỗ trú tạm.

I. **Stay away** from windows.
Tránh xa cửa sổ.

J. **Take** cover.
Trốn nấp.

K. **Evacuate** the area.
Di tản đi nơi khác.

After an Emergency Sau Tình Trạng Khẩn Cấp

L. **Call** out-of-state contacts.
Gọi điện cho người liên lạc ngoài tiểu bang.

M. **Clean up** debris.
Thu dọn mảnh vỡ.

N. **Inspect** utilities.
Kiểm tra điện ga.

Ways to say you're OK

I'm fine.
We're OK here.
Everything's under control.

Ways to say you need help

We need help.
Someone is hurt.
I'm injured. Please get help.

Role play. Prepare for an emergency.

A: *They just issued a hurricane warning.*
B: *OK. We need to stay calm and follow directions.*
A: *What do we need to do first?*

Community Cleanup Vệ Sinh Công Cộng

1. graffiti
   dấu sơn vẽ bậy
2. litter
   xả rác
3. streetlight
   đèn đường
4. hardware store
   tiệm bán đồ sắt
5. petition
   giấy thỉnh nguyện

A. **give** a speech
   đọc diễn văn
B. **applaud**
   vỗ tay
C. **change**
   thay đổi

Look at the pictures.
What do you see?

Answer the questions.

1. What were the problems on Main Street?
2. What was the petition for?
3. Why did the city council applaud?
4. How did the people change the street?

 **Read the story.**

Community Cleanup

Marta Lopez has a donut shop on Main Street. One day she looked at her street and was very upset. She saw graffiti on her donut shop and the other stores. Litter was everywhere. All the streetlights were broken. Marta wanted to fix the lights and clean up the street.

Marta started a petition about the streetlights. Five hundred people signed it. Then she gave a speech to the city council. The council members voted to repair the streetlights. Everyone applauded. Marta was happy, but her work wasn't finished.

Next, Marta asked for volunteers to clean up Main Street. The hardware store manager gave the volunteers free paint. Marta gave them free donuts and coffee. The volunteers painted and cleaned. They changed Main Street. Now Main Street is beautiful and Marta is proud.

Think about it.

1. What are some problems in your community? How can people help?
2. Imagine you are Marta. What do you say in your speech to the city council?

1. car
   xe hơi
2. passenger
   hành khách
3. taxi
   xe tắc xi
4. motorcycle
   xe máy
5. street
   đường
6. truck
   xe vận tải
7. train
   xe lửa
8. (air)plane
   máy bay

Listen and point. Take turns.

A: *Point to the motorcycle.*
B: *Point to the truck.*
A: *Point to the train.*

Dictate to your partner. Take turns.

A: *Write motorcycle.*
B: *Could you repeat that for me?*
A: *Motorcycle. M-o-t-o-r-c-y-c-l-e.*

9. helicopter
   máy bay trực thăng
10. airport
    phi trường
11. subway station
    trạm xe điện ngầm
12. subway
    xe điện ngầm
13. bus stop
    trạm xe buýt
14. bus
    xe buýt
15. bicycle
    xe đạp

Ways to talk about using transportation

Use **take** for buses, trains, subways, taxis, planes, and helicopters. Use **drive** for cars and trucks. Use **ride** for bicycles and motorcycles.

Pair practice. Make new conversations.

A: *How do you get to school?*
B: *I take the bus. How about you?*
A: *I ride a bicycle to school.*

A Bus Stop Trạm Xe Buýt

4

BUS 10 Northbound		
Main	Elm	Oak
6:00	6:10	6:13
6:30	6:40	6:43
7:00	7:10	7:13
7:30	7:40	7:43

5
New York City Transit
MTA Transfer
Going your way

1. bus route
   tuyến xe buýt
2. fare
   tiền vé xe
3. rider
   hành khách
4. schedule
   lịch trình
5. transfer
   vé chuyển xe

A Subway Station Trạm Xe Điện Ngầm

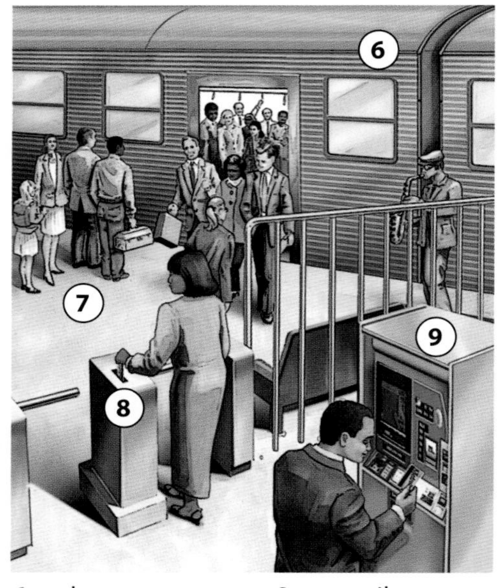

6. subway car
   toa xe điện ngầm
7. platform
   sân ga
8. turnstile
   cửa xoay
9. vending machine
   máy bán đồ tự động
10. token
    đồng tốc-ken
11. fare card
    thẻ vé xe

A Train Station Trạm Xe Lửa

15
HART DAVIS/DAMON
From DOVER, NH
To BOSTON NRTH STA, MA
Carrier 2V Train 684 Date 17FEB03
Accom 2V Space/Car BUSINESS CL
Form of Payment AP XXXX0456791 Ax

16
Fresno
Los Angeles

17
Fresno
Los Angeles

12. ticket window
    quầy bán vé
13. conductor
    nhân viên phục vụ hành khách trên tàu
14. track
    đường rầy
15. ticket
    vé
16. one-way trip
    chuyến đi một chiều
17. round trip
    chuyến khứ hồi

Airport Transportation Giao Thông Phi Trường

18. taxi stand
    bến tắc xi
19. shuttle
    xe con thoi
20. town car
    xe sang trọng
21. taxi driver
    tài xế xe tắc xi
22. taxi license
    bằng lái tắc xi
23. meter
    đồng hồ tính tiền

More vocabulary

hail a taxi: to raise your hand to get a taxi

miss the bus: to get to the bus stop after the bus leaves

Ask your classmates. Share the answers.

1. Is there a subway system in your city?
2. Do you ever take taxis? When?
3. Do you ever take the bus? Where?

Prepositions of Motion

A. **go under** the bridge
đi dưới cầu

B. **go over** the bridge
đi trên cầu

C. **walk up** the steps
bước lên bậc thềm

D. **walk down** the steps
bước xuống bậc thềm

E. **get into** the taxi
vào tắc xi

F. **get out of** the taxi
ra khỏi tắc xi

G. **run across** the street
chạy băng qua đường

H. **run around** the corner
chạy quanh góc đường

I. **get on** the highway
đi vào xa lộ

J. **get off** the highway
đi ra khỏi xa lộ

K. **drive through** the tunnel
lái xe qua đường hầm

Grammar Point: *into, out of, on, off*

Use ***get into*** for taxis and cars.
Use ***get on*** for buses, trains, planes, and highways.

Use ***get out of*** for taxis and cars.
Use ***get off*** for buses, trains, planes, and highways.

1. stop
ngừng lại

2. do not enter / wrong way
cấm vào / ngược chiều

3. one way
đường một chiều

4. speed limit
vận tốc giới hạn

5. U-turn OK
cho phép được quẹo chữ U

6. no outlet / dead end
không lối ra / ngõ cụt

7. right turn only
chỉ được quẹo phải

8. no left turn
không được quẹo trái

9. yield
nhường

10. merge
nhập

11. no parking
cấm đậu

12. handicapped parking
chỗ đậu xe dành cho người tàn tật

13. pedestrian crossing
đường đi bộ băng ngang

14. railroad crossing
đường xe lửa băng ngang

15. school crossing
đường học sinh băng ngang

16. road work
làm đường

17. U.S. route / highway marker
quốc lộ / bảng xa lộ

18. hospital
bệnh viện

Pair practice. Make new conversations.

A: *Watch out! The sign says no left turn.*
B: *Sorry, I was looking at the stop sign.*
A: *That's OK. Just be careful!*

Ask your classmates. Share the answers.

1. How many traffic signs are on your street?
2. What's the speed limit on your street?
3. What traffic signs are the same in your native country?

Directions Phương Hướng

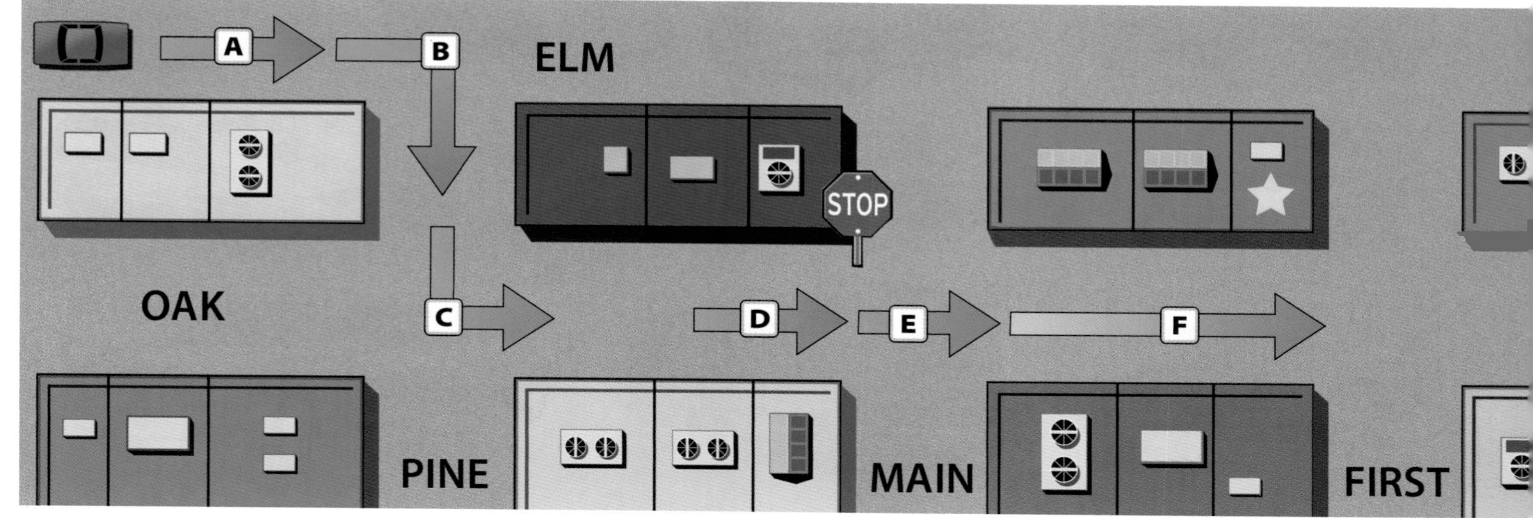

A. **Go straight** on Elm Street.
Đi thẳng trên Elm Street.

B. **Turn right** on Pine Street.
Quẹo phải ở Pine Street.

C. **Turn left** on Oak Street.
Quẹo trái ở Oak Street.

D. **Stop** at the corner.
Ngừng ở góc đường.

E. **Go** past Main Street.
Đi quá Main Street.

F. **Go** one block to First Street.
Qua một dãy phố đến First Street.

Maps Bản Đồ

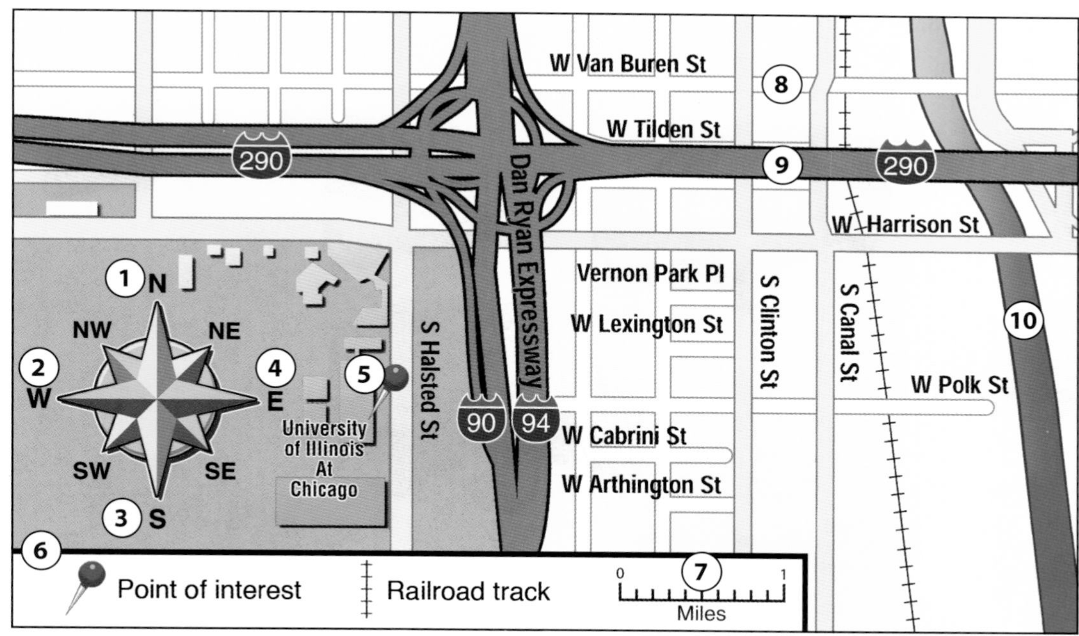

1. north
bắc

2. west
tây

3. south
nam

4. east
đông

5. symbol
ký hiệu

6. key
phần chú dẫn

7. scale
tỷ lệ

8. street
đường

9. highway
xa lộ

10. river
sông

11. GPS (global positioning system)
hệ thống định vị

12. Internet map
bản đồ trên mạng

Role play. Ask for directions.

A: *I'm lost. I need to get to Elm and Pine.*
B: *Go straight on Oak and make a right on Pine.*
A: *Thanks so much.*

Ask your classmates. Share the answers.

1. How often do you use Internet maps? GPS? paper maps?
2. What was the last map you used? Why?

1. 4-door car / sedan
   xe 4 cửa / xe hơi
2. 2-door car / coupe
   xe 2 cửa / xe ngắn gọn
3. hybrid
   xe lai
4. sports car
   xe thể thao
5. convertible
   xe mui trần
6. station wagon
   xe thùng dài
7. SUV (sport–utility vehicle)
   xe thể thao đa dụng
8. minivan
   van nhỏ
9. camper
   xe đi cắm trại
10. RV (recreational vehicle)
    xe nhà lưu động
11. limousine / limo
    xe sang trọng

12. pickup truck
    xe vận tải có thùng
13. cargo van
    van chở hàng
14. tow truck
    xe câu
15. tractor trailer / semi
    xe tải lớn
16. cab
    buồng lái
17. trailer
    xe móc
18. moving van
    xe dọn nhà
19. dump truck
    xe đổ
20. tank truck
    xe chở bồn
21. school bus
    xe buýt học sinh

Pair practice. Make new conversations.

A: *I have a new car!*
B: *Did you get a hybrid?*
A: *Yes, but I really wanted a sports car.*

More vocabulary

make: the name of the company that makes the car
model: the style of the car

Buying and Maintaining a Car

Buying a Used Car Mua Xe Cũ

A. Look at car ads.
Coi quảng cáo xe.

B. Ask the seller about the car.
Hỏi người bán về chiếc xe.

C. Take the car to a mechanic.
Đem xe tới thợ máy.

D. Negotiate a price.
Trả giá.

E. Get the title from the seller.
Lấy giấy chủ quyền từ người mua.

F. Register the car.
Đăng ký xe.

Taking Care of Your Car Bảo Trì Xe

G. Fill the tank with gas.
Đổ xăng vào bình.

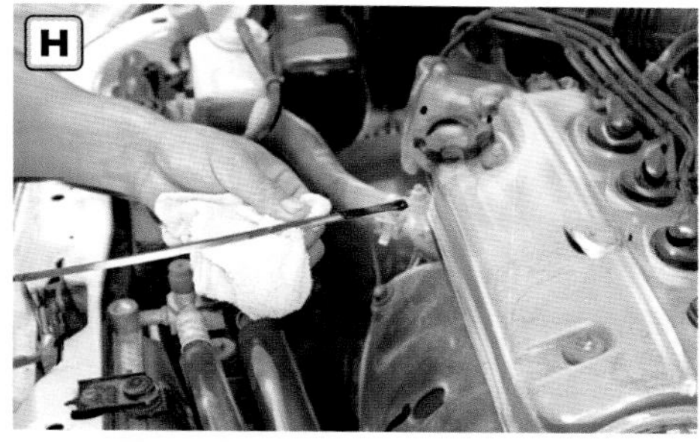

H. Check the oil.
Kiểm tra dầu.

I. Put in coolant.
Đổ nước làm nguội máy.

J. Go for a smog check.*
Đi kiểm tra khói thải của xe.

*smog check = emissions test

K. Replace the windshield wipers.
Thay quạt nước.

L. Fill the tires with air.
Bơm bánh xe.

Ways to request service

Please check the oil.
Could you fill the tank?
Put in coolant, please.

Think about it. Discuss.

1. What's good and bad about a used car?
2. Do you like to negotiate car prices? Why?
3. Do you know any good mechanics? Why are they good?

At the Dealer
Ở Tiệm Bán Xe

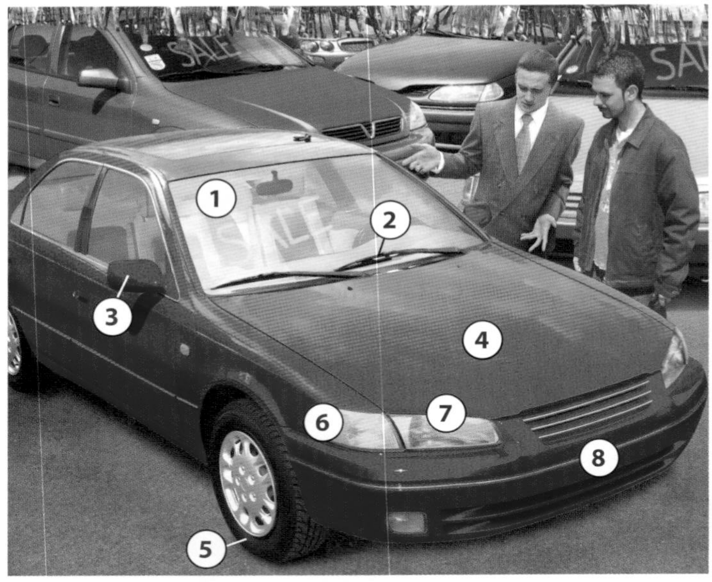

1. windshield
   kiếng xe phía trước
2. windshield wipers
   quạt nước
3. sideview mirror
   gương bên cạnh
4. hood
   nắp xe
5. tire
   bánh xe
6. turn signal
   đèn quẹo
7. headlight
   đèn trước
8. bumper
   cản xe

At the Mechanic
Ở Tiệm Sửa Xe

9. hubcap / wheel cover
   nắp bánh xe / che bánh xe
10. gas tank
    thùng xăng
11. trunk
    thùng xe
12. license plate
    bảng số xe
13. tail light
    đèn đuôi
14. brake light
    đèn thắng
15. tail pipe
    ống khói
16. muffler
    ống bô

Under the Hood
Dưới Nắp Xe

17. fuel injection system
    hệ thống phun nhiên liệu
18. engine
    động cơ
19. radiator
    bình nước
20. battery
    bình điện

Inside the Trunk
Trong Thùng Xe

21. jumper cables
    dây câu bình
22. lug wrench
    chìa vặn kiểu ống lồng
23. spare tire
    lốp xơ-cua
24. jack
    con đội

The Dashboard and Instrument Panel
Mặt Xe & Bảng Đồng Hồ Xe

25. door lock
khóa cửa
26. steering wheel
tay lái
27. speedometer
đồng hồ đo tốc độ
28. odometer
đồng hồ đo quãng đường
29. oil gauge
đồng hồ đo dầu
30. temperature gauge
đồng hồ nhiệt độ
31. gas gauge
đồng hồ xăng
32. horn
còi, kèn
33. ignition
bộ phận mồi lửa
34. turn signal
bật đèn quẹo
35. rearview mirror
gương chiếu hậu
36. hazard lights
đèn khẩn cấp
37. radio
radio
38. CD player
máy CD
39. air conditioner
máy lạnh
40. heater
máy sưởi
41. defroster
hệ thống xông kính
42. power outlet
ổ cắm điện
43. air bag
túi khí
44. glove compartment
hộp nhỏ trên xe

An Automatic Transmission
Số Tự Động

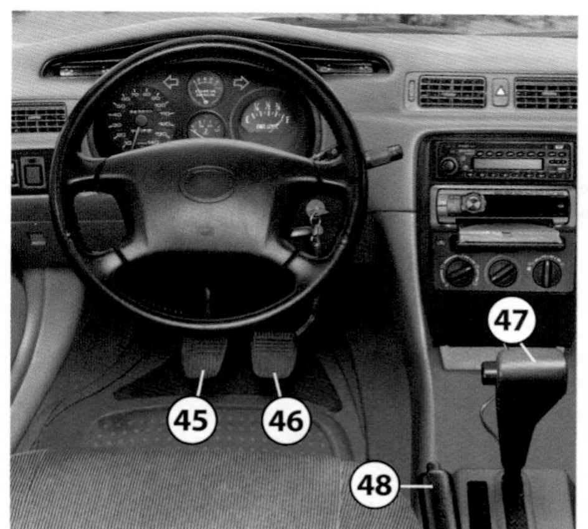

A Manual Transmission
Số Tay

Inside the Car
Bên Trong Xe

45. brake pedal
chân thắng
46. gas pedal / accelerator
chân ga
47. gear shift
cần số tự động
48. hand brake
thắng tay
49. clutch
chân côn
50. stick shift
cần số tay
51. front seat
ghế trước
52. seat belt
thắt lưng an toàn
53. child safety seat
ghế an toàn cho trẻ em
54. backseat
ghế sau

In the Airline Terminal Trong nhà đón khách phi trường

At the Security Checkpoint Ở Trạm Kiểm Tra An Ninh

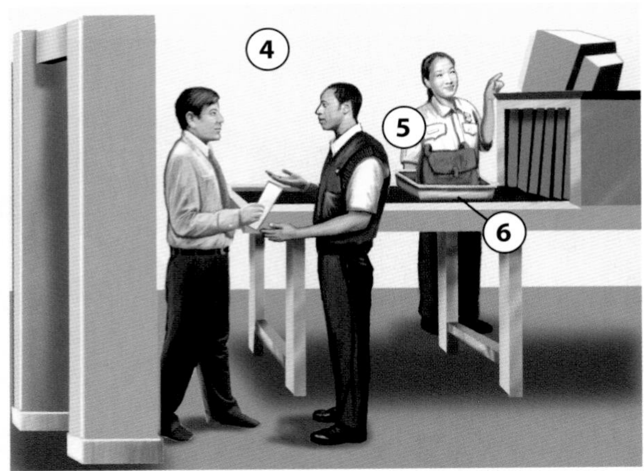

1. skycap
   người đẩy hành lý phi trường
2. check-in kiosk
   quầy kiểm nhận hành lý
3. ticket agent
   nhân viên quầy vé
4. screening area
   khu kiểm tra
5. TSA* agent / security screener
   nhân viên an ninh / kiểm tra an ninh
6. bin
   thùng

Taking a Flight Đi Máy Bay

A. **Check in** electronically.
Lấy vé bằng máy tự động.

B. **Check** your bags.
Gửi hành lý.

C. **Show** your boarding pass and ID.
Trình thẻ lên máy bay và chứng minh thư.

D. **Go through** security.
Đi qua bộ phận an ninh.

E. **Board** the plane.
Lên máy bay.

F. **Find** your seat.
Tìm ghế ngồi.

G. **Stow** your carry-on bag.
Để hành lý xách tay **vào hộc**.

H. **Fasten** your seat belt.
Thắt dây an toàn.

I. **Turn off** your cell phone.
Tắt điện thoại di động.

J. **Take off**. / **Leave**.
Cất cánh. / **Rời phi trường**.

K. **Land**. / **Arrive**.
Hạ cánh. / **Đến nơi**.

L. **Claim** your baggage.
Nhận hành lý.

* Transportation Security Administration

At the Gate Ở Cổng

On the Airplane Trên Máy Bay

At Customs Ở Hải Quan

7. arrival and departure monitors
   máy ghi lịch trình đến và đi
8. gate
   cổng
9. boarding area
   khu vực sửa soạn lên máy bay
10. cockpit
    phòng lái
11. pilot
    phi công
12. flight attendant
    chiêu đãi viên hàng không
13. overhead compartment
    ngăn chứa đồ trên đầu
14. emergency exit
    lối thoát hiểm
15. passenger
    hành khách
16. declaration form
    tờ khai hải quan
17. customs officer
    nhân viên hải quan
18. luggage / bag
    hành lý / va-li

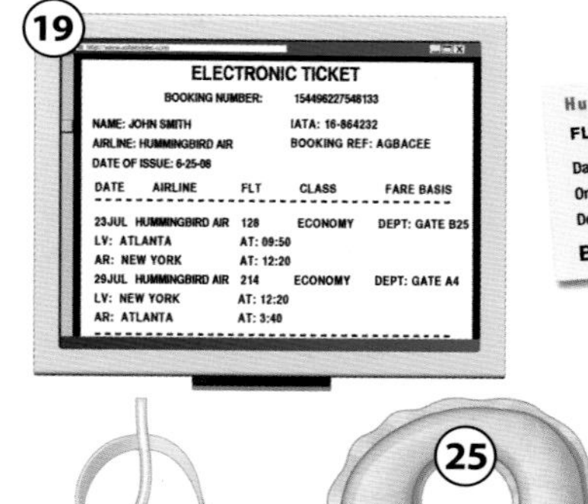

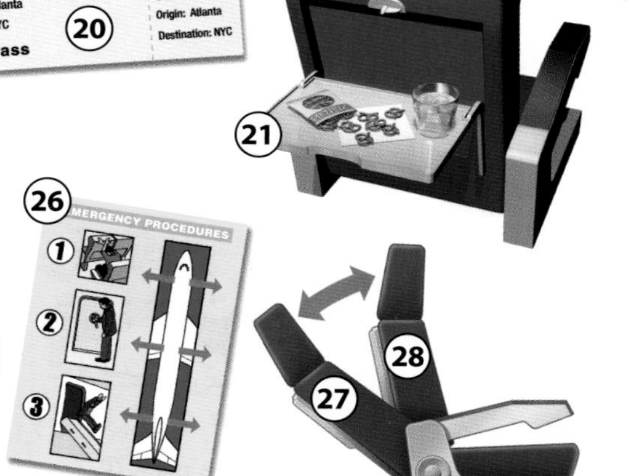

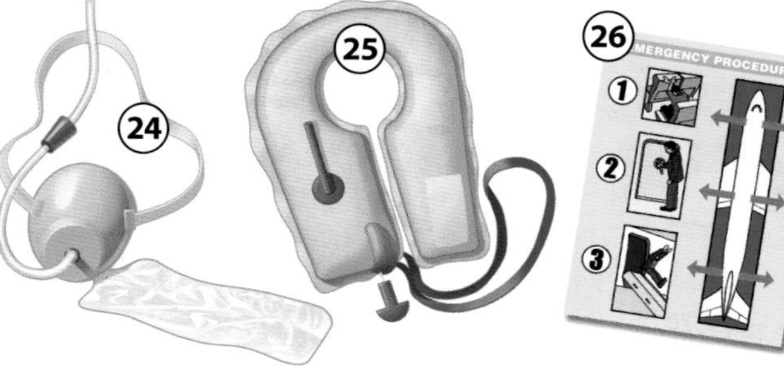

19. e-ticket
    vé máy bay điện tử
20. boarding pass
    thẻ lên máy bay
21. tray table
    bàn khay
22. turbulence
    nhiễu loạn không khí
23. baggage carousel
    dây chuyền hành lý
24. oxygen mask
    mặt nạ dưỡng khí
25. life vest
    áo phao
26. emergency card
    bìa cấp cứu
27. reclined seat
    ghế dựa
28. upright seat
    ghế ngồi thẳng
29. on-time
    đúng giờ
30. delayed flight
    máy bay trễ

More vocabulary

departure time: the time the plane takes off
arrival time: the time the plane lands
direct flight: a trip with no stops

Pair practice. Make new conversations.

A: *Excuse me. Where do I check in?*
B: *At the check-in kiosk.*
A: *Thanks.*

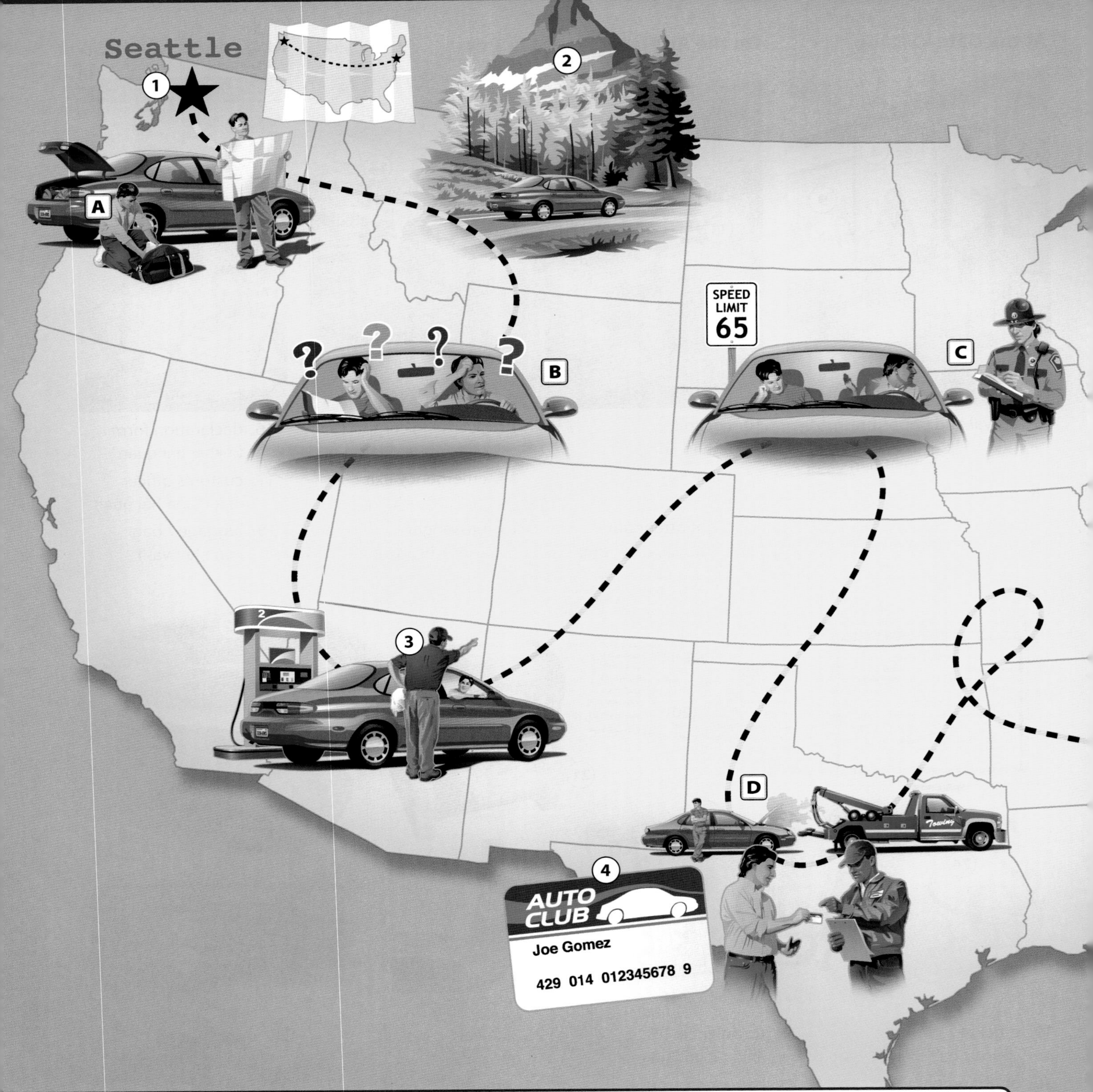

Taking a Trip Một Chuyến Đi

1. starting point
   điểm bắt đầu
2. scenery
   phong cảnh
3. gas station attendant
   nhân viên trạm xăng
4. auto club card
   thẻ câu lạc bộ xe hơi
5. destination
   điểm đến

A. **pack**
   xếp đồ

B. **get** lost
   đi lạc

C. **get** a speeding ticket
   bị phạt quá tốc độ

D. **break down**
   xe hư

E. **run out** of gas
   hết xăng

F. **have** a flat tire
   bị xì lốp xe

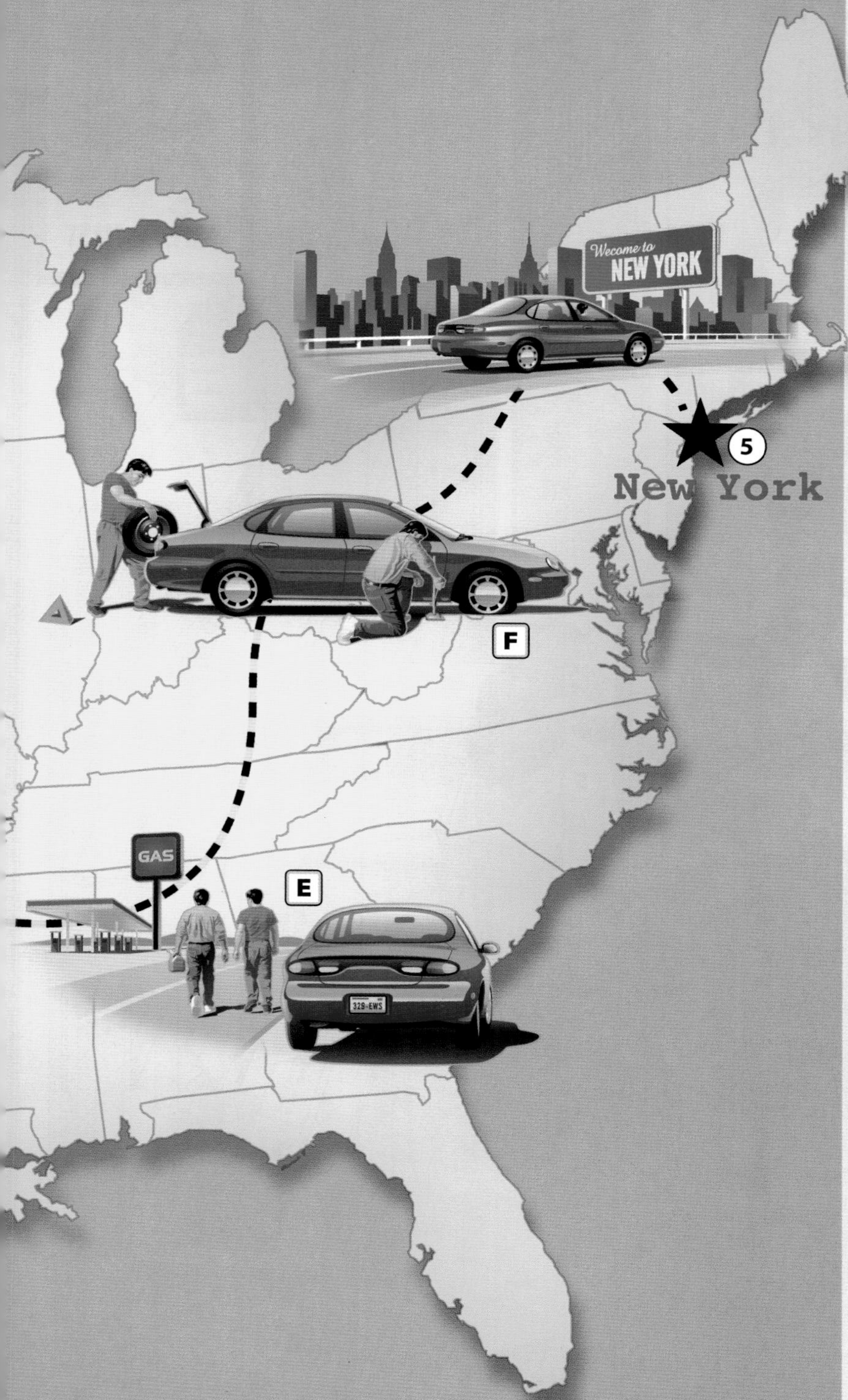

Look at the pictures. What do you see?

Answer the questions.

1. What are the young men's starting point and destination?
2. What do they see on their trip?
3. What kinds of problems do they have?

 **Read the story.**

A Road Trip

On July 7th Joe and Rob packed their bags for a road trip. Their starting point was Seattle. Their destination was New York City.

The young men saw beautiful scenery on their trip. But there were also problems. They got lost. Then, a gas station attendant gave them bad directions. Next, they got a speeding ticket. Joe was very upset. After that, their car broke down. Joe called a tow truck and used his auto club card.

The end of their trip was difficult, too. They ran out of gas and then they had a flat tire.

After 7,000 miles of problems, Joe and Rob arrived in New York City. They were happy, but tired. Next time, they're going to take the train.

Think about it.

1. What is the best way to travel across the U.S.? by car? by plane? by train? Why?
2. Imagine your car breaks down on the road. Who can you call? What can you do?

1. entrance
   lối vào
2. customer
   khách hàng
3. office
   văn phòng
4. employer / boss
   chủ / xếp
5. receptionist
   nhân viên tiếp tân
6. safety regulations
   nội quy an toàn

Listen and point. Take turns.

A: Point to <u>the front entrance</u>.
B: Point to <u>the receptionist</u>.
A: Point to <u>the time clock</u>.

Dictate to your partner. Take turns.

A: *Can you spell <u>employer</u>?*
B: *I'm not sure. Is it <u>e-m-p-l-o-y-e-r</u>?*
A: *Yes, that's right.*

7. time clock
đồng hồ bấm thẻ
8. supervisor
giám thị
9. employee
nhân viên
10. payroll clerk
thư ký làm lương
11. pay stub
cùi séc
12. wages
lương
13. deductions
khấu trừ
14. paycheck
séc lương

Ways to talk about wages

*I **earn** $250 a week.*
*He **makes** $7 an hour.*
*I'm **paid** $1,000 a month.*

Role play. Talk to an employer.

A: *Is everything correct on your paycheck?*
B: *No, it isn't. I make $250 a week, not $200.*
A: *Let's talk to the payroll clerk. Where is she?*

1. accountant
kế toán viên

2. actor
diễn viên

3. administrative assistant
trợ tá hành chính

4. appliance repair person
thợ sửa chữa đồ gia dụng

5. architect
kiến trúc sư

6. artist
họa sĩ

7. assembler
thợ lắp ráp

8. auto mechanic
thợ sửa xe

9. babysitter
người giữ trẻ

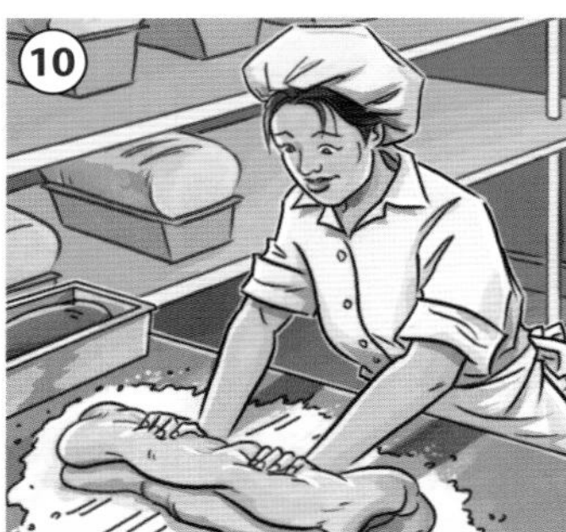

10. baker
thợ làm bánh

11. business owner
chủ doanh nghiệp

12. businessperson
nhà doanh nghiệp

13. butcher
thợ cắt thịt

14. carpenter
thợ mộc

15. cashier
thâu ngân viên

16. childcare worker
nhân viên nhà trẻ

Ways to ask about someone's job

What's her job?
What does he do?
What kind of work do they do?

Pair practice. Make new conversations.

A: *What kind of work does she do?*
B: *She's an accountant. What do they do?*
A: *They're actors.*

Jobs and Occupations C–H

17. commercial fisher
người đánh cá thương mại

18. computer software engineer
kỹ sư phần mềm vi tính

19. computer technician
chuyên viên kỹ thuật vi tính

20. customer service representative
nhân viên dịch vụ khách hàng

21. delivery person
người giao hàng

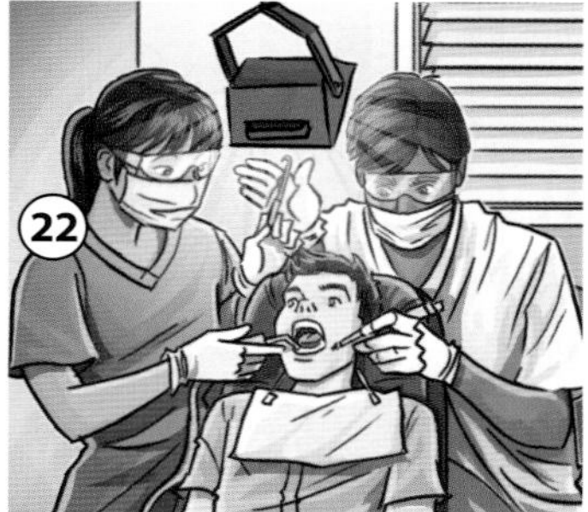

22. dental assistant
phụ tá nha sĩ

23. dockworker
công nhân bến tàu

24. electronics repair person
thợ sửa đồ điện

25. engineer
kỹ sư

26. firefighter
nhân viên cứu hỏa

27. florist
người bán hoa

28. gardener
người làm vườn

29. garment worker
công nhân xưởng dệt may

30. graphic designer
người tạo mẫu hình

31. hairdresser / hair stylist
thợ tóc / thợ làm kiểu tóc

32. home health care aide
phụ tá điều dưỡng tại gia

Ways to talk about jobs and occupations

Sue's a garment worker. She works ***in*** *a factory.*
Tom's an engineer. He works ***for*** *a large company.*
Ann's a dental assistant. She works ***with*** *a dentist.*

Role play. Talk about a friend's new job.

A: *Does your friend like his new job?*
B: *Yes, he does. He's a graphic designer.*
A: *Does he work in an office?*

33. homemaker
nội trợ

34. housekeeper
người giúp việc

35. interpreter / translator
thông dịch viên / phiên dịch viên

36. lawyer
luật sư

37. machine operator
người điều khiển máy

38. manicurist
thợ móng tay

39. medical records technician
chuyên viên lưu trữ hồ sơ y tế

40. messenger / courier
người đưa tin / người phát chuyển nhanh

41. model
người mẫu

42. mover
người dọn nhà

43. musician
người chơi nhạc, nhạc công

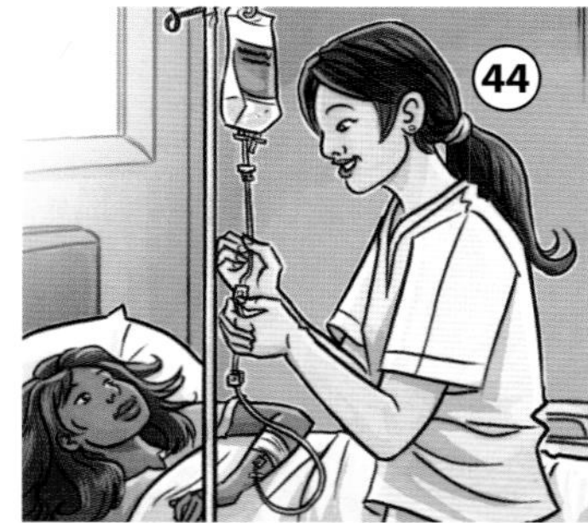

44. nurse
y tá

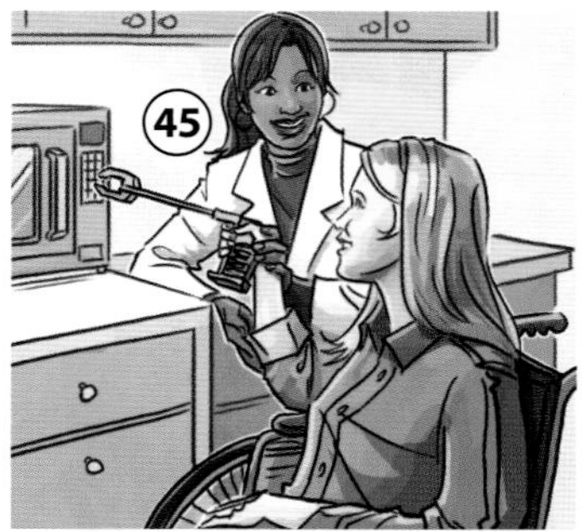

45. occupational therapist
chuyên viên giúp phục hồi khả năng làm các hoạt động thường ngày

46. (house) painter
thợ sơn (nhà)

47. physician assistant
phụ tá bác sĩ

48. police officer
cảnh sát

Grammar Point: past tense of *be*

*I **was** a machine operator for 5 years.*
*She **was** a nurse for a year.*
*They **were** movers from 2003–2007.*

Pair practice. Make new conversations.

A: *What was your first job?*
B: *I was a musician. How about you?*
A: *I was a messenger for a small company.*

49. postal worker
nhân viên bưu điện

50. printer
thợ in

51. receptionist
nhân viên tiếp tân

52. reporter
phóng viên

53. retail clerk
người bán hàng

54. sanitation worker
công nhân vệ sinh

55. security guard
nhân viên an ninh

56. server
bồi bàn

57. social worker
cán sự xã hội

58. soldier
lính

59. stock clerk
nhân viên coi kho

60. telemarketer
nhân viên tiếp thị qua điện thoại

61. truck driver
tài xế xe vận tải

62. veterinarian
bác sĩ thú y

63. welder
thợ hàn

64. writer / author
nhà văn / tác giả

Ask your classmates. Share the answers.

1. Which of these jobs could you do now?
2. What is one job you don't want to have?
3. Which jobs do you want to have?

Think about it. Discuss.

1. Which jobs need special training?
2. What kind of person makes a good interpreter? A good nurse? A good reporter? Why?

A. **assemble** components
lắp ráp các thành phần

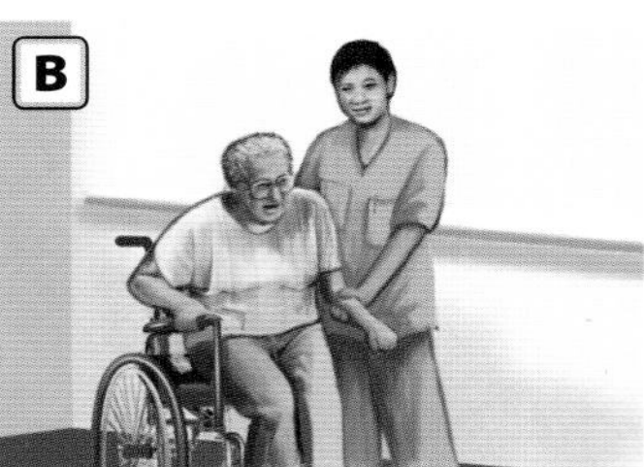
B. **assist** medical patients
giúp đỡ các bệnh nhân

C. **cook**
nấu nướng

D. **do** manual labor
làm việc chân tay

E. **drive** a truck
lái xe vận tải

F. **fly** a plane
lái máy bay

G. **make** furniture
làm bàn ghế

H. **operate** heavy machinery
điều khiển máy móc nặng

I. **program** computers
soạn chương trình máy vi tính

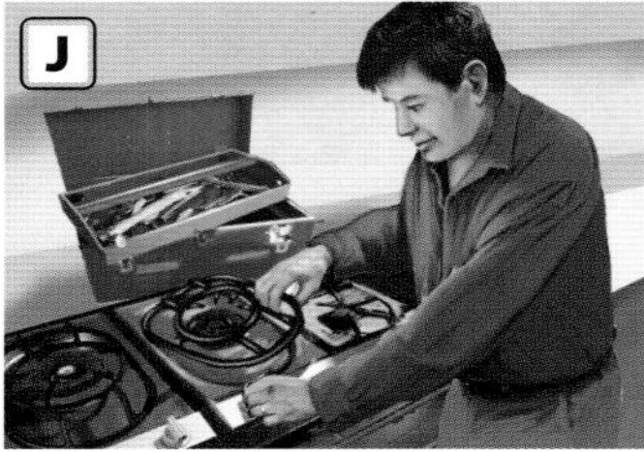
J. **repair** appliances
sửa chữa dụng cụ trong nhà

K. **sell** cars
bán xe

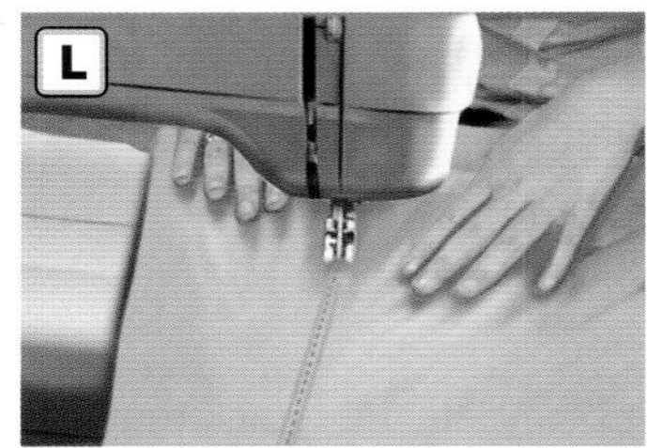
L. **sew** clothes
may quần áo

M. **solve** math problems
giải bài toán

N. **speak** another language
nói một thứ tiếng khác

O. **supervise** people
giám sát nhân viên

P. **take** care of children
trông coi trẻ

Q. **teach**
dạy

R. **type**
đánh máy

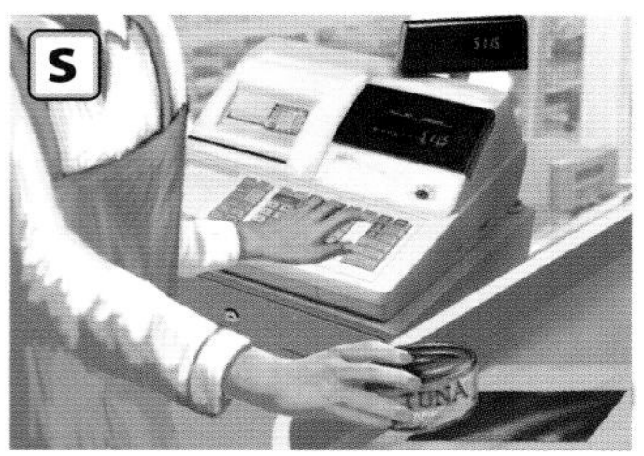
S. **use** a cash register
sử dụng máy tính tiền

T. **wait on** customers
phục vụ khách hàng

Grammar Point: *can, can't*

*I am a chef. I **can** cook.*
*I'm not a pilot. I **can't** fly a plane.*
*I **can't** speak French, but I **can** speak Spanish.*

Role play. Talk to a job counselor.

A: *Tell me about your skills. Can you type?*
B: *No, I can't, but I can use a cash register.*
A: *OK. What other skills do you have?*

Office Skills
Kỹ Năng Văn Phòng

A. **type** a letter
đánh máy lá thư

B. **enter** data
nhập dữ liệu

C. **transcribe** notes
chuyển âm thâu ra chữ

D. **make** copies
làm bản sao

E. **collate** papers
sắp xếp giấy tờ

F. **staple**
dập ghim

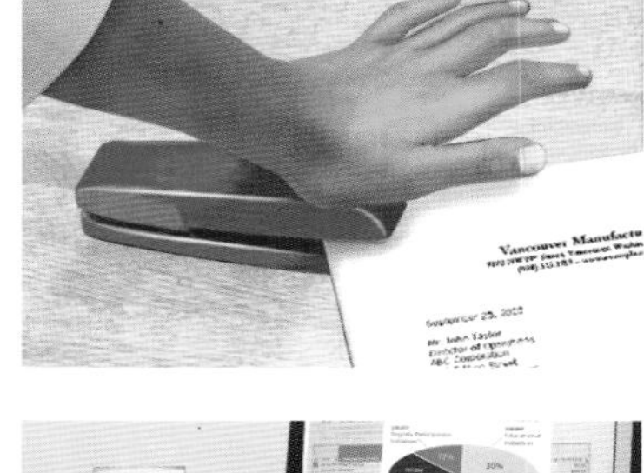

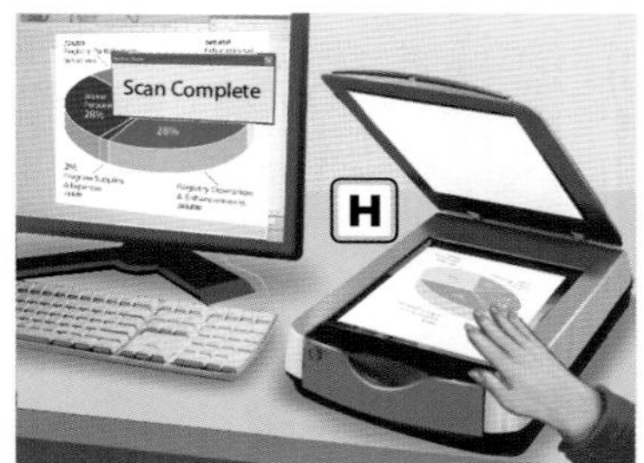

G. **fax** a document
fax giấy tờ

H. **scan** a document
quét giấy tờ

I. **print** a document
in giấy tờ

J. **schedule** a meeting
sắp đặt lịch trình cuộc họp

K. **take** dictation
viết lời người khác đọc

L. **organize** materials
sắp xếp tài liệu

Telephone Skills
Kỹ Năng Điện Thoại

M. **greet** the caller
chào hỏi người gọi

N. **put** the caller on hold
để người gọi chờ máy

O. **transfer** the call
chuyển cuộc gọi

P. **leave** a message
để lại tin nhắn

Q. **take** a message
nhận tin nhắn

R. **check** messages
kiểm tra tin nhắn

Career Path Định Hướng Nghề Nghiệp

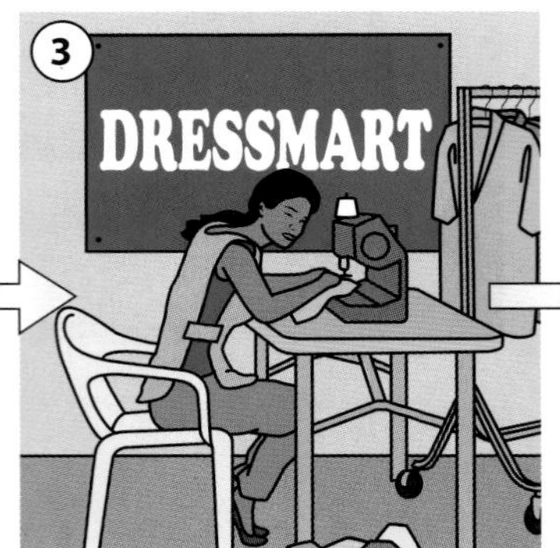

1. entry-level job
   việc ở chức vị mới vô làm
2. training
   đào tạo
3. new job
   việc mới
4. promotion
   lên chức

Types of Job Training Các Dạng Đào Tạo Việc Làm

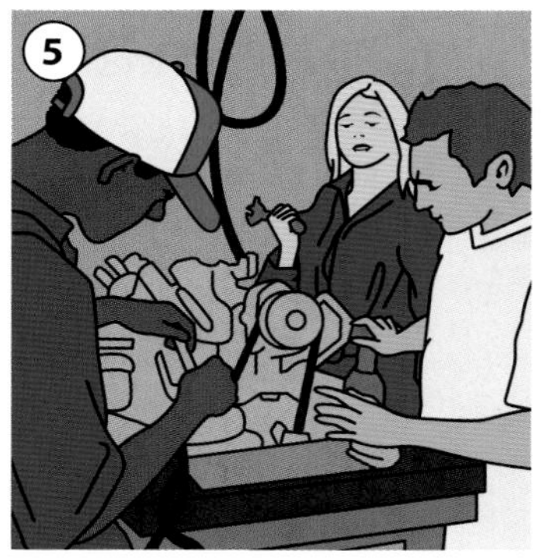

5. vocational training
   học nghề
6. internship
   thực tập
7. on-the-job training
   đào tạo tại chỗ
8. online course
   lớp học trên mạng

Planning a Career Hoạch Định Nghề Nghiệp

9. resource center
   trung tâm tìm việc
10. career counselor
   người cố vấn nghề nghiệp
11. interest inventory
   liệt kê ý muốn
12. skill inventory
   liệt kê kỹ năng
13. job fair
   chỗ tuyển mộ đi làm
14. recruiter
   người tuyển mộ

Ways to talk about job training

I'm looking into an online course.
I'm interested in on-the-job training.
I want to sign up for an internship.

Ask your classmates. Share the answers.

1. What kind of job training are you interested in?
2. Would your rather learn English in an online course or in a classroom?

A. **talk** to friends / **network**
nói chuyện với bạn bè / **liên hệ**

B. **look in** the classifieds
đọc quảng cáo

C. **look for** help wanted signs
tìm bảng cần người

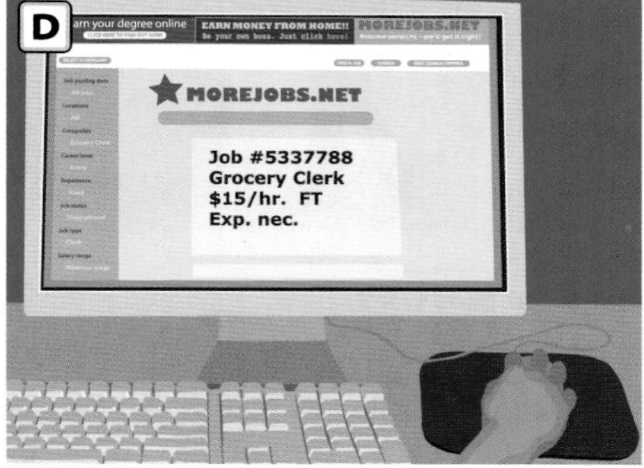

D. **check** Internet job sites
coi những nơi có việc làm trên liên mạng

E. **go** to an employment agency
đi tới văn phòng giới thiệu việc làm

Dan King
1235 Oak St. Apt. 2
Raleigh, NC 27613-7007
252-555-4958

Experience
Grocery Clerk 2004-2006
Farm Worker 2000-2004

Education
Central Technical CC 2007
Henan Hongli School 1996-2004

F. **write** a resume
viết sơ yếu lý lịch

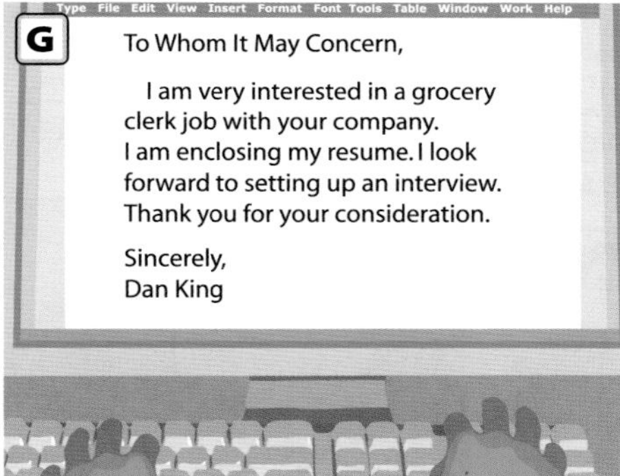

To Whom It May Concern,

I am very interested in a grocery clerk job with your company. I am enclosing my resume. I look forward to setting up an interview. Thank you for your consideration.

Sincerely,
Dan King

G. **write** a cover letter
viết lá thư giới thiệu

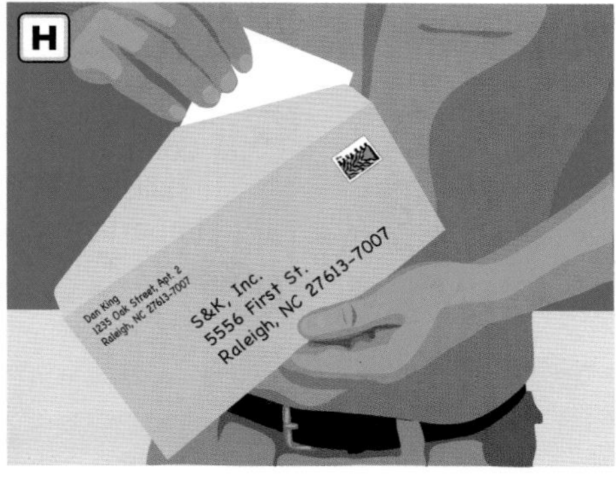

H. **send in** your resume and cover letter
gửi sơ yếu lý lịch và thư giới thiệu **đi**

I. **set up** an interview
hẹn phỏng vấn

S&K Grocery, Inc.
Employment application
Name Dan King
Address 1235 O
Raleigh,
Reference
Address
Work experience

J. **fill out** an application
điền đơn xin việc

K. **go on** an interview
đi phỏng vấn

L. **get** hired
được mướn

A. **Prepare** for the interview.
Chuẩn bị phỏng vấn.

B. **Dress** appropriately.
Ăn mặc thích hợp.

C. **Be** neat.
Hãy gọn gàng.

D. **Bring** your resume and ID.
Mang theo sơ yếu lý lịch và giấy chứng minh.

E. **Don't be** late.
Đừng đến trễ.

F. **Be** on time.
Hãy đúng giờ.

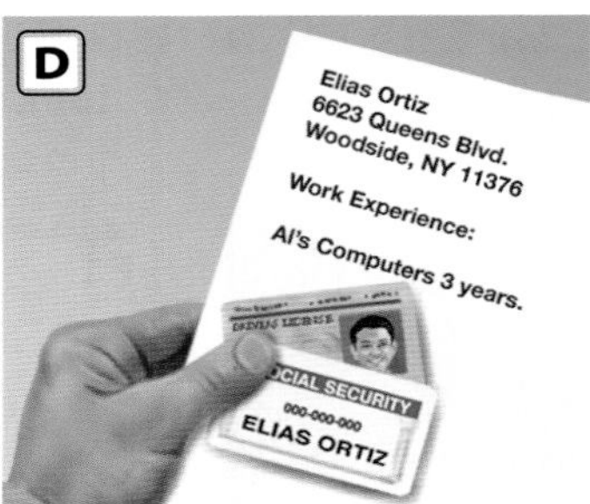

G. **Turn off** your cell phone.
Tắt điện thoại di động.

H. **Greet** the interviewer.
Chào hỏi người phỏng vấn.

I. **Shake** hands.
Bắt tay.

J. **Make** eye contact.
Hãy nhìn thẳng vào mắt.

K. **Listen** carefully.
Lắng nghe cho kỹ.

L. **Talk** about your experience.
Nói về kinh nghiệm bản thân.

M. **Ask** questions.
Đặt câu hỏi.

N. **Thank** the interviewer.
Cám ơn người phỏng vấn.

O. **Write** a thank-you note.
Viết thư cảm ơn.

More vocabulary

benefits: health insurance, vacation pay, or other things the employer can offer an employee

inquire about benefits: ask about benefits

Think about it. Discuss.

1. How can you prepare for an interview?
2. Why is it important to make eye contact?
3. What kinds of questions should you ask?

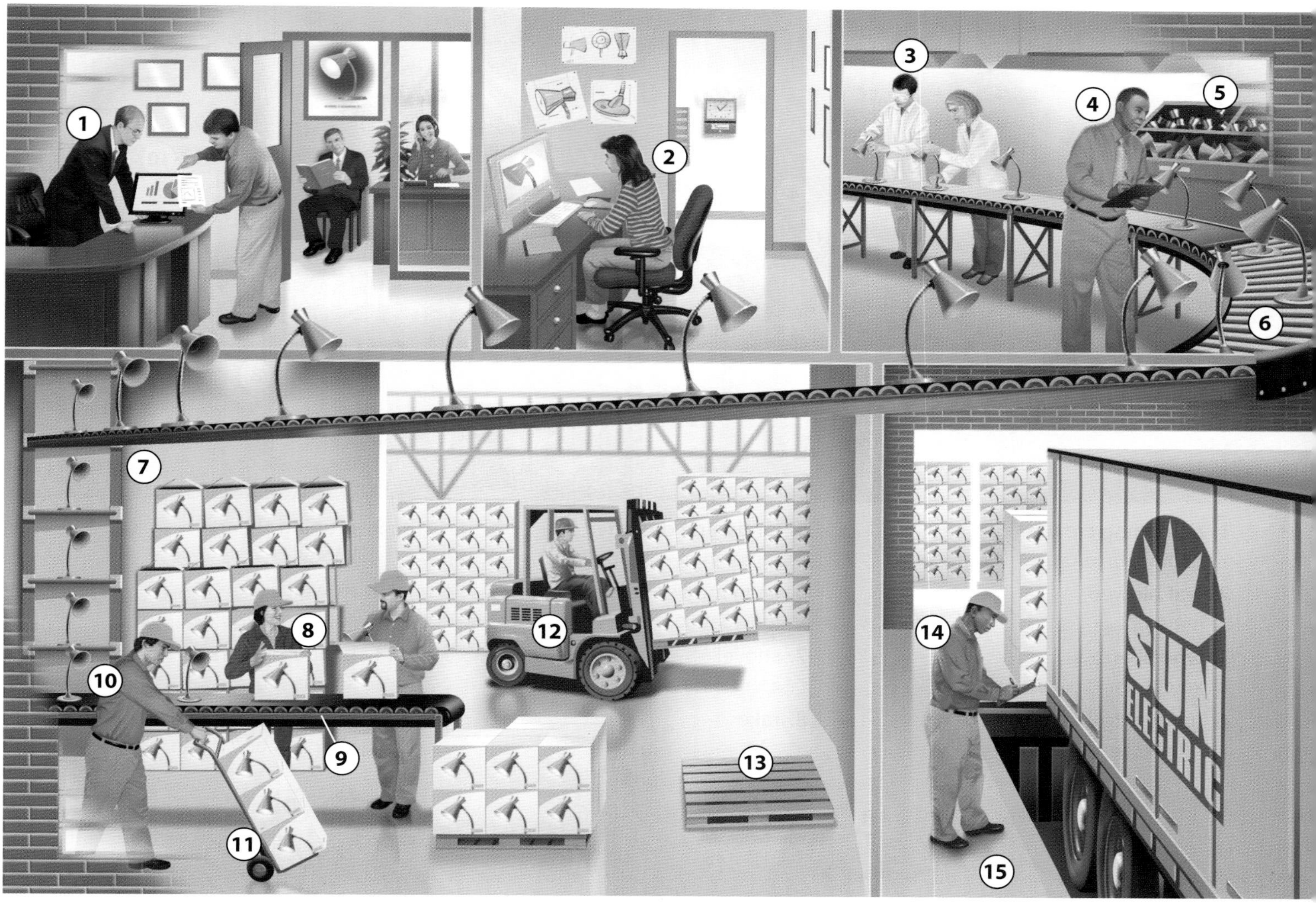

A Factory

1. factory owner
   chủ nhà máy
2. designer
   người thiết kế
3. factory worker
   công nhân nhà máy
4. line supervisor
   người giám sát dây chuyền
5. parts
   bộ phận
6. assembly line
   dây chuyền lắp ráp
7. warehouse
   nhà kho
8. packer
   người đóng gói hàng
9. conveyer belt
   băng tải
10. order puller
    nhân viên lấy hàng trong kho
11. hand truck
    xe tải con (đẩy tay)
12. forklift
    xe nâng hàng
13. pallet
    pa-lét
14. shipping clerk
    nhân viên nhận- gửi hàng
15. loading dock
    nơi bốc dỡ hàng

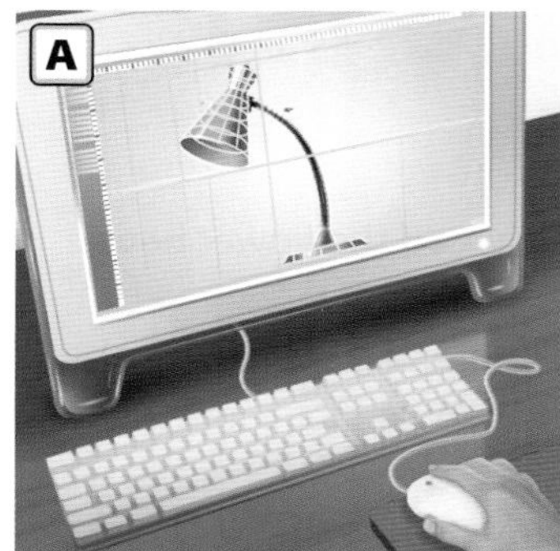

A. **design**
thiết kế

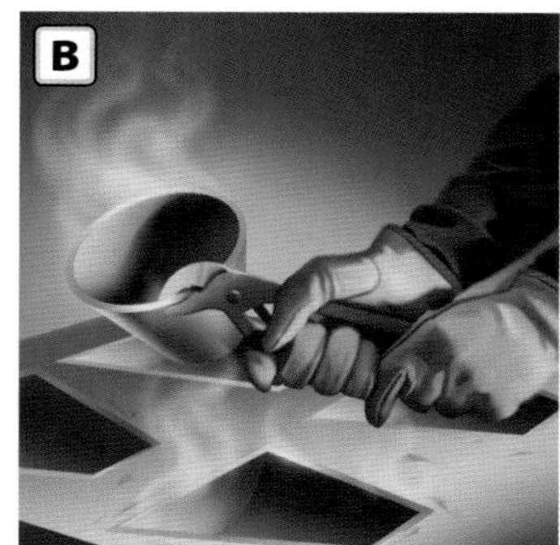

B. **manufacture**
chế tạo

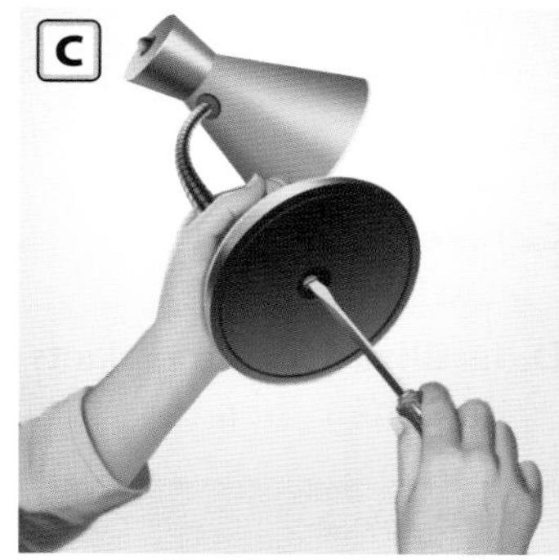

C. **assemble**
lắp ráp

D. **ship**
gửi

Landscaping and Gardening

Làm Đẹp Phong Cảnh Và Làm Vườn

1. gardening crew
   nhóm làm vườn
2. leaf blower
   máy thổi lá
3. wheelbarrow
   xe cút kít
4. gardening crew leader
   người cầm đầu nhóm làm vườn
5. landscape designer
   người thiết kế làm đẹp phong cảnh
6. lawn mower
   máy cắt cỏ
7. shovel
   xẻng
8. rake
   cào
9. pruning shears
   kéo tỉa
10. trowel
    cái bay
11. hedge clippers
    kéo tỉa lớn
12. weed whacker / weed eater
    máy xén cỏ / tỉa cỏ

A. **mow** the lawn
   cắt cỏ

B. **trim** the hedges
   tỉa cây

C. **rake** the leaves
   cào lá

D. **fertilize** / **feed** the plants
   bón phân / **bón** cây

E. **plant** a tree
   trồng cây

F. **water** the plants
   tưới nước cây

G. **weed** the flower beds
   nhổ cỏ dại ở luống hoa

H. **install** a sprinkler system
   gắn hệ thống tưới nước

Use the new words.
Look at page 53. Name what you can do in the yard.

A: *I can mow the lawn.*
B: *I can weed the flower bed.*

Ask your classmates. Share the answers.
1. Do you know someone who does landscaping? Who?
2. Do you enjoy gardening? Why or why not?
3. Which gardening activity is the hardest to do? Why?

Crops Mùa Màng

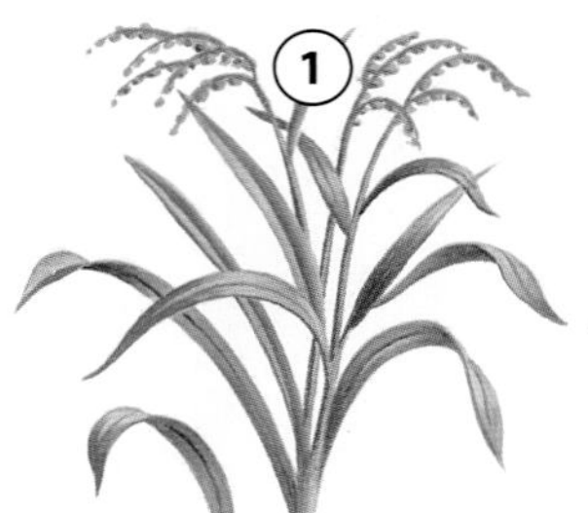

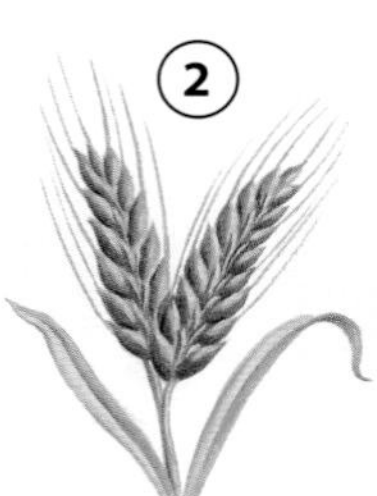

1. rice
   lúa gạo
2. wheat
   lúa mì
3. soybeans
   đậu nành
4. corn
   ngô / bắp
5. alfalfa
   cỏ linh lăng
6. cotton
   bông vải

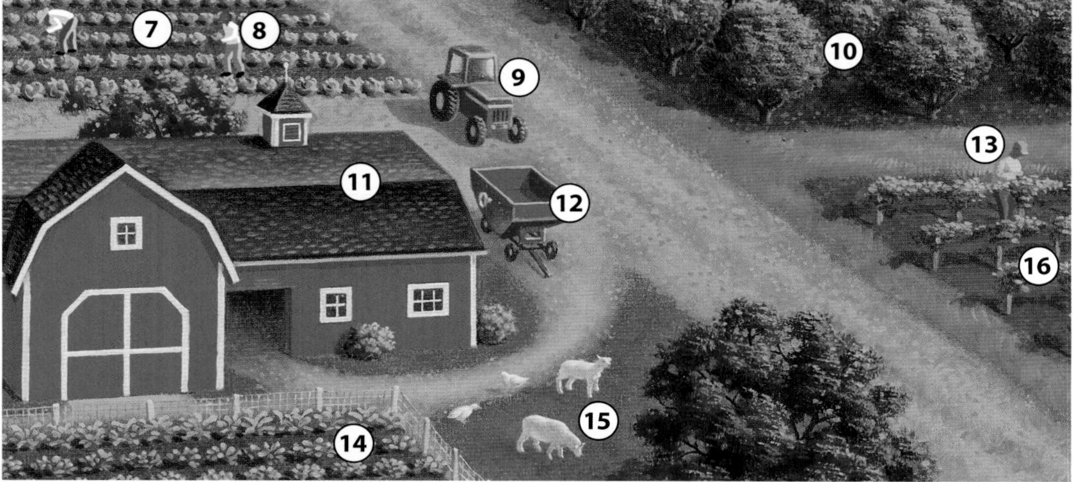

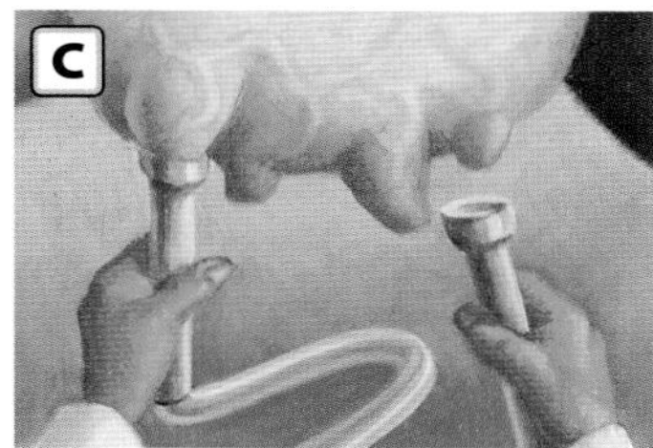

7. field
   đồng
8. farmworker
   công nhân nông trại
9. tractor
   máy kéo
10. orchard
    vườn cây ăn trái
11. barn
    kho, vựa
12. farm equipment
    dụng cụ làm ruộng / nông cụ
13. farmer / grower
    người làm ruộng / người trồng trọt
14. vegetable garden
    vườn rau
15. livestock
    gia súc
16. vineyard
    vườn nho
17. corral
    bãi quây trâu bò
18. hay
    cỏ khô
19. fence
    hàng rào
20. hired hand
    người làm thuê
21. cattle
    bò
22. rancher
    chủ trại chăn nuôi

A. **plant**
   trồng

B. **harvest**
   gặt, thu hoạch

C. **milk**
   vắt sữa

D. **feed**
   cho ăn, nuôi

1. construction worker
công nhân xây cất
2. ladder
thang
3. I beam/girder
dầm hình chữ I / dầm chính
4. scaffolding
giàn xây cất
5. cherry picker
cần trục để công nhân làm việc ở trên cao
6. bulldozer
xe ủi đất
7. crane
cần cẩu
8. backhoe
máy đào xúc
9. jackhammer / pneumatic drill
búa khoan / máy khoan hơi

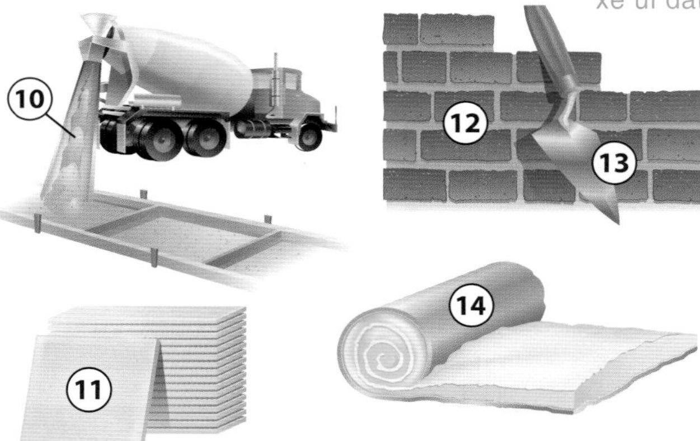

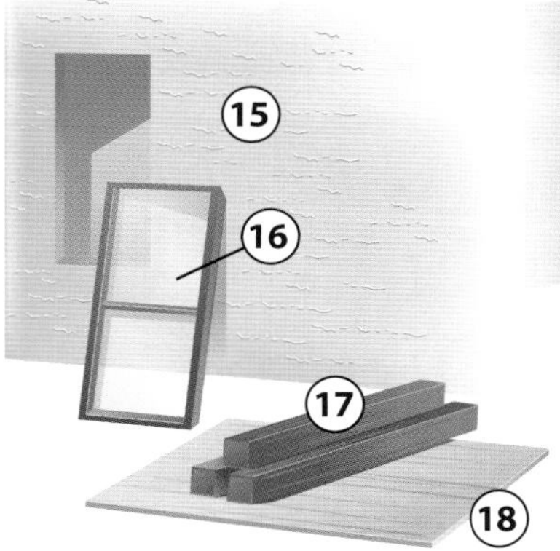

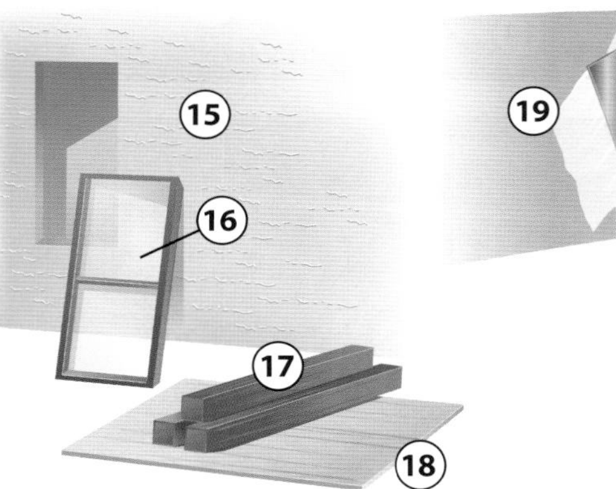

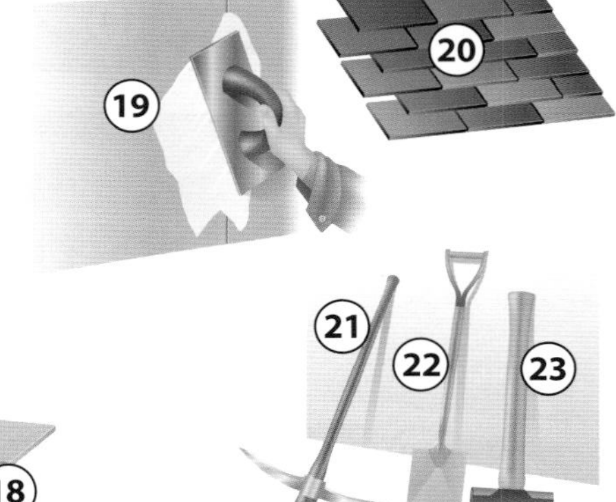

10. concrete
xi măng
11. tile
gạch lót
12. bricks
gạch
13. trowel
cái bay
14. insulation
chất cách nhiệt
15. stucco
lớp trát vữa
16. window pane
ô kính cửa sổ
17. wood / lumber
gỗ / gỗ súc
18. plywood
gỗ dán
19. drywall
tường đá tiền chế không cần vữa
20. shingles
ván lợp / ngói lợp
21. pickax
cuốc chim
22. shovel
xẻng
23. sledgehammer
búa tạ

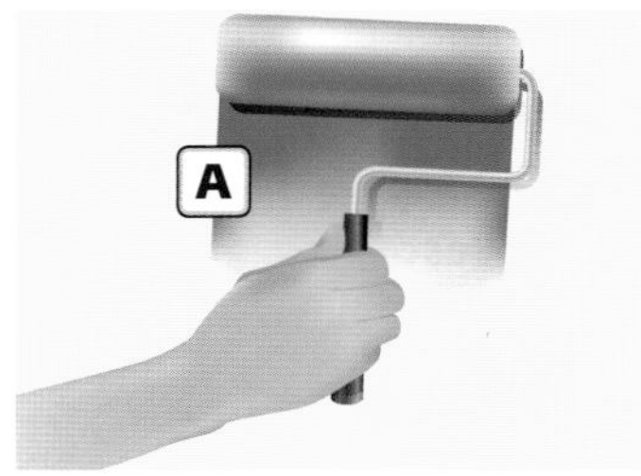

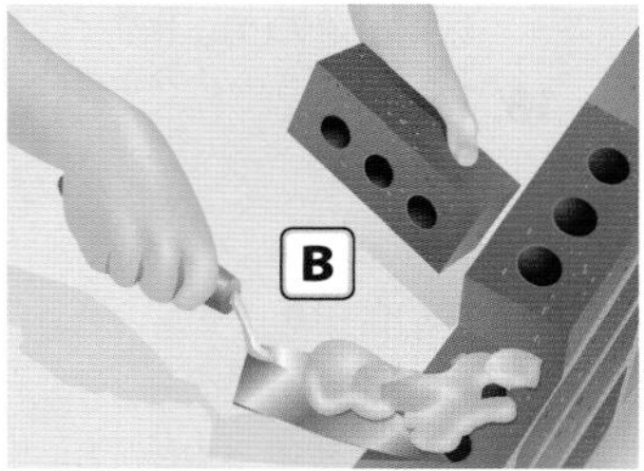

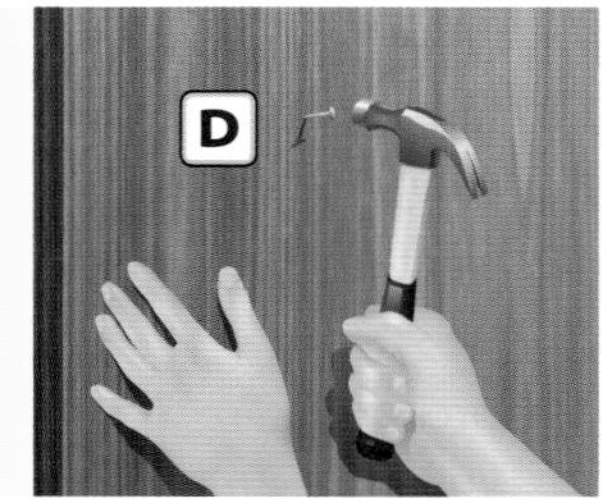

A. **paint**
sơn

B. **lay** bricks
đặt gạch

C. **install** tile
lát gạch

D. **hammer**
đóng bằng búa

Safety Hazards and Hazardous Materials Điều Kiện Làm Việc Không An Toàn Và Chất Liệu Độc Hại

1. careless worker
   người làm cẩu thả
2. careful worker
   người làm cẩn thận
3. poisonous fumes
   hơi độc
4. broken equipment
   dụng cụ bị hư
5. frayed cord
   dây điện bị sờn
6. slippery floor
   nền trơn trợt
7. radioactive materials
   chất liệu phóng xạ
8. flammable liquids
   chất lỏng dễ cháy

Safety Equipment Dụng Cụ An Toàn

9. hard hat
   mũ bảo hộ
10. safety glasses
    kiếng an toàn
11. safety goggles
    kính che mắt an toàn
12. safety visor
    tấm che mặt an toàn
13. respirator
    máy hít thở
14. particle mask
    khẩu trang
15. ear plugs
    nút tai
16. earmuffs
    che tai
17. work gloves
    găng tay lao động
18. back support belt
    nịt đỡ lưng
19. knee pads
    bọc che đầu gối
20. safety boots
    giầy bốt an toàn
21. fire extinguisher
    bình chữa lửa
22. two-way radio
    radio hai chiều

Tools and Building Supplies

Đồ Nghề Và Vật Liệu Xây Dựng

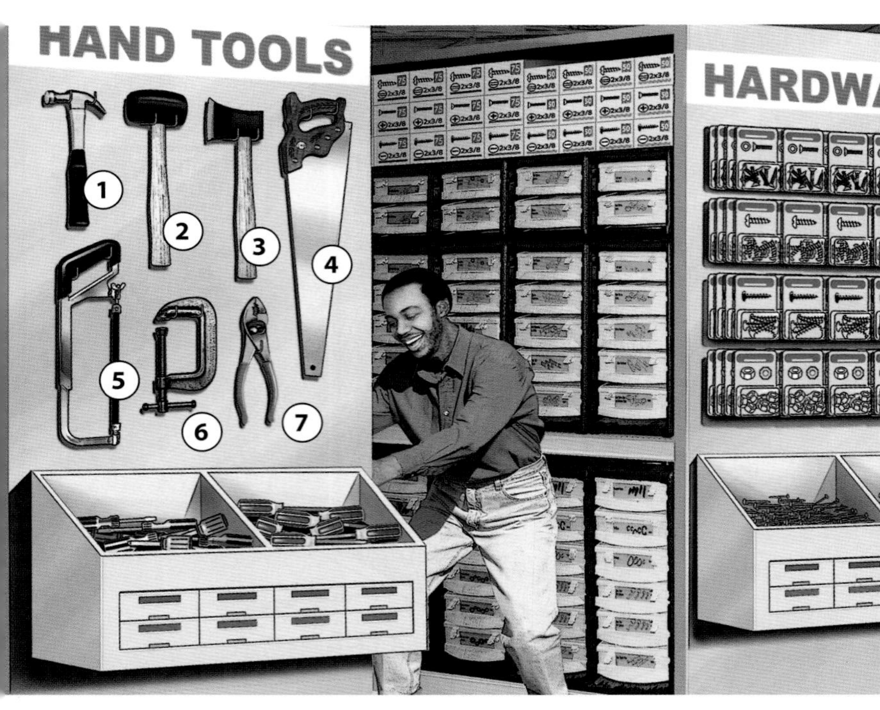

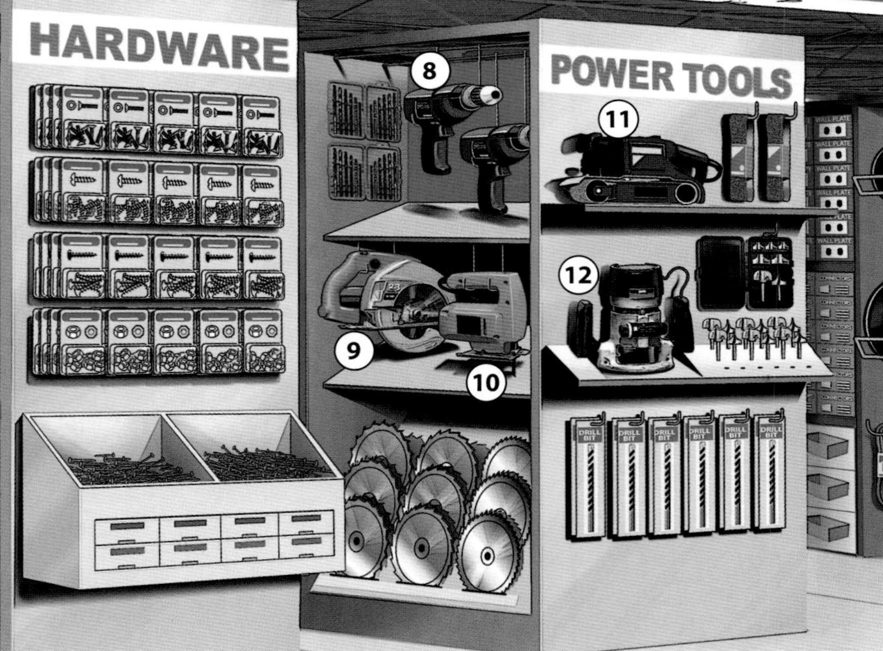

1. hammer
búa
2. mallet
vồ
3. ax
rìu
4. handsaw
cưa tay
5. hacksaw
cưa sắt
6. C-clamp
kẹp mộng
7. pliers
kìm / kềm
8. electric drill
khoan điện
9. circular saw
cưa lưỡi tròn
10. jigsaw
cưa xoi
11. power sander
máy bào
12. router
bào xoi

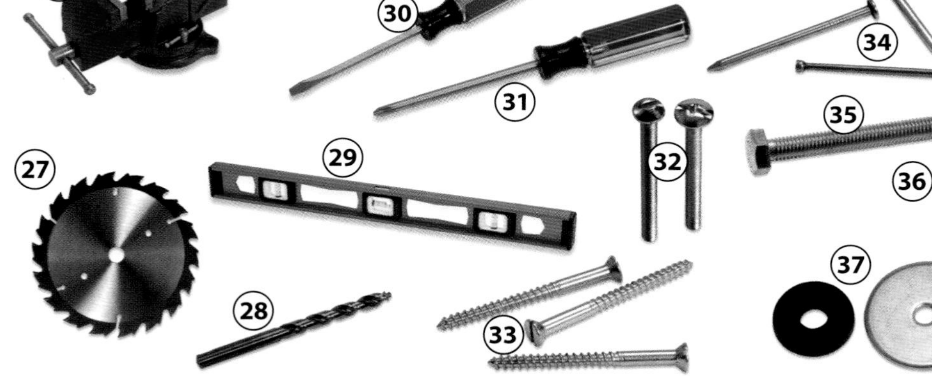

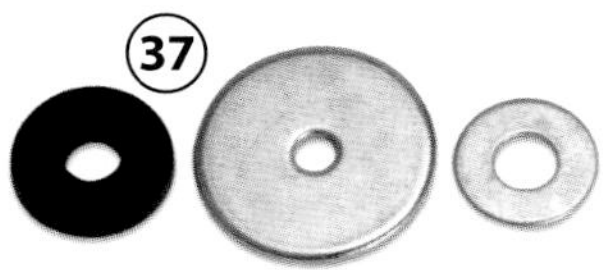

26. vise
mỏ kẹp
27. blade
lưỡi
28. drill bit
mũi khoan
29. level
thước đo thăng bằng
30. screwdriver
cái vặn đinh ốc
31. Phillips screwdriver
cái vặn đinh ốc 4 khía
32. machine screw
đinh ốc dùng cho máy móc
33. wood screw
đinh ốc dùng cho gỗ
34. nail
đinh
35. bolt
bù loong
36. nut
đai ốc
37. washer
con đệm, vòng đệm, gioăng
38. toggle bolt
bù loong chốt
39. hook
móc
40. eye hook
móc có lỗ tròn
41. chain
xích

Use the new words.
Look at pages 62–63. Name the tools you see.

A: *There's a hammer.*
B: *There's a pipe wrench.*

Ask your classmates. Share the answers.

1. Are you good with tools?
2. Which tools do you have at home?
3. Where can you shop for building supplies?

13. wire
dây sắt

14. extension cord
dây điện nối dài thêm

15. bungee cord
dây cao su

16. yardstick
thước cây (1 yard)

17. pipe
ống dẫn

18. fittings
ống nối

19. 2 x 4 (two by four)
cây 2 x 4

20. particle board
ván ép

21. spray gun
ống sơn xì, máy sơn xì

22. paintbrush
chổi sơn

23. paint roller
trục lăn sơn, ống lăn sơn

24. wood stain
thuốc nhuộm gỗ

25. paint
nước sơn

42. wire stripper
kìm lột vỏ dây điện

43. electrical tape
băng dính dùng cho dây điện

44. work light
đèn làm việc

45. tape measure
thước dây

46. outlet cover
che ổ điện

47. pipe wrench
kìm vặn ống

48. adjustable wrench
kìm điều chỉnh được

49. duct tape
băng dính vải

50. plunger
que thụt để thông cầu tiêu

51. paint pan
khay đựng sơn

52. scraper
cái cạo

53. masking tape
băng dính dùng khi sơn

54. drop cloth
tấm lót nền khi sơn

55. chisel
cái đục, cái chàng

56. sandpaper
giấy nhám, giấy ráp

57. plane
cái bào

Role play. Find an item in a building supply store.

A: *Where can I find particle board?*
B: *It's on the back wall, in the lumber section.*
A: *Great. And where are the nails?*

Think about it. Discuss.

1. Which tools are the most important to have? Why?
2. Which tools can be dangerous? Why?
3. Do you borrow tools from friends? Why or why not?

1. supply cabinet
   tủ văn phòng phẩm
2. clerk
   thư ký
3. janitor
   lao công
4. conference room
   phòng họp
5. executive
   quản trị viên
6. presentation
   thuyết trình
7. cubicle
   phòng ngăn
8. office manager
   quản lý văn phòng
9. desk
   bàn giấy
10. file clerk
    người sắp hồ sơ
11. file cabinet
    tủ hồ sơ
12. computer technician
    kỹ thuật viên vi tính
13. PBX
    hệ thống tổng đài cá nhân
14. receptionist
    nhân viên tiếp tân
15. reception area
    khu vực tiếp tân
16. waiting area
    khu vực chờ

Ways to greet a receptionist

I'm here for a job interview.
I have a 9:00 a.m. appointment with Mr. Lee.
I'd like to leave a message for Mr. Lee.

Role play. Talk to a receptionist.

A: *Hello. How can I help you?*
B: *I'm here for a job interview with Mr. Lee.*
A: *OK. What is your name?*

Văn Phòng

An Office

Office Equipment Dụng Cụ Văn Phòng

17. computer
    máy vi tính
18. inkjet printer
    máy in phun
19. laser printer
    máy in laser
20. scanner
    máy quét
21. fax machine
    máy fax
22. paper cutter
    dao cắt giấy
23. photocopier
    máy copy
24. paper shredder
    máy cắt vụn giấy
25. calculator
    máy tính
26. electric pencil sharpener
    máy gọt bút chì
27. postal scale
    cân bưu phẩm

Office Supplies Văn Phòng Phẩm

28. stapler
    máy dập ghim
29. staples
    ghim dập
30. clear tape
    băng dính trong
31. paper clip
    kẹp giấy
32. packing tape
    băng dính để đóng thùng
33. glue
    keo, hồ
34. rubber band
    dây chun
35. pushpin
    kim gút
36. correction fluid
    thuốc tẩy xóa
37. correction tape
    băng dính để tẩy
38. legal pad
    tập giấy ghi chép
39. sticky notes
    giấy nhỏ có dính
40. mailer
    bì bưu phẩm
41. mailing label
    nhãn gửi thư
42. letterhead / stationery
    giấy có tiêu đề / giấy văn phòng
43. envelope
    bì thư
44. rotary card file
    hộp lưu hồ sơ dạng thẻ
45. ink cartridge
    hộp mực máy in
46. ink pad
    hộp mực con dấu
47. stamp
    con dấu
48. appointment book
    sổ hẹn
49. organizer
    sổ ghi chép có tổ chức
50. file folder
    bìa hồ sơ

1. doorman
người gác cửa
2. revolving door
cửa xoay
3. parking attendant
người đậu xe
4. concierge
nhân viên sai phái
5. gift shop
tiệm bán đồ lưu niệm
6. bell captain
đội trưởng khuân vác
7. bellhop
nhân viên khuân vác
8. luggage cart
xe đẩy chở hành lý
9. elevator
thang máy
10. guest
khách
11. desk clerk
nhân viên bàn giấy
12. front desk
bàn giấy phía trước

13. guest room
phòng dành cho khách
14. double bed
giường đôi
15. king-size bed
giường cỡ lớn
16. suite
dãy buồng
17. room service
phục vụ tại phòng
18. hallway
hành lang
19. housekeeping cart
xe đẩy của người dọn phòng
20. housekeeper
người dọn phòng

21. pool service
bảo trì hồ bơi
22. pool
hồ bơi / hồ tắm
23. maintenance
bảo trì
24. gym
phòng tập thể dục
25. meeting room
phòng họp
26. ballroom
phòng khiêu vũ

A Restaurant Kitchen Bếp Nhà Hàng

1. short-order cook
   đầu bếp nấu món đơn giản
2. dishwasher
   người rửa chén
3. walk-in freezer
   phòng lạnh đi vô được
4. food preparation worker
   người chuẩn bị thức ăn
5. storeroom
   kho chứa
6. sous chef
   đầu bếp phụ
7. head chef / executive chef
   đầu bếp chính / bếp trưởng

Restaurant Dining Ăn Nhà Hàng

8. server
   bồi bàn
9. diner
   khách ăn
10. buffet
    dãy bàn để món ăn
11. maitre d'
    quản lý nhà hàng
12. headwaiter
    bồi bàn trưởng
13. bus person
    người dọn bàn
14. banquet room
    phòng tiệc
15. runner
    người bưng
16. caterer
    người phục vụ ăn uống tại chỗ

More vocabulary

line cook: short-order cook

wait staff: servers, headwaiters, and runners

Ask your classmates. Share the answers.

1. Have you ever worked in a hotel? What did you do?
2. What is the hardest job in a hotel?
3. Would you prefer to stay at a hotel in the city or in the country?

1. dangerous
   nguy hiểm
2. clinic
   bệnh xá
3. budget
   ngân sách
4. floor plan
   sơ đồ phòng
5. contractor
   nhà thầu
6. electrical hazard
   nguy hiểm điện
7. wiring
   dây điện
8. bricklayer
   người lát gạch

A. **call in** sick
   gọi vô khai bệnh

**Look at the picture.
What do you see?**

Answer the questions.

1. How many workers are there? How many are working?
2. Why did two workers call in sick?
3. What is dangerous at the construction site?

 **Read the story.**

A Bad Day at Work

Sam Lopez is the contractor for a new building. He makes the schedule and supervises the budget. He also solves problems. Today there are a lot of problems.

Two bricklayers called in sick this morning. Now Sam has only one bricklayer at work. One hour later, a construction worker fell. Now he has to go to the clinic. Sam always tells his workers to be careful. Construction work is dangerous. Sam's also worried because the new wiring is an electrical hazard.

Right now, the building owner is in Sam's office. Her new floor plan has 25 more offices. Sam has a headache. Maybe he needs to call in sick tomorrow.

Think about it.

1. What do you say when you can't come in to work? to school?
2. Imagine you are Sam. What do you tell the building owner? Why?

1. preschool / nursery school
   trường mẫu giáo
2. elementary school
   trường tiểu học
3. middle school / junior high school
   trường trung học đệ nhất cấp / trường cấp hai
4. high school
   trường trung học cấp ba
5. vocational school / technical school
   trường dạy nghề / trường kỹ thuật
6. community college
   trường cao đẳng cộng đồng
7. college / university
   trường cao đẳng / trường đại học
8. adult school
   trường người lớn

Listen and point. Take turns.

A: *Point to the preschool.*
B: *Point to the high school.*
A: *Point to the adult school.*

Dictate to your partner. Take turns.

A: *Write preschool.*
B: *Is that p-r-e-s-c-h-o-o-l?*
A: *Yes. That's right.*

9. language arts
   văn học
10. math
    toán học
11. science
    khoa học
12. history
    sử học
13. world languages
    ngôn ngữ thế giới
14. ESL / ESOL
    Anh Ngữ Là Ngôn Ngữ Thứ Hai
15. arts
    hội họa
16. music
    âm nhạc
17. physical education
    thể dục thể thao

More vocabulary

core course: a subject students have to take. Math is a core course.

elective: a subject students choose to take. Art is an elective.

Pair practice. Make new conversations.

A: *I go to community college.*
B: *What subjects are you taking?*
A: *I'm taking history and science.*

English Composition

Viết Anh Văn

1. word
   chữ

   factory

2. sentence
   câu

   I worked in a factory.

3. paragraph
   đoạn

   Little by little, work and success came to me. My first job wasn't good. I worked in a small factory. Now, I help manage two factories.

4. essay
   bài luận văn

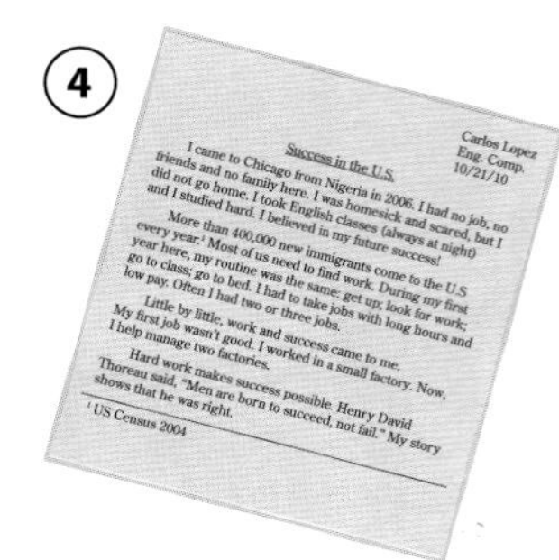

Carlos Lopez
Eng. Comp.
10/21/10

Success in the U.S.

I came to Chicago from Nigeria in 2006. I had no job, no friends and no family here. I was homesick and scared, but I did not go home. I took English classes (always at night) and I studied hard. I believed in my future success!

More than 400,000 new immigrants come to the U.S every year.[1] Most of us need to find work. During my first year here, my routine was the same: get up; go to class; go to bed; look for work. I had to take jobs with long hours and low pay. Often I had two or three jobs.

Little by little, work and success came to me. My first job wasn't good. I worked in a small factory. Now, I help manage two factories.

Hard work makes success possible. Henry David Thoreau said, "Men are born to succeed, not fail." My story shows that he was right.

[1] US Census 2004

Parts of an Essay
Những Phần Của Bài Luận Văn

5. title
   đề bài
6. introduction
   nhập đề
7. body
   thân bài
8. conclusion
   kết luận
9. quotation
   đoạn trích dẫn
10. footnote
    chú thích cuối trang

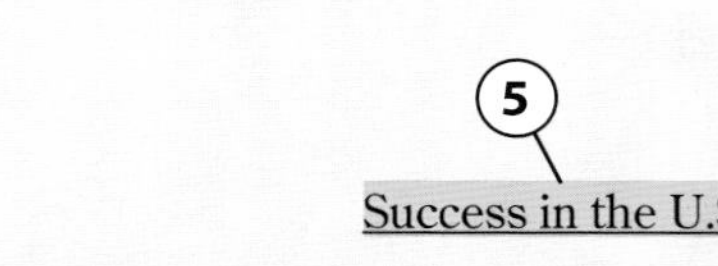

Carlos Lopez
Eng. Comp.
10/21/10

(5) Success in the U.S.

(6) I came to Los Angeles from Mexico in 2006. I had no job, no friends, and no family here. I was homesick and scared, but I did not go home. I took English classes (always at night) and I studied hard. I believed in my future success!

(7) More than 400,000 new immigrants come to the U.S every year.[1] Most of us need to find work. During my first year here, my routine was the same: get up; look for work; go to class; go to bed. I had to take jobs with long hours and low pay. Often I had two or three jobs.

Little by little, work and success came to me. My first job wasn't good. I worked in a small factory. Now, I help manage two factories.

(8) Hard work makes success possible. Henry David Thoreau said, "Men are born to succeed, not fail." (9) My story shows that he was right.

[1] U.S. Census (10)

Punctuation
Chấm Câu

11. period — .
    dấu chấm
12. question mark — ?
    dấu hỏi
13. exclamation mark — !
    dấu chấm than
14. comma — ,
    dấu phẩy
15. quotation marks — " "
    dấu ngoặc kép
16. apostrophe — '
    dấu lược
17. colon — :
    dấu hai chấm
18. semicolon — ;
    dấu chấm phẩy
19. parentheses — ( )
    dấu ngoặc đơn
20. hyphen — -
    dấu ngăn nối

Writing Rules Luật Viết

A
Carlos
Mexico
Los Angeles

A. Capitalize names.
Viết hoa những cái tên.

B
Hard work makes success possible.

B. Capitalize the first letter in a sentence.
Viết hoa chữ cái đầu tiên trong một câu.

C
I was homesick and scared, but I did not go home.

C. Use punctuation.
Xử dụng phép chấm câu.

D
I came to Los Angeles from Mexico in 2006. I had no job, no friends, and no family here. I was homesick and scared, but I did not go home. I took English classes (always at night) and I studied hard. I believed in my future success!

D. Indent the first sentence in a paragraph.
Câu đầu tiên trong đoạn phải **thụt vô trong**.

Ways to ask for suggestions on your compositions

What do you think of this title?
Is this paragraph OK? Is the punctuation correct?
Do you have any suggestions for the conclusion?

Pair practice. Make new conversations.

A: What do you think of this *title*?
B: *I think you need to revise it.*
A: *Thanks. Do you have any more suggestions?*

The Writing Process Phương Pháp Viết

PREWRITING

E. **Think about** the assignment.
Suy nghĩ về đề bài.

F. **Brainstorm** ideas.
Vận dụng trí não để tìm ý.

G. **Organize** your ideas.
Xếp đặt ý tưởng.

WRITING AND REVISING

H. **Write** a first draft.
Viết bản nháp đầu tiên.

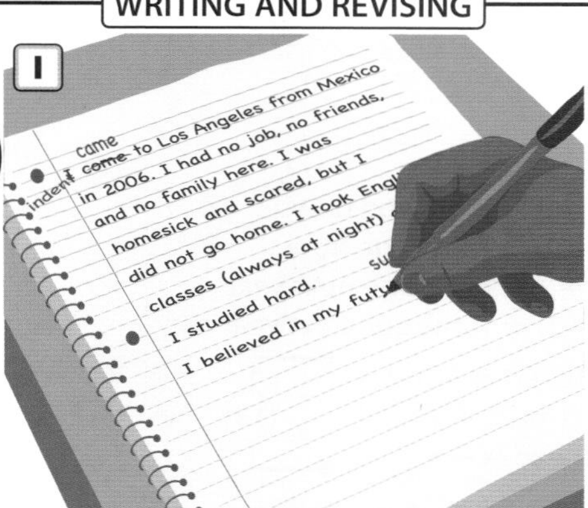

I. **Edit**. / **Proofread**.
Hiệu đính. / **Kiểm tra**.

J. **Revise**. / **Rewrite**.
Sửa lại. / **Viết lại**.

SHARING AND RESPONDING

K. **Get** feedback.
Nhận góp ý.

L. **Write** a final draft.
Viết bản cuối cùng.

M. **Turn in** your paper.
Nộp bài.

Ask your classmates. Share the answers.

1. Do you like to write essays?
2. Which part of the writing process do you like best? least?

Think about it. Discuss.

1. In which jobs are writing skills important?
2. What tools can help you edit your writing?
3. What are some good subjects for essays?

Mathematics Toán Học

Integers Số Nguyên

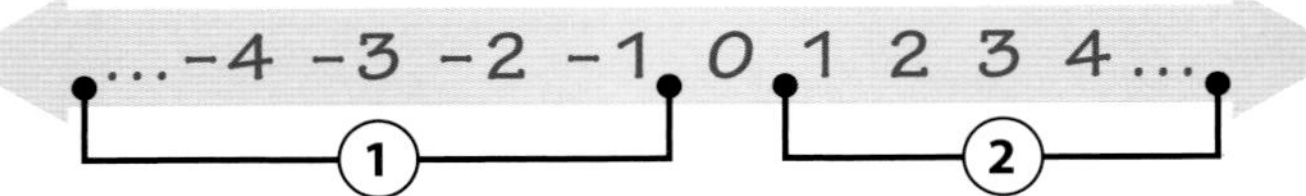

1. negative integers
   số nguyên âm
2. positive integers
   số nguyên dương

③ 1, 3, 5, 7, 9, 11...

④ 2, 4, 6, 8, 10...

3. odd numbers
   số lẻ
4. even numbers
   số chẵn

Fractions Phân số

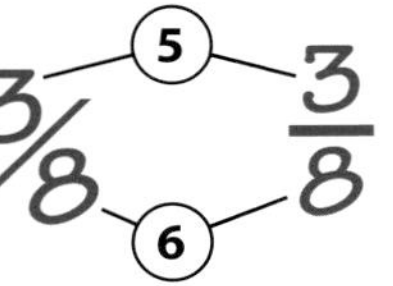

5. numerator
   tử số
6. denominator
   mẫu số

Math Operations Phép Toán

A. **add**
   cộng

B. **subtract**
   trừ

C. **multiply**
   nhân

D. **divide**
   chia

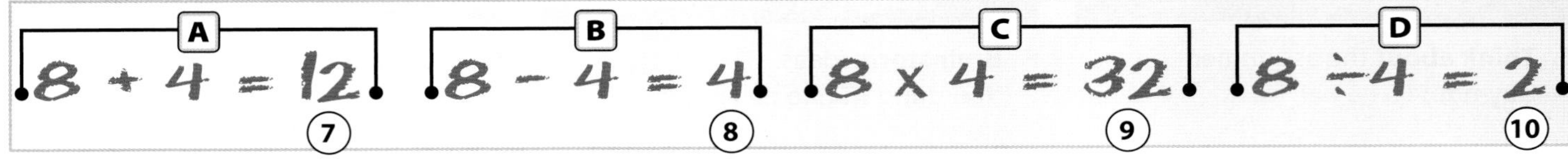

7. sum
   tổng số
8. difference
   hiệu số
9. product
   tích số
10. quotient
    thương số

A Math Problem Bài Toán

⑪ Tom is 10 years older than Kim. Next year he will be twice as old as Kim. How old is Tom this year?

⑫ — x = Kim's age now
$x + 10$ = Tom's age now
$x + 1$ = Kim's age next year
$2(x + 1)$ = Tom's age next year

$x + 10 + 1 = 2(x + 1)$
$x + 11 = 2x + 2$
$11 - 2 = 2x - x$ ⑬

$x = 9$, Kim is 9, Tom is 19 ⑭

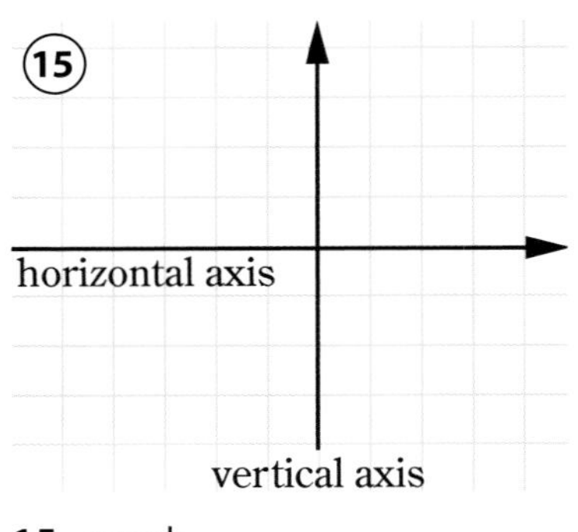

11. word problem
    bài toán đố
12. variable
    biến số
13. equation
    phương trình
14. solution
    đáp án
15. graph
    đồ thị

Types of Math Các Loại Toán

x = the sale price
x = 79.00 - .40 (79.00)
x = $47.40

16. algebra
    đại số

area of path = 24 square ft.
area of brick = 2 square ft.
24/2 = 12 bricks

17. geometry
    hình học

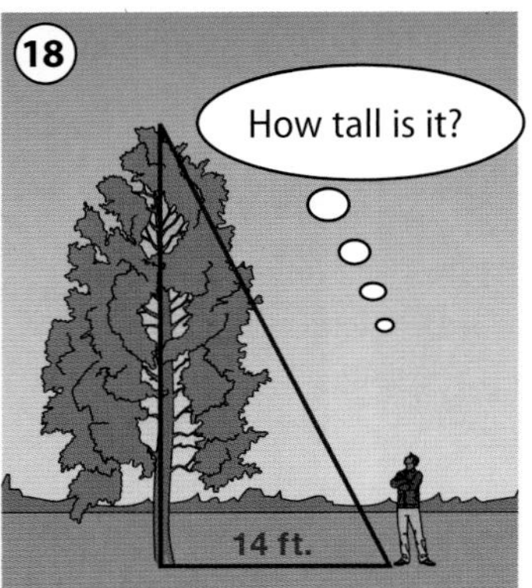

tan 63° = height / 14 feet
height = 14 feet (tan 63°)
height ≃ 27.48 feet

18. trigonometry
    lượng giác

$s(t) = -\frac{1}{2} gt^2 + V_0 t + h$
$s^{I}(t) = -gt + V_0 = 0$
$t = V_0 / g$

19. calculus
    giải tích

Lines Đường

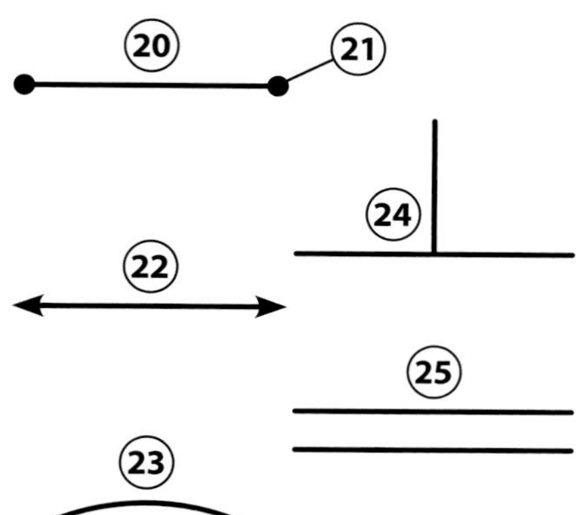

Angles Góc

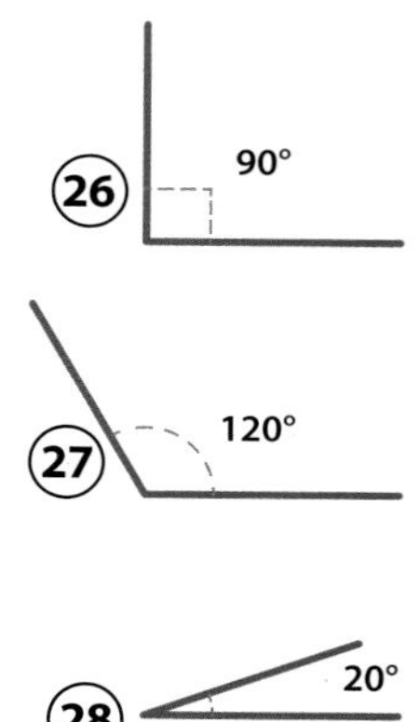

Shapes Hình

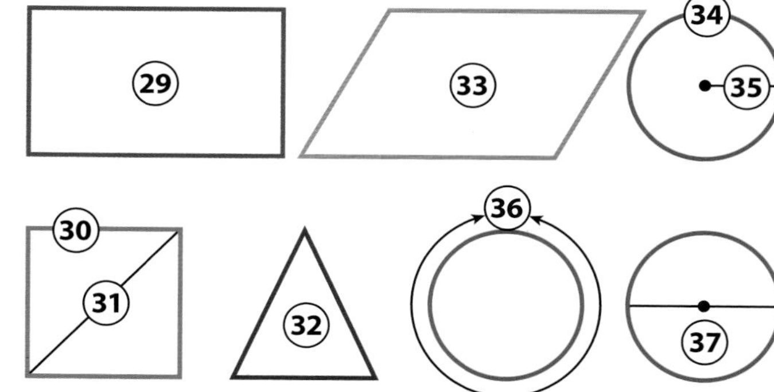

20. line segment
đoạn

21. endpoint
điểm cuối

22. straight line
đường thẳng

23. curved line
đường cong

24. perpendicular lines
đường thẳng góc

25. parallel lines
đường song song

26. right angle / 90° angle
thẳng góc / góc 90 độ

27. obtuse angle
góc lồi

28. acute angle
góc nhọn

29. rectangle
hình chữ nhật

30. square
hình vuông

31. diagonal
đường chéo

32. triangle
hình tam giác

33. parallelogram
hình bình hành

34. circle
hình tròn

35. radius
bán kính

36. circumference
chu vi

37. diameter
đường kính

Geometric Solids
Hình Khối

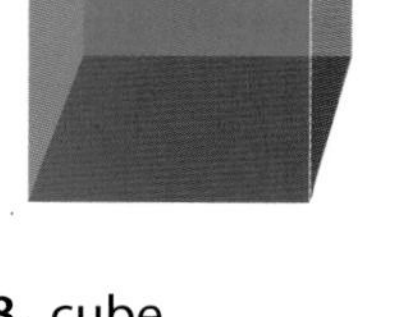
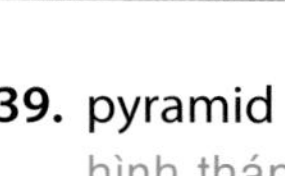
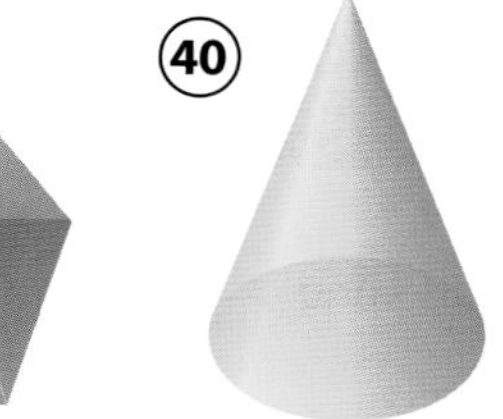
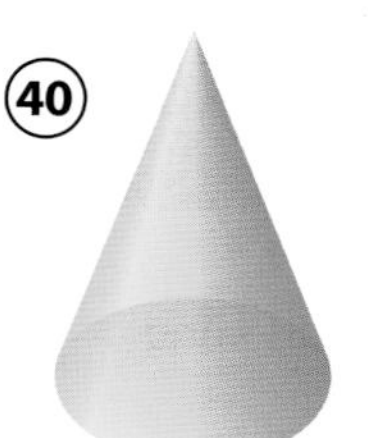
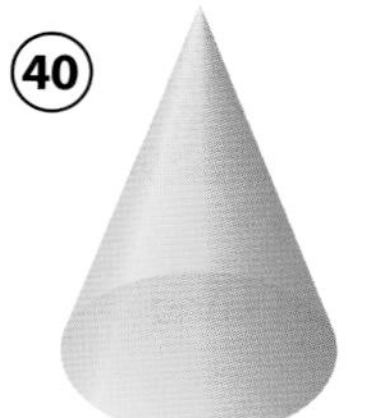

38. cube
hình lập phương

39. pyramid
hình tháp

40. cone
hình nón

41. cylinder
hình trụ

42. sphere
hình cầu

Measuring Area and Volume
Diện Tích Và Thể Tích

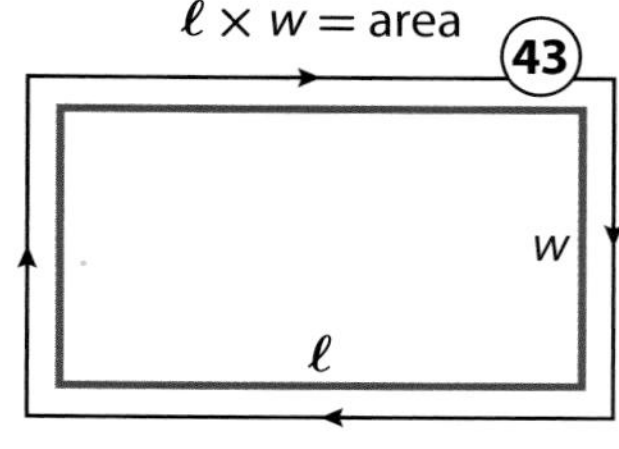

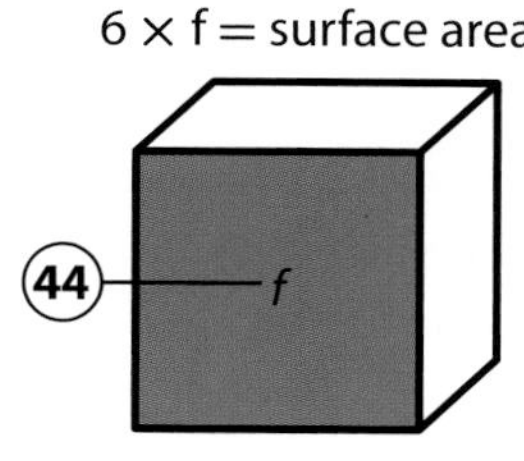

43. perimeter
chu vi

44. face
mặt phẳng

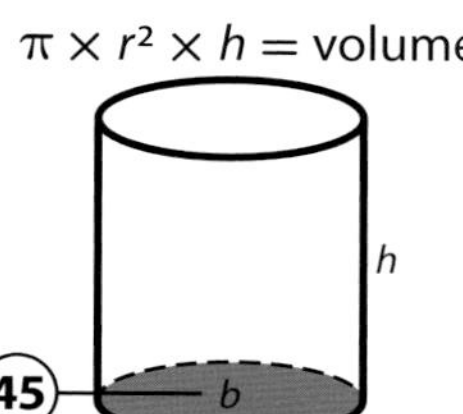

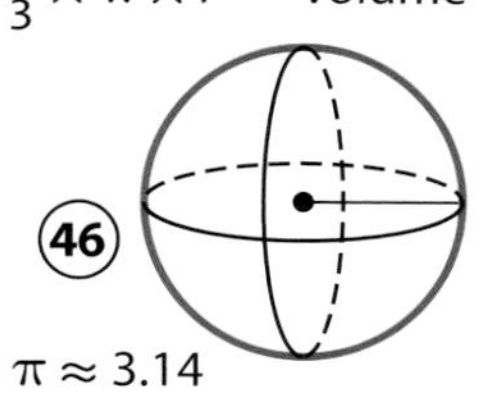

45. base
đáy

46. pi
số pi

Ask your classmates. Share the answers.

1. Are you good at math?
2. Which types of math are easy for you?
3. Which types of math are difficult for you?

Think about it. Discuss.

1. What's the best way to learn mathematics?
2. How can you find the area of your classroom?
3. Which jobs use math? Which don't?

Biology Sinh Vật Học

1. organisms
sinh vật
2. biologist
nhà sinh vật học
3. slide
mặt kính
4. cell
tế bào
5. cell wall
vách tế bào
6. cell membrane
màng tế bào
7. nucleus
nhân tế bào
8. chromosome
nhiễm sắc thể
9. cytoplasm
tế bào chất

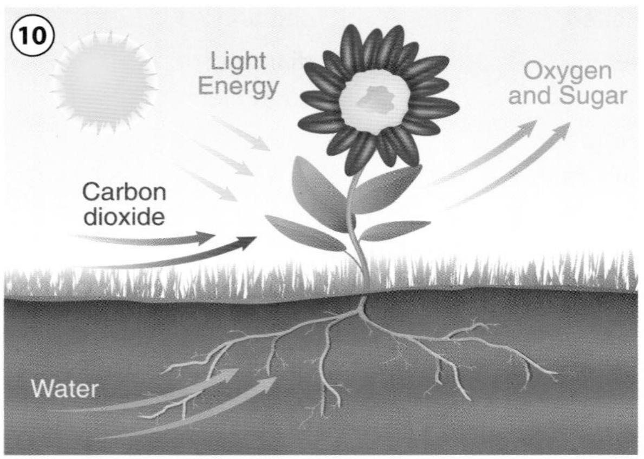

10. photosynthesis
sự quang hợp
11. habitat
môi trường sống
12. vertebrates
có xương sống
13. invertebrates
không có xương sống

A Microscope Kính Hiển Vi

14. eyepiece
thị kính
15. revolving nosepiece
mâm vật kính xoay
16. objective
vật kính
17. stage
bàn soi
18. diaphragm
màn chắn
19. light source
nguồn ánh sáng
20. base
chân đế
21. stage clips
kẹp bàn soi
22. fine adjustment knob
núm điều chỉnh tinh
23. arm
cánh tay
24. coarse adjustment knob
núm điều chỉnh thô

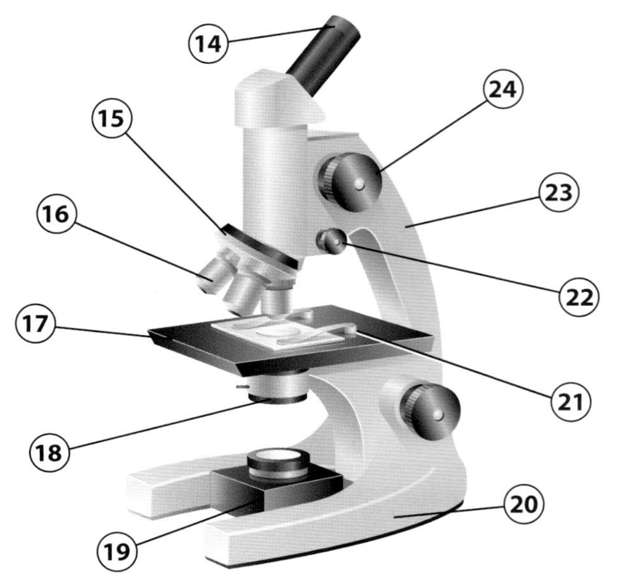

Chemistry Hóa Học

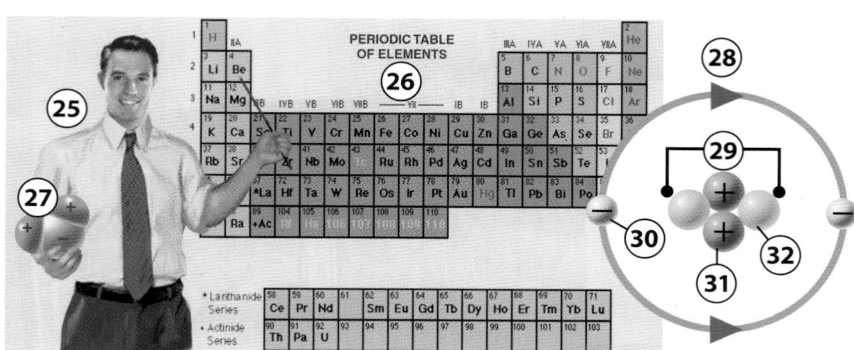

Physics Vật Lý

25. chemist
nhà hóa học

26. periodic table
bảng phân loại tuần hoàn

27. molecule
phân tử

28. atom
nguyên tử

29. nucleus
hạt nhân

30. electron
điện tử

31. proton
prô-tông

32. neutron
trung hòa tử

33. physicist
nhà vật lý học

34. formula
công thức

35. prism
lăng kính

36. magnet
nam châm

A Science Lab Phòng Thí Nghiệm Khoa Học

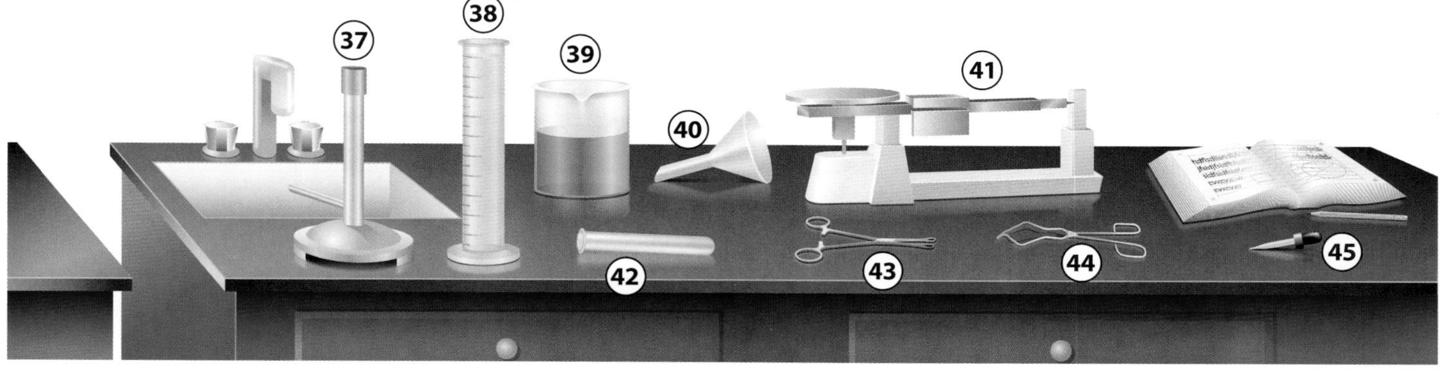

37. Bunsen burner
lò Bunsen

38. graduated cylinder
ống đo

39. beaker
cái cốc bêse

40. funnel
phễu

41. balance / scale
cân

42. test tube
ống nghiệm

43. forceps
kẹp

44. crucible tongs
cặp nồi nấu

45. dropper
nhỏ giọt

An Experiment Cuộc Thí Nghiệm

A. State a hypothesis.
Nêu giả thuyết.

B. Do an experiment.
Làm thí nghiệm.

C. Observe.
Quan sát.

D. Record the results.
Ghi chú kết quả.

E. Draw a conclusion.
Đi đến kết luận.

Desktop Computer Máy Vi Tính Để Bàn

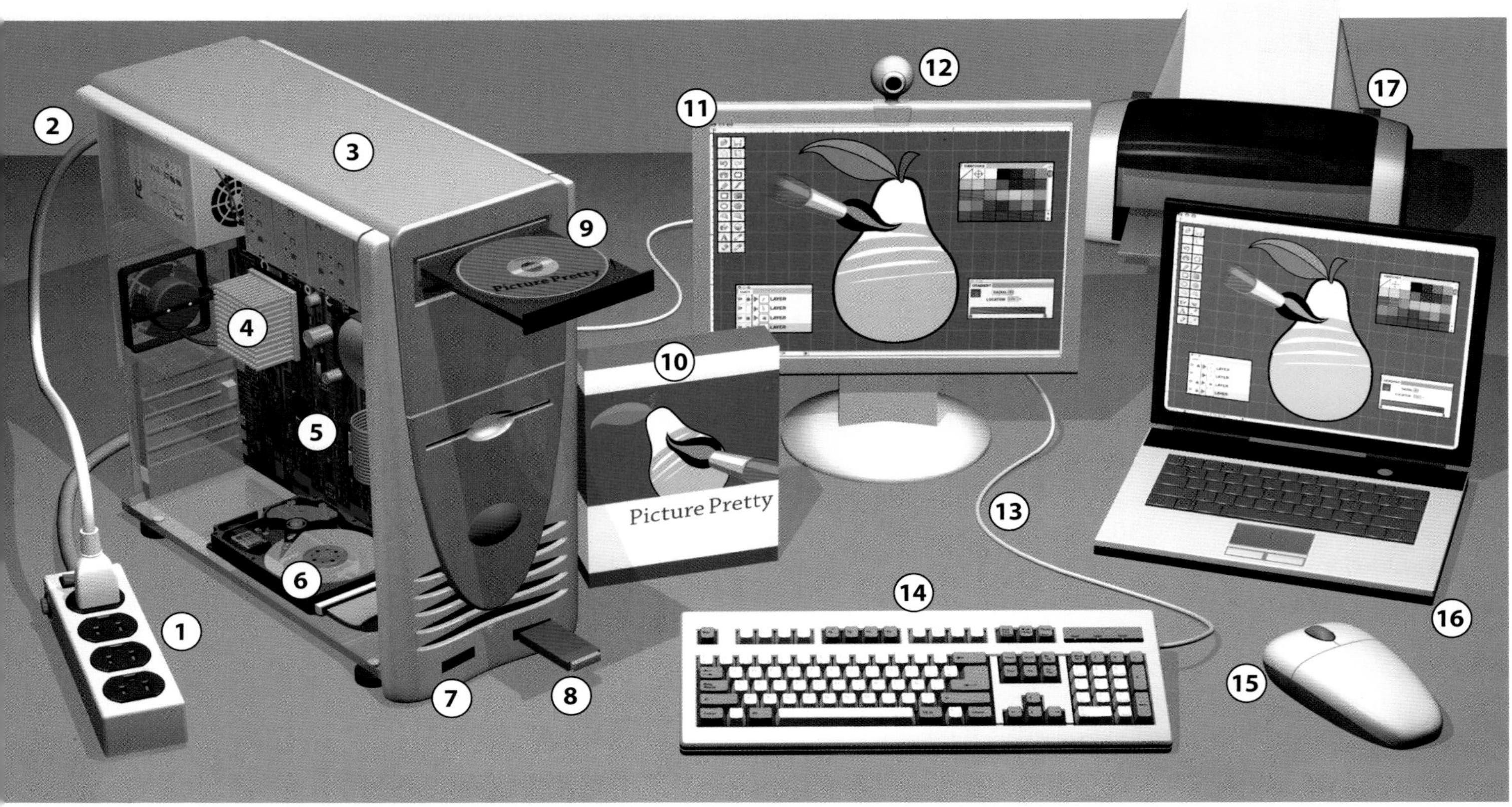

1. surge protector
   bộ chống đột biến điện
2. power cord
   dây điện nguồn
3. tower
   khung máy
4. microprocessor / CPU
   bộ vi xử lý / CPU
5. motherboard
   bảng mạch chính
6. hard drive
   ổ cứng
7. USB port
   cổng USB
8. flash drive
   ổ cứng di động flash
9. DVD and CD-ROM drive
   ổ DVD và CD-ROM
10. software
    phần mềm
11. monitor / screen
    màn hình
12. webcam
    máy quay phim nhỏ dùng trên mạng
13. cable
    dây cáp
14. keyboard
    bàn phím
15. mouse
    con chuột
16. laptop
    máy vi tính xách tay
17. printer
    máy in

Keyboarding Đánh Máy

A. **type**
đánh máy

B. **select**
chọn

C. **delete**
xóa

D. **go to** the next line
xuống hàng

Navigating a Webpage Điều Hướng Trang Mạng

1. menu bar
   thanh trình đơn
2. back button
   nút quay lui
3. forward button
   nút tiến tới
4. URL / website address
   URL / địa chỉ trang mạng
5. search box
   hộp tìm kiếm
6. search engine
   công cụ tìm kiếm
7. tab
   nút tab
8. drop-down menu
   trình đơn kéo xuống
9. pop-up ad
   quảng cáo bật lên
10. links
    liên kết
11. video player
    bộ phận điều hành video
12. pointer
    con trỏ
13. text box
    hộp chữ
14. cursor
    con chớp
15. scroll bar
    thanh đưa lên xuống

Logging on and Sending Email Đăng Nhập Email và Gửi Email

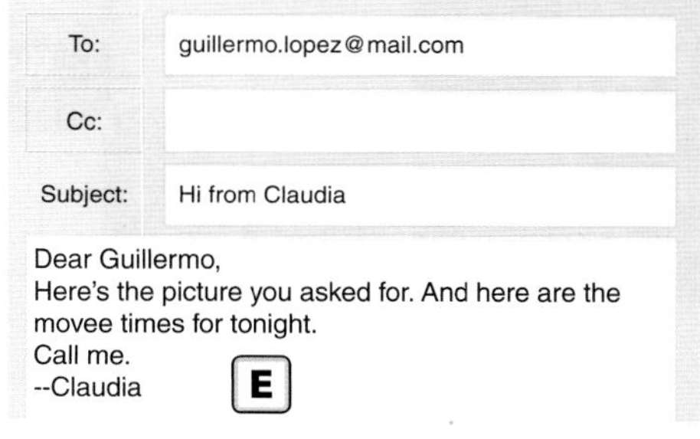

A. **type** your password
   đánh mật mã
B. **click** "sign in"
   bấm vào "sign in"
C. **address** the email
   ghi địa chỉ email
D. **type** the subject
   đánh chủ đề
E. **type** the message
   đánh tin

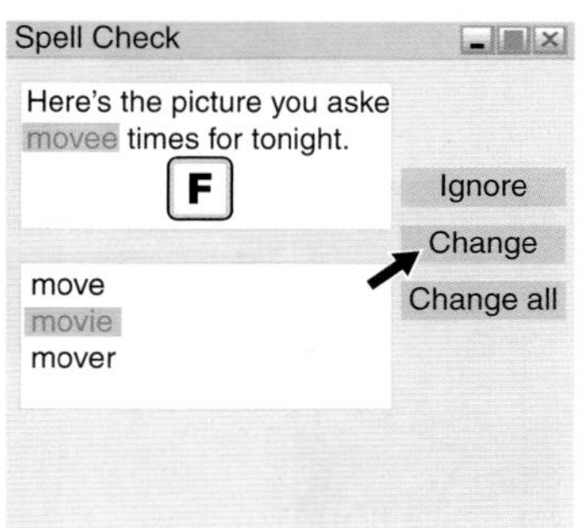

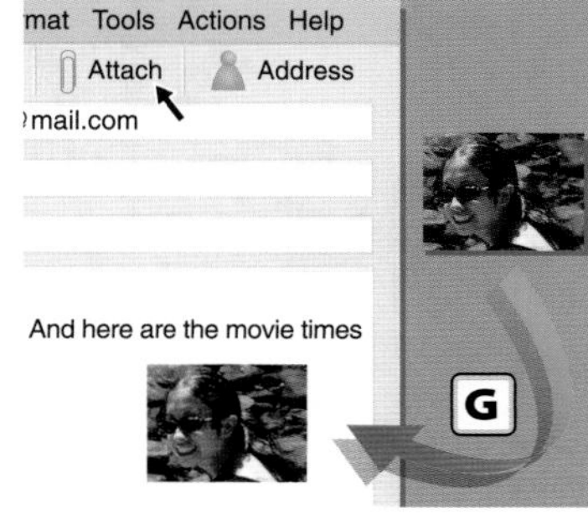

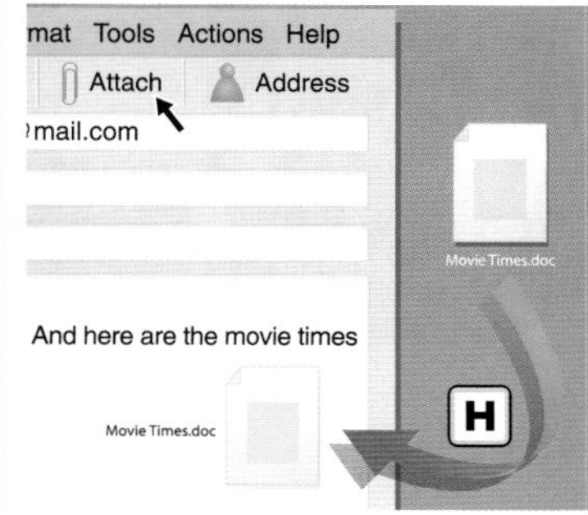

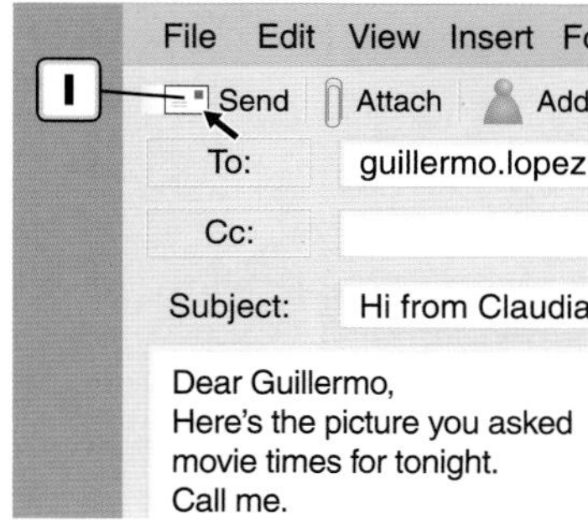

F. **check** your spelling
   kiểm tra chính tả
G. **attach** a picture
   đính kèm hình ảnh
H. **attach** a file
   đính kèm hồ sơ
I. **send** the email
   gửi email

U.S. History Lịch Sử Hoa Kỳ

Colonial Period Thời Kỳ Thực Dân

1. thirteen colonies
   mười ba thuộc địa
2. colonists
   nhà thực dân
3. Native Americans
   dân da đỏ
4. slave
   nô lệ
5. Declaration of Independence
   bản Tuyên Ngôn Độc Lập
6. First Continental Congress
   Đại Hội Lục Địa Đầu Tiên
7. founders
   người sáng lập
8. Revolutionary War
   Chiến Tranh Cách Mạng
9. redcoat
   lính Anh
10. minuteman
    dân quân
11. first president
    tổng thống đầu tiên
12. Constitution
    Hiến pháp
13. Bill of Rights
    bản Tuyên Ngôn Nhân Quyền

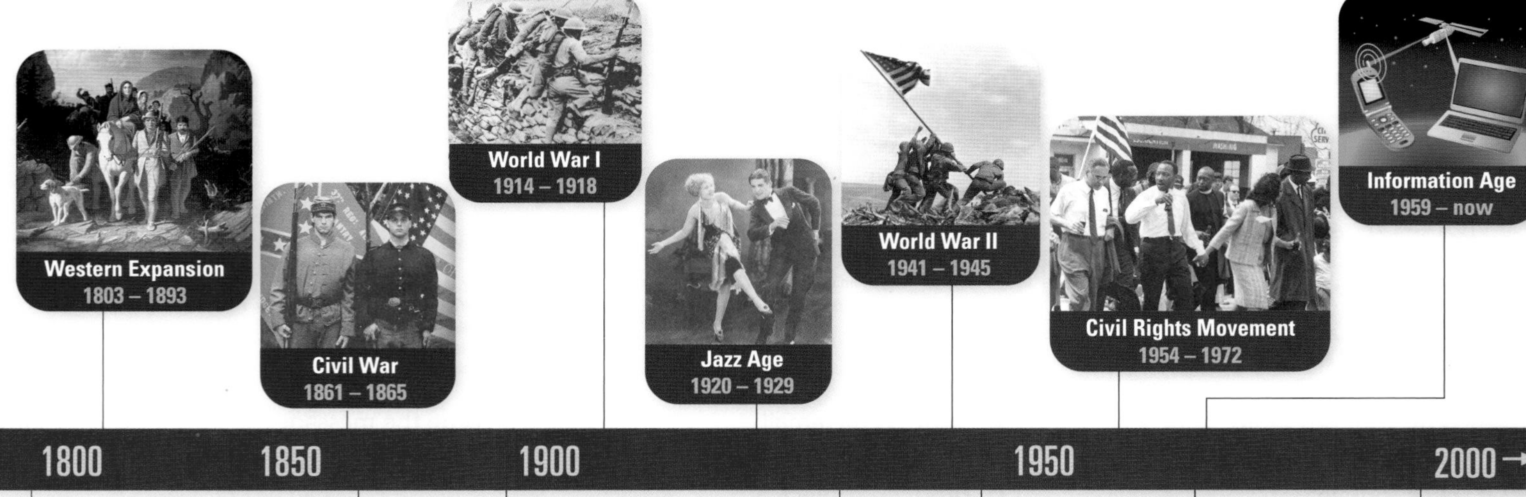

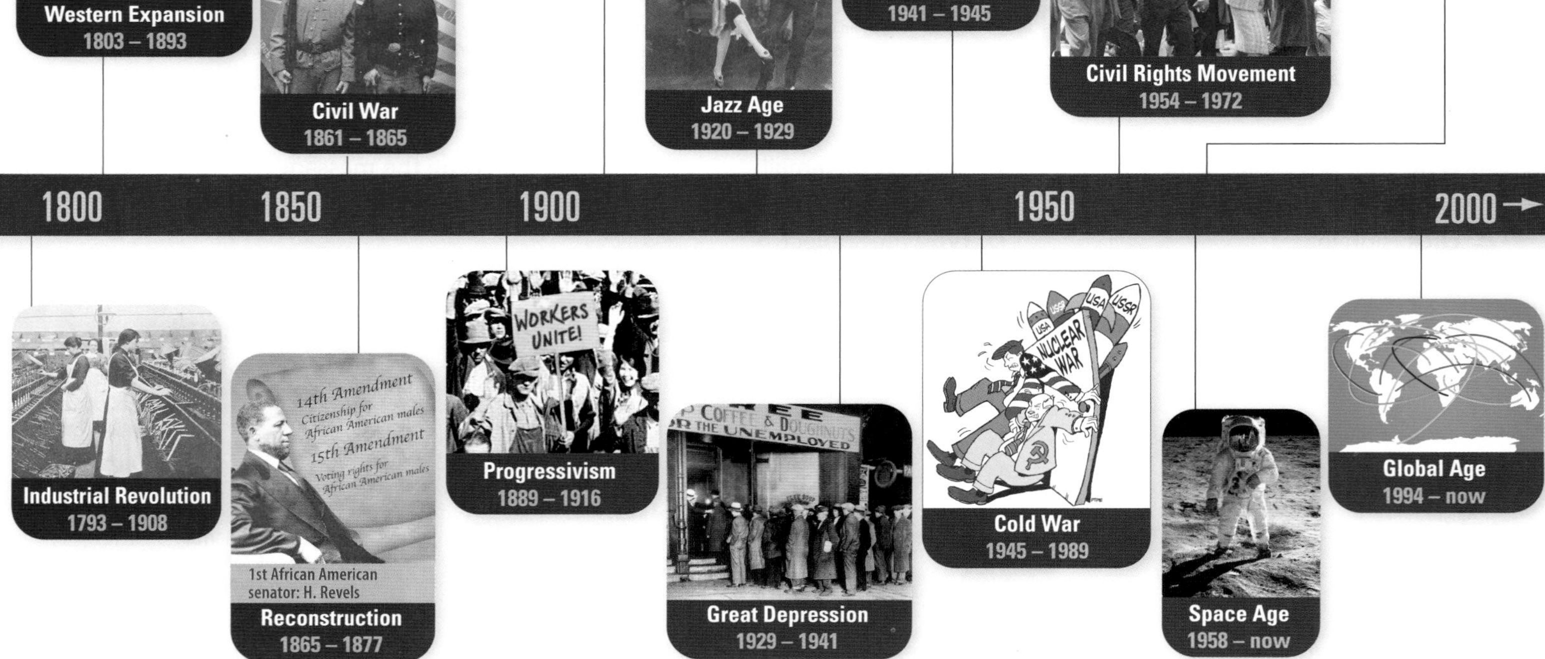

Civilizations Các Nền Văn Minh

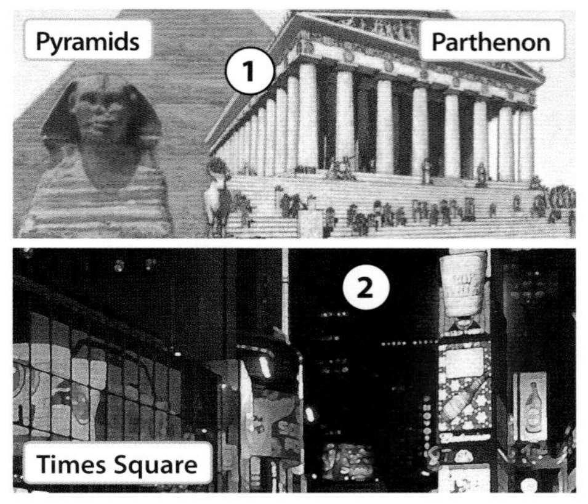

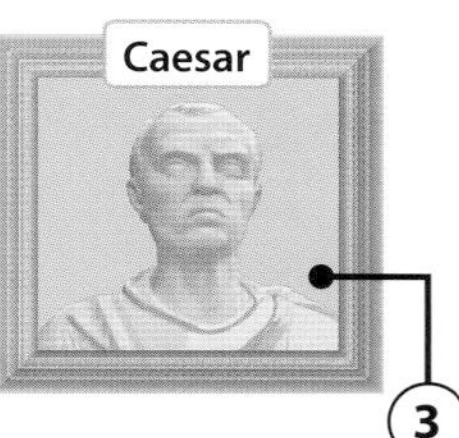

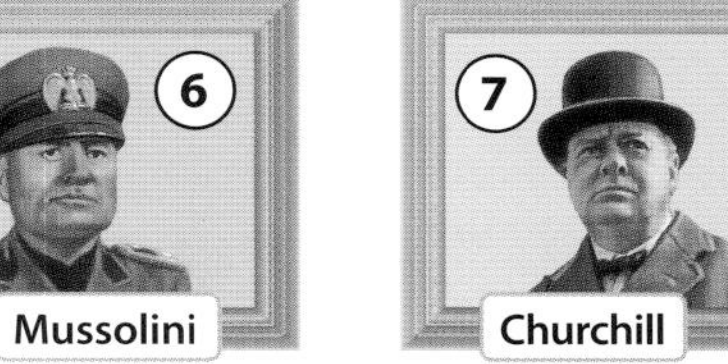

1. ancient
   cổ đại
2. modern
   hiện đại
3. emperor
   hoàng đế
4. monarch
   quốc vương
5. president
   tổng thống
6. dictator
   nhà độc tài
7. prime minister
   thủ tướng

Historical Terms Những Từ Về Sử

8. exploration
   thám hiểm
9. explorer
   nhà thám hiểm
10. war
    chiến tranh
11. army
    quân đội
12. immigration
    sự di dân
13. immigrant
    người di dân

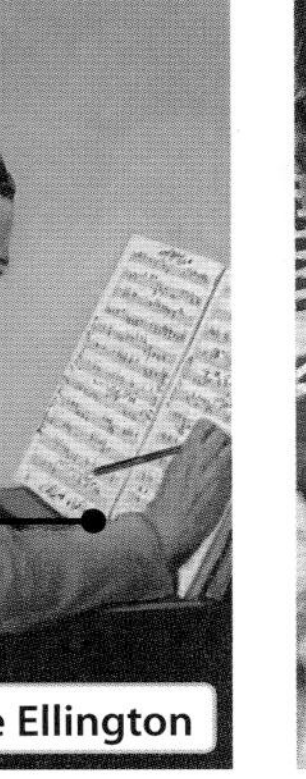

14. composer
    nhà sáng tác nhạc
15. composition
    bài sáng tác
16. political movement
    phong trào chính trị
17. activist
    nhà hoạt động
18. inventor
    người phát minh
19. invention
    sự phát minh

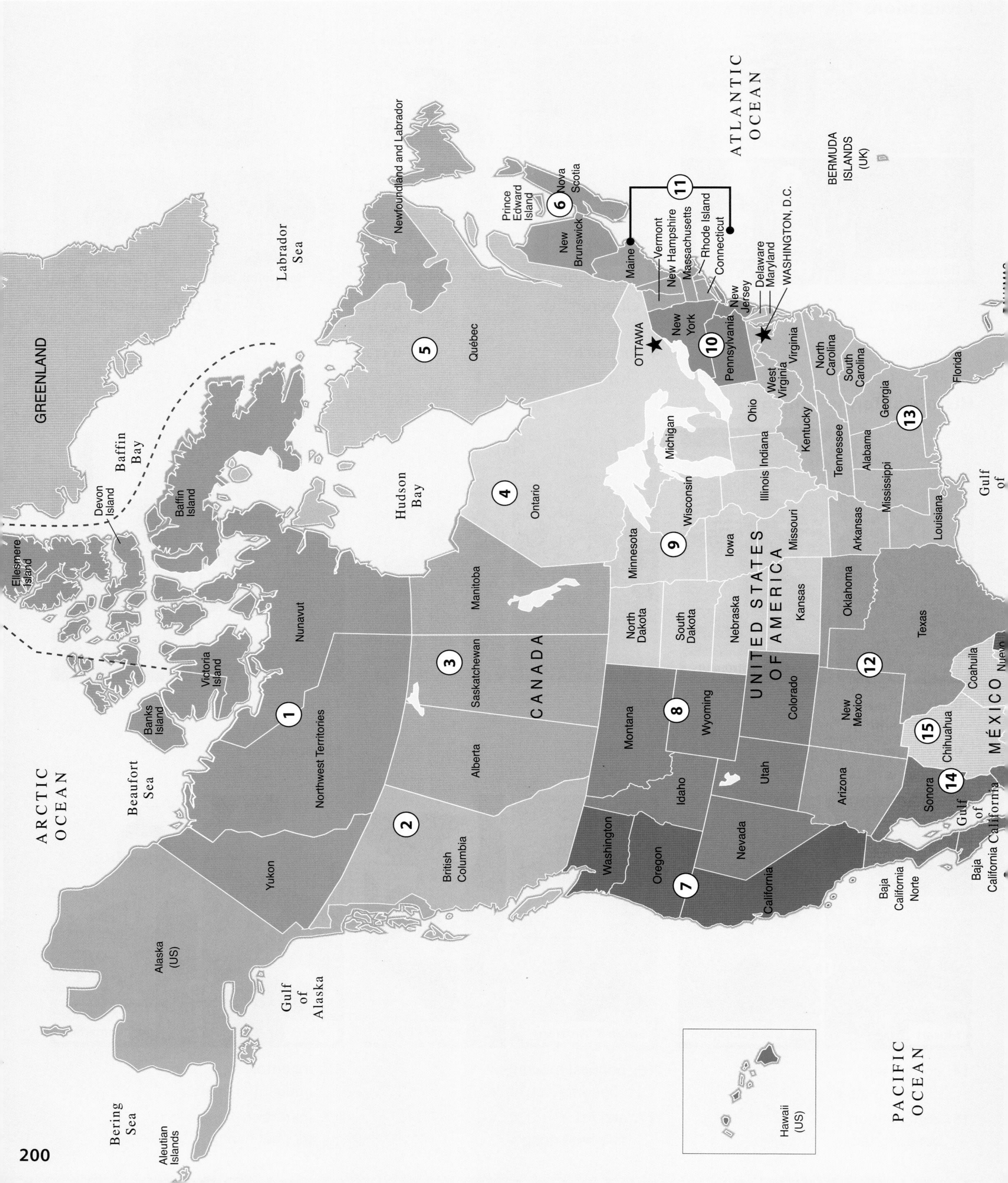

ARCTIC OCEAN
Beaufort Sea
Bering Sea
Aleutian Islands
Gulf of Alaska
Alaska (US)
Yukon
1 Northwest Territories
Nunavut
Banks Island
Victoria Island
Ellesmere Island
Devon Island
Baffin Island
Baffin Bay
GREENLAND
Labrador Sea
Hudson Bay
2 British Columbia
Alberta
3 Saskatchewan
Manitoba
4 Ontario
5 Québec
Newfoundland and Labrador
Prince Edward Island
6 Nova Scotia
New Brunswick
CANADA
OTTAWA
ATLANTIC OCEAN
BERMUDA ISLANDS (UK)
11 Maine
Vermont
New Hampshire
Massachusetts
Rhode Island
Connecticut
New Jersey
Delaware
Maryland
WASHINGTON, D.C.
10 New York
Pennsylvania
West Virginia
Virginia
North Carolina
South Carolina
13 Georgia
Florida
Ohio
Kentucky
Tennessee
Alabama
Mississippi
Michigan
Indiana
Illinois
9 Wisconsin
Minnesota
Iowa
Missouri
Arkansas
Louisiana
North Dakota
South Dakota
Nebraska
Kansas
Oklahoma
12 Texas
Gulf of
UNITED STATES OF AMERICA
8 Montana
Wyoming
Colorado
New Mexico
Idaho
Utah
Arizona
7 Washington
Oregon
Nevada
California
Hawaii (US)
PACIFIC OCEAN
MÉXICO
15 Chihuahua
Coahuila
Nuevo
14 Sonora
Gulf of California
Baja California Norte
Baja California

Regions of Canada
Các Khu Vực Thuộc Canada

1. Northern Canada
   Bắc Canada
2. British Columbia
   British Columbia
3. The Prairie Provinces
   Các tỉnh Prairie
4. Ontario
   Ontario
5. Québec
   Québec
6. The Maritime Provinces
   Các tỉnh Maritime

Regions of the United States
Các Khu Vực Thuộc Hoa Kỳ

7. The Pacific States / the West Coast
   Các tiểu bang Thái Bình Đương / Miền Tây duyên hải
8. The Rocky Mountain States
   Các tiểu bang núi Rocky
9. The Midwest
   Miền Trung tây
10. The Mid-Atlantic States
    Các tiểu bang trung Đại Tây Dương
11. New England
    Miền New England
12. The Southwest
    Miền Tây nam
13. The Southeast / the South
    Miền Đông nam / miền Nam

Regions of Mexico
Các Khu Vực Thuộc Mễ Tây Cơ

14. The Pacific Northwest
    Miền Tây bắc Thái Bình Dương
15. The Plateau of Mexico
    Miền Cao nguyên Mễ tây cơ
16. The Gulf Coastal Plain
    Miền Đồng bằng Duyên hải
17. The Southern Uplands
    Miền Thượng du phía Nam
18. The Chiapas Highlands
    Miền Cao nguyên Chiapas
19. The Yucatan Peninsula
    Miền Bán đảo Yucatan

Continents
Lục Địa

1. North America
   Bắc Mỹ
2. South America
   Nam Mỹ
3. Europe
   Âu châu
4. Asia
   Á châu
5. Africa
   Phi châu
6. Australia
   Úc châu
7. Antarctica
   Nam cực

ARCTIC OCEAN
SVALBARD (NORWAY)
FRANZ JOSEF LAND (RUSSIA)
ICELAND
RUSSIA
4
ASIA
ALEUTIAN ISLANDS (US)
EUROPE
3
KAZAKHSTAN
MONGOLIA
NORTH PACIFIC OCEAN
Caspian Sea
Black Sea
GEORGIA
UZEBEKISTAN
KYRGYZSTAN
AZERBAIJAN
ARMENIA
TURKEY
TURKMENISTAN
TAJIKISTAN
NORTH KOREA
SOUTH KOREA
JAPAN
MADEIRA ISLANDS (PORT)
TUNISIA
CYPRUS
SYRIA
Mediterranean Sea
LEBANON
ISRAEL
IRAQ
IRAN
AFGHANISTAN
CHINA
MOROCCO
CANARY ISLANDS (SP)
ALGERIA
LIBYA
EGYPT
JORDAN
KUWAIT
BAHRAIN
QATAR
PAKISTAN
NEPAL
BHUTAN
WESTERN SAHARA
5
Red Sea
SAUDI ARABIA
UNITED ARAB EMIRATES
INDIA
BANGLADESH
Taiwan
Hong Kong
MAURITANIA
MALI
NIGER
CHAD
OMAN
MYANMAR
LAOS
SENEGAL
GAMBIA
BURKINA FASO
AFRICA
SUDAN
ERITREA
YEMEN
ANDAMAN ISLANDS (INDIA)
THAILAND
VIETNAM
PHILIPPINES
NORTHERN MARIANA ISLANDS (US)
WAKE ISLAND (US)
GUINEA
BENIN
DJIBOUTI
CAMBODIA
GUINEA-BISSAU
IVORY COAST
NIGERIA
CENTRAL AFRICAN REPUBLIC
SOMALIA
ETHIOPIA
Philippine Sea
GUAM (US)
MARSHALL ISLANDS
SIERRA LEONE
GHANA
TOGO
CAMEROON
SRI LANKA
BRUNEI
PALAU
FEDERATED STATES OF MICRONESIA
LIBERIA
EQUATORIAL GUINEA
GABON
CONGO
UGANDA
KENYA
MALDIVES
MALAYSIA
SINGAPORE
KIRIBATI
DEMOCRATIC REPUBLIC OF THE CONGO
RWANDA
BURUNDI
TANZANIA
ZANZIBAR
SEYCHELLES
INDONESIA
PAPUA NEW GUINEA
SOLOMON ISLANDS
ANGOLA
COMOROS
MALAWI
ZAMBIA
INDIAN OCEAN
Coral Sea
VANUATU
MOZAMBIQUE
NAMIBIA
ZIMBABWE
MAURITIUS
FIJI
BOTSWANA
MADAGASCAR
6
SOUTH ATLANTIC OCEAN
AUSTRALIA
NEW CALEDONIA
SWAZILAND
LESOTHO
SOUTH AFRICA
SOUTH PACIFIC OCEAN
TASMANIA (AUSTRALIA)
NEW ZEALAND

ICELAND
FINLAND
NORWAY
SWEDEN
North Sea
Baltic Sea
ESTONIA
LATVIA
RUSSIA
DENMARK
NETHERLANDS
LITHUANIA
IRELAND
UNITED KINGDOM
BELARUS
GERMANY
POLAND
BELGIUM
LUXEMBOURG
CZECH REPUBLIC
UKRAINE
SLOVAKIA
AUSTRIA
SWITZERLAND
HUNGARY
MOLDOVA
SLOVENIA
ROMANIA
FRANCE
CROATIA
CORSICA (FR)
BOSNIA
SERBIA
MONTENEGRO
BULGARIA
Black Sea
MONACO
ITALY
MACEDONIA
SPAIN
ALBANIA
PORTUGAL
GREECE
MALTA
CYPRUS
Mediterranean Sea

SOUTHERN OCEAN
ANTARCTICA
7

Geography and Habitats

Địa Lý Và Môi Trường Sinh Sống

1. rain forest
   rừng nhiệt đới
2. waterfall
   thác
3. river
   sông
4. desert
   sa mạc
5. sand dune
   đồi cát
6. ocean
   đại dương
7. peninsula
   bán đảo
8. island
   đảo
9. bay
   vịnh
10. beach
    bãi biển
11. forest
    rừng
12. shore
    bờ bến
13. lake
    hồ
14. mountain peak
    đỉnh núi
15. mountain range
    dãy núi / rặng núi
16. hills
    đồi
17. canyon
    hẻm núi / khe núi
18. valley
    thung lũng
19. plains
    đồng bằng
20. meadow
    đồng cỏ
21. pond
    ao

More vocabulary

a body of water: a river, lake, or ocean
stream / creek: a very small river

Ask your classmates. Share the answers.

1. Would you rather live near a river or a lake?
2. Would you rather travel through a forest or a desert?
3. How often do you go to the beach or the shore?

The Solar System and the Planets Thái Dương Hệ Và Các Hành Tinh

1. Mercury
   Thủy tinh
2. Venus
   Kim tinh
3. Earth
   Địa cầu
4. Mars
   Hỏa tinh
5. Jupiter
   Mộc tinh
6. Saturn
   Thổ tinh
7. Uranus
   Thiên vương tinh
8. Neptune
   Hải vương tinh

PHASES OF THE MOON

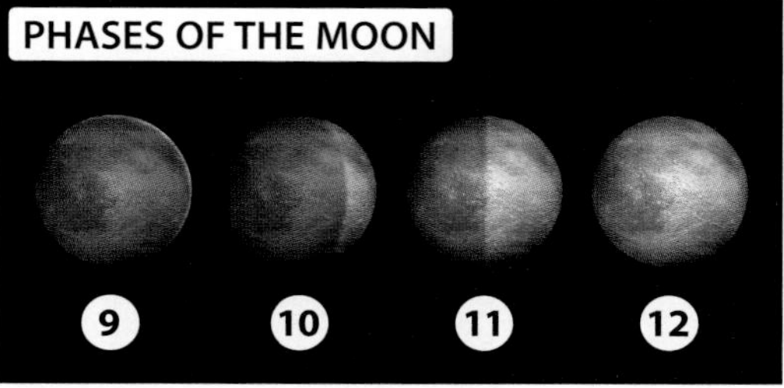

SPACE

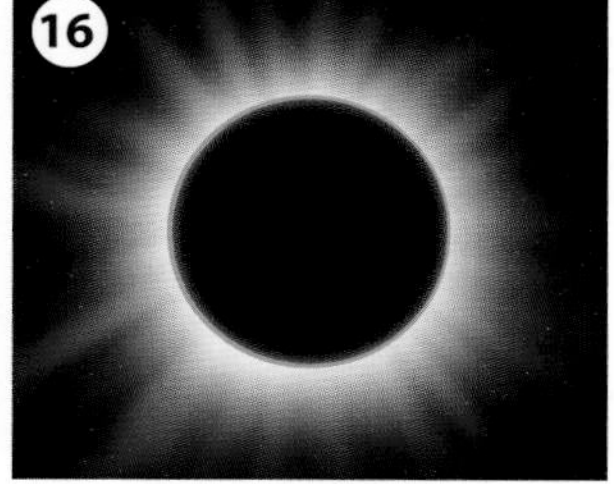

9. new moon
   trăng mới
10. crescent moon
    trăng lưỡi liềm
11. quarter moon
    trăng thượng tuần
12. full moon
    trăng tròn
13. star
    ngôi sao
14. constellation
    chòm sao
15. galaxy
    ngân hà
16. solar eclipse
    nhật thực

SPACE EXPLORATION

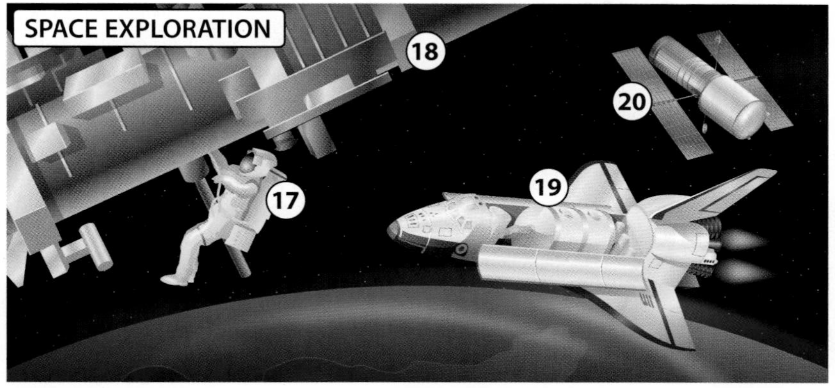

ASTRONOMY

17. astronaut
    phi hành gia
18. space station
    trạm không gian
19. space shuttle
    tàu con thoi
20. satellite
    vệ tinh
21. observatory
    đài quan sát
22. astronomer
    nhà thiên văn
23. telescope
    kính thiên văn / viễn vọng kính
24. comet
    sao chổi

More vocabulary

solar eclipse: when the moon is between the earth and the sun
Big Dipper: a famous part of the constellation Ursa Major
Sirius: the brightest star in the night sky

Ask your classmates. Share the answers.

1. How do you feel when you look at the night sky?
2. Can you name one or more constellations?
3. Do you want to travel in space?

MySpot.Edu | Help | SignOut

Home | Search | Invite | Mail |

All Adelia's photos

I loved Art History.

My last economics lesson

Marching Band is great!

The photographer was upset.

We look good!

I get my diploma.

Dad and his digital camera

1. photographer nhiếp ảnh viên
2. funny photo hình vui
3. serious photo hình nghiêm trang
4. guest speaker khách đọc diễn văn
5. podium bục đứng
6. ceremony buổi lễ
7. cap nón
8. gown áo choàng

A. **take** a picture chụp hình
B. **cry** khóc
C. **celebrate** ăn mừng

MySpot en Espanol | International

Videos | Music | Classifieds |

People	Comments	
Sara	June 29th 8:19 p.m. Great pictures! What a day!	Delete
Zannie baby	June 30th 10 a.m. Love the funny photo.	Delete

I'm behind the mayor.

We're all very happy.

Look at the pictures.
What do you see?

Answer the questions.

1. How many people are wearing caps and gowns?
2. How many people are being funny? How many are being serious?
3. Who is standing at the podium?
4. Why are the graduates throwing their caps in the air?

 **Read the story.**

A Graduation

Look at these great photos on my web page! The first three are from my favorite classes, but the other pictures are from graduation day.

There are two pictures of my classmates in caps and gowns. In the first picture, we're laughing and the photographer is upset. In the second photo, we're serious. I like the serious photo, but I love the funny photo!

There's also a picture of our guest speaker, the mayor. She is standing at the podium. Next, you can see me at the graduation ceremony. My dad wanted to take a picture of me with my diploma. That's my mom next to him. She cries when she's happy.

After the ceremony, everyone was happy, but no one cried. We wanted to celebrate and we did!

Think about it.

1. What kinds of ceremonies are important for children? for teens? for adults?
2. Imagine you are the guest speaker at a graduation. What will you say to the graduates?

1. trees
   cây
2. soil
   đất
3. path
   lối đi
4. bird
   chim
5. plants
   thực vật
6. rock
   đá
7. flowers
   hoa

Listen and point. Take turns.

A: *Point to* *the trees.*
B: *Point to* *a bird.*
A: *Point to* *the flowers.*

Dictate to your partner. Take turns.

A: *Write* *it's a tree.*
B: *Let me check that.* *I-t-'s -a- t-r-e-e?*
A: *Yes, that's right.*

8. sun
mặt trời
9. sky
bầu trời
10. mammals
động vật có vú
11. insects
côn trùng
12. nest
tổ
13. water
nước
14. fish
cá

Ways to talk about nature

Look at the sky! Isn't it beautiful?
Did you see the fish / insects?
It's / They're so interesting.

Pair practice. Make new conversations.

A: *Do you know the name of that yellow flower?*
B: *I think it's a sunflower.*
A: *Oh, and what about that blue bird?*

Trees and Plants

Cây Và Thực Vật

PARTS OF A TREE
1. twig
nhánh cây
2. branch
cành cây
3. limb
cành cây lớn
4. trunk
thân cây
5. root
rễ cây
6. leaf
lá
7
8
9
10
11
12
13
14
15
16
17
18

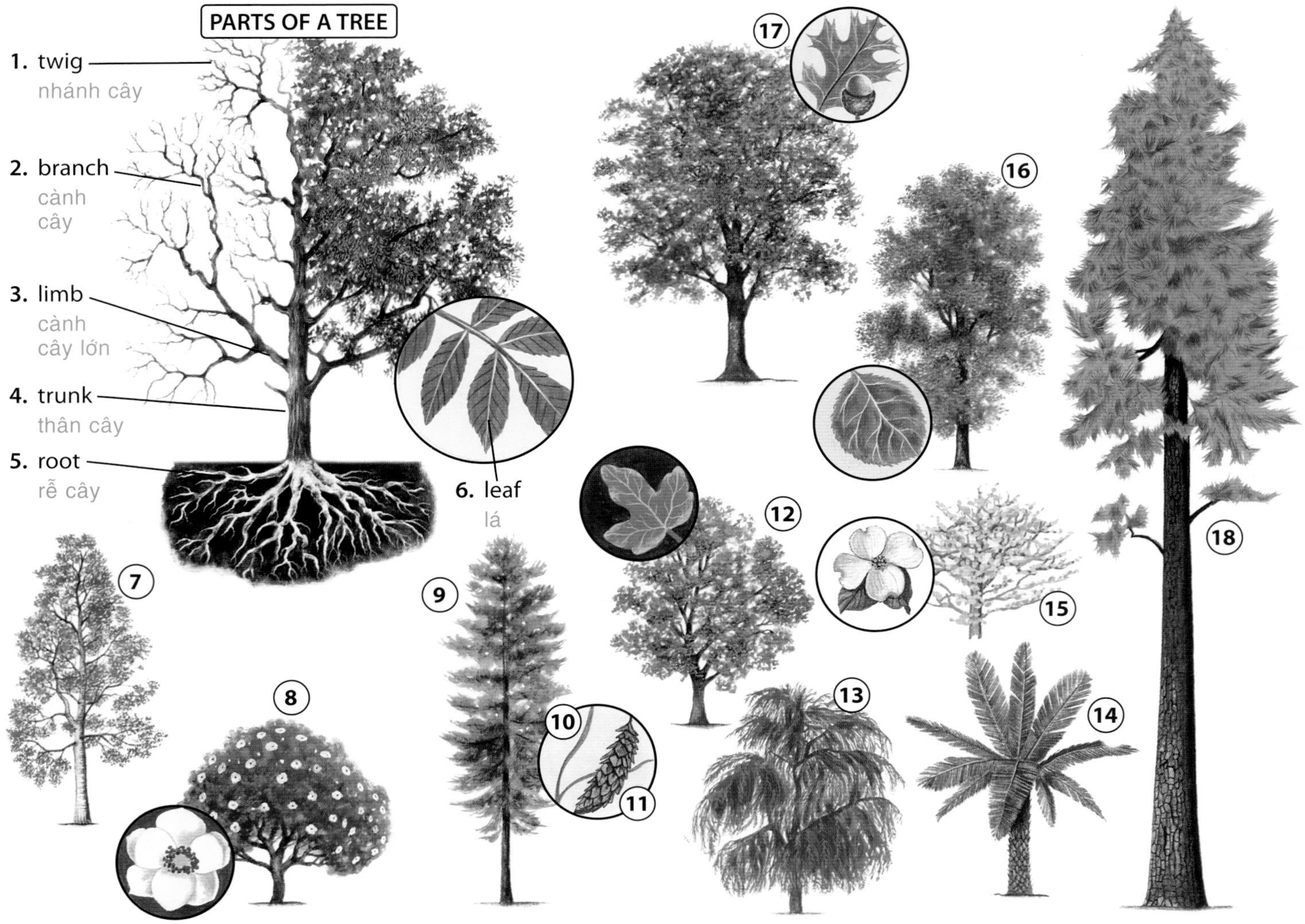

7. birch
cây bulô
8. magnolia
cây mộc lan
9. pine
cây thông
10. needle
lá thông
11. pinecone
quả thông
12. maple
cây thích
13. willow
cây liễu
14. palm
cây cọ
15. dogwood
cây sơn thù-du
16. elm
cây đu
17. oak
cây sồi
18. redwood
cây thông gỗ đỏ

Plants Thực Vật

19
20

21

22

23
24
25

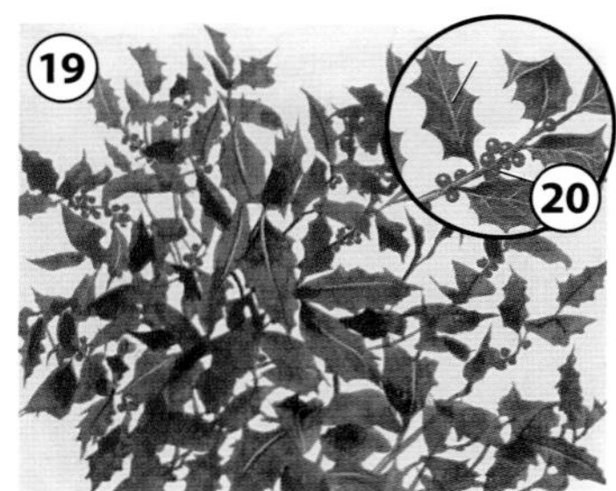

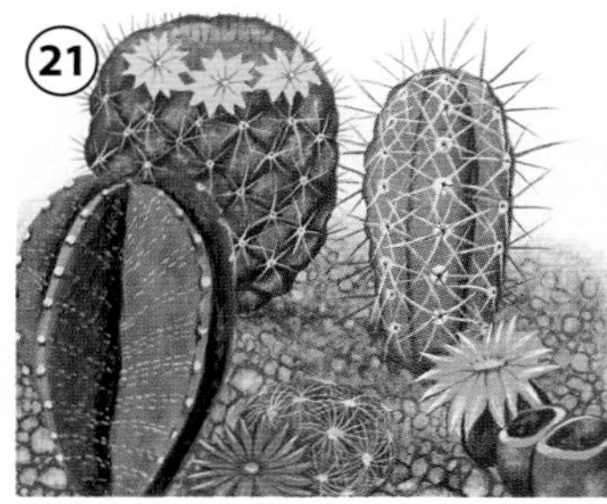

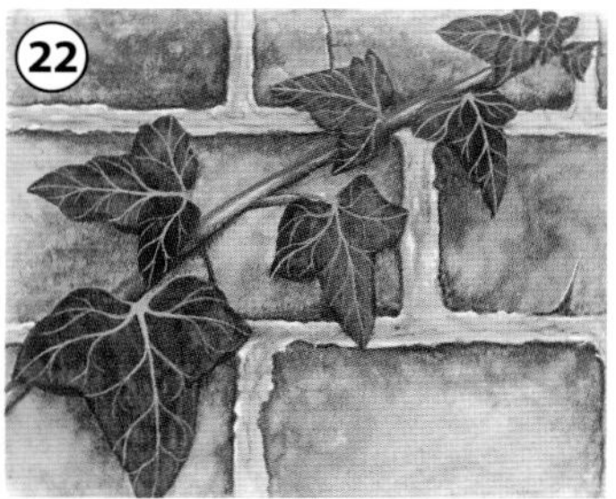

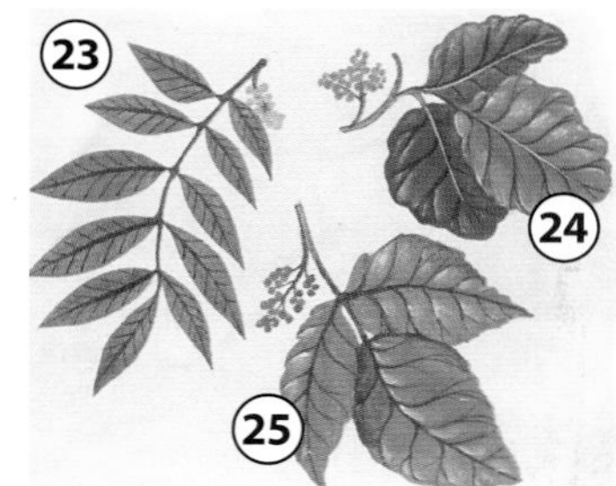

19. holly
cây nhựa ruồi
20. berries
cây be-ri
21. cactus
cây xương rồng
22. vine
cây leo
23. poison sumac
cây sơn độc
24. poison oak
cây sồi độc
25. poison ivy
cây trường xuân độc

Parts of a Flower Những Phần Của Hoa

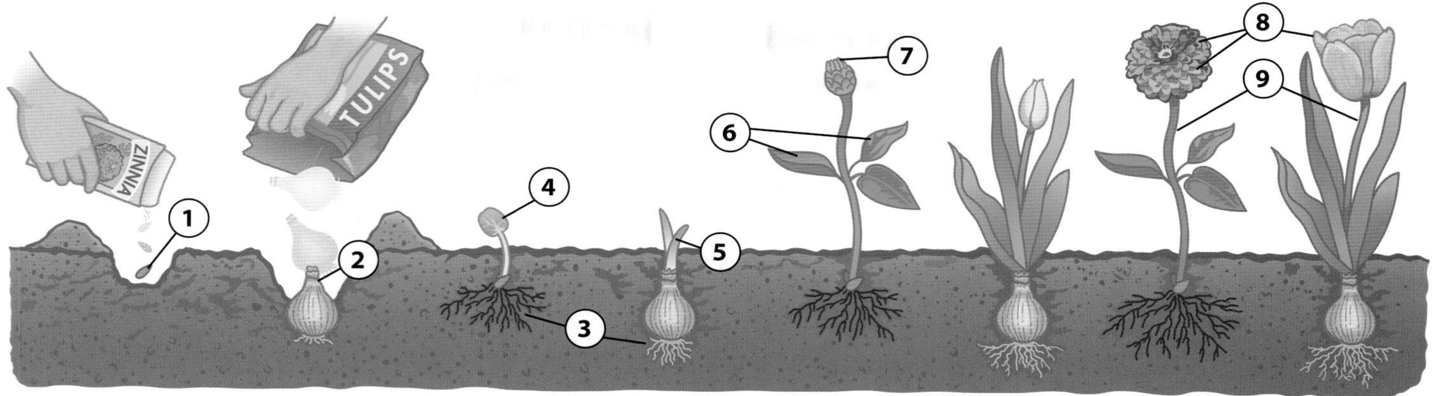

1. seed
   hạt giống
2. bulb
   giò hoa, củ hoa
3. roots
   rễ
4. seedling
   cây con
5. shoot
   chồi cây
6. leaves
   lá
7. bud
   nụ
8. petals
   cánh hoa
9. stems
   cuống

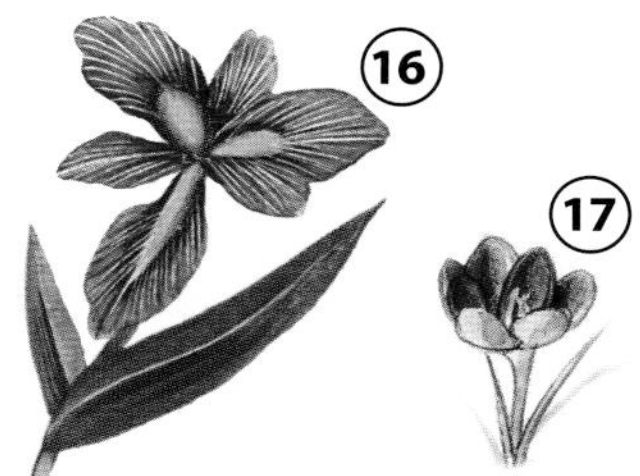

10. sunflower
    hoa hướng dương
11. tulip
    hoa uất kim hương
12. hibiscus
    hoa dâm bụt
13. marigold
    hoa cúc vạn thọ
14. daisy
    hoa cúc dại
15. rose
    hoa hồng
16. iris
    hoa diên vĩ
17. crocus
    hoa nghệ tây
18. gardenia
    hoa sơn chi
19. orchid
    hoa lan
20. carnation
    hoa cẩm chướng
21. chrysanthemum
    hoa cúc
22. jasmine
    hoa lài / hoa nhài
23. violet
    hoa tím
24. poinsettia
    hoa trạng nguyên
25. daffodil
    hoa thủy tiên
26. lily
    hoa loa kèn
27. houseplant
    cây trồng trong nhà
28. bouquet
    bó hoa
29. thorn
    gai

Marine Life, Amphibians, and Reptiles
Các Sinh Vật Biển, Loài Lưỡng Cư Và Loài Bò Sát

Sea Animals Động Vật Biển

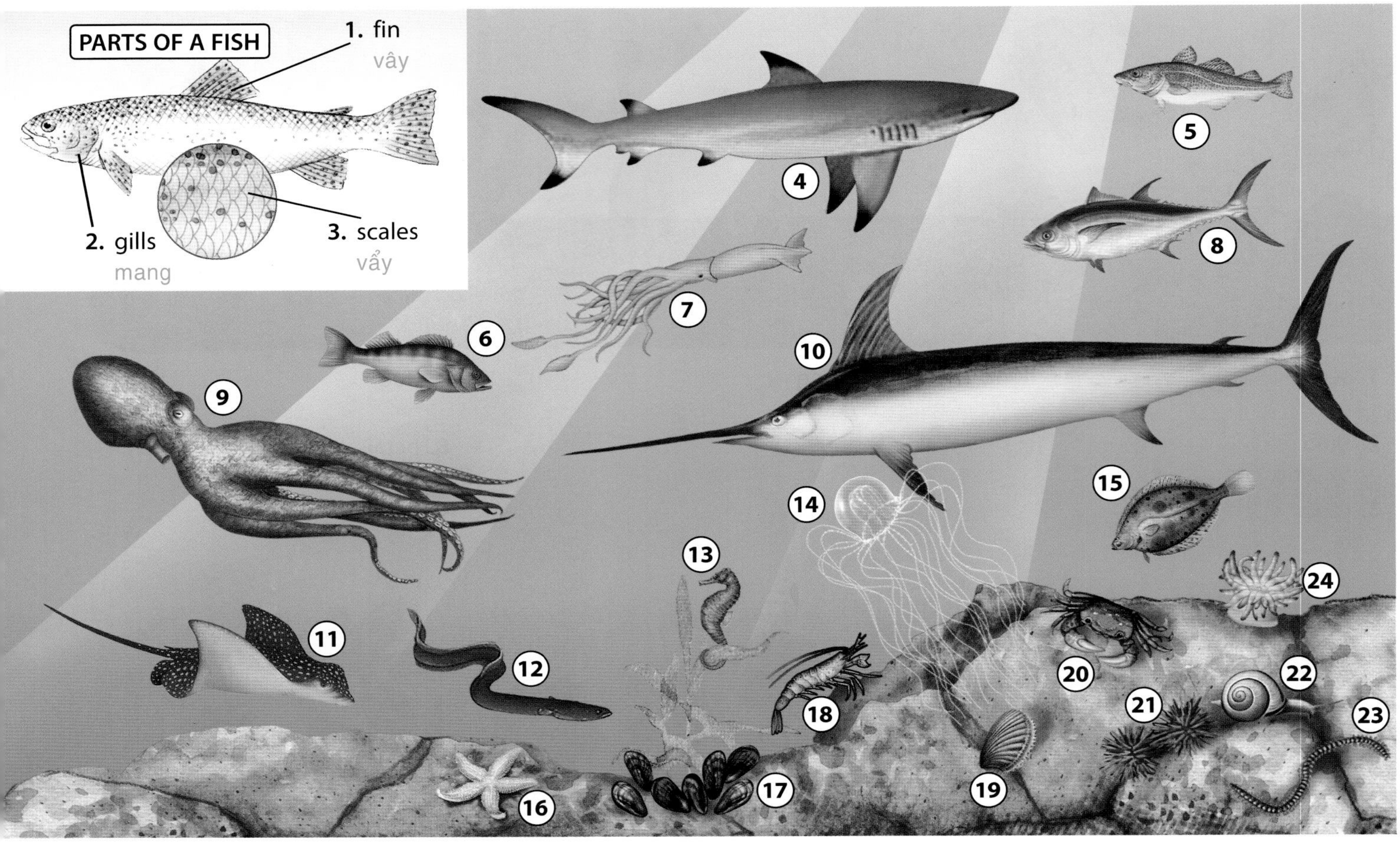

PARTS OF A FISH

1. fin
vây

2. gills
mang

3. scales
vẩy

4. shark
cá mập

5. cod
cá tuyết

6. bass
cá vược

7. squid
mực

8. tuna
cá thu

9. octopus
bạch tuộc

10. swordfish
cá mũi kiếm

11. ray
cá đuối

12. eel
lươn

13. seahorse
hải mã

14. jellyfish
con sứa

15. flounder
cá thờn bơn

16. starfish
sao biển

17. mussel
con vẹm

18. shrimp
tôm

19. scallop
con điệp

20. crab
cua

21. sea urchin
nhím biển

22. snail
sên

23. worm
giun

24. sea anemone
hải quì

Amphibians Loài Lưỡng Cư

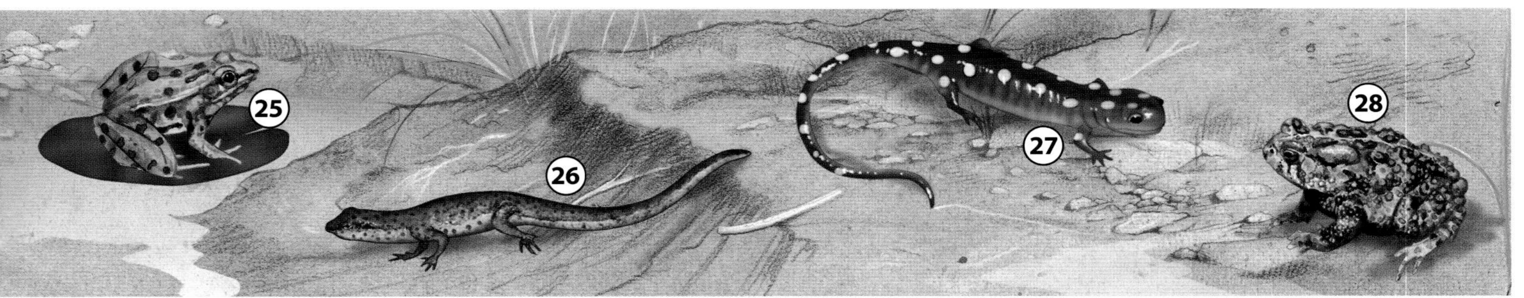

25. frog
ếch

26. newt
sa giông

27. salamander
kỳ nhông

28. toad
cóc

Các Sinh Vật Biển, Loài Lưỡng Cư Và Loài Bò Sát

Marine Life, Amphibians, and Reptiles

Sea Mammals Động Vật Có Vú Ở Biển

29. whale
cá voi

30. porpoise
cá heo chuột

31. dolphin
cá heo

32. walrus
con moóc

33. sea lion
sư tử biển

34. seal
hải cẩu

35. sea otter
rái cá

Reptiles Loài Bò Sát

36. alligator
cá sấu mõm ngắn

37. crocodile
cá sấu

38. rattlesnake
rắn rung chuông

39. garter snake
rắn sọc (không độc)

40. lizard
thằn lằn

41. cobra
rắn hổ mang

42. tortoise
rùa cạn

43. turtle
rùa

Birds, Insects, and Arachnids

Chim, Côn Trùng Và Nhện

PARTS OF A BIRD

1. wing
cánh
2. claw
móng
3. beak / bill
mỏ
4. feather
lông

5. owl
chim cú
6. blue jay
chim giẻ cùi
7. sparrow
chim sẻ
8. woodpecker
chim gõ kiến
9. eagle
chim đại bàng
10. hummingbird
chim ruồi
11. penguin
chim cánh cụt
12. duck
vịt
13. goose
ngỗng
14. peacock
con công
15. pigeon
chim bồ câu
16. robin
chim cổ đỏ

Insects and Arachnids Côn Trùng Và Nhện

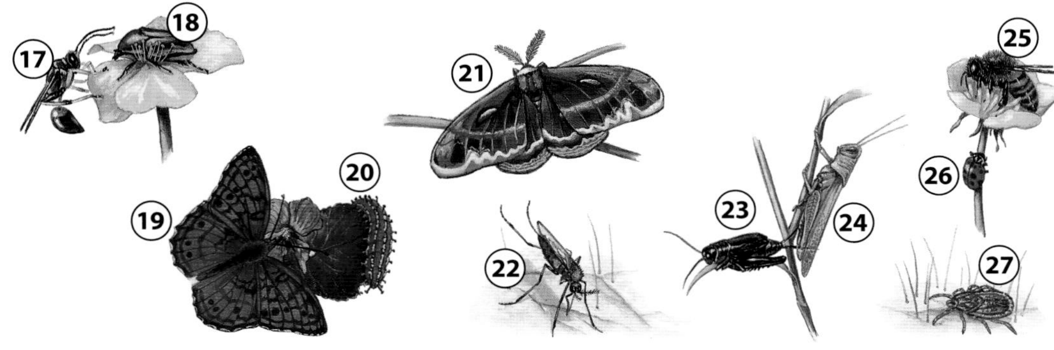

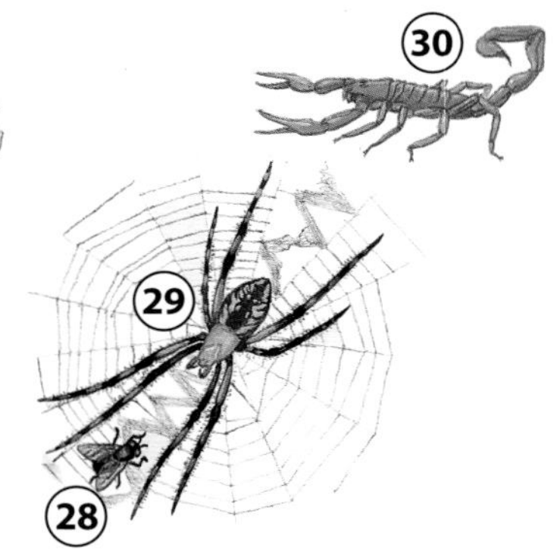

17. wasp
ong vò vẽ
18. beetle
bọ hung
19. butterfly
bướm
20. caterpillar
sâu bướm
21. moth
bướm đêm
22. mosquito
muỗi
23. cricket
dế
24. grasshopper
châu chấu
25. honeybee
ong mật
26. ladybug
bọ rùa
27. tick
ve, tíc
28. fly
ruồi
29. spider
nhện
30. scorpion
bọ cạp

Domestic Animals and Rodents

Farm Animals Nông Súc

1. cow
   bò
2. pig
   heo, lợn
3. donkey
   lừa
4. horse
   ngựa
5. goat
   dê
6. sheep
   cừu
7. rooster
   gà trống
8. hen
   gà mái

Pets Thú Vật Nuôi Trong Nhà

9. cat
   mèo
10. kitten
    mèo con
11. dog
    chó
12. puppy
    chó con
13. rabbit
    thỏ
14. guinea pig
    chuột lang
15. parakeet
    vẹt đuôi dài
16. goldfish
    cá vàng

Rodents Loài Gặm Nhấm

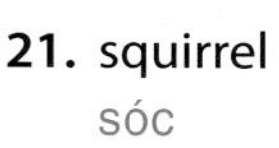

17. rat
    chuột lớn
18. mouse
    chuột nhắt
19. gopher
    chuột vàng
20. chipmunk
    sóc chuột
21. squirrel
    sóc
22. prairie dog
    sóc chó

More vocabulary

domesticated: animals that work for and / or live with people

wild: animals that live away from people

Ask your classmates. Share the answers.

1. Have you worked with farm animals? Which ones?
2. Are you afraid of rodents? Which ones?
3. Do you have a pet? What kind?

Mammals

Động Vật Có Vú

1. moose
   nai sừng tấm
2. mountain lion
   sư tử núi
3. coyote
   sói đồng cỏ
4. opossum
   ô-pốt-sâm (có túi)
5. wolf
   chó sói
6. buffalo / bison
   bò rừng Bắc Mỹ
7. bat
   dơi
8. armadillo
   con ta-tu
9. beaver
   hải li
10. porcupine
    nhím
11. bear
    gấu
12. skunk
    chồn hôi
13. raccoon
    gấu trúc Mỹ
14. deer
    nai
15. fox
    cáo

16. antlers
    gạc nai
17. hooves
    móng

18. whiskers
    râu mép
19. coat / fur
    bộ lông

20. paw
    bàn chân
21. horn
    sừng

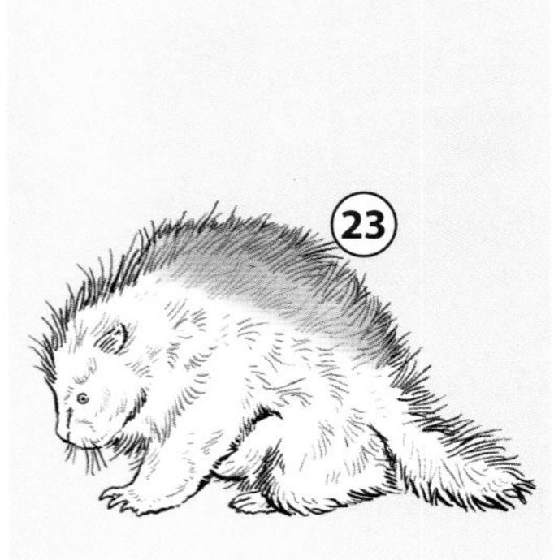

22. tail
    đuôi
23. quill
    lông nhím

24. anteater
loài ăn kiến

25. llama
lạc đà không bướu

26. monkey
khỉ

27. chimpanzee
tinh tinh

28. rhinoceros
tê giác

29. gorilla
khỉ đột

30. hyena
linh cẩu

31. baboon
khỉ đầu chó

32. giraffe
hươu cao cổ

33. zebra
ngựa vằn

34. leopard
báo đốm

35. antelope
sơn dương

36. lion
sư tử

37. tiger
hổ, cọp

38. camel
lạc đà

39. orangutan
con đười ươi

40. panther
báo đen

41. panda
gấu trúc

42. elephant
voi

43. hippopotamus
hà mã

44. kangaroo
căng-gu-ru,
đại thử

45. koala
gấu túi / cao-lơ

46. platypus
thú mỏ vịt

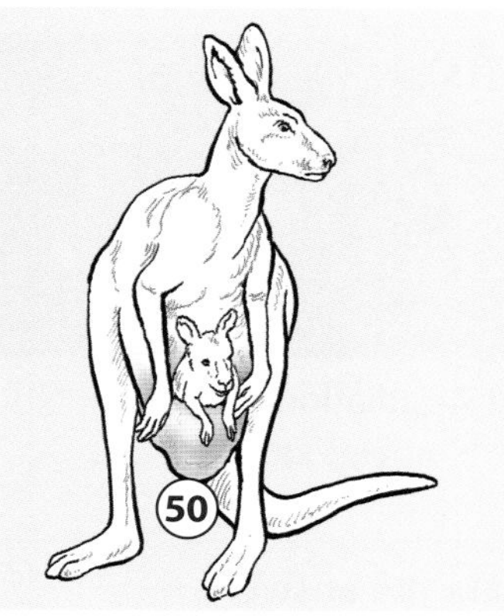

47. trunk
vòi

48. tusk
ngà

49. mane
bờm

50. pouch
túi

51. hump
bướu

Energy Sources Các Nguồn Năng Lượng

1. solar energy
năng lượng mặt trời

2. wind power
năng lượng từ gió

3. natural gas
khí tự nhiên

4. coal
than đá

5. hydroelectric power
thủy điện

6. oil / petroleum
dầu mỏ

7. geothermal energy
năng lượng hơi nóng từ trái đất

8. nuclear energy
năng lượng nguyên tử

9. biomass / bioenergy
năng lượng sinh khối / sinh học

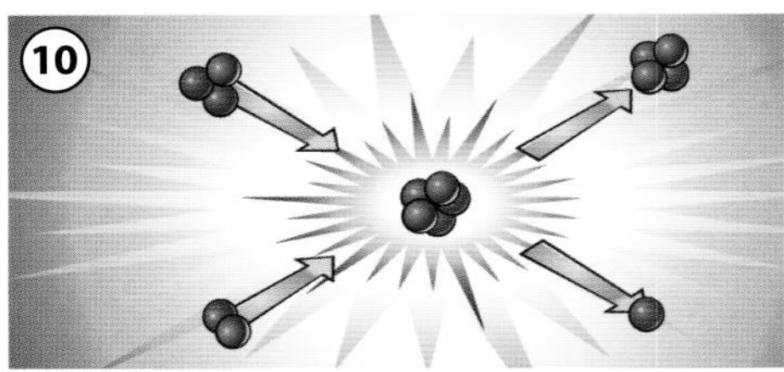

10. fusion
tổng hợp hạt nhân

Pollution Ô Nhiễm

11. air pollution / smog
ô nhiễm không khí / bụi khói

12. hazardous waste
đồ phế thải nguy hiểm

13. acid rain
mưa acid

14. water pollution
ô nhiễm nước

15. radiation
phóng xạ

16. pesticide poisoning
nhiễm độc do thuốc trừ sâu

17. oil spill
dầu bị đổ loang

Ask your classmates. Share the answers.

1. What types of things do you recycle?
2. What types of energy sources are in your area?
3. What types of pollution do you worry about?

Think about it. Discuss.

1. How can you save energy in the summer? winter?
2. What are some other ways that people can conserve energy or prevent pollution?

Energy and Conservation

Ways to Conserve Energy and Resources Cách Tiết Kiệm Năng Lượng Và Tài Nguyên

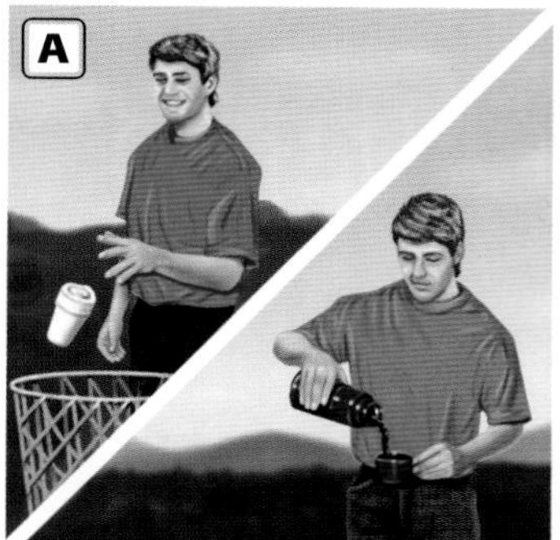

A. **reduce** trash
bớt rác

B. **reuse** shopping bags
dùng lại bao đi chợ

C. **recycle**
tái chế

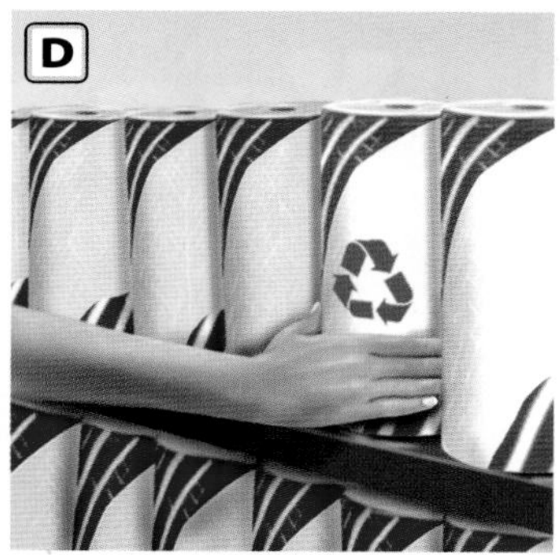

D. **buy** recycled products
mua sản phẩm tái chế

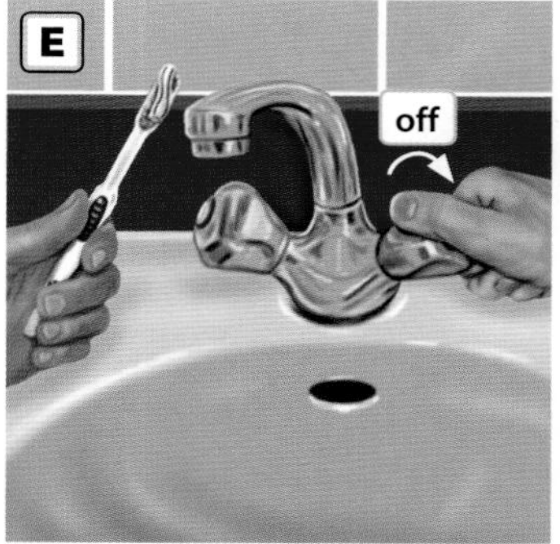

E. **save** water
tiết kiệm nước

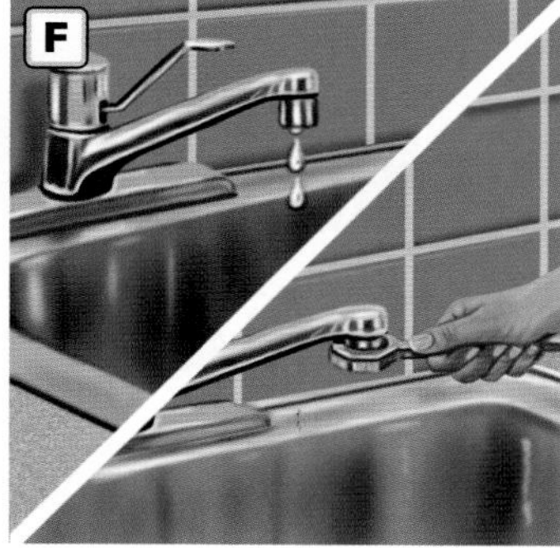

F. **fix** leaky faucets
sửa vòi nước rỉ

G. **turn off** lights
tắt đèn

H. **use** energy-efficient bulbs
dùng bóng đèn ít hao điện

I. **carpool**
đi chung xe

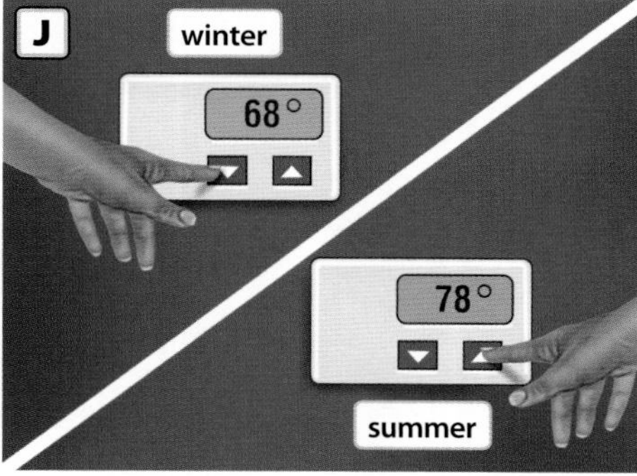

J. **adjust** the thermostat
điều chỉnh bộ phận điều hòa nhiệt độ

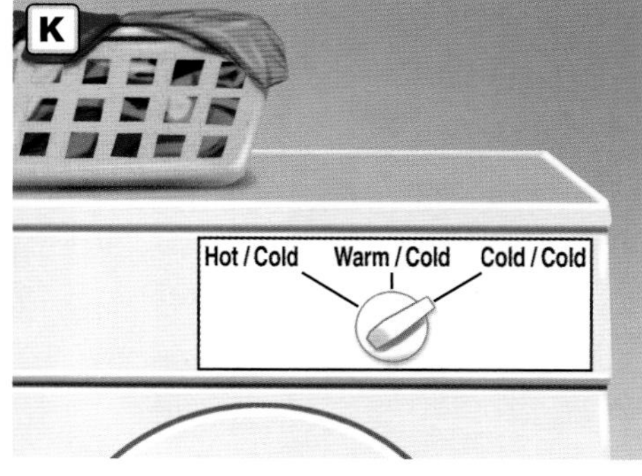

K. **wash** clothes in cold water
giặt đồ bằng nước lạnh

L. **don't litter**
đừng xả rác

M. **compost** food scraps
làm phân bón bằng thức ăn vứt bỏ

N. **plant** a tree
trồng cây

Yosemite NATIONAL PARK

Dry Tortugas NATIONAL PARK

1. landmarks
   thắng cảnh
2. park ranger
   người bảo vệ công viên
3. wildlife
   thú rừng
4. ferry
   phà
5. coral
   san hô
6. cave
   hang
7. caverns
   hang động

A. **take** a tour
   đi du lịch theo nhóm

Look at the pictures.
What do you see?

Answer the questions.

1. How many U.S. landmarks are in the pictures?
2. What kinds of wildlife do you see?
3. What can you do at Carlsbad Caverns?

 **Read the story.**

U.S. National Parks

More than 200 million people visit U.S. National Parks every year. These parks protect the wildlife and landmarks of the United States. Each park is different, and each one is beautiful.

At Yosemite, in California, you can take a nature walk with a park ranger. You'll see waterfalls, redwoods, and deer there.

In south Florida, you can take a ferry to Dry Tortugas. It's great to snorkel around the park's coral islands.

There are 113 caves at Carlsbad Caverns in New Mexico. The deepest cave is 830 feet below the desert! You can take a tour of these beautiful caverns.

There are 391 national parks to see. Go online for information about a park near you.

Think about it.

1. Why are national parks important?
2. Imagine you are a park ranger at a national park. Give your classmates a tour of the landmarks and wildlife.

Places to Go

Những Nơi Để Đi

1. zoo
   sở thú
2. movies
   rạp chiếu bóng
3. botanical garden
   vườn bách thảo
4. bowling alley
   chỗ chơi bowling
5. rock concert
   buổi hòa nhạc rock
6. swap meet / flea market
   phiên chợ bán đồ cũ / chợ trời
7. aquarium
   viện hải dương học

Places to Go in Our City

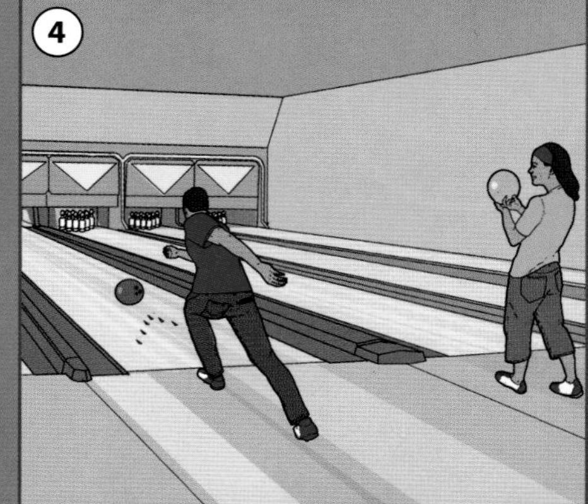

Listen and point. Take turns.

A: *Point to the zoo.*
B: *Point to the flea market.*
A: *Point to the rock concert.*

Dictate to your partner. Take turns.

A: *Write these words: zoo, movies, aquarium.*
B: *Zoo, movies, and what?*
A: *Aquarium.*

8. play
kịch

9. art museum
viện bảo tàng nghệ thuật

10. amusement park
sân vui chơi ngoài trời

11. opera
kịch hát opera

12. nightclub
hộp đêm

13. county fair
hội chợ của quận

14. classical concert
buổi hòa nhạc cổ điển

Ways to make plans using *Let's go*

Let's go *to* *<u>the amusement park</u>* *tomorrow.*
Let's go *to* *<u>the opera</u>* *on Saturday.*
Let's go *to* *<u>the movies</u>* *tonight.*

Pair practice. Make new conversations.

A: *<u>Let's go to the zoo this afternoon</u>.*
B: *OK. And let's go to <u>the movies tonight</u>.*
A: *That sounds like a good plan.*

The Park and Playground

Công Viên Và Sân Chơi

1. **ball field**
   sân chơi bóng / sân banh
2. **cyclist**
   người đi xe đạp
3. **bike path**
   đường dành cho xe đạp
4. **jump rope**
   dây nhảy
5. **fountain**
   vòi phun nước
6. **tennis court**
   sân quần vợt
7. **skateboard**
   ván trượt (có gắn bánh xe)
8. **picnic table**
   bàn picnic
9. **water fountain**
   vòi nước uống
10. **bench**
    ghế dài
11. **swings**
    đu
12. **tricycle**
    xe đạp ba bánh
13. **slide**
    cầu trượt / cầu tuột
14. **climbing apparatus**
    khung tập leo trèo
15. **sandbox**
    sân nhỏ có cát, hộp cát
16. **seesaw**
    ván bập bênh

A. **pull** the wagon
kéo xe

B. **push** the swing
đẩy cái đu

C. **climb** the bars
leo lên những thanh sắt

D. **picnic / have** a picnic
picnic / ăn picnic

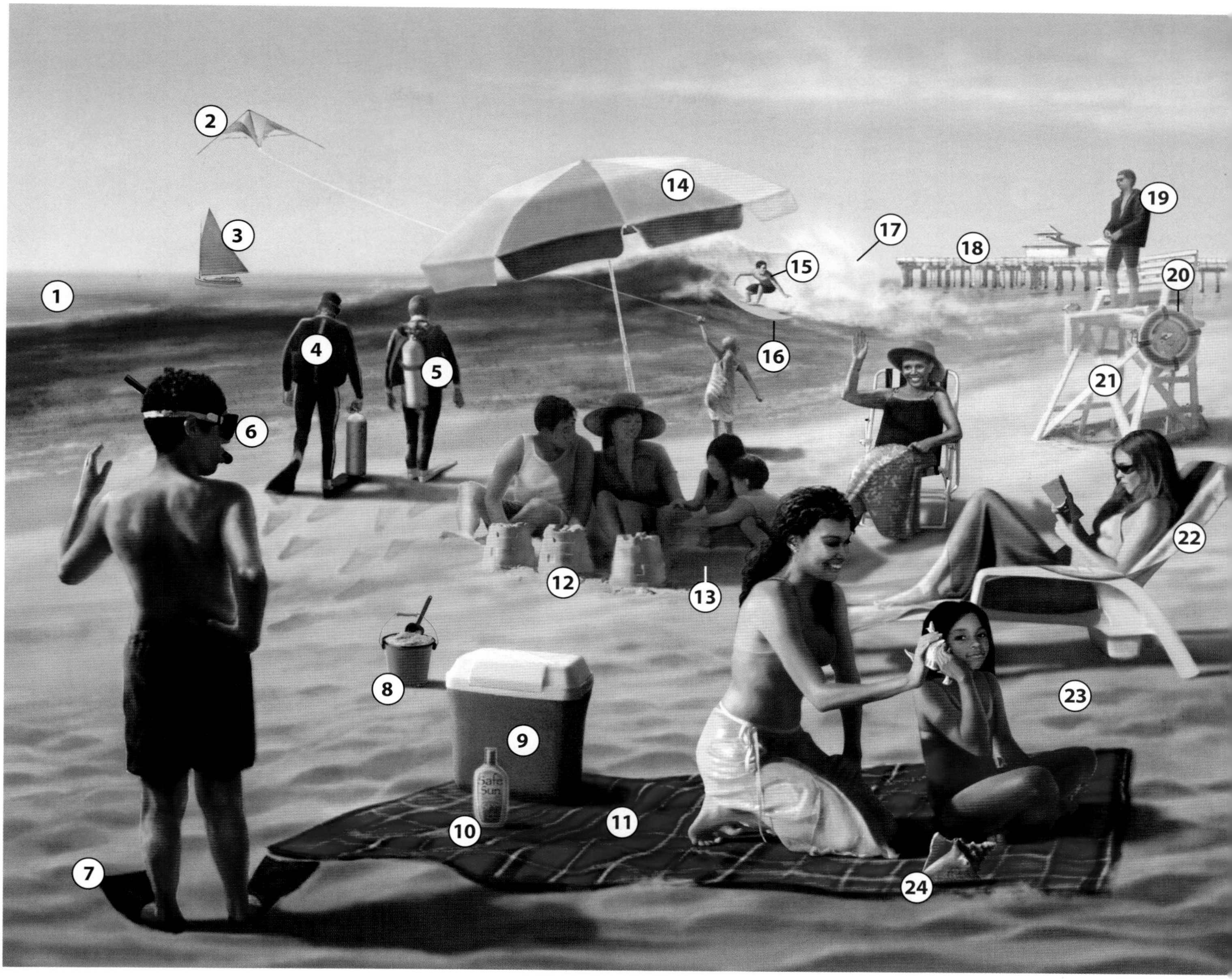

1. ocean / water
   đại dương / nước
2. kite
   diều
3. sailboat
   thuyền buồm
4. wet suit
   quần áo lặn
5. scuba tank
   bình hơi
6. diving mask
   mặt nạ lặn
7. fins
   chân vịt
8. pail / bucket
   thùng / xô
9. cooler
   thùng giữ lạnh
10. sunscreen / sunblock
    dầu thoa chống nắng
11. blanket
    chăn mền
12. sand castle
    lâu đài bằng cát
13. shade
    bóng râm
14. beach umbrella
    dù che nắng ở bãi biển
15. surfer
    người trượt ván lướt sóng
16. surfboard
    ván trượt sóng
17. wave
    sóng
18. pier
    bến
19. lifeguard
    người cứu đắm
20. lifesaving device
    thiết bị cứu sinh
21. lifeguard station
    trạm cứu đắm
22. beach chair
    ghế đi biển
23. sand
    cát
24. seashell
    vỏ sò

More vocabulary

seaweed: a plant that grows in the ocean

tide: the level of the ocean. The tide goes in and out every 12 hours.

Ask your classmates. Share the answers.

1. Do you like to go to the beach?
2. Are there famous beaches in your native country?
3. Do you prefer to be on the sand or in the water?

1. boating
   chơi thuyền
2. rafting
   chơi bè
3. canoeing
   chơi thuyền canoe
4. fishing
   câu cá
5. camping
   cắm trại
6. backpacking
   đi bộ dã ngoại có mang theo ba-lô
7. hiking
   đi bộ dã ngoại
8. mountain biking
   đi xe đạp trên núi
9. horseback riding
   cưỡi ngựa

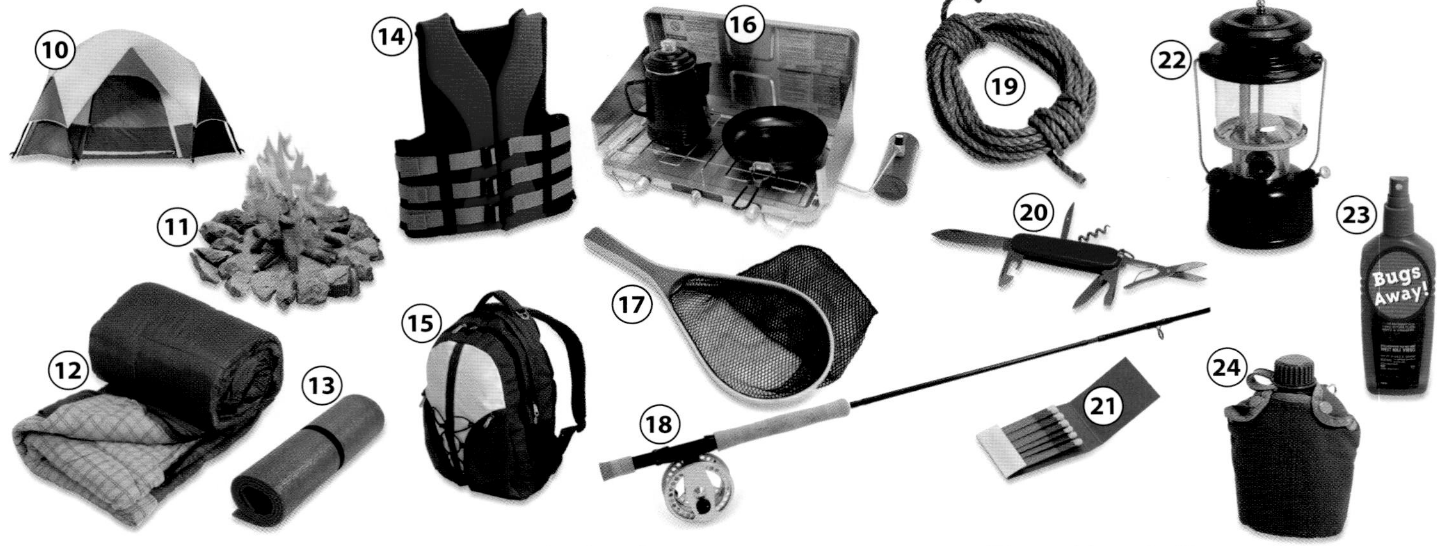

10. tent
    lều
11. campfire
    lửa trại
12. sleeping bag
    túi ngủ, chăn chui
13. foam pad
    tấm lót bằng bọt
14. life vest
    áo cứu sinh, phao cứu sinh
15. backpack
    ba-lô / túi đeo lưng
16. camping stove
    bếp lò đi cắm trại
17. fishing net
    lưới bắt cá
18. fishing pole
    cần câu
19. rope
    dây thừng
20. multi-use knife
    dao đa dụng
21. matches
    diêm, quẹt
22. lantern
    đèn dầu
23. insect repellent
    thuốc chống côn trùng
24. canteen
    bình nước

Winter and Water Sports

1. downhill skiing
trượt tuyết xuống dốc

2. snowboarding
trượt ván trên tuyết

3. cross-country skiing
trượt tuyết băng đồng

4. ice skating
trượt băng

5. figure skating
trượt băng nghệ thuật

6. sledding
chơi xe trượt tuyết

7. waterskiing
trượt ván nước

8. sailing
đi thuyền buồm

9. surfing
trượt ván lướt sóng

10. windsurfing
trượt ván có buồm

11. snorkeling
lặn có ống thở

12. scuba diving
lặn có bình dưỡng khí

More vocabulary

speed skating: racing while ice skating
windsurfing: sailboarding

Ask your classmates. Share the answers.

1. Which of these sports do you like?
2. Which of these sports would you like to learn?
3. Which of these sports is the most fun to watch?

Individual Sports

Các Môn Thể Thao Cá Nhân

1. archery
bắn cung

2. billiards / pool
bi da

3. bowling
chơi bowling

4. boxing
đấu quyền Anh

5. cycling / biking
đi xe đạp

6. badminton
đánh cầu lông

7. fencing
đánh kiếm

8. golf
gôn

9. gymnastics
thể dục nhào lộn

10. inline skating
trượt pa-tanh

11. martial arts
võ thuật

12. racquetball
quần vợt sân tường

13. skateboarding
trượt ván

14. table tennis
bóng bàn

15. tennis
quần vợt

16. weightlifting
cử tạ

17. wrestling
đô vật

18. track and field
điền kinh

19. horse racing
đua ngựa

Pair practice. Make new conversations.

A: *What sports do you like?*
B: *I like bowling. What do you like?*
A: *I like gymnastics.*

Think about it. Discuss.

1. Why do people like to watch sports?
2. Which sports can be dangerous?
3. Why do people do dangerous sports?

1. score
tỷ số
2. coach
huấn luyện viên
3. team
đội bóng / đội banh
4. fan
người hâm mộ
5. player
cầu thủ
6. official / referee
trọng tài
7. basketball court
sân bóng rổ

8. basketball
bóng rổ

9. baseball
bóng chày

10. softball
bóng mềm

11. football
bóng bầu dục

12. soccer
bóng đá / túc cầu

13. ice hockey
khúc côn cầu trên băng

14. volleyball
bóng chuyền

15. water polo
bóng nước

More Vocabulary
win: to have the best score
lose: the opposite of win
tie: to have the same score
captain: the team leader
umpire: the name of the referee in baseball
Little League: a baseball and softball program for children

A. **pitch**
ném / thảy
B. **hit**
đánh
C. **throw**
ném
D. **catch**
bắt
E. **kick**
đá
F. **tackle**
cản phá
G. **pass**
chuyền bóng
H. **shoot**
sút bóng
I. **jump**
nhảy
J. **dribble**
rê bóng / đi bóng
K. **dive**
lặn
L. **swim**
bơi
M. **stretch**
duỗi, vươn
N. **exercise / work out**
vận động / tập thể dục
O. **bend**
cúi xuống
P. **serve**
giao bóng
Q. **swing**
vung gậy
R. **start**
bắt đầu
S. **race**
đua
T. **finish**
tới đích
U. **skate**
trượt băng
V. **ski**
trượt tuyết

Use the new words.
Look on page 229. Name the actions you see.
A: *He's throwing.*
B: *She's jumping.*

Ways to talk about your sports skills
I can throw, but I can't catch.
I swim well, but I don't dive well.
I'm good at skating, but I'm terrible at skiing.

1. golf club
   gậy chơi gôn
2. tennis racket
   vợt chơi quần vợt, vợt ten-nít
3. volleyball
   quả bóng chuyền
4. basketball
   quả bóng rổ
5. bowling ball
   quả bóng bowling
6. bow
   cung
7. target
   đích
8. arrow
   mũi tên
9. ice skates
   giầy trượt băng
10. inline skates
    giầy trượt pa-tanh
11. hockey stick
    gậy chơi khúc côn cầu
12. soccer ball
    quả bóng đá
13. shin guards
    tấm bảo vệ ống chân
14. baseball bat
    chày (chơi bóng chày)
15. catcher's mask
    mặt nạ của người bắt bóng
16. uniform
    đồng phục
17. glove
    găng tay
18. baseball
    quả bóng chày
19. football helmet
    mũ chơi bóng bầu dục
20. shoulder pads
    đệm lót vai
21. football
    quả bóng bầu dục football
22. weights
    tạ
23. snowboard
    ván trượt tuyết
24. skis
    ván trượt ski
25. ski poles
    gậy trượt tuyết
26. ski boots
    giầy ống trượt tuyết
27. flying disc*
    đĩa bay

* **Note:** one brand is Frisbee®, of Wham-O, Inc.

Use the new words.
Look at pages 228–229. Name the sports equipment you see.

A: *Those are* *ice skates.*
B: *That's* *a football.*

Ask your classmates. Share the answers.

1. Do you own any sports equipment? What kind?
2. What do you want to buy at this store?
3. Where is the best place to buy sports equipment?

Hobbies and Games

Các Thú Tiêu Khiển Và Trò Chơi

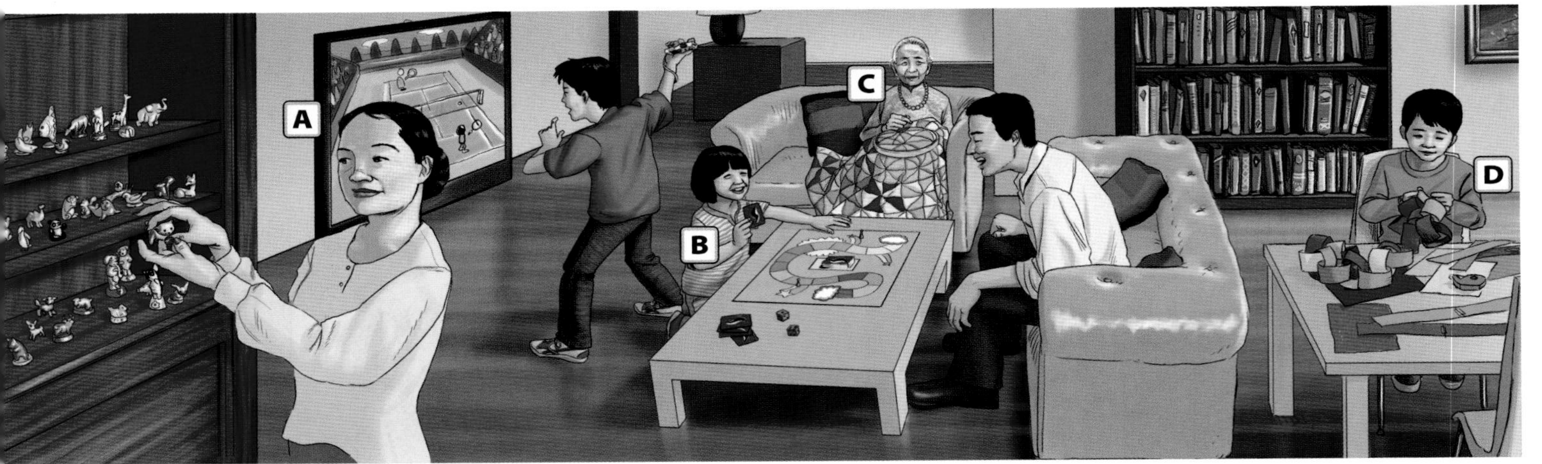

A. **collect** things
sưu tập đồ vật

B. **play** games
chơi trò chơi

C. **quilt**
khâu mền ráp mảnh

D. **do** crafts
làm thủ công

1. figurine
tượng nhỏ
2. baseball cards
thẻ bóng chày để sưu tập
3. video game console
máy chơi video game
4. video game control
bộ phận điều khiển video game
5. board game
trò chơi trên bàn
6. dice
súc sắc
7. checkers
cờ đam
8. chess
cờ
9. model kit
bộ mô hình
10. acrylic paint
sơn acrylic
11. glue stick
cây keo, hồ
12. construction paper
giấy thủ công
13. doll making kit
bộ làm búp bê
14. woodworking kit
bộ làm đồ gỗ
15. quilt block
tấm vải ráp mảnh
16. rotary cutter
dao cắt lăn tròn

Grammar Point: *How often do you play cards?*

*I play **all the time**. (every day)*
*I play **sometimes**. (once a month)*
*I **never** play. (0 times)*

Pair practice. Make new conversations.

A: *How often do you do your hobbies?*
B: *I play games all the time. I love chess.*
A: *Really? I never play chess.*

E. paint
vẽ sơn

F. knit
đan

G. pretend
giả vờ

H. play cards
chơi bài

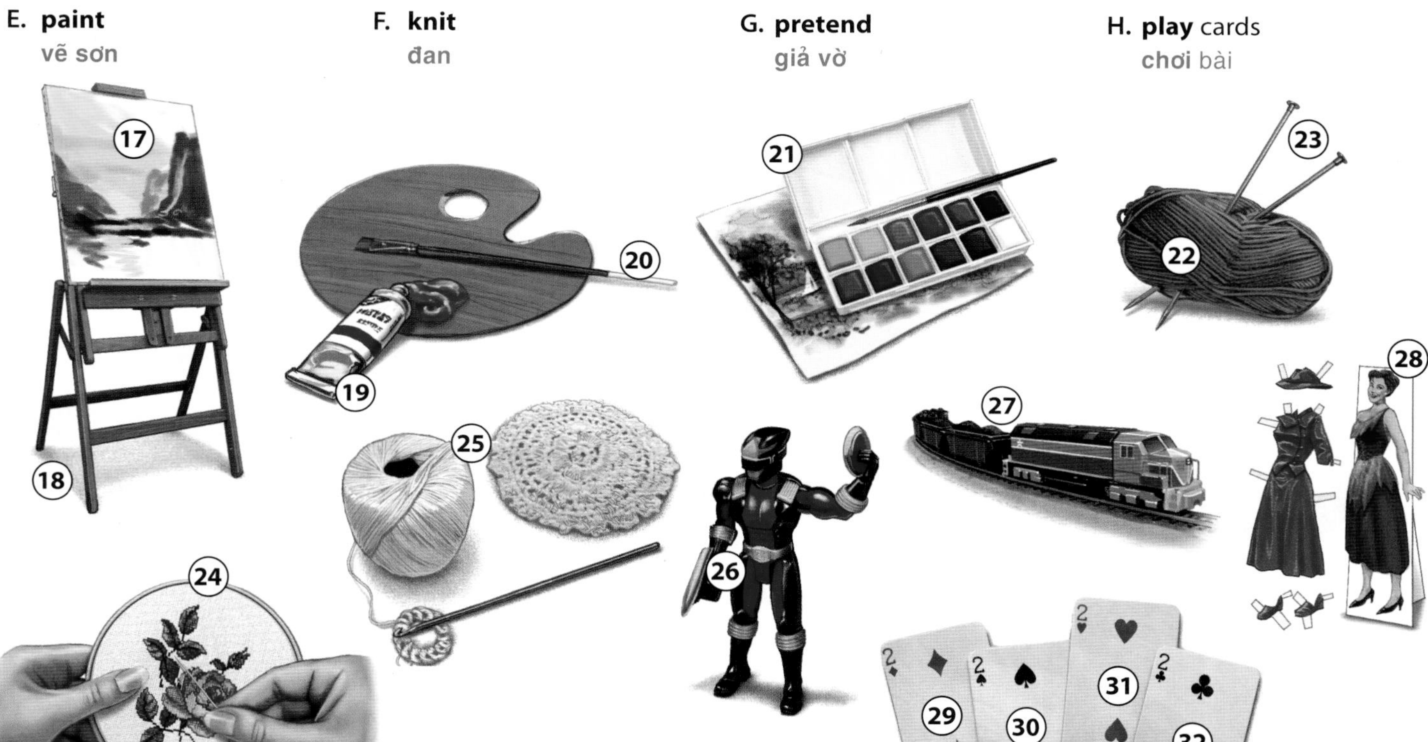

17. canvas
vải bạt, vải thô để sơn vẽ
18. easel
giá, khung
19. oil paint
sơn dầu
20. paintbrush
bút lông

21. watercolor
màu nước
22. yarn
len
23. knitting needles
kim đan
24. embroidery
thêu

25. crocheting
móc
26. action figure
nhân vật anh hùng
27. model trains
mô hình xe lửa
28. paper dolls
búp bê bằng giấy

29. diamonds
con rô
30. spades
con bích
31. hearts
con cơ
32. clubs
con chuồn

Ways to talk about hobbies and games

This *board game* *is* ***interesting****. It makes me think.*
That *video game* *is* ***boring****. Nothing happens.*
I love to *play cards**. It's* ***fun*** *to play with my friends.*

Ask your classmates. Share the answers.

1. Do you collect anything? What?
2. Which games do you like to play?
3. What hobbies did you have as a child?

1. CD boombox
   máy chơi đĩa com-pắc
2. MP3 player
   máy chơi nhạc nén MP3
3. dock
   trạm nối
4. headphones
   ống nghe
5. personal CD player
   máy CD cá nhân
6. portable cassette player
   máy cát-sét xách tay
7. flat screen TV / flat panel TV
   TV màn hình dẹp / TV màn dẹp
8. portable TV
   ti-vi xách tay
9. universal remote
   cái điều khiển từ xa đa dụng
10. DVD player
    máy DVD
11. portable DVD player
    máy DVD xách tay
12. turntable
    máy quay đĩa / máy hát
13. tuner
    bộ phận chọn tín hiệu / bộ chỉnh
14. speakers
    loa
15. adapter
    bộ điều hợp
16. plug
    phích cắm / cái cắm điện
17. charger
    đồ sạc
18. microphone
    máy vi âm

19. digital camera
máy ảnh kỹ thuật số
20. memory card
thẻ nhớ
21. film camera / 35 mm camera
máy ảnh dùng phim / máy ảnh 35 mm
22. film
phim
23. zoom lens
ống kính zoom
24. camcorder
máy quay video / kem-cô-đơ
25. tripod
chân máy ảnh ba càng
26. battery pack
cục pin
27. battery charger
bộ sạc pin
28. camera case
bao máy ảnh
29. LCD projector
máy chiếu hình LCD
30. screen
màn ảnh

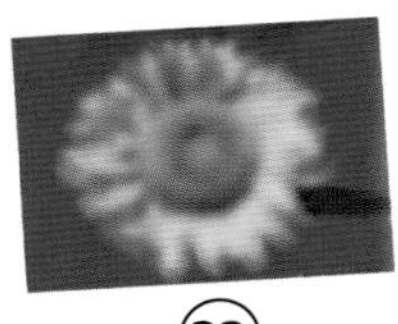

31. photo album
an-bum ảnh / sách trưng hình
32. digital photo album
an-bum ảnh kỹ thuật số
33. out of focus
không nét, không rõ, mờ nhòa
34. overexposed
dư ánh sáng
35. underexposed
thiếu ánh sáng

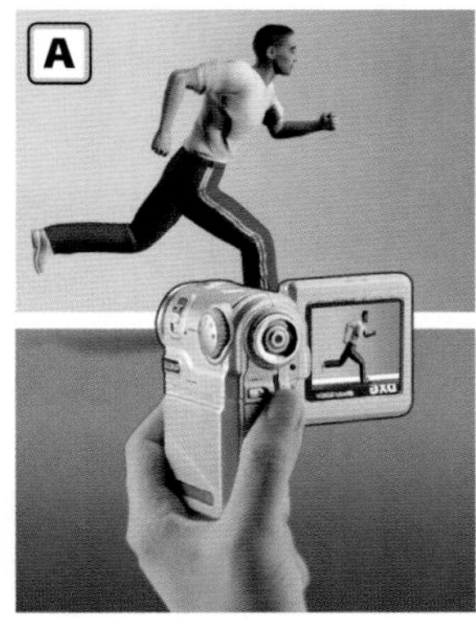

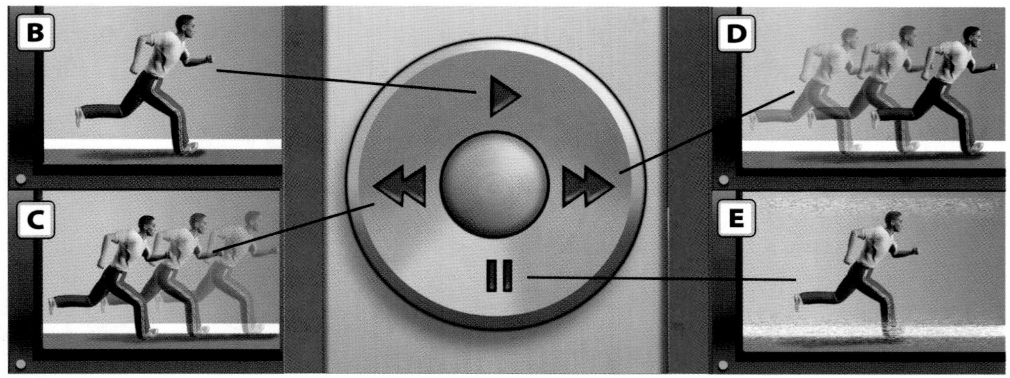

A. **record**
thâu
B. **play**
phát lại
C. **rewind**
trả lùi
D. **fast forward**
tua nhanh
E. **pause**
tạm ngừng

Types of TV Programs Các Loại Chương Trình TV

1. news program
chương trình tin tức

2. sitcom (situation comedy)
màn hài hước (có tình huống)

3. cartoon
hoạt hình / phim hoạt họa

4. talk show
mạn đàm

5. soap opera
bi kịch nhiều kỳ

6. reality show
truyền hình thực tế

7. nature program
chương trình về thế giới tự nhiên

8. game show
chương trình trò chơi

9. children's program
chương trình cho trẻ em

10. shopping program
chương trình mua sắm

11. sports program
chương trình thể thao

12. drama
kịch

Types of Movies Các Loại Phim

13. comedy
hài hước

14. tragedy
bi kịch

15. western
cao bồi viễn tây

16. romance
tình cảm

17. horror story
kinh dị

18. science fiction story
khoa học giả tưởng

19. action story / adventure story
chuyện hành động / chuyện mạo hiểm

20. mystery / suspense
huyền bí / hồi hộp

Types of Music Các Loại Nhạc

21. classical
nhạc cổ điển

22. blues
nhạc blues

23. rock
nhạc rock

24. jazz
nhạc jazz

25. pop
nhạc pop

26. hip hop
hip hop

27. country
nhạc country

28. R&B / soul
nhạc R&B / nhạc soul

29. folk
dân ca

30. gospel
thánh ca

31. reggae
nhạc gốc Jamaica

32. world music
nhạc thế giới

A. **play** an instrument
chơi nhạc cụ

B. **sing** a song
hát nhạc

C. **conduct** an orchestra
điều khiển giàn nhạc

D. **be** in a rock band
chơi trong ban nhạc rock

Woodwinds Nhạc Cụ Hơi

1. flute
   sáo
2. clarinet
   clarinet
3. oboe
   kèn ôboa
4. bassoon
   kèn fagôt
5. saxophone
   kèn sắc-xô

Strings Nhạc Cụ Dây

6. violin
   vĩ cầm
7. cello
   viôlông xen, xeo-lô
8. bass
   đàn bass
9. guitar
   đàn tây ban cầm / ghi-ta

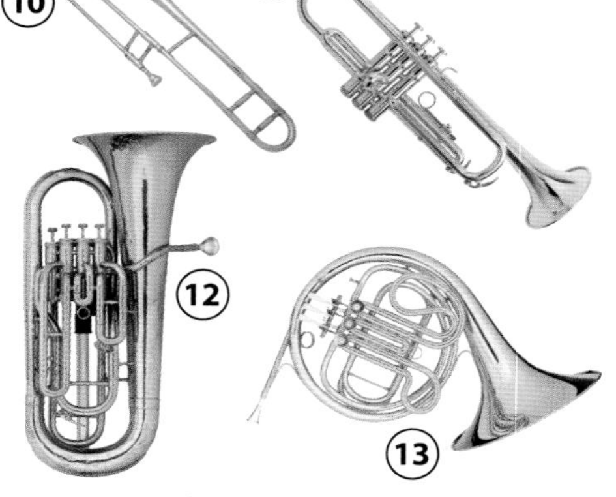

Brass Kèn Đồng

10. trombone
    kèn trombone
11. trumpet / horn
    kèn trom-pét
12. tuba
    kèn tuba
13. French horn
    kèn Pháp

Percussion Nhạc Cụ Gõ

14. piano
    dương cầm
15. xylophone
    mộc cầm
16. drums
    trống
17. tambourine
    trống prô-văng

Other Instruments Các Nhạc Cụ Khác

18. electric keyboard
    đàn bàn phím điện
19. accordion
    đàn xếp
20. organ
    đàn ống
21. harmonica
    kèn harmonica

1. **parade**
   cuộc diễn hành
2. **float**
   xe hoa
3. **confetti**
   giấy hoa để ném
4. **couple**
   cặp
5. **card**
   thiệp
6. **heart**
   trái tim
7. **fireworks**
   pháo bông
8. **flag**
   cờ
9. **mask**
   mặt nạ
10. **jack-o'-lantern**
    đèn quả bí
11. **costume**
    y phục hóa trang
12. **candy**
    kẹo
13. **feast**
    bữa tiệc
14. **turkey**
    gà tây
15. **ornament**
    đồ trang hoàng
16. **Christmas tree**
    cây Giáng sinh
17. **candy cane**
    kẹo hình cây gậy
18. **string lights**
    dây đèn

*Thanksgiving is on the fourth Thursday in November.

1. decorations
   trang trí
2. deck
   sàn gỗ ngoài trời sau nhà
3. present / gift
   quà / quà tặng

A. **videotape**
   quay băng video
B. **make** a wish
   có một điều ước
C. **blow out**
   thổi
D. **hide**
   trốn
E. **bring**
   mang
F. **wrap**
   gói

Look at the picture.
What do you see?

Answer the questions.

1. What kinds of decorations do you see?
2. What are people doing at this birthday party?
3. What wish did the teenager make?
4. How many presents did people bring?

 **Read the story.**

A Birthday Party

Today is Lou and Gani Bombata's birthday barbecue. There are decorations around the backyard, and food and drinks on the deck. There are also presents. Everyone in the Bombata family likes to bring presents.

Right now, it's time for cake. Gani is blowing out the candles, and Lou is making a wish. Lou's mom wants to videotape everyone, but she can't find Lou's brother, Todd. Todd hates to sing, so he always hides for the birthday song.

Lou's sister, Amaka, has to wrap some gifts. She doesn't want Lou to see. Amaka isn't worried. She knows her family loves to sing. She can put her gifts on the present table before they finish the first song.

Think about it.

1. What wish do you think Gani made?
2. What kinds of presents do you give to relatives? What kinds of presents can you give to friends or co-workers?

Verb Guide

Verbs in English are either regular or irregular in the past tense and past participle forms.

Regular Verbs

The regular verbs below are marked 1, 2, 3, or 4 according to four different spelling patterns.
(See page 244 for the irregular verbs which do not follow any of these patterns.)

Spelling Patterns for the Past and the Past Participle	***Example***	
1. Add -ed to the end of the verb.	**ASK**	**ASKED**
2. Add -d to the end of the verb.	**LIVE**	**LIVED**
3. Double the final consonant and add -ed to the end of the verb.	**DROP**	**DROPPED**
4. Drop the final y and add -ied to the end of the verb.	**CRY**	**CRIED**

The Oxford Picture Dictionary List of Regular Verbs

accept (1)
add (1)
address (1)
adjust (1)
agree (2)
answer (1)
apologize (2)
appear (1)
applaud (1)
apply (4)
arrange (2)
arrest (1)
arrive (2)
ask (1)
assemble (2)
assist (1)
attach (1)
bake (2)
bank (1)
bargain (1)
bathe (2)
board (1)
boil (1)
borrow (1)
bow (1)
brainstorm (1)
breathe (2)
browse (2)
brush (1)
bubble (2)
buckle (2)
burn (1)
bus (1)
calculate (2)
call (1)
capitalize (2)
carpool (1)
carry (4)
cash (1)
celebrate (2)
change (2)
check (1)
chill (1)
choke (2)
chop (3)
circle (2)
claim (1)
clean (1)
clear (1)
click (1)
climb (1)
close (2)
collate (2)
collect (1)
color (1)
comb (1)
comfort (1)
commit (3)
compliment (1)
compost (1)
conceal (1)
conduct (1)
convert (1)
convict (1)
cook (1)
copy (4)
correct (1)
cough (1)
count (1)
cross (1)
cry (4)
dance (2)
debate (2)
decline (2)
delete (2)
deliver (1)
design (1)
dial (1)
dice (2)
dictate (2)
die (2)
disagree (2)
discipline (2)
discuss (1)
dive (2)
divide (2)
dress (1)
dribble (2)
drill (1)
drop (3)
drown (1)
dry (4)
dust (1)
dye (2)
edit (1)
empty (4)
enter (1)
erase (2)
evacuate (2)
examine (2)
exchange (2)
exercise (2)
expire (2)
explain (1)
exterminate (2)
fasten (1)
fast forward (1)
fax (1)
fertilize (2)
fill (1)
finish (1)
fix (1)
floss (1)
fold (1)
follow (1)
garden (1)
gargle (2)
graduate (2)
grate (2)
grease (2)
greet (1)
hail (1)
hammer (1)
hand (1)
harvest (1)
help (1)
hire (2)
hug (3)
immigrate (2)
indent (1)
inquire (2)
insert (1)
inspect (1)
install (1)
introduce (2)
invite (2)
iron (1)
jaywalk (1)
join (1)
jump (1)
kick (1)
kiss (1)
knit (3)
label (1)
land (1)
laugh (1)
learn (1)
lengthen (1)

lift (1)
listen (1)
litter (1)
live (2)
load (1)
lock (1)
look (1)
mail (1)
manufacture (2)
match (1)
measure (2)
microwave (2)
milk (1)
misbehave (2)
miss (1)
mix (1)
mop (3)
move (2)
mow (1)
multiply (4)
negotiate (2)
network (1)
numb (1)
nurse (2)
obey (1)
observe (2)
offer (1)
open (1)
operate (2)
order (1)
organize (2)
overdose (2)
pack (1)
paint (1)
park (1)
participate (2)
pass (1)
pause (2)
peel (1)
perm (1)
pick (1)
pitch (1)
plan (3)
plant (1)
play (1)
polish (1)
pour (1)
praise (2)
preheat (1)
prepare (2)
prescribe (2)
press (1)
pretend (1)
print (1)
program (3)
protect (1)
pull (1)
purchase (2)
push (1)
quilt (1)
race (2)
raise (2)
rake (2)
receive (2)
record (1)
recycle (2)
redecorate (2)
reduce (2)
register (1)
relax (1)
remain (1)
remove (2)
renew (1)
repair (1)
replace (2)
report (1)
request (1)
retire (2)
return (1)
reuse (2)
revise (2)
rinse (2)
rock (1)
sauté (1)
save (2)
scan (3)
schedule (2)
scrub (3)
seat (1)
select (1)
sentence (2)
separate (2)
serve (2)
share (2)
shave (2)
ship (3)
shop (3)
shorten (1)
sign (1)
simmer (1)
skate (2)
ski (1)
slice (2)
smell (1)
smile (2)
smoke (2)
sneeze (2)
solve (2)
sort (1)
spell (1)
spoon (1)
staple (2)
start (1)
state (2)
stay (1)
steam (1)
stir (3)
stop (3)
stow (1)
stretch (1)
study (4)
submit (3)
subtract (1)
supervise (2)
swallow (1)
tackle (2)
talk (1)
taste (2)
thank (1)
tie (2)
touch (1)
transcribe (2)
transfer (3)
translate (2)
travel (1)
trim (3)
try (4)
turn (1)
type (2)
underline (2)
undress (1)
unload (1)
unpack (1)
unscramble (2)
use (2)
vacuum (1)
videotape (2)
volunteer (1)
vomit (1)
vote (2)
wait (1)
walk (1)
wash (1)
watch (1)
water (1)
wave (2)
weed (1)
weigh (1)
wipe (2)
work (1)
wrap (3)

Irregular Verbs

These verbs have irregular endings in the past and/or the past participle.

The Oxford Picture Dictionary List of Irregular Verbs

simple	past	past participle
be	was	been
beat	beat	beaten
become	became	become
bend	bent	bent
bleed	bled	bled
blow	blew	blown
break	broke	broken
bring	brought	brought
buy	bought	bought
catch	caught	caught
choose	chose	chosen
come	came	come
cut	cut	cut
do	did	done
draw	drew	drawn
drink	drank	drunk
drive	drove	driven
eat	ate	eaten
fall	fell	fallen
feed	fed	fed
feel	felt	felt
find	found	found
fly	flew	flown
get	got	gotten
give	gave	given
go	went	gone
hang	hung	hung
have	had	had
hear	heard	heard
hide	hid	hidden
hit	hit	hit
hold	held	held
keep	kept	kept
lay	laid	laid
leave	left	left
lend	lent	lent
let	let	let

simple	past	past participle
make	made	made
meet	met	met
pay	paid	paid
picnic	picnicked	picnicked
proofread	proofread	proofread
put	put	put
read	read	read
rewind	rewound	rewound
rewrite	rewrote	rewritten
ride	rode	ridden
run	ran	run
say	said	said
see	saw	seen
seek	sought	sought
sell	sold	sold
send	sent	sent
set	set	set
sew	sewed	sewn
shake	shook	shaken
shoot	shot	shot
show	showed	shown
sing	sang	sung
sit	sat	sat
speak	spoke	spoken
stand	stood	stood
steal	stole	stolen
sweep	swept	swept
swim	swam	swum
swing	swung	swung
take	took	taken
teach	taught	taught
think	thought	thought
throw	threw	thrown
wake	woke	woken
withdraw	withdrew	withdrawn
write	wrote	written

Index

Index Key

Font

bold type = verbs or verb phrases (example: **catch**)
ordinary type = all other parts of speech (example: baseball)
ALL CAPS = unit titles (example: MATHEMATICS)
Initial caps = subunit titles (example: Equivalencies)

Symbols

✦ = word found in exercise band at bottom of page

Numbers/Letters

first number in **bold** type = page on which word appears
second number, or letter, following number in **bold** type = item number on page
(examples: cool [ko͞ol] **13**-5 means that the word *cool* is item number 5 on page 13;
across [ə krös/] **153**–G means that the word *across* is item G on page 153).

Pronunciation Guide

The index includes a pronunciation guide for all the words and phrases illustrated in the book. This guide uses symbols commonly found in dictionaries for native speakers. These symbols, unlike those used in pronunciation systems such as the International Phonetic Alphabet, tend to use English spelling patterns and so should help you to become more aware of the connections between written English and spoken English.

Consonants

[b] as in back [băk]
[ch] as in cheek [chēk]
[d] as in date [dāt]
[dh] as in this [dhĭs]
[f] as in face [fās]
[g] as in gas [găs]
[h] as in half [hăf]
[j] as in jam [jăm]
[k] as in key [kē]
[l] as in leaf [lēf]
[m] as in match [măch]
[n] as in neck [nĕk]
[ng] as in ring [rĭng]
[p] as in park [pärk]
[r] as in rice [rīs]
[s] as in sand [sănd]
[sh] as in shoe [sho͞o]
[t] as in tape [tāp]
[th] as in three [thrē]
[v] as in vine [vīn]
[w] as in wait [wāt]
[y] as in yams [yămz]
[z] as in zoo [zo͞o]
[zh] as in measure [mĕzhər]

Vowels

[ā] as in bake [bāk]
[ă] as in back [băk]
[ä] as in car [kär] or box [bäks]
[ē] as in beat [bēt]
[ĕ] as in bed [bĕd]
[ë] as in bear [bër]
[ī] as in line [līn]
[ĭ] as in lip [lĭp]
[ï] as in near [nïr]
[ō] as in cold [kōld]
[ö] as in short [shört] or claw [klö]
[o͞o] as in cool [ko͞ol]
[o͝o] as in cook [ko͝ok]
[ow] as in cow [kow]
[oy] as in boy [boy]
[ŭ] as in cut [kŭt]
[ü] as in curb [kürb]
[ə] as in above [ə bŭv/]

All the pronunciation symbols used are alphabetical except for the schwa [ə]. The schwa is the most frequent vowel sound in English. If you use the schwa appropriately in unstressed syllables, your pronunciation will sound more natural.

Vowels before [r] are shown with the symbol [¨] to call attention to the special quality that vowels have before [r]. (Note that the symbols [ä] and [ö] are also used for vowels not followed by [r], as in *box* or *claw*.) You should listen carefully to native speakers to discover how these vowels actually sound.

Stress

This index follows the system for marking stress used in many dictionaries for native speakers.

1. Stress is not marked if a word consisting of a single syllable occurs by itself.
2. Where stress is marked, two levels are distinguished:
a bold accent [**/**] is placed after each syllable with primary (or strong) stress, a light accent [/] is placed after each syllable with secondary (or weaker) stress. In phrases and other combinations of words, stress is indicated for each word as it would be pronounced within the whole phrase.

Syllable Boundaries

Syllable boundaries are indicated by a single space or by a stress mark.

Note: The pronunciations shown in this index are based on patterns of American English. There has been no attempt to represent all of the varieties of American English. Students should listen to native speakers to hear how the language actually sounds in a particular region.

Abbreviations [ə brē/vē ā/shənz] 48
abdomen [ăb/də mən] 107–27
about [ə bowt/] 48–B, 174–L, 191–E
above [ə bŭv/] 25–4
accelerator [ĭk sĕl/ə rā/tər] 159–46
accept [ĭk sĕpt/] 12–G, 12–I, 12 ✦
access number [ăk/sĕs/ nŭm/bər] 14–16
Accessories [ĭk sĕs/ə rēz] 59, 94–95
accident [ăk/sə dənt] 144–2
accordion [ə kör/dē ən] 238–19
account [ə kownt/] 132–11, 132–14
  account manager [ə kownt/ măn/ə jər] 132–9
Account [ə kownt/] 132
accountant [ə kown/tənt] 166–1
ache [āk]
  backache [băk/āk/] 110–5
  earache [ïr/āk/] 110–3
  headache [hĕd/āk/] 110–1
  stomachache [stŭm/ək/ āk] 110–4
  toothache [to͞oth/āk/] 110–2
acid rain [ăs/əd rān/] 218–13
across [ə krös] 153–G
acrylic paint [ə krĭl/ĭk pānt] 232–10
action [ăk/shən]
  action figure [ăk/shən fĭg/yər] 233–26
  action story [ăk/shən stör/ē] 237–19
activist [ăk/tə vĭst] 199–17
actor [ăk/tər] 166–2
acupuncture [ăk/yə pŭngk/chər] 122–2
acute angle [ə kyo͞ot/ ăng/gəl] 193–28
ad [ăd] 48–2, 197–9
adapter [ə dăp/tər] 234–15
add [ăd] 77–N, 101–B, 192–A
address [ə drĕs/, ă/drĕs] 4–5
  mailing address [mā/lĭng ə drĕs/, –ă/drĕs] 134–22
  return address [rĭ türn/ ə drĕs/, –ă/drĕs] 134–21
  website address [wĕb/sīt ə drĕs/, –ă/drĕs] 197–4
address [ə drĕs/] 135–B, 197–C
adhesive bandage [əd hē/sĭv băn/dĭj] 117–5
adjust [ə jŭst/] 219–J
  adjustable wrench [ə jŭs/tə bəl rĕnch/] 181–48
  adjustment [ə jŭst/mənt] 194–23, 194–24
administrative assistant [əd mĭn/ə strā/tĭv ə sĭs/tənt] 166–3
administrator [əd mĭn/ə strā/tər] 120–13
Administrators [əd mĭn/ə strā/tərz] 5
admissions clerk [əd mĭ/shənz klürk/] 120–14
ADULTS AND CHILDREN [ə dŭlts/ ən chĭl/ drən] 30–31
adult school [ə dŭlt/ sko͞ol/, ăd/ŭlt–] 188–8
adventure story [əd vĕn/chər stör/ē] 237–19
aerobic exercise [ə rō/bĭk ĕk/sər sīz/] 122–5
afraid [ə frād/] 43–23
after [ăf/tər]
  afternoon [ăf/tər no͞on/] 18–17
  aftershave [ăf/tər shāv/] 109–30
  five after one [fīv/ ăf/tər wŭn/] 18–7
  quarter after one [kwör/tər ăf/tər wŭn/] 18–9
  ten after one [tĕn/ ăf/tər wŭn/] 18–8
  twenty after one [twĕn/tē ăf/tər wŭn/] 18–10
After an Emergency [ăf/tər ən ĭ mür/jən sē] 147
Age [āj] 32
agency [ā/jən sē] 131–14
agent [ā/jənt] 160–3, 160–5
agree [ə grē/] 12–K
agreement [ə grē/mənt] 51–28
aid [ād]
  first aid kit [fürst/ ād/ kĭt/] 117–1, 146–18
  first aid manual [fürst/ ād/ măn/yo͞o əl] 117–2
  hearing aid [hïr/ĭng ād/] 115–10
aide [ād] 167–32
AIDS (acquired immune deficiency syndrome) [ādz] / [ə kwī/rd ĭ myo͞on/ də fĭ/shən sē sĭn/drōm] 111 ✦
air [ër]
  air bag [ër/ băg/] 159–43
  air conditioner [ër/ kən dĭsh/ə nər] 159–39
  Air Force [ër/ förs/] 138–16
  airmail [ër/māl/] 134–5
  airplane [ër/plān/] 150–8
  airplane crash [ër/plān/ krăsh/] 144–3
  air pollution [ër/ pə lo͞o/shən] 218–11
  airport [ër/pört/] 151–10
  air purifier [ër/ pyo͝or/ə fī ər] 113–14
Airline Terminal [ër/līn/ tür/mə nəl] 160
Airplane [ër/plān/] 161
AIRPORT [ër/pört/] 160–161
Airport Transportation [ër/pört/ trăns/pər tā/shən] 152
aisle [īl] 72–6
alarm clock [ə lärm/ klăk/] 58–24
Alaska time [ə lăs/kə tīm/] 19–28
album [ăl/bəm] 235–31, 235–32
alfalfa [ăl făl/fə] 177–5
algebra [al/jə brə] 192–16
allergic reaction [ə lür/jĭk rē ăk/shən] 116–E
allergies [ăl/ər jēz] 111–8
alley [ăl/ē] 51–24, 222–4
alligator [ăl/ə gā/tər] 213–36
alphabet [ăl/fə bĕt/] 7–13
Alterations [öl/tə rā/shənz] 100
ALTERATIONS [öl/tə rā/shənz] 100
Alteration Shop [öl/tə rā/shən shäp/] 100
aluminum foil [ə lo͞o/mə nəm foyl/] 72–23
Alzheimer's disease [älts/hī mərz dĭ zēz/, älts–] 111 ✦
a.m. [ā/ĕm/] 18–4
ambulance [ăm/byə ləns] 116–1, 121–34
AMERICA [ə mĕr/ə kə] 200–201
American cheese [ə mĕr/ə kən chēz/] 71–26
Americans [ə mĕr/ə kənz] 198–3
Amphibians [ăm fĭb/ē ənz] 212
AMPHIBIANS [ăm fĭb/ē ənz] 212–213
amusement park [ə myo͞oz/mənt pärk/] 223–10
ancient [ān/shənt] 199–1
anemone [ə nĕ/mə nē] 212–24
anesthesiologist [ă/nəs thē/zē ä/lə jĭst] 121–35
angle [ăng/gəl] 193–26, 193–27, 193–28
Angles [ăng/gəlz] 193
angry [ăng/grē] 43–29
animals [ăn/ə məlz] 59–15
Animals [ăn/ə məlz] 212, 215
ANIMALS [ăn/ə məlz] 215
ankle [ăng/kəl] 106–23, 110–18
  ankle socks [ăng/kəl säks/] 91–7
anklets [ăngk/ləts/] 91–11
anniversary [ăn/ə vür/sə rē] 22–3
answer [ăn/sər] 8–L
answering machine [ăn/sə rĭng mə shēn/] 14–17
answer sheet [ăn/sər shēt/] 10–2
antacid [ănt ăs/əd] 113–28
anteater [ănt/ē/tər] 217–24
antelope [ăn/tə lōp/] 217–35
antenna [ăn tĕ/nə] 14–9
antibacterial ointment [ăn/tē băk tïr/ē əl oynt/mənt] 117–10
antihistamine cream [ăn/tĭ hĭs/tə mēn krēm/] 117–11
antiperspirant [ăn/tē pürs/pə rənt] 108–5
antlers [ănt/lərz] 216–16
ants [ănts] 63–23
apartment [ə pärt/mənt] 48–3, 48–4
  apartment building [ə pärt/mənt bĭl/dĭng] 50–1
  apartment number [ə pärt/mənt nŭm/bər] 4–6
Apartment [ə pärt/mənt] 48
Apartment Complex [ə pärt/mənt käm/plĕx] 51
Apartment Entryway [ə pärt/mənt ĕn/trē wā/] 51
APARTMENTS [ə pärt/məntz] 50–51
APC (automated postal center) [ā/pē/sē/] / [ö/tə māt ĭd pōs/təl–sĕn/tər] 135–10
apologize [ə päl/ə jīz/] 12–F
apostrophe [ə päs/trə fē] 190–16
apparatus [ăp/ə ră/təs] 224–14
appear [ə pïr/] 141–C
Appearance [ə pïr/əns] 32
applaud [ə plöd/] 148–B
apples [ăp/əlz] 68–1
  apple juice [ăp/əl jo͞os/] 73–32
appliance repair person [ə plī/əns rĭ për/ pür/sən] 166–4
appliqué [ăp/lə kā/] 99–31
apply [ə plī/] 109–P
appointment [ə poynt/mənt] 22–4, 118–1
  appointment book [ə poynt/mənt bo͝ok/] 183–48
apricots [ăp/rə käts/] 68–12
April [ā/prəl] 21–28
apron [ā/prən] 92–11, 93–30
aquarium [ə kwër/ē əm] 222–7
Arachnids [ə răk/nĭdz/] 214
ARACHNIDS [ə răk/nĭdz/] 214
archery [är/chə rē] 228–1
architect [är/kə tĕkt/] 166–5
area [ër/ē ə]
  area code [ër/ē ə kōd/] 4–10, 15–29
  boarding area [bör/dĭng ër/ē ə] 161–9
  dining area [dī/nĭng ër/ē ə] 46–7
  play area [plā/ ër/ē ə] 130–11
  reception area [rĭ sĕp/shən ër/ē ə] 182–5
  rural area [ro͝or/əl ër/ē ə] 52–4
  screening area [skrē/nĭng ër/ē ə] 160–4
  testing area [tĕs/tĭng ër/ē ə] 136–2
  urban area [ür/bən ër/ē ə] 52–1
AREA [ër/ē ə] 55
Area and Volume [ër/ē ə ən väl/yəm, –yo͞om] 193
arm [ärm] 105–14, 194–15
  armchair [ärm/chër/] 56–22
armadillo [är/mə dĭl/ō] 216–8
Arm, Hand, and Fingers [ärm/ hănd/ ən fĭng/gərz] 106
Army [är/mē] 138–14, 199–11
around [ə rownd/] 153–H

Around Campus [ə rownd/ kăm/pəs] **5**
arrange [ə rānj/] **49**–Q
arrest [ə rĕst/] **141**–A
arrival [ə rī/vəl] **161**–7, **161** ✦
arrive [ə rīv/] **160**–K
arrow [ăr/ō] **231**–8
arson [är/sən] **142**–7
artery [är/tə rē] **107**–36
arthritis [är thrī/təs] **111**–16
artichokes [är/tə chōks/] **69**–22
artist [är/tĭst] **166**–6
arts [ärts] **189**–9, **189**–15, **228**–11
  art museum [ärt/ myōō zē/əm] **223**–9
ask [ăsk] **2**–B
  ask about [ăsk/ ə bowt/] **48**–B, **157**–B
  ask for [ăsk/ för/] **10**–F
  ask questions [ăsk/ kwĕs/chənz] **8**–K, **174**–M
asparagus [ə spër/ə gəs] **69**–26
assault [ə sölt/] **142**–3
assemble [ə sĕm/bəl] **170**–A, **175**–C
assembler [ə sĕm/blər] **166**–7
assembly [ə sĕm/blē/] **140**–1
  assembly line [ə sĕm/blē līn/] **175**–6
  assemblyperson [ə sĕm/blē pür/sən] **139**–24
assist [ə sĭst/] **95**–D, **170**–B
assistance [ə sĭs/təns] **14**–22
assistant [ə sĭs/tənt]
  administrative assistant
    [əd mĭn/ ə strā/ tĭv ə sĭs/tənt] **166**–3
  assistant principal [ə sĭs/tənt prĭn/sə pəl] **5**–5
  certified nursing assistant (CNA) [sür/tə fīd/
    nür/sĭng ə sĭs/tənt] / [sē/ĕn/ā/] **120**–12
  dental assistant [dĕn/təl ə sĭs/tənt] **119**–2, **167**–22
  physician assistant [fə zĭ/shən ə sĭs/tənt] **168**–47
Assistant [ə sĭs/tənt] **93**
asthma [ăz/mə] **111**–9
astronaut [ăs/trə nöt/] **205**–17
astronomer [ə strä/nə mər] **205**–22
Astronomy [ə strä/nə mē] **205**
At Customs [ăt/ kŭs/təmz] **161**
athletic [ăth lĕt/ĭk]
  athletic shoes [ăth lĕt/ĭk shōōz/] **86**–7
  athletic supporter [ăth lĕt/ĭk sə pör/tər] **91**–6
Atlantic time [ət lăn/tĭk tīm/] **19**–33
atlas [ăt/ləs] **133**–8
ATM (Automated Teller Machine) [ā/tē/ĕm/] /
  [ö/tə māt ĭd tĕ/lər mə shēn/] **132**
ATM card [ā/tē/ĕm/ kärd/] **132**–15
atom [ăt/əm] **195**–28
attach [ə tăch/] **197**–G, **197**–H
attachments [ə tăch/mənts] **61**–11
attack [ə tăk/] **116**–D
attendant [ə tĕn/dənt] **161**–12, **162**–3, **184**–3
At the Dealer [ăt/ dhə dē/lər] **158**
At the Gate [ăt/ dhə gāt/] **161**
At the Mechanic [ăt/ dhə mə kăn/ĭk] **158**
At the Security Checkpoint
  [ăt/ dhə sə kyōō/ rə tē/ chĕk/ poynt/] **160**
attic [ăt/ək] **47**–7
attorney [ə tür/nē] **141**–4, **141**–10
attractive [ə trăk/tĭv] **32**–13
audiobook [ö/dē ō bŏŏk/] **133**–17
audiologist [ö dē ä/lə jĭst] **115**–9
auditorium [ö/də tör/ē əm] **5**–18
August [ö/gəst] **21**–32
aunt [ănt] **34**–7
author [ö/thər] **133**–15, **169**–64
auto [ö/tō]
  auto club card [ö/tō klŭb/ kärd/] **162**–4
  auto mechanic [ö/tō mə kăn/ĭk] **166**–8
automated [ö/tə māt ĭd]
  automated phone system
    [ö/tə māt ĭd fōn/ sĭs/təm] **14**–23
  automated postal center (APC)
    [ö/tə māt ĭd pōs/təl sĕn/tər] / [ā/pē/sē/] **135**–10
Automated Teller Machine
  [ö/tə māt ĭd tĕl/ər mə shēn/] **132**
Automatic Transmission
  [ö tə măt/ĭk trănz mĭ/shən] **159**
Automotive Painter [ö tə mōt/ĭv pān/tər] **92**
autumn [ö/təm] **21**–39
avalanche [ăv/ə lănch/] **145**–18
average [ăv/rĭj]
  average height [ăv/rĭj hīt/] **32**–5
  average weight [ăv/rĭj wāt/] **32**–8
avocados [ä/və kä/dōz, ăv/ə–] **84**–6
ax [ăks] **180**–3
baboon [bă bōōn/] **217**–31
baby [bā/bē] **31**–7
  baby bag [bā/bē băg/] **37**–16
  baby carrier [bā/bē kă/rē/ər] **37**–17
  baby food [bā/bē fōōd/] **37**–4
  baby lotion [bā/bē lō/shən] **37**–13
  baby monitor [bā/bē män/ə tər] **59**–7
  baby powder [bā/bē pow/dər] **37**–14
  babysitter [bā/bē sĭt/ər] **166**–9
  baby's room [bā/bēz/ rōōm/] **47**–10
back [băk] **104**–5
  backache [băk/āk/] **110**–5
  back button [băk/ bŭt/n] **197**–2
  backhoe [băk/hō/] **178**–8
  backpack [băk/păk/] **94**–18, **226**–15
  backpacking [băk/păk/ĭng] **226**–6
  backseat [băk/sēt/] **159**–54
  back support belt [băk/ sə pört/ bĕlt/] **179**–18
  go back [gō/ băk/] **11**–M
  horseback riding [hörs/băk/ rī/dĭng] **226**–9
  lower back [lō/ər băk/] **107**–29
  pay back [pā/ băk/] **26**–D
Backyard [băk/yärd/] **53**
BACK FROM THE MARKET
  [băk/ frəm dhə mär/kət] **66**–**67**
bacon [bā/kən] **70**–11, **80**–1
bad [băd] **23**–18
BAD DAY AT WORK [băd/ dā/ ăt würk/] **186**–**187**
badge [băj] **93**–21
badminton [băd/mĭn tən] **228**–6
bag [băg] **69**–31, **74**–7, **74**–19, **161**–18
  air bag [ër/ băg/] **159**–43
  baby bag [bā/bē băg/] **37**–16
  clutch bag [klŭch/ băg/] **89**–19
  grocery bag [grōs/rē băg/] **67**–13
  handbag [hănd/ băg/] **87**–9, **94**–2
  plastic storage bags [plăs/tĭk stör/ĭj băgz/] **72**–25
  shoulder bag [shōl/dər băg/] **94**–17
  sleeping bag [slē/pĭng băg/] **226**–12
  totebag [tōt/ băg/] **94**–19
  trash bags [trăsh/ băgz/] **61**–24
  vacuum cleaner bag
    [văk/yōōm klē/nər băg/] **61**–12
bagels [bā/gəlz] **73**–40
baggage [băg/ĭj]
  baggage carousel [băg/ĭj kăr/ə sĕl/] **161**–23
bagger [băg/ər] **73**–14
baggy [băg/ē] **97**–30
bailiff [bā/lĭf] **141**–13
bake [bāk] **77**–H
Baked Goods [bākt/ gŏŏdz/] **73**
baked potato [bākt/ pə tā/tō] **81**–25
baker [bā/kər] **166**–10
bakery [bā/kə rē] **127**–19
Baking Products [bā/kĭng präd/ŭkts] **73**
balance [băl/əns] **132**–17, **195**–41
balcony [băl/kə nē] **51**–20
bald [böld] **33**–12
ball [böl] **59**–12, **231**–5, **231**–12
  ball field [böl/ fēld/] **224**–1
  ballroom [böl/rōōm/] **184**–26
  baseball [bās/böl/] **231**–18, **231**–14
  basketball [băs/kət böl/] **229**–8, **231**–4
  basketball court [băs/kət böl/ kört/] **229**–7
  football [fŏŏt/böl/] **229**–11, **231**–21
  meatballs [mēt/bölz/] **81**–27
  racquetball [răk/ət böl/] **228**–12
  softball [söft/böl/] **229**–10
  volleyball [väl/ē böl/] **229**–14, **231**–3
balloons [bə lōōnz/] **44**–4
bananas [bə năn/əz] **68**–2
band [bănd] **183**–34
  headband [hĕd/bănd/] **90**–3
  waistband [wāst/bănd/] **100**–5
bandage [băn/dĭj] **117**–5, **117**–12
bandana [băn dă/nə] **92**–16
bangs [băngz] **33**–8
bank [băngk] **124**–5
  bank statement [băngk/ stāt/mənt] **132**–16
bank online [băngk/ än līn/] **132**–C
BANK [băngk] **132**
banner [băn/ər] **44**–1
banquet room [băng/kwət rōōm/] **185**–14
bar [bär]
  bar code [bär/ kōd/] **27**–4
  candy bar [kăn/dē bär/] **73**–37
  grab bar [grăb/ bär/] **57**–9
  menu bar [mĕn/yōō bär/] **197**–1
  salad bar [săl/əd bär/] **79**–24
  scroll bar [skrōl/ bär/] **197**–15
barbecued ribs [bär/bĭ kyōō/d rĭbz/] **76**–2
barbershop [bär/bər shäp/] **129**–19
bargain [bär/gən] **102**–A
barn [bärn] **177**–11
barrette [bə rĕt/] **108**–20
base [bās] **193**–45, **194**–20
baseball [bās/böl/] **229**–9, **231**–18
  baseball bat [bās/böl/ băt/] **231**–14
  baseball cap [bās/böl/ kăp/] **86**–5

baseball cards [bās/böl/ kärds/] **232**–2
baseball game [bās/böl/ gām/] **44**–2
basement [bās/mənt] **47**–13
Basement [bās/mənt] **50**
Basic Colors [bā/sĭk kŭ/lərz] **24**
BASIC TRANSPORTATION
[bā/sĭk trănz/pər tā/shən] **150–151**
basket [băs/kət] **56**–3
basketball [băs/kət böl/] **229**–8, **231**–4
basketball court [băs/kət böl kört/] **229**–7
bread basket [brĕd/ băs/kət] **83**–11
laundry basket [lön/drē băs/kət] **101**–2
shopping basket [shäp/ĭng băs/kət] **73**–9
wastebasket [wāst/băs/kət] **57**–26
bass [băs] **212**–6, [bās] **238**–8
bassoon [bə so͞on/] **238**–4
bat [băt] **216**–7, **231**–14
bath [băth]
bath mat [băth/ măt/] **57**–28
bath powder [băth/ pow/dər] **108**–4
bathroom [băth/ro͞om/] **46**–4
bath towel [băth/ tow/əl] **57**–13
bathtub [băth/tŭb/] **57**–2
half bath [hăf/ băth/] **57** ✦
bathe [bādh] **36**–F, **108**–B
bathing suit [bā/dhĭng so͞ot/] **90**–26
BATHROOM [băth/ro͞om/] **57**
battery / batteries [băt/ə rē] / [băt/ə rēz]
146–15, **158**–20
battery charger [băt/ə rē chär/jər] **235**–27
battery pack [băt/ə rē păk/] **235**–26
bay [bā] **204**–9
be [bē]
be aware [bē ə wër/] **143**–I
be born [bē börn/] **40**–A
be 18 or older [bē ā/tēn/ ör ōld/ər] **140**–G
be hurt [bē hürt/] **116**–C
be in a rock band [bē ĭn ə räk/ bănd/] **238**–D
be informed [bē ĭn förmd/] **140**–F
be injured [bē ĭn/jərd] **116**–C
be in shock [bē ĭn shäk/] **116**–B
be neat [bē nēt/] **174**–C
be on time [bē ön tīm/] **174**–F
be released [bē rĭ lēst/] **141**–H
be unconscious [bē ŭn kän/shəs] **116**–A
don't be late [dōnt/ bē lāt/] **174**–D
beach [bēch] **204**–10
beach chair [bēch/ chër/] **225**–22
beach umbrella [bēch/ ŭm brĕl/ə] **225**–14
BEACH [bēch] **225**
beads [bēdz] **95**–34, **99**–32
beak [bēk] **214**–3
beaker [bē/kər] **195**–39
beam [bēm] **178**–3
beans [bēnz] **69**–8, **72**–17
soybeans [soy/bēnz/] **177**–3
bear [bër] **37**–23, **216**–11
beard [bërd] **33**–6
beat [bēt] **77**–S
beater [bē/tər]
eggbeater [ĕg/bē/tər] **78**–20
beautiful [byo͞o/tə fəl] **23**–21
beauty shop [byo͞o/tē shäp/] **130** ✦
beaver [bē/vər] **216**–9
become [bē kŭm/] **40**–G, **41**–N
bed [bĕd] **58**–9
bedbugs [bĕd/bŭgz/] **63**–24
bed control [bĕd/ kən trōl/] **121**–27
bed frame [bĕd/ frām/] **58**–18
bed pan [bĕd/ păn/] **121**–23
bedroom [bĕd/ro͞om/] **46**–2
bedspread [bĕd/sprĕd/] **59**–11
bed table [bĕd/ tā/bəl] **121**–21
bunk beds [bŭnk/ bĕdz/] **59**–9
double bed [dŭb/əl bĕd/] **184**–14
flower bed [flow/ər bĕd/] **53**–20
hospital bed [häs/pĭ tl bĕd/] **121**–22
kids' bedroom [kĭdz/ bĕd/ro͞om/] **47**–9
king-size bed [kĭng/sīz/ bĕd/] **184**–15
BEDROOM [bĕd/ro͞om/] **58, 59**
bee [bē]
honeybee [hŭn/ē bē/] **214**–25
beef [bēf]
beef ribs [bēf/ rĭbz/] **70**–5
corned beef [körnd/ bēf/] **71**–22
ground beef [grownd/ bēf/] **70**–4
roast beef [rōst/ bēf/] **71**–21
stewing beef [sto͞o/ĭng bēf/] **70**–3
stir-fried beef [stür/frīd/ bēf/] **76**–6
Beef [bēf] **70**
beetle [bēt/l] **214**–18
beets [bēts] **69**–5
Before an Emergency [bĭ för/ ən ĭ mür/ jən sē] **146**
behind [bĭ hīnd/] **25**–8
beige [bāzh] **24**–18
bell [bĕl]
bell captain [bĕl/ kăp/tən] **184**–6
bellhop [bĕl/häp/] **184**–7
bell peppers [bĕl/pĕp/ərz] **69**–7
doorbell [dör/bĕl/] **53**–14
below [bĭ lō/] **25**–5
belts [bĕlts] **94**–6
back support belt [băk/ sə pört/ bĕlt/] **179**–18
belt buckle [bĕlt/ bŭk/əl] **94**–20
conveyor belt [kən vā/ər bĕlt/] **175**–9
garter belt [gär/tər bĕlt/] **91**–16
seat belt [sēt/ bĕlt/] **159**–52
tool belt [to͞ol/ bĕlt/] **92**–3
bench [bĕnch] **224**–10
bend [bĕnd] **230**–O
benefits [bĕn/ə fĭts] **174** ✦
berries [bĕr/ēz] **210**–20
blackberries [blăk/bĕr/ēz] **68**–17
blueberries [blo͞o/bĕr/ēz] **68**–16
mixed berries [mĭkst/ bĕr/ēz] **81**–36
raspberries [răz/bĕr/ēz] **68**–15
strawberries [strö/bĕr/ēz] **68**–14
between [bĭ twēn/] **25**–12
Beverages [bĕv/rə jəz] **73, 81**
bib [bĭb] **37**–5
bicycle / bike [bī/sĭ kəl] / [bīk] **129**–22, **151**–15
big [bĭg] **23**–2, **97**–38
Big Dipper [bĭg/ dĭ/pər] **205** ✦
big-screen TV [bĭg/skrēn/ tē/vē/] **50**–15
bike / bicycle [bīk] / [bī/sĭ kəl] **129**–22, **151**–15
bike path [bīk/ păth/] **224**–3
biking [bī/kĭng] **226**–8, **228**–5
bikini panties [bə kē/nē păn/tēz] **91**–13
bill [bĭl] **214**–3
Bill [bĭl] **15**
billiards [bĭl/yərdz] **228**–2
Bill of Rights [bĭl/ əv rīts/] **198**–10
Bills [bĭlz] **26**
bin [bĭn] **51**–23, **61**–2, **160**–6
bioenergy [bī/ō ĕn/ər jē] **218**–9
biography [bī ä/grə fē] **133**–15
biologist [bī ä/lə jĭst] **194**–2
Biology [bī ä/lə jē] **194**
biomass [bī/ō măs/] **218**–9
birch [bürch] **210**–7
bird [bürd] **208**–4
Bird [bürd] **214**
BIRDS, INSECTS, AND ARACHNIDS
[bürdz/ ĭn/sĕkts ən ə răk/nĭdz] **214**
birth [bürth]
birth certificate [bürth/ sər tĭf/ə kət] **40**–1
birthday [bürth/dā/] **22**–1
BIRTHDAY PARTY [bürth/dā/ pär/tē] **240–241**
biscuits [bĭs/kəts] **80**–6
bison [bī/sən] **216**–6
bit [bĭt] **180**–28
bite [bīt] **110**–11
black [blăk] **24**–13
blackberries [blăk/bĕr/ēz] **68**–17
black hair [blăk/ hër/] **33**–16
bladder [blăd/ər] **107**–46
blade [blād] **107**–28, **109**–28, **180**–27
blankets [blăng/kəts] **58**–15, **146**–7, **225**–11
blanket sleeper [blăng/kət slē/pər] **91**–27
blazer [blā/zər] **92**–12
bleach [blēch] **101**–7
bleachers [blē/chərz] **5**–3
bleed [blēd] **116**–M
blender [blĕn/dər] **54**–12
blind [blīnd] **32**–11
blister [blĭs/tər] **110**–15
blizzard [blĭz/ərd] **13**–23, **145**–13
blocks [bläks] **59**–19
quilt block [kwĭlt/ bläk/] **232**–15
sunblock [sŭn/bläk/] **108**–8, **225**–10
blond hair [bländ/ hër/] **33**–17
blood [blŭd] **111**–14
blood pressure gauge [blŭd/ prĕsh/ər gāj/] **118**–9
blood test [blŭd/ tĕst/] **121**–30
blood work [blŭd/ würk/] **121**–30
bloody nose [blŭd/ē nōz/] **110**–17
blouse [blows] **87**–8
blow dryer [blō/ drī/ər] **33**–23, **108**–18
blower [blō/ər] **176**–2
blow out [blō/ owt/] **240**–C
blue [blo͞o] **24**–3
blueberries [blo͞o/bĕr/ēz] **68**–16
blue jay [blo͞o/ jā/] **214**–6
bright blue [brīt/ blo͞o/] **24**–12
dark blue [därk/ blo͞o/] **24**–10
light blue [līt/ blo͞o/] **24**–11
navy blue [nā/vē blo͞o/] **28**–5

blues [blo͞oz] **237**–22
blush [blŭsh] **109**–37
board [börd]
  board game [börd/ gām/] **232**–5
  bulletin board [bo͝ol/ə tn börd/] **7**–14
  chalkboard [chök/börd/] **6**–1
  cutting board [kŭt/ĭng börd/] **54**–27
  emery board [ĕm/ə rē börd/, ĕm/rē–] **109**–32
  headboard [hĕd/börd/] **58**–10
  ironing board [ī/ər nĭng börd/] **101**–14
  motherboard [mŭdh/ər börd/] **196**–5
  particle board [pär/tə kəl börd/] **181**–20
  skateboard [skāt/börd/] **224**–7
  snowboard [snō/börd/] **231**–23
  surfboard [sürf/börd/] **225**–16
  whiteboard [wīt/börd/] **6**–3
board [börd] **160**–E
boarding [bör/dĭng]
  boarding area [bör/dĭng ër/ē ə] **161**–9
  boarding pass [bör/dĭng păs/] **161**–20
  sailboarding [sāl/bör/dĭng] **227** ✦
  skateboarding [skāt/bör/dĭng] **228**–13
  snowboarding [snō/bör/dĭng] **227**–2
boat [bōt]
  sailboat [sāl/bōt/] **225**–3
boating [bō/tĭng] **226**–1
bobbin [bä/bĭn] **98**–21
bobby pins [bäb/ē pĭnz/]**108**–21
body [bäd/ē] **190**–7
  body lotion [bäd/ē lō/shən] **108**–9
  body of water [bäd/ē əv wö/tər] **204** ✦
  body shaper [bäd/ē/ shā/pər] **91**–15
BODY [bäd/ē] **104–105, 106–107**
boil [boyl] **77**–M
boiled ham [boyld/ hăm/] **76**–5
boiler [boy/lər] **78**–8
bok choy [bäk/ choy/] **69**–15
bolt [bōlt] **51**–34, **180**–35, **180**–38
  bolt of fabric [bōlt/ əv făb/rĭk] **98**–15
bone [bōn] **107**–33, **116**–P
  boneless [bōn/ləs] **70** ✦
book [bo͝ok]
  appointment book [ə poynt/mənt bo͝ok/] **183**–48
  audiobook [ö/dē ō bo͝ok/] **133**–17
  bookkeeper [bo͝ok/ kē/pər] **175**–2
  book of stamps [bo͝ok/ əv stămps/] **134**–18
  bookcase [bo͝ok/ kās/] **7**–10
  bookstore [bo͝ok/ stör/] **130**–4
  check book [chĕk/ bo͝ok/] **132**–12
  coloring book [kŭl/ə rĭng bo͝ok/] **59**–13
  DMV handbook [dē/ĕm/vē/ hănd/bo͝ok/] **136**–1
  notebook [nōt/bo͝ok/] **7**–27
  passbook [păs/bo͝ok/] **132**–10
  picture book [pĭk/chər bo͝ok/] **133**–12
  spiral notebook [spī/rəl nōt/bo͝ok/] **7**–29
  test booklet [tĕst/ bo͝ok/lət] **10**–1
  textbook [tĕkst/bo͝ok/, tĕks/–] **7**–25
  workbook [würk/bo͝ok/] **7**–26
boombox [bo͞om/bäks/] **234**–1
booth [bo͞oth] **82**–4, **122**–3
boots [bo͞ots] **95**–28
  hiking boots [hī/kĭng bo͞ots/] **95**–31
  rain boots [rān/ bo͞ots/] **90**–20
  safety boots [sāf/tē bo͞ots/] **179**–20
  ski boots [skē/ bo͞ots/] **231**–26
  steel toe boots [stēl/ tō/ bo͞ots/] **92**–6
bored [börd] **43**–25
borrow [bär/ō, bör/ō] **26**–B
boss [bäs] **164**–4
botanical garden [bə tăn/ĭ kəl gär/dn] **222**–3
bottle [bät/l] **37**–1, **74**–1, **74**–13
  bottle return [bät/l rĭ türn/] **73**–16
  hot water bottle [hät/ wö/tər bät/l] **113**–15
bottled water [bät/ld wö/tər] **146**–11
bouquet [bō kā/, bo͞o–] **211**–28
bow [bō] **231**–6
  bow tie [bō/ tī/] **89**–16
bow [bow] **3**–H
bowl [bōl] **55**–2
  mixing bowl [mĭks/ĭng bōl/] **54**–28, **78**–31
  serving bowl [sürv/ĭng bōl/] **55**–21
  soup bowl [so͞op/ bōl/] **83**–21
  sugar bowl [sho͝og/ər bōl/] **55**–14
bowling [bō/lĭng] **228**–3
  bowling alley [bō/lĭng ăl/ē] **222**–4
  bowling ball [bō/lĭng böl/] **231**–5
box / boxes [bäks/, bäks/ĭz] **74**–6, **74**–18
  box spring [bäks/ sprĭng/] **58**–19
  CD boombox [sē/dē/ bo͞om/bäks/] **234**–1
  fuse box [fyo͞oz/ bäks/] **62**–13
  mailboxes [māl/bäk/səz] **50**–11, **128**–13
  post office box (PO box)
    [pōst/ ö/fəs bäks/] / [pē/ō bäks/] **135**–9
  safety deposit box [sāf/tē dĭ päz/ət bäks/] **132**–7
  sandbox [sănd/bäks/] **224**–15
  search box [sürch/ bäks/] **197**–5
  text box [tĕkst/ bäks/] **197**–13
  to-go box [tə gō/ bäks/] **82**–5
boxer shorts [bäk/sər shörts/] **91**–4
boxing [bäks/ĭng] **228**–4
boy [boy] **31**–9
bra [brä] **91**–20
bracelets [brās/ləts] **95**–9, **117**–3
braces [brā/səz] **119**–6
brain [brān] **107**–34
brainstorm [brān/störm/] **8**–H, **191**–F
brake [brāk] **159**–48
  brake light [brāk/ līt/] **158**–14
  brake pedal [brāk/ pĕd/l] **159**–45
branch [brănch] **210**–2
Branch [brănch] **138**
Brass [brăs] **238**
bread [brĕd] **67**–11
  bread-and-butter plate [brĕd/ n bŭt/ər plāt/] **83**–19
  bread basket [brĕd/ băs/kət] **83**–11
  garlic bread [gär/lĭk brĕd/] **81**–28
  rye bread [rī/ brĕd/] **71**–20
  wheat bread [wēt/ brĕd/] **71**–19
  white bread [wīt/ brĕd] **71**–18
break [brāk] **77**–Q, **116**–P
  break down [brāk/ down/] **162**–D
Breakfast Special [brĕk/fəst spĕ/shəl] **80**
breasts [brĕsts] **70**–19, **107**–26
breathe [brēdh] **116**–N
breathing [brē/dhĭng] **117**–16
bricklayer [brĭk/lā/ər] **186**–8
bricks [brĭks] **178**–12, **178**–B
briefcase [brēf/kās/] **88**–13
briefs [brēfs] **91**–5, **91**–14
bright blue [brīt/ blo͞o/] **24**–12
bring [brĭng] **174**–D, **240**–E
broccoli [bräk/ə lē] **69**–13
broiled steak [broyld/ stāk/] **76**–3
broiler [broy/lər] **54**–21
broken [brō/kən] **62**–5, **62**–6, **62**–7, **63**–15, **97**–39
  broken equipment [brō/kən ĭ kwĭp/mənt] **179**–4
broom [bro͞om] **61**–16
brother [brŭdh/ər] **34**–6, **35**–28
  brother-in-law [brŭdh/ər ĭn lö/] **34**–17
  stepbrother [stĕp/brŭdh/ər] **35**–30
brown [brown] **24**–17
  brown hair [brown/ hër/] **33**–18
  hash browns [hăsh/ brownz/] **80**–3
browse [browz] **102**–B
bruise [bro͞oz] **110**–12
brush [brŭsh] **33**–22, **108**–14
  paintbrush [pānt/brŭsh/] **181**–22, **233**–20
  scrub brush [skrŭb/ brŭsh/] **61**–20
  toilet brush [toy/lət brŭsh/] **57**–18
  toothbrush [to͞oth/brŭsh/] **109**–22
brush [brŭsh] **108**–I, **109**–J
bubble in [bŭ/bəl ĭn/] **10**–K
bucket [bŭk/ət] **61**–7, **225**–8
buckle [bŭk/əl] **94**–20, **99**–28
buckle up [bŭk/əl ŭp/] **36**–L
bud [bŭd] **211**–7
budget [bŭ jĭt/] **186**–3
buffalo [bŭf/ə lō] **216**–6
buffet [bə fā/] **55**–24, **185**–10
bugs [bŭgz]
  bedbugs [bĕd/bŭgz/] **63**–24
building [bĭl/dĭng] **50**–1, **124**–2
BUILDING SUPPLIES [bĭl/dĭng sə plīz/] **180–181**
bulb [bŭlb] **56** ✦, **211**–2
bulldozer [bo͝ol/dō/zər] **178**–6
bulletin board [bo͝ol/ə tn börd/] **7**–14
bump cap [bŭmp/ kăp/] **92**–9
bumper [bŭm/pər] **158**–8
  bumper pad [bŭm/pər păd/] **59**–4
bunch [bŭnch] **68**–29
bunk beds [bŭngk/ bĕdz/] **59**–9
Bunsen burner [bŭn/sən bür/nər] **195**–37
bureau [byo͝or/ō] **58**–1
burger [bür/gər]
  cheeseburger [chēz/bür/gər] **79**–3
  hamburger [hăm/bür/gər] **79**–1
burglary [bür/glə rē] **142**–2
burn [bürn]
  sunburn [sŭn/bürn/] **110**–14
burn [bürn] **116**–H
burner [bür/nər] **54**–19, **195**–37
burrito [bə rē/tō] **79**–9

bus [bŭs] **128**–9, **151**–14
bus person [bŭs/ pür/sən] **185**–13
bus route [bŭs/ ro͞ot/, –rowt/] **152**–1
bus station [bŭs/ stā/shən] **124**–7
bus stop [bŭs/ stäp/] **129**–16, **151**–13
miss the bus [mĭs/ dhə bŭs/] **152** ✦
bus [bŭs] **82**–G
business [bĭz/nəs]
business owner [bĭz/nəs ō/nər] **166**–11
businessperson [bĭz/nəs pür/sən] **166**–12
business suit [bĭz/nəs so͞ot/] **88**–11
busser [bŭ/sər] **83**–12
Bus Stop [bŭs/ stäp/] **152**
butcher [bo͝och/ər] **166**–13
butter [bŭt/ər] **66**–6, **83**–19
butterfly [bŭt/ər flī/] **214**–19
buttocks [bŭt/əks] **107**–30
button [bŭt/n] **99**–24
back button [băk/ bŭt/n] **197**–2
call button [köl/ bŭt/n] **121**–28
forward button [för/wərd bŭt/n] **197**–3
buy [bī] **27**–G
buy a home [bī/ ə hōm/] **41**–M
buy a snack [bī/ ə snăk/] **11**–K
buy recycled products
[bī/ rē sī/kəld präd/ŭkts] **219**–D
Buying a House [bī/ĭng ə hows/] **49**
BUYING AND MAINTAINING A CAR
[bī/ĭng ən mān tā/nĭng ə kär/] **157**
Buying a Used Car [bī/ĭng ə yo͞ozd/ kär/] **157**
buzzer [bŭz/ər] **51**–31
cab [kăb] **156**–16
cabbage [kăb/ĭj] **69**–2
Cabinet [kăb/ə nət] **138**–10
cabinet [kăb/ə nət] **54**–1
file cabinet [fīl/ kăb/ə nət] **182**–11
medicine cabinet [mĕd/ə sən kăb/ə nət] **57**–20
supply cabinet [sə plī/ kăb/ə nət] **182**–1
cables [kā/bəlz] **158**–21, **196**–13
cactus [kăk/təs] **210**–21
cafeteria [kăf/ə tïr/ē ə] **5**–14
cage [kāj] **107**–48
cake [kāk] **73**–39, **81**–33
cake pan [kāk/ păn/] **78**–26
cheesecake [chēz/kāk/] **81**–34
pancakes [păn/kāks/] **80**–7
Cake [kāk] **77**
calculate [kăl/kyə lāt/] **17**–B
calculator [kăl/kyə lā/tər] **17**–6, **183**–25
calculus [kăl/kyə ləs] **192**–19
CALENDAR [kăl/ən dər] **20–21**
CALENDAR EVENTS [kăl/ən dər ĭ vĕnts/] **22**
calf [kăf] **106**–22
calf-length [kăf/ lĕnth/] **96**–17
call [köl]
call button [köl/ bŭt/n] **121**–28
international call [ĭn/tər năsh/ə nəl köl/] **15**–35
Internet phone call [ĭn/tər nĕt/ fōn/ köl/] **14**–20
local call [lō/kəl köl/] **15**–31
long distance call [lông/ dĭs/təns köl/] **15**–32
call [köl] **48**–A, **147**–L
call in [köl/ ĭn/] **186**–A
calling card [kö/lĭng kärd/] **14**–15
calm [köm] **42**–8
camcorder [kăm/kör dər] **235**–24
camel [kăm/əl] **217**–38
camera [kăm/rə]
camera case [kăm/rə kās/] **235**–28
digital camera [dĭ/jə təl kăm/rə] **235**–19
film camera [fĭlm/ kăm/rə] **235**–21
security camera [sĭ kyo͝or/ə tē kăm/rə] **50**–19
35 mm camera
[thür/tē fīv/ mĭl/ə mē/tər kăm/rə] **235**–21
camisole [kăm/ə sōl/] **91**–21
campaign [kăm pān/] **139**–29
camper [kăm/pər] **156**–9
campfire [kămp/fīr/] **226**–11
camping [kăm/pĭng] **226**–5
camping stove [kăm/pĭng stōv/] **226**–16
Campus [kăm/pəs] **5**
can [kăn] **74**–3, **74**–15
can opener [kăn/ ō/pə nər] **78**–1, **146**–8
electric can opener [ĭ lĕk/trĭk/ kăn/ ō/pə nər] **54**–14
garbage can [gär/bĭj kăn/] **53**–24
cancer [kăn/sər] **111**–10
candle [kăn/dl] **56**–20
candle holder [kăn/dl hōl/dər] **56**–21
candy [kăn/dē] **239**–12
candy bar [kăn/dē bär/] **73**–37
candy cane [kăn/dē kān/] **239**–17
candy store [kăn/dē stör/] **131**–17
cane [kān] **113**–16, **239**–17
canned food [kănd/ fo͞od/] **146**–9
Canned Foods [kănd/ fo͞odz/] **72**
canoeing [kə no͞o/ĭng] **226**–3
can't breathe [kănt/ brēdh/] **116**–N
canteen [kăn tēn/] **226**–24
canvas [kăn/vəs] **233**–17
canyon [kăn/yən] **204**–17
cap [kăp] **88**–1, **206**–7
baseball cap [bās/böl/ kăp/] **86**–5
bump cap [bŭmp/ kăp/] **92**–9
shower cap [show/ər kăp/] **108**–1
surgical cap [sür/jĭ kəl kăp/] **121**–37
surgical scrub cap [sür/jĭ kəl skrŭb/ kăp/] **93**–35
capital [kă/pət əl] **139**–22
capitalize [kă/pət əl īz/] **190**–A, **190**–B
Capitol [kă/pət əl] **138**–1
capris [kə prēz] **88**–8
capsule [kăp/səl] **113**–23
car [kär] **150**–1
car accident [kär/ ăk/sə dənt] **144**–2
car dealership [kär/ dē/lər shĭp/] **126**–4
car safety seat [kär/ sāf/tē sēt/] **37**–19
4-door car [för/dör/ kär/] **156**–1
sports car [spörts/kär/] **156**–4
subway car [sŭb/wā/ kär/] **152**–6
town car [town/ kär/] **152**–20
2-door car [to͞o/dör/ kär/] **156**–2
Car [kär] **157, 159**
CAR [kär] **156, 157, 158–159**
card [kärd] **239**–5
ATM card [ā/tē/ĕm/ kärd/] **132**–15
auto club card [ö tō/ klŭb/ kärd/] **162**–4
baseball cards [bās/böl/ kärdz/] **232**–2
card store [kärd/ stör/] **130**–7
copies of ID and credit cards
[käp/ēz əv ī/dē/ ən krĕd/ət/ kärdz/] **146**–19
emergency card [ĭ mür/jən sē/ kärd/] **161**–23
fare card [fër/ kärd/] **152**–11
folding card table [fōl/dĭng/ kärd/ tā/bəl] **102**–4
green card [grēn/ kärd/] **40**–2
greeting card [grē/tĭng kärd/] **134**–15
health insurance card
[hĕlth/ ĭn sho͝or/əns kärd/] **118**–3
memory card [mĕm/ə rē kärd/] **235**–20
post card [pōst/ kärd/] **134**–16
Resident Alien card [rĕz/ə dənt ā/lē ən kärd/] **40**–2
rotary card file [rō/tə rē kärd/ fīl/] **183**–44
Social Security card
[sō/shəl sĭ kyo͝or/ə tē kärd/] **40**–5
Card [kärd] **135**
cardigan sweater [kär/də gən swĕt/ər] **88**–2
Cardinal Numbers [kärd/nəl nŭm/bərz] **16**
cardiologist [kär/dē äl/ə jĭst] **120**–3
cardiopulmonary resuscitation (CPR)
[kär/dē ō po͝ol mə nër/ē rĭ sŭs/ə tā/shən] /
[sē/pē/är/] **117**–17
care [kër] **167**–32
careful worker [kër/fəl wür/kər] **179**–2
careless worker [kër/ləs wür/kər] **179**–1
childcare worker [chīld/kër wür/kər] **166**–16
CARE [kër] **114–115, 118, 119**
Care of Your Car [kër/ əv yər kär/] **157**
career counselor [kə rēr/ kown/slər] **172**–10
Career Path [kə rēr/ păth/] **172**
CAREER PLANNING [kə rēr/ plăn/ĭng] **172**
cargo van [kär/gō văn/] **156**–13
carnation [kär nā/shən] **211**–20
carousel [kăr/ə sĕl/] **161**–23
carpenter [kär/pən tər] **62**–12, **166**–14
carpet [kär/pət] **56**–24
carpool [kär/po͞ol/] **219**–I
carriage [kăr/ĭj] **37**–20
carrier [kăr/ē ər] **37**–17, **134**–20
carrots [kăr/əts] **69**–3
carry [kăr/ē] **11**–F, **82**–H
CARS AND TRUCKS [kärz/ ən trŭks/] **156**
cart [kärt] **72**–7, **129**–28
housekeeping cart [hows/kē/pĭng kärt/] **184**–19
luggage cart [lŭg/ĭj/ kärt/] **184**–8
carton [kär/tn] **74**–4, **74**–16
cartoon [kär/to͞on] **236**–3
cartridge [kär/trĭj] **183**–45
carving knife [kär/vĭng nīf/] **78**–12
case [kās] **94**–5, **235**–28
cash [kăsh]
cash and coins [kăsh/ ən koynz/] **146**–17
cash register [kăsh/ rĕj/ə stər] **27**–10, **73**–15
cash [kăsh] **27**–F, **132**–A
cashier [kă shïr/] **73**–13, **166**–15
cashmere [kăzh/mïr/] **98**–4
Casserole [kăs/ə rōl] **77**
casserole dish [kăs/ə rōl dĭsh/] **78**–10
cassette [kə sĕt/] **234**–6
videocassette [vĭ/dē ō kə sĕt/] **133**–18

cast [kăst] **113**–20
castle [kă/səl] **225**–12
Casual Clothes [kăzh/o͞o əl klōz/] **88**
CASUAL, WORK, AND FORMAL CLOTHES
[kăzh/o͞o əl würk/ ən för/məl klōz/] **88–89**
cat [kăt] **215**–9
catfish [kăt/fĭsh/] **71**–2
catalog [kăt ə /lög] **133**–11
catch [kăch] **230**–D
catcher's mask [kăch/ərz măsk/] **231**–15
caterer [kā/tər ər] **185**–16
caterpillar [kăt/ə pĭl/ər, kăt/ər–] **214**–20
cattle [kăt/l] **177**–21
cauliflower [kö/lĭ flow/ər, kä/–] **69**–14
cave [kāv] **220**–6
caverns [că/vərnz] **220**–7
cavity [kăv/ə tē] **119**–7
C-clamp [sē/klămp/] **180**–6
CD [sē/dē/] **196**–9, **234**–5
CD boombox [sē/dē/ bo͞om/bäks/] **234**–1
CD player [sē/dē/ plā/ər] **159**–38
celebrate [sĕl/ə brāt] **206**–C
celery [sĕl/ə rē] **69**–9
cell [sĕl] **194**–4
cell membrane [sĕl/ mĕm/brān] **194**–6
cell phone holder [sĕl/ fōn/ hōl/dər] **94**–15
cell phone kiosk [sĕl/ fōn/ kē/ösk] **131**–22
cell phone number [sĕl/ fōn/ nŭm/bər] **4**–12
cell wall [sĕl/ wäl/] **194**–5
cello [chĕl/ō] **238**–7
cellular phone [sĕl/yə lər fōn/] **14**–8
Celsius [sĕl/sē əs] **13**–2
cemetery [sĕ/mə tër/ē] **127**–15
cent [sĕnt] **26**–1, **26**–2, **26**–3, **26**–4
center [sĕn/tər]
automated postal center (APC)
[ö/tə māt ĭd pōs/təl sĕn/tər] / [ā/pē/sē/] **135**–10
childcare center [chīld/kër/ sĕn/tər] **129**–30
convention center [kən vĕn/shən sĕn/tər] **127**–24
copy center [käp/ē sĕn/tər] **129**–18
entertainment center
[ĕn/tər tān/mənt sĕn/tər] **56**–5
resource center [rē/sörs sĕn/tər] **172**–9
CENTER [sĕn/tər] **208–209**
centimeter [cm] [sĕn/tə mē/tər] **17**–14
CENTRAL AMERICA [sĕn/trəl ə mër/ə kə] **200–201**
Central time [sĕn/trəl tīm/] **19**–31
cereal [sïr/ē əl] **80**–9
ceremony [sër/ə mō/nē] **206**–6
certificate [sər tĭf/ə kət] **40**–1, **41**–11
Certificate of Naturalization
[sər tĭf/ə kət əv năch/rə lə zā/shən] **40**–6
certified [sür/tə fīd/]
Certified Mail® [sür/tə fīd/ māl] **134**–4
certified nursing assistant (CNA)
[sür/tə fīd/ nür/sĭng ə sĭs/tənt] / [sē/ĕn/ā/]
120–12
chain [chān] **51**–33, **95**–33, **180**–41
chair [chër] **7**–11
armchair [ärm/chër] **56**–22
beach chair [bēch/ chër/] **225**–22
dining room chair [dī/nĭng ro͞om/chër/] **55**–8
easy chair [ē/zē/ chër] **56**–22
folding chair [fōld/ĭng chër/] **102**–5
high chair [hī/ chër/] **37**–6, **82**–3
rocking chair [räk/ĭng chër/] **37**–21
wheelchair [wēl/chër/]**113**–9
chalk [chök] **7**–18
chalkboard [chök/börd/] **6**–1
challenged [chăl/əngd] **32**–10
change [chānj] **36**–G, **60**–P, **148**–C
change purse [chānj/ pürs/] **94**–14
changing [chān/jĭng]
changing pad [chān/jĭng păd/] **59**–2
changing table [chān/jĭng tā/bəl] **59**–1
charger [chär/jər] **14**–10, **234**–17, **235**–27
chart [chärt] **121**–24
cheap [chēp] **23**–20
check [chĕk] **132**–13
check book [chĕk/ bo͝ok/] **132**–12
check-in kiosk [chĕk/ĭn/ kē/ösk] **160**–2
checkstand [chĕk/stănd/] **73**–12
paycheck [pā/chĕk/] **165**–14
check [chĕk]
check blood pressure [chĕk/ blŭd/ prĕsh/ər] **118**–A
check email [chĕk/ ē/ māl/] **39**–W
check in [chĕk/ ĭn/] **160**–A
check Internet job sites
[chĕk/ ĭn/tər nĕt/ jäb/ sīts/] **173**–D
check messages [chĕk/ mĕs/ə jĭz] **171**–R
check out [chĕk/ owt/] **133**–C
check the correct boxes
[chĕk/ dhə kə rĕkt/ bäk/səz] **9**–U
check the oil [chĕk/ dhə oyl/] **157**–H
check the pronunciation
[chĕk/ dhe prə nən sē ā/ shən] **8**–D
check your bags [chĕk/ yər băgz/] **160**–B
check pulse [chĕk/ pŭls/] **122**–A
check your spelling [chĕk/ yər spĕl/ĭng] **197**–F
check your understanding
[chĕk/ yər ŭn/dər stănd/ĭng] **12**–N
check your work [chĕk/ yər würk/] **10**–L
checked [chĕkt] **96**–24
checkers [chĕk/ərz] **232**–7
checking account number
[chĕk/ĭng ə kownt/ nŭm/bər] **132**–14
checkout [chĕk/owt/] **133**–10
Checkpoint [chĕk/poynt/] **160**
cheddar cheese [chĕd/ər chēz/] **71**–28
cheek [chēk] **106**–3
cheese [chēz] **66**–4
American cheese [ə mër/ə kən chēz/] **71**–26
cheddar cheese [chĕd/ər chēz/] **71**–28
cheeseburger [chēz/bür/gər] **79**–3
cheesecake [chēz/kāk/] **81**–34
grilled cheese sandwich
[grĭld/ chēz/ săn/wĭch, –sănd/–] **80**–10
Swiss cheese [swĭs/ chēz/] **71**–27
Cheesy Tofu Vegetable Casserole
[chē/zē tō/fo͞o vĕj/tə bəl kăs/ə rōl] **77**
chef [shĕf] **83**–16
chef's hat [shĕfs/ hăt/] **93**–28
chef's jacket [shĕfs/ jăk/ət] **93**–29
chef's salad [shĕfs/ săl/ əd] **80**–14
executive chef [ĭg zĕk/yə tĭv shĕf/] **185**–7
head chef [hĕd/ shĕf/] **185**–7
sous chef [so͞o/ shĕf/] **185**–6
Chef [shĕf] **93**
chemist [kĕm/ĭst] **195**–25
Chemistry [kĕm/ə strē] **195**
cherries [chĕr/ēz] **68**–11
cherry picker [chĕr/ē pĭk/ər] **178**–5
chess [chĕs] **232**–8
chest [chĕst] **59**–16, **104**–4, **107**–25
chest of drawers [chĕst/ əv drörz/] **59**–6
chicken [chĭk/ən] **66**–3, **70**–16
chicken pox [chĭk/ən päks/] **111**–6
chicken sandwich [chĭk/ən săn/wĭch, –sănd–] **79**–5
fried chicken [frīd/ chĭk/ən] **76**–1
roast chicken [rōst/ chĭk/ən] **81**–22
Chicken [chĭk/ən] **77**
chief justice [chēf/ jŭs/təs] **138**–13
CHILDCARE AND PARENTING
[chīld/kër ən për/ən tĭng] **36–37**
child / children [chīld] / [chĭl/ drən]
childcare center [chīld/kër sĕn/tər] **129**–30
childcare worker [chīld/kër wür/kər] **166**–16
children's program [chĭl/drənz prō/grăm] **236**–9
child safety seat [chīld/ sāf/tē sēt/] **159**–53
grandchild [grăn/chīld/, grănd/–] **34** ✦
lost child [löst/ chīld/] **144**–1
Childhood Diseases [chīld/ho͝od dĭ zē/zəz] **111**
chili peppers [chĭl/ē pĕp/ərz] **69**–29
chill [chĭl] **76**–D
chills [chĭlz] **110**–9
chimney [chĭm/nē] **53**–5
chimpanzee [chĭm/păn zē/] **217**–27
chin [chĭn] **106**–1
chipmunk [chĭp/mŭngk] **215**–20
chips [chĭps] **73**–35
chiropractors [kī/rō prăk/tərz] **120**
chisel [chĭz/əl] **181**–55
choke [chōk] **116**–L
choose [cho͞oz] **9**–P
chop [chäp] **77**–L
chops [chäps] **70**–10, **70**–15
Christmas [krĭs/məs] **22**–18
Christmas tree [krĭs/məs trē/] **239**–16
chromosome [krō/mə zōm/] **194**–8
chrysanthemum [krĭ săn/thə məm] **211**–21
church [chürch] **127**–14
chute [sho͞ot] **51**–26
circle [sür/ kəl] **193**–34
circle [sür/ kəl] **9**–Q
circular saw [sür/kyə lər sö/] **180**–9
circulation desk [sür/kyə lā/shən dĕsk/] **133**–2
circumference [sər kŭm/frəns] **193**–36
citizen [sĭt/ə zən] **30**–5
Citizenship Requirements
[sĭt/ə zən shĭp/ rĭ kwīr/mənts] **140**
city [sĭt/ē] **4**–7, **52**–1
city code [sĭt/ē kōd/] **15**–34
city council [sĭt/ē kown/səl] **139**–27
city hall [sĭt/ē häl/] **124**–8
City Government [sĭt/ē gŭ/vərn mənt] **139**
CITY STREETS [sĭt/ē strēts/] **126–127**

CIVIC RIGHTS AND RESPONSIBILITIES [sĭ/vĭk rīts n rĭ spän/sə bĭl/ə tēz] **140**
Civilizations [sĭ/və lə zā/shenz] **199**
claim [klām] **160**–L
clamp [klămp] **180**–6
clams [klămz] **71**–15
clarinet [klăr/ə nĕt/] **238**–2
classical [kla/sĭ kəl] **237**–21
classical concert [kla/sĭ kəl kän/sərt] **223**–14
classified ad [klăs/e fīd] **48**–2
Classmates [klăs/māts/] **8**
classroom [klăs/ro͞om/] **5**–7
CLASSROOM [klăs/ro͞om/] **6–7**
claw [klö] **214**–2
clean [klēn] **101**–16
clean [klēn] **76**–A
clean teeth [klēn/ tēth/] **119**–A
clean the house [klēn/ dhə hows/] **39**–O
clean the lint trap [klēn/ dhə lĭnt/ trăp/] **101**–D
clean the oven [klēn/ dhə ŭv/ən] **60**–C
clean up [klēn/ ŭp/] **147**–M
cleaner [klēn/ər]
dry cleaners [drī/ klēn/ərz] **128**–2
glass cleaner [glăs/ klēn/ər] **61**–14
oven cleaner [ŭv/ən klēn/ər] **61**–3
vacuum cleaner [văk/yo͞om klēn/ər] **61**–10
vacuum cleaner attachments [văk/yo͞om klēn/ər ə tăch/mənts] **61**–11
vacuum cleaner bag [văk/yəm klēn/ər băg/] **61**–12
CLEANING SUPPLIES [klē/nĭng sə plīz/] **61**
cleanser [klĕn/zər] **61**–18
CLEANUP [klēn/ŭp/] **148–149**
clear [klïr] **13**–9
clear tape [klïr/tāp/] **183**–30
clear [klïr] **82**–G
clear off [klïr/ äf/] **10**–I
clerk [klürk] **5**–13, **182**–2
admissions clerk [əd mĭsh/ənz klürk/] **120**–14
desk clerk [dĕsk/ klürk/] **184**–11
DMV clerk [dē/ĕm/vē/ klürk/] **136**–3
file clerk [fīl/ klürk/] **182**–10
grocery clerk [grōs/rē klürk/, grōsh/–, grō/sə–] **72**–4
library clerk [lī/brër ē klürk/] **133**–1
payroll clerk [pā/rōl/ klürk/] **165**–10
postal clerk [pō/stəl klürk/] **135**–7
retail clerk [rē/tāl/ klürk/] **169**–53
salesclerk [sālz/klürk/] **94**–3
shipping clerk [shĭp/ĭng klürk/] **175**–16
stock clerk [stäk/ klürk/] **169**–59
click [klĭk] **197**–B
climb [klīm] **224**–C
climbing apparatus [klīm/ĭng ă/pə rā/təs] **224**–14
clinic [klĭn/ĭk] **186**–2
clip-on earrings [klĭp/än ïr/ĭngz, –ön–] **95**–37
clipper [klĭp/ər] **109**–31, **176**–11
clips [klĭps] **108**–19, **183**–31, **194**–24
clock [kläk] **7**–9, **58**–24, **165**–7
clock radio [kläk/ rā/dē ō] **102**–6
close [klōz] **6**–H
closet [kläz/ət] **57** ✦, **58**–5
Closures [klō/zhərz] **99**
cloth [klöth] **181**–54
cloth diaper [klöth/ dī/pərz] **37**–8
tablecloth [tā/bəl klöth/] **55**–12
washcloth [wäsh/klöth/] **57**–4
clothes [klōz] **146**–6
clothesline [klōz/līn/] **101**–9
clothespin [klōz/pĭn/] **101**–10
CLOTHES [klōz] **86–87, 88–89, 96–97, 98–99**
clothing [klō/dhĭng] **102**–2
CLOTHING [klō/dhĭng] **90, 92–93**
Clothing Problems [klō/dhĭng präb/ləmz] **97**
cloudy [klow/dē] **13**–10
club [klŭb] **162**–4, **223**–12, **231**–1
club sandwich [klŭb săn/wĭch/, –sănd–] **80**–12
clubs [klŭbz] **233**–32
clutch [klŭch] **159**–49
clutch bag [klŭch/ băg/] **89**–19
CNA (certified nursing assistant) [sē/ĕn/ā/] / [sür/tə tə fīd/ nür/sĭng ə sĭs/tənt] **120**–12
coach [kōch] **5**–20, **229**–2
coal [kōl] **218**–4
coarse adjustment knob [körs/ ə jŭst/mənt näb/] **194**–22
Coast Guard [kōst/ gärd/] **138**–18
coat [kōt] **90**–2, **216**–19
lab coat [lăb/ kōt/] **93**–33
raincoat [rān/ kōt/] **90**–18
sports coat [spörts/ kōt/] **89**–14
trench coat [trĕnch/ kōt/] **90**–21
cobra [kō/brə] **213**–41
cockpit [käk/pĭt/] **161**–10
cockroaches [käk/rō/chəz] **63**–26
cocktail dress [käk/tāl/ drĕs/] **89**–20
coconuts [kō/kə nŭts/] **68**–24
cod [käd] **71**–8, **212**–5
code [kōd]
area code [ër/ē ə kōd/] **15**–29
bar code [bär/ kōd/] **27**–4
city code [sĭt/ē kōd/] **15**–34
country code [kŭn/trē kōd/] **15**–33
coffee [kö/fē] **73**–33, **81**–37, **81**–38
coffeemaker [kö/fē mā/kər] **54**–11
coffee mug [kö/fē mŭg/] **55**–7
coffee shop [kö/fē shäp/] **126**–11
coffee table [kö/fē tā/bəl] **56**–19
COFFEE SHOP MENU [kö/fē shäp/ mĕn/yo͞o] **80–81**
coins [koynz] **146**–17
coin purse [koyn/ pürs/] **94**–14
Coins [koynz] **26**
colander [käl/ən dər] **78**–17
cold [kōld] **13**–6, **42**–4, **111**–1
cold tablets [kōld tăb/ləts] **113**–27
cold water [kōld wö/tər] **57**–7
coleslaw [kōl/slö/] **80**–18
collar [käl/ər] **100**–4
collate [kō/lāt/, kə lāt/] **171**–E
collect [kə lĕkt/] **232**–A
college [käl/ĭj] **127**–17, **188**–6, **188**–7
college degree [käl/ĭj də grē/] **41**–7
college dormitory [käl/ĭj dör/mə tör/ē] **52**–8
cologne [kə lōn/] **108**–6
colon [kō/lən] **190**–17
Colonial Period [kə lō/nē əl pïr/ē əd] **198**
colonies [kä/lə nēz] **198**–1
colonists [kä/lə nĭsts] **198**–2
color [kŭl/ər]
watercolor [wö/tər kŭl/ər] **233**–21
color [kŭl/ər] **33**–D
coloring book [kŭl/ə rĭng bo͝ok/] **59**–13
Colors [kŭl/ərs] **24**
COLORS [kŭl/ərs] **24**
Columbus Day [kə lŭm/bəs dā/] **22**–15
column [käl/ŭm] **107**–49
comb [kōm] **33**–21, **108**–13
comb [kōm] **108**–G
come [kŭm] **39**–R
comedy [käm/ə dē] **236**–2, **237**–13
comet [käm/ət] **205**–24
comfort [kŭm/fərt] **36**–I
comma [käm/ə] **190**–14
commercial fisher [kə mür/shəl fĭsh/ər] **167**–17
commit a crime [kə mĭt/ ə krīm/] **142** ✦
Common Illnesses and Childhood Diseases [käm/ən ĭl/nə səz ən chīld/ho͝od-dĭ zē/zəz] **111**
COMMUNITY CLEANUP [kə myo͞o/nə tē klēn/ŭp] **148–149**
community college [kə myo͞o/nə tē käl/ĭj] **127**–17, **188**–6
Comparing Clothing [kəm për/ĭng klō/dhĭng] **97**
compartment [kəm pärt/mənt] **159**–44, **161**–13
complaint [kəm plānt/] **97** ✦
Complex [käm/plĕks/] **51**
compliment [käm/plə mĕnt/] **12** ✦
compliment [käm/plə mĕnt/] **12**–C
composer [kəm pō/zər] **199**–15
composition [käm/pə zĭsh/ən] **199**–14
compost [käm/pōst/] **219**–M
compost pile [käm/pōst pīl/] **53**–25
computer [kəm pyo͞o/tər] **7**–15, **183**–17
computer lab [kəm pyo͞o/tər lăb/] **5**–15
computer software engineer [kəm pyo͞o/tər söft/wër/ ĕn/jə nïr/] **167**–18
computer technician [kəm pyo͞o/tər tĕk nĭsh/ən] **167**–19, **182**–12
Computer [kəm pyo͞o/tər] **196**
COMPUTERS [kəm pyo͞o/tərz] **196**
conceal [kən sēl/] **143**–C
concert [kän/sərt] **222**–5, **223**–14
concierge [kän/sē ërzh/, kōn/–] **184**–4
conclusion [kən klo͞o/zhən] **190**–8
concrete [käng/krēt, kän krēt/] **178**–10
conditioner [kən dĭsh/ə nər] **108**–11, **159**–39
Conditions [kən dĭsh/ənz] **13, 111**
CONDITIONS [kən dĭsh/ənz] **111**
condominium [kän/də mĭn/ē əm] **52**–5
conduct [kən dŭkt/] **238**–C
conductor [kən dŭk/tər] **152**–13
cone [kōn] **79**–13, **193**–40
pinecone [pīn/kōn] **210**–11
conference room [kän/frəns ro͞om/] **182**–4
confetti [kən fĕt/ē] **239**–3
confused [kən fyo͞ozd/] **43**–26
congestion [kən jĕs/chən] **110**–7
Congress [käng/grəs] **138**–2, **198**–6

congressperson [kän/grəs pür/sən] **138**–4
CONSERVATION [kän/sər vā/shən] **218–219**
Conserve Energy and Resources
[kən sürv/ ĕn/ər jē ən rē/sörs/əz] **219**
console [kän/sōl] **232**–3
constellation [kän/stə lā/shən] **205**–14
Constitution [kän/stə too/shən] **198**–19
construction [kən strŭk/shən]
construction paper [kən strŭk/shən pā/pər] **232**–12
construction site [kən strŭk/shən sīt/] **126**–2
construction worker
[kən strŭk/shən wür/kər] **178**–1
CONSTRUCTION [kən strŭk/shən] **178**
Construction Worker [kən strŭk/shən wür/kər] **92**
contact [kän/tăkt] **146**–2
contact lenses [kän/tăkt lĕn/zəz] **115**–8
container [kən tā/nər] **74**–5, **74**–17, **78**–4
CONTAINERS AND PACKAGING
[kən tā/nərz ən păk/ĭ jĭng] **74**
continental [kän/tə nĕnt/əl] **198**–6
contractor [kän/trăk tər] **186**–5
control [kən trōl/] **121**–27, **232**–4
convenience store [kən vēn/yəns stör/] **128**–3
convention center [kən vĕn/shən sĕn/tər] **127**–24
convert [kən vürt/] **17**–D, **75**–C
convertible [kən vür/tə bəl] **156**–5
conveyor belt [kən vā/ər bĕlt/] **175**–16
convict [kän/vĭkt/] **141**–15
convict [kən vĭkt/] **141**–E
cook [kŏŏk] **185**–1, **185** ✦
cook [kŏŏk] **39**–Q, **76**–C, **170**–C
cooked [kŏŏkt] **70**–25
cookies [kŏŏk/ēz] **73**–38
cookie sheet [kŏŏk/ē shēt/] **78**–27
cool [kool] **13**–5
cooler [koo/lər] **225**–19
co-op [kō/äp/] **52** ✦
copier [kä/pē ər]
photocopier [fō/tō kä/pē ər]**183**–23
copies / copy [kä/pēz] / [kä/pē]
copies of ID and credit cards
[käp/ēz əv ī/dē ən krĕd/ət kärdz/] **146**–19
copies of important papers
[käp/ēz əv ĭm pört/ənt pā/pərz] **146**–20
copy center [käp/ē sĕn/tər] **129**–18
copy [käp/ē] **8**–E
coral [kör/əl] **220**–5
cord [körd] **14**–2
bungee cord [bŭn/jē körd/] **181**–15
cordless phone [körd/ləs fōn/] **15**–24
extension cord [ĭk stĕn/shən körd/] **181**–14
frayed cord [frād/ körd/] **179**–5
power cord [pow/ər körd/] **196**–2
corduroy [kör/də roy/] **99**–11
core course [kör/ körs/] **189** ✦
corn [körn] **69**–12, **177**–4
corn rows [körn/ rōz/] **33**–14
corned beef [körnd/ bēf/] **71**–22
corner [kör/nər] **128**–7
coronary disease [kōr/ə nĕ/rē dĭ zēz/] **111** ✦
corral [kə răl/] **177**–17
correct [kə rĕkt/] **10**–N
correction [kə rĕk/shən]
correction fluid [kə rĕk/shən floo/əd] **183**–36
correction tape [kə rĕk/shən tāp/] **183**–37
cost [köst] **27**–7, **122**–1
costume [käs/toom] **239**–11
cotton [kät/n] **98**–1, **177**–6
couch [kowch] **56**–18
cough [köf] **110**–A
cough syrup [köf/ sĭr/əp, –sür/–] **113**–29
council [kown/səl] **139**–27
councilperson [kown/səl pür/sən] **139**–28
counselor [kown/slər] **5**–6, **172**–10
count [kownt] **84**–A
counter [kown/tər] **54**–22, **113**–18
counterperson [kown/tər pür/sən] **79**–17
Counterperson [kown/tər pür/sən] **93**
country [kŭn/trē] **52**–4, **227**–3, **237**–27
country code [kŭn/trē kōd/] **15**–33
county fair [kown/tē fër/] **223**–13
coupe [koop] **156**–2
couple [kŭ/pəl] **35**–20, **35**–21, **239**–4
coupons [koo/pönz/] **67**–15
courier [kür/ē ər, kŏŏr/–] **168**–40
course [körs] **172**–8, **189** ✦
court [kört]
basketball court [băs/kət böl/ kört/] **229**–7
courthouse [kört/hows/] **125**–13
courtroom [kört/room/] **141**–7
court reporter [kört/ rĭ pör/tər] **141**–12
courtyard [kört/yärd/] **51**–21
food court [food/ kört/] **131**–15
Supreme Court [sə prēm/ kört/] **138**–11
tennis court [tĕ/nəs kört/] **224**–6
cousin [kŭz/ən] **34**–9
cover [kŭv/ər] **158**–9, **181**–46
coveralls [kŭv/ər ölz/] **92**–8
cover-up [kŭv/ər ŭp/] **90**–25
cow [kow] **215**–1
cowboy hat [kow/boy/ hăt/] **92**–18
coyote [kī ō/tē, kī/ōt/] **216**–3
CPR (cardiopulmonary resuscitation) [sē/pē/är/] /
[kär/dē ō pŏŏl/mə nër/ē-rē sŭs/ə tā/shən] **117**–17
CPU [sē/pē/yoo/] **196**–4
crab [krăb] **71**–9, **212**–20
cracked [krăkt] **62**–4
cradle [krād/l] **59**–20
crane [krān] **178**–7
crash [krăsh] **144**–3
crayons [krā/änz] **59**–14
cream [krēm] **24**–16, **81**–41, **113**–25
antihistamine cream
[ăn/tĭ hĭs/tə mēn krēm/] **117**–11
ice-cream [īs/ krēm/] **72**–26
ice-cream cone [īs/ krēm kōn/] **79**–13
ice cream shop [īs/ krēm shäp/] **131**–16
shaving cream [shā/vĭng krēm/] **109**–29
sour cream [sow/ər krēm/] **72**–21
creamer [krē/mər] **55**–15
credit [krĕd/ət] **146**–19
creek [krēk, krĭk] **204** ✦
crescent moon [krĕs/ənt moon/] **205**–10
crew [kroo] **176**–1, **176**–4
crewneck [kroo/nĕk] **96**–7
crew socks [kroo/säks/] **91**–8
crib [krĭb] **59**–3
cricket [krĭk/ət] **214**–23
crime [krīm] **142** ✦
CRIME [krīm] **142**
criminal [krĭm/ə nəl] **142** ✦
crocheting [krō shā/ĭng] **233**–25
crocodile [kräk/ə dīl/] **213**–37
crocus [krō/kəs] **211**–17
Crops [kräps] **177**
cross [krös]
cross-country skiing [krös/kŭn/trē skē/ĭng] **227**–3
crosswalk [krös/wök/] **128**–15
cross [krös] **128**–A
cross out [krös/ owt/] **9**–R
crossing [krö/sĭng] **154**–13, **154**–14, **154**–15
crown [krown] **119**–9
crucible tongs [kroo/sə bəl tängz/, –töngz/] **195**–44
crutches [krŭch/əz] **113**–10
cry [krī] **206**–B
cube [kyoob] **193**–38
cubicle [kyoob/ə kəl] **182**–7
cucumbers [kyoo/kŭm bərz] **69**–10
cuff [kŭf] **100**–9
cup [kŭp] **75**–2, **75**–10, **83**–24
1/2 cup [hăf/ kŭp/] **75**–9
1/4 cup [kwör/tər kŭp/] **75**–8
teacup [tē/kŭp/] **55**–6
curb [kürb] **129**–21
curling iron [kür/lĭng ī/ərn] **108**–17
curly hair [kür/lē hër/] **33**–11
cursor [kür/sər] **197**–14
curtains [kür/tnz] **57**–12, **58**–7
curved line [kürvd/ līn/] **193**–23
cushion [koo/shən] **56** ✦, **100**–13
customer [kŭs/tə mər] **72**–1, **94**–4, **132**–2, **164**–2
customer service [kŭs/tə mər sür/vəs] **97** ✦
customer service representative
[kŭs/tə mər-sür/vəs rĕ/prə zĕn/tə tĭv] **167**–20
Customs [kŭs/təmz] **161**
customs officer [kŭs/təmz ö/fə sər] **161**–17
cut [kŭt] **91**–10, **110**–13
cut [kŭt] **33**–A, **109**–N
cut up [kŭt/ ŭp/] **77**–I
cute [kyoot] **32**–14
cutlets [kŭt/ləts] **70**–6
cutter [kut/ər] **183**–22, **232**–16
cutting board [kŭt/ĭng börd/] **54**–27
cycling [sī/klĭng] **228**–5
cyclist [sī/klĭst] **224**–2
cylinder [sĭl/ən dər] **193**–41, **195**–38
cytoplasm [sī/tə plăzm] **194**–9
daffodil [dăf/ə dĭl/] **211**–25
daily [dā/lē] **20**–21
DAILY ROUTINES [dā/lē roo tēnz/] **38–39**
Dairy [dër/ē] **72**
daisy [dā/zē] **211**–14
dance [dăns] **64**–A
dangerous [dān/jər əs] **186**–1
dark blue [därk/ bloo/] **24**–10

Dashboard and Instrument Panel
[dăsh/börd/ ən ĭn/strə mənt păn/əl] **159**
dates [dāts] **20**–1, **68**–28
date of birth [dāt əv bürth/] **4**–13
expiration date
[ĕk/spə rā/shən dāt/] **112**–7, **136**–10
daughter [dö/tər] **34**–14
daughter-in-law [dö/tər ĭn lö/] **34** ✦
granddaughters [grăn/dö/tərz] **34** ✦
stepdaughter [stĕp/dö/tər] **35** ✦
day [dā] **20**–2
birthday [bürth/dā/] **22**–1
Columbus Day [kə lŭm/bəs dā] **22**–15
daylight saving time [dā/līt/ sā/vĭng tīm/] **19**–25
every day [ĕv/rē dā/] **20**–21
Independence Day [ĭn/də pĕn/dəns dā/] **22**–13
Labor Day [lā/bər dā/] **22**–14
Martin Luther King Jr. Day
[mär/tən lo͞o/thər kĭng/ jo͞on/yər-dā/] **22**–10
Memorial Day [mə mör/ē əl dā/] **22**–12
New Year's Day [no͞o/ yïrz/ dā/] **22**–9
Presidents' Day [prĕz/ə dənts dā/] **22**–11
Veterans Day [vĕt/ər ənz dā/] **22**–16
Day [dā] **18**
DAY AT SCHOOL [dā/ ăt sko͞ol/] **11**
DAY AT WORK [dā/ ăt würk/] **186–187**
Days of the Week [dāz/ əv dhə wēk/] **20**
dead [dĕd]
dead-bolt lock [dĕd/bōlt/ läk/] **51**–34
dead end [dĕd/ĕnd/] **154**–6
deaf [dĕf] **32**–12
Dealer [dē/lər] **158**
dealership [dē/lər shĭp/] **126**–4
death certificate [dĕth/ sər tĭf/ə kət] **41**–11
debate [də bāt/] **139**–B
decaf coffee [dē/kăf/ kö/fē] **81**–38
decay [də kā/] **119**–7
December [dĭ sĕm/bər] **21**–36
decimal point [dĕ/sə məl poynt/] **17**–7
Decimals [dĕ/sə məlz] **17**
deck [dĕk] **240**–2
declaration [dĕk/lə rā/shən]
declaration form [dĕk/lə rā/shən förm/] **161**–16
Declaration of Independence
[dĕk/lə rā/shən əv ĭn/də pĕn/dəns] **198**–5
decline [də klīn/] **12**–J
decorations [dĕk/ə rā/shənz] **240**–1
deductions [də dŭk/shənz] **165**–13
deed [dēd] **41**–9
deer [dïr] **216**–14
defendant [dĭ fĕn/dənt] **141**–5
defense attorney [dĭ fĕns/ ə tür/nē] **141**–4
defroster [də frös/tər] **159**–41
degrees [də grēz/] **13**–8, **193**–26
delayed flight [də lād/ flīt/] **161**–30
delete [də lēt/] **196**–C
DELI [dĕl/ē] **71**
deliver [də lĭv/ər] **11**–G, **135**–E
delivery person [də lĭv/ə rē pür/sən] **167**–21
dementia [də mĕn/shə] **111**–18
demonstration [dĕ/mən strā/shən] **122**–6
denim [dĕ/nəm] **99**–7
denominator [də nömə nā/tər] **192**–6
dental [dĕn/təl]
dental assistant [dĕn/təl ə sĭs/tənt] **119**–2, **167**–22
dental floss [dĕn/təl flös/, –fläs/] **109**–24
dental hygienist [dĕn/təl hī jĕ/nĭst, –jē/nĭst] **119**–3
dental instruments [dĕn/təl ĭn/strə mənts] **119**–4
DENTAL CARE [dĕn/təl kër/] **119**
Dental Problems [dĕn/təl präb/ləmz] **119**
dentist [dĕn/tĭst] **119**–1
Dentistry [dĕn/təs trē/] **119**
dentures [dĕn/chərz] **119**–10
deodorant [dē ō/dər ənt] **108**–5
department [dĭ pärt/mənt] **95**–7, **95**–8
Department of Motor Vehicles
[dĭ pärt/mənt əv mō/tər vē/ĭ kəlz] **124**–4
department store [dĭ pärt/mənt stör/] **131**–13
DEPARTMENT OF MOTOR VEHICLES (DMV)
[dĭ pärt/mənt əv mō/tər vē/ĭ kəlz] / [dē/ĕm/vē/]
136–137
departure [dĭ pär/chər] **161**–5, **161**–7
deposit [dĭ päz/ət] **132**–3, **132**–7
deposit slip [dĭ päz/ət slĭp/] **132**–4
depression [də prĕ/shən] **115**–5
depth [dĕpth] **17**–18
DESCRIBING CLOTHES [dĭ skrī/bĭng klōz/] **96–97**
DESCRIBING HAIR [dĭ skrī/bĭng hër/] **33**
DESCRIBING PEOPLE [dĭ skrī/bĭng pē/pəl] **32**
DESCRIBING THINGS [dĭ skrī/bĭng thĭngz/] **23**
desert [dĕz/ərt] **204**–4
design [dĭ zīn/] **175**–A
designated drivers [dĕz/ĭg nā/təd drī/vərz] **143** ✦
designer [dĭ zī/nər] **98** ✦, **167**–30, **175**–2, **176**–5
desk [dĕsk] **6**–7, **182**–9
circulation desk [sür/kyə lā/shən dĕsk/] **133**–2
desk clerk [dĕsk klürk/] **184**–11
front desk [frŭnt/ dĕsk/] **184**–12
Desktop Computer [dĕsk/täp/ kəm pyo͞o/tər] **196**
Desserts [dĭ zürts] **81**
dessert tray [dĭ zürt/ trā/] **83**–10
destination [dĕs/tə nā/shən] **161** ✦
detector [dĭ tĕk/tər] **51**–29
detergent [dĭ tür/jənt] **101**–8
device [də vīs/] **225**–20
diabetes [dī/ə bē/tēz, –təs] **111**–12
diagonal [dī ăg/ə nəl, –ăg/nəl] **193**–31
dial [dī/əl] **15**–A, **15**–E
diameter [dī ăm/ə tər] **193**–37
diamonds [dī/məndz] **233**–29
diaper [dī/pər] **37**–8, **37**–10
diaper pail [dī/pər pāl/] **37**–7
diaphragm [dī/ə frăm] **194**–19
dice [dīs] **232**–6
dice [dīs] **77**–J
dictate [dĭk/tāt] **8**–N
dictator [dĭk/tā/tər] **199**–6
dictionary [dĭk/shə nër/ē] **7**–30, **7**–31
die [dī] **41**–R
dietician [dī/ə tĭsh/ən] **120**–15
difference [dĭf/rəns] **192**–8
different [dĭ/frənt, dĭ/fə rənt] **23**–16
DIFFERENT [dĭ/frənt, dĭ/fə rənt] **28–29**
DIFFERENT PLACES TO LIVE
[dĭ/frənt plā/səz tə lĭv/, dĭ/fə rənt] **52**
difficult [dĭf/ĭ kŭlt/] **23**–24
digital [dĭ/jə təl]
digital camera [dĭ/jə təl kăm/rə] **235**–19
digital photo album [dĭ/jə təl fō/tō ăl/bəm] **235**–32
dime [dīm] **26**–3
Dimensions [də mĕn/shənz] **17**
diner [dī/nər] **82**–6, **185**–9
dining [dī/nĭng]
dining area [dī/nĭng ër/ē ə] **46**–7
dining room [dī/nĭng ro͞om/] **82**–1
dining room chair [dī/nĭng ro͞om/ chër/] **55**–8
dining room table [dī/nĭng ro͞om/tā/bəl] **55**–9
Dining [dī/nĭng] **185**
DINING AREA [dī/nĭng ër/ē ə] **55**
dinner [dĭn/ər] **72**–28
dinner fork [dĭn/ər förk/] **83**–28
dinner plate [dĭn/ər plāt/] **83**–18
dinner salad [dĭn/ər săl/əd] **80**–15
Dinner [dĭn/ər] **81**
diploma [də plō/mə] **40**–3
direct flight [də rĕkt/ flīt/, dī–] **161** ✦
Directions [də rĕk/shənz] **9, 155**
DIRECTIONS AND MAPS
[də rĕk/shənz ən măps/, dī–] **155**
directory [də rĕk/tə rē, dī–] **131**–24
directory assistance
[də rĕk/tə rē ə sĭs/təns, dī–] **14**–22
dirty [dür/tē] **101**–15
Disabilities [dĭ/sə bĭ/lə tēz] **32**
disagree [dĭ/sə grē/] **12**–L
disappointed [dĭ/sə poyn/təd] **28**–4
DISASTERS [dĭ/zăs tərz] **144–145**
disc [dĭsk] **231**–27
discipline [dĭs/ə plən] **36**–K
discuss [dĭ skŭs/] **8**–G
disease [dĭ zēz/] **111**–11, **111** ✦, **119**–11
Diseases [dĭ zē/zəz] **111**
disgusted [dĭ skŭs/təd] **42**–7
dish [dĭsh] **55**–1
casserole dish [kăs/ə rōl dĭsh/] **78**–10
dish rack [dĭsh/ răk/] **54**–5
dish room [dĭsh/ ro͞om/] **83**–13
dish towel [dĭsh/ tow/əl] **61**–22
dishwasher [dĭsh/wä/shər, –wö/–]
54–8, **83**–14, **185**–2
dishwashing liquid [dĭsh/wä/shĭng lĭk/wəd] **61**–21
satellite dish [să/tə lĭt dĭsh/] **53**–6
soap dish [sōp/ dĭsh/] **57**–25
disinfectant wipes [dĭs/ən fĕk/tənt wīps/] **61**–23
display case [dĭ splā/ kās/] **94**–5
disposable [dĭ spō/zə bəl]
disposable diaper [dĭ spō/zə bəl dī/pər] **37**–10
disposable gloves [dĭ spō/zə bəl glŭvz/] **93**–27
disposal [dĭ spō/zəl] **54**–7, **121**–31
dive [dīv] **230**–K
divide [də vīd/] **17**–A, **192**–D
diving [dī/vĭng] **227**–12
diving mask [dī/vĭng măsk/] **225**–6
divorced couple [də vörst/ kŭ/pəl] **35**–21
DJ [dē/jā/] **64**–4

DMV [dē/ĕm/vē/]
DMV clerk [dē/ĕm/vē/ klürk/] **136**–3
DMV handbook [dē/ĕm/vē/ hănd/bo͝ok/] **136**–1
do [do͞o] **39**–T
do an experiment [do͞o ən ĭk spĕr/ə mənt] **195**–B
do crafts [do͞o krăfts/] **232**–D
do errands [do͞o ĕr/əndz] **128** ✦
do manual labor [do͞o măn/yo͞o əl lā/bər] **170**–D
do not drink [do͞o nät drĭnk/] **112**–F
do not enter [do͞o nät/ ĕn/tər] **154**–2
do not operate [do͞o nät/ äp/ə rāt/] **112**–E
do not take [do͞o nät/ tāk/] **112**–F
don't be late [dōnt/ bē/ lāt/] **174**–E
don't litter [dōnt/ lĭ/tər] **219**–L
don't smoke [dōnt/smōk/] **114**–G
dock [däk] **175**–15, **234**–3
dockworker [däk/wür/kər] **167**–23
doctor [däk/tər] **118**–5
DOCUMENTS [dä/kyə mənts] **40–41**
dog [dög] **79**–6, **215**–11, **215**–22
dogwood [dög/wo͝od/] **210**–15
DOING THE LAUNDRY [do͞o/ĭng dhə lön/drē] **101**
doll [däl] **59**–21, **233**–28
dollhouse [däl/hows/] **59**–16
doll making kit [däl/ mā/kĭng kĭt/] **232**–13
dollar [däl/ər] **26**–7
dollar coin [däl/ər koyn/] **26**–6
fifty dollars [fĭf/tē däl/ərz] **26**–11
five dollars [fīv/ däl/ərz] **26**–8
half dollar [hăf/ däl/ər] **26**–5
one hundred dollars
[wŭn/ hŭn/drəd däl/ərz] **26**–12
ten dollars [tĕn/ däl/ərz] **26**–9
twenty dollars [twĕn/tē däl/ərz] **26**–10
dolphin [däl/fən, döl/–] **213**–31
domesticated [də mĕs/tə kā/təd] **215** ✦
DOMESTIC ANIMALS AND RODENTS
[də mĕs/tĭk ăn/ə məlz ən rōd/nts] **215**
donkey [däng/kē, dŭng/–, döng/–] **215**–3
donut [dō/nŭt] **79**–15
donut shop [dō/nŭt shäp/] **129**–17
door [dör] **46**–3
doorbell [dör/bĕl/] **53**–14
door chain [dör/ chān/] **51**–33
doorknob [dör/näb/] **53**–12
door lock [dör/ läk] **159**–25
doorman [dör/măn/] **184**–1
4-door car [för/dör kär/] **156**–1
front door [frŭnt/ dör/] **53**–11
garage door [gə räj/ dör/] **53**–7
revolving door [rĭ väl/vĭng dör/] **184**–2
screen door [skrēn/ dör/] **53**–15
sliding glass door [slī/dĭng glăs/dör] **53**–18
storm door [störm/ dör/] **53**–10
2-door car [to͞o/dör kär/] **156**–2
dorm / dormitory [dörm] / [dör/mə tör/ē] **52**–8
dosage [dō/sĭj] **112**–6
double [dŭb/əl]
double bed [dŭb/əl bĕd/] **184**–14
double boiler [dŭb/əl boy/lər] **78**–8
down [down]
break down [brāk/ down/] **162**–D
downhill skiing [down/hĭl/ skē/ĭng] **227**–1
down jacket [down jăk/ət] **90**–16
down vest [down vĕst/] **90**–14
drop-down menu [dräp/ down/ mĕn/yo͞o/] **197**–8
put down [po͝ot/ down/] **6**–J
sit down [sĭt down/] **6**–F
walk down [wäk down/] **153**–D
downstairs [down/stërz/] **51** ✦
DOWNTOWN [down/town/] **124–125**
drain [drān] **57**–5
drama [drä/mə] **236**–12
drapes [drāps] **56**–16
draw [drö] **8**–F, **118**–F, **195**–E
drawer [drör] **54**–23, **58**–2, **59**–6
dress [drĕs] **86**–3, **88**–5, **89**–20
dressmaker [drĕs/mā/kər] **100**–1
dressmaker's dummy [drĕs/mā/kərz dŭ/mē] **100**–2
dress socks [drĕs/ säks/] **91**–9
dress [drĕs] **36**–H, **174**–B
dressed [drĕst] **38**–D
dresser [drĕs/ər] **58**–1
Dressings [drĕs/ĭngz] **80**
dribble [drĭb/əl] **230**–J
drill [drĭl] **178**–9, **180**–8
drill bit [drĭl bĭt] **180**–28
drill [drĭl] **119**–D
drink [drĭnk] **11**–J
do not drink alcohol
[do͞o/ nät/ drĭnk/ ăl/kə höl/] **112**–F
don't drink and **drive** [dōnt/ drĭnk ən drīv/] **143**–G
drink fluids [drĭnk flo͞o/ədz] **114**–C
drip [drĭp] **121**–25
dripping [drĭp/ĭng] **63**–17
drive [drīv] **196**–6, **196**–8, **196**–9
drive-thru window [drīv/thro͞o/ wĭn/dō] **128**–11
driveway [drīv/wā/] **53**–8
drive [drīv]
don't drink and **drive** [dōnt/drĭnk ən drīv/] **143**–G
drive a truck [drīv ə trŭk] **170**–E
drive through [drīv/ thro͞o] **153**–K
drive to work [drīv/ tə würk/] **38**–I
driver [drī/vər] **152**–21, **169**–61
designated drivers [dĕz/ĭg nā/təd drī/vərz] **143** ✦
driver's license [drī/vərz lī/səns] **40**–4, **136**–9
driver's license number
[drī/vərz lī/səns nŭm/bər] **136**–11
Phillips screwdriver [fĭl/ĭps skro͞o/drī/vər] **180**–31
screwdriver [skro͞o/drī/vər] **180**–30
driving [drī/vĭng] **142**–5
drop [dräp]
drop cloth [dräp/ klöth/] **181**–54
drop-down menu [dräp/ down/ mĕn/yo͞o/] **197**–8
drop off [dräp/ öf/] **38**–G
dropper [dräp/ər] **195**–45
drops [dräps] **113**–31
drought [drowt] **145**–11
drown [drown] **116**–I
drugs [drŭgz] **116**–K, **142**–6
drums [drŭmz] **238**–16
drumsticks [drŭm/stĭks/] **70**–23
drunk driving [drŭngk/ drī/vĭng] **142**–5
dry [drī] **101**–18
dry cleaners [drī/ klē/nərz] **128**–2
dry erase marker [drī/ ĭ rās/ mär/kər] **7**–17
drywall [drī/wöl/] **178**–19
dry [drī] **60**–N, **108**–H
dryer [drī/ər] **50**–13, **101**–4
blow dryer [blō/ drī/ər] **33**–23, **108**–18
dryer sheets [drī/ər shēts/] **101**–5
Dry Measures [drī/ mĕzh/ərz] **75**
duck [dŭk] **70**–18, **214**–12
duct tape [dŭkt/ tāp/] **181**–49
dummy [dŭ/mē] **100**–2
dump truck [dŭmp/ trŭk/] **156**–19
dune [do͞on] **204**–5
duplex [do͞o/plĕks/] **52** ✦
During an Emergency [do͞o/rĭng ən ĭ mür/jən sē] **147**
dust [dŭst]
dustpan [dŭst/păn/] **61**–17
dust ruffle [dŭst/ rŭf/əl] **58**–17
dust storm [dŭst/ störm/] **13**–19
dust [dŭst] **60**–A
duster [dŭs/tər] **61**–1
DVD [dē/vē/dē/] **133**–19, **234**–11
DVD and CD-ROM drive
[dē/vē/dē/ ən sē/dē/räm/ drīv/] **196**–9
DVD player [dē/vē/dē/ plā/ ər] **56**–7, **234**–10
dye [dī] **33**–D
eagle [ē/gəl] **214**–9
ear [ïr] **32**–17, **105**–11
earache [ïr/āk/] **110**–3
ear infection [ïr/ ĭn fĕk/shən] **111**–3
earmuffs [ïr/mŭfs/] **90**–13, **179**–16
ear plugs [ïr/ plŭgz/] **179**–15
pierced earrings [pïrst/ ïr/ĭngz] **95**–36
early [ür/lē] **19**–22
Earth [ürth] **205**–3
earthquake [ürth/kwāk/] **144**–5
easel [ē/zəl] **233**–18
east [ēst] **155**–4
Eastern time [ē/stərn tīm/] **19**–32
easy [ē/zē] **23**–23, **76**–11
easy chair [ē/zē chër/] **56**–22
Easy Chicken Soup [ē/zē chĭk/ən so͞op/] **77**
eat [ēt] **11**–I
eat a healthy diet [ēt ə hĕl/thē dī/ət] **114**–F
eat breakfast [ēt brĕk/fəst] **38**–E
eat dinner [ēt dĭn/ər] **39**–S
eat out [ēt/ owt/] **82** ✦
eater [ē/tər] **176**–12
eclipse [ĭ klĭps/] **205**–16, **205** ✦
edit [ĕd/ət] **191**–I
education [ĕ jyo͞o/ kā/shən] **189**–17
eel [ēl] **212**–12
eggplants [ĕg/plănts/] **69**–23
eggs [ĕgz] **66**–7
eggbeater [ĕg/bē/tər] **78**–20
eggs over easy [ĕgz ō/vər ē/zē] **76**–11
eggs sunny-side up [ĕgz sŭn/ē sīd/ ŭp/] **76**–10
hardboiled eggs [härd/ boyld/ ĕgz/] **76**–8
poached eggs [pōcht/ ĕgz/] **76**–9
scrambled eggs [skrăm/bəld ĕgz/] **76**–7
Eggs [ĕgz] **76**

eight [āt] **16**
eighteen [ā/tēn/] **16**
eighteenth [ā/tēnth/] **16**
eighth [ātth, āth] **16**
eightieth [ā/tē/əth] **16**
eighty [ā/tē] **16**
elastic bandage [ĭ lăs/tĭk băn/dĭj] **117**–12
elbow [ĕl/bō] **106**–12
elderly [ĕl/dər lē] **32**–3
elected [ĭ lĕk/təd] **139**–C
  elected official [ĭ lĕk/təd ə fĭ/shəl] **139**–32
Election [ĭ lĕk/shən] **139**
election results [ĭ lĕk/shən rĭ zŭltz/] **139**–31
elective [ĭ lĕk/tĭv] **189** ✦
electric [ĭ lĕk/trĭk] **116**–F
  electric can opener [ĭ lĕk/trĭk kăn/ ō/pə nər] **54**–14
  electric drill [ĭ lĕk/trĭk drĭl/] **180**–8
  electric keyboard [ĭ lĕk/trĭk kē/börd/] **238**–18
  electric mixer [ĭ lĕk/trĭk mĭk/sər] **54**–25
  electric pencil sharpener
    [ĭ lĕk/trĭk pĕn/səl shär/pə nər] **183**–26
  electric shaver [ĭ lĕk/trĭk shā/vər] **109**–26
electrical [ĭ lĕk/trĭ kəl]
  electrical hazard [ĭ lĕk/trĭ kəl hăz/ərd] **186**–6
  electrical tape [ĭ lĕk/trĭ kəl tāp/] **181**–43
electrician [ĭ lĕk trĭsh/ən] **62**–9
electron [ĭ lĕk/trän] **195**–30
electronics [ĭ lĕk trän/ĭks]
  electronics repair person
    [ĭ lĕk trän/ĭks rĭ pĕr/ pür/sən] **167**–24
  electronics store [ĭ lĕk trän/ĭks stör/] **131**–20
ELECTRONICS AND PHOTOGRAPHY
  [ĭ lĕk trän/ĭks ən fə tăg/rə fē] **234–235**
elementary school [ĕl/ə mĕn/trē skool/] **188**–2
elephant [ĕl/ə fənt] **217**–42
elevator [ĕl/ə vā/tər] **50**–9, **131**–21, **184**–9
eleven [ĭ lĕv/ən] **16**
eleventh [ĭ lĕv/ənth] **16**
elm [ĕlm] **210**–16
Email [ē/māl/] **197**
embarrassed [ĭm băr/əst] **43**–24
embroidery [ĭm broy/də rē] **233**–24
EMERGENCIES [ĭ mür/jən sēz] **116**
EMERGENCIES AND NATURAL DISASTERS
  [ĭ mür/jən sēz ən năch/rəl dĭ zăs/tərz,–năch/ə rəl–]
  144–145
emergency [ĭ mür/jən sē] **117**–3
  emergency card [ĭ mür/jən sē kärd/] **161**–26
  emergency exit
    [ĭ mür/jən sē ĕg/zət,–ĕk/sət] **51**–25, **161**–14
  emergency medical technician (EMT) [ĭ mür/jən sē
    mĕd/ĭ kəl tĕk nĭsh/ən] / [ē/ĕm/tē/] **121**–32
Emergency [ĭ mür/jən sē] **146–147**
Emergency Call [ĭ mür/jən sē köl/] **15**
EMERGENCY PROCEDURES
  [ĭ mür/jən sē prə sē/jərz] **146–147**
Emergency Room Entrance
  [ĭ mür/jən sē room/ ĕn/trəns] **121**
Emergency Worker [ĭ mür/jən sē wür/kər] **93**
emery board [ĕm/ə rē börd/, ĕm/rē-] **109**–32
emperor [ĕm/pər ər] **199**–3
employee [ĕm ploy/ē] **165**–9
employer [ĕm ploy/ər] **164**–4
empty [ĕmp/tē] **23**–10
empty [ĕmp/tē] **60**–L
EMT (emergency medical technician) [ē/ĕm/tē/] /
  [ĭ mür/jən sē mĕd/ĭ kəl tĕk nish/ən] **121**–32
end [ĕnd] **154**–6
  endpoint [ĕnd/poynt/] **193**–21
  end table [ĕnd/ tā/bəl] **56**–14
energy [ĕn/ər jē] **218**–1, **218**–7, **218**–8
  bioenergy [bī/ō ĕn/ər jē] **218**–9
ENERGY AND CONSERVATION
  [ĕn/ər jē ən kän/sər vā/shən] **218–219**
Energy and Resources [ĕn/ər jē ən rē/sör/səz] **219**
Energy Sources [ĕn/ər jē sör/səz] **218**
engine [ĕn/jən] **158**–18, **197**–6
engineer [ĕn/jə nïr/] **167**–18, **167**–25
ENGLISH COMPOSITION
  [ĭng/glĭsh käm/pə zĭsh/ən] **190–191**
English muffin [ĭng/glĭsh mŭf/ən] **80**–5
enter [ĕn/tər]
  do not **enter** [doo/ nät/ ĕn/tər] **154**–2
  enter data [ĕn/tər dā/tə] **171**–B
  enter the room [ĕn/tər dhe room/] **11**–A
  enter your PIN [ĕn/tər yər pĭn/] **132**–E
ENTERTAINMENT [ĕn/tər tān/mənt] **236–237**
entertainment center [ĕn/tər tān/mənt sĕn/tər] **56**–5
entrance [ĕn/trəns] **164**–1
Entrance [ĕn/trəns] **50, 121**
entry-level job [ĕn/trē lĕv/əl jäb/] **172**–1
Entryway [ĕn/trē wā/] **51**
envelope [ĕn/və lōp/] **134**–14, **183**–43
equation [ĭ kwā/zhən] **192**–13
equipment [ĭ kwĭp/mənt] **177**–12, **179**–4
Equipment [ĭ kwĭp/mənt] **179, 183**
EQUIPMENT [ĭ kwĭp/mənt] **231**
Equivalencies [ĭ kwĭ/və lən sēz/] **17, 75**
erase [ĭ rās/] **10**–M
eraser [ĭ rā/sər] **7**–19, **7**–21
errands [ĕr/əndz] **128** ✦
eruption [ĭ rŭp/shən] **145**–16
escalator [ĕs/kə lā/tər] **131**–23
escape [ĭs kāp/] **50**–2
  escape route [ĭs kāp/ root/, rowt/] **146**–3
ESL [ē/ĕs/ĕl/] **189**–14
ESOL [ē/ĕs/ō/ĕl/] **189**–14
essay [ĕs/ā] **190**–4
Essay [ĕs/ā] **190**
e-ticket [ē/tĭ kət] **161**–19
evacuate [ĭ văk/yoo/ āt] **147**–K
evacuation route [ĭ văk/yoo/ā shən root/, rowt/] **146**–5
evening [ēv/nĭng] **18**–19
  evening gown [ēv/nĭng gown/] **89**–18
even numbers [ē/vən nŭm/bərz] **192**–4
EVENTS [ĭ vĕnts/] **22, 40–41**
every day [ĕv/rē dā/] **20**–21
EVERYDAY CLOTHES [ĕv/rē dā/ klōz] **86–87**
EVERDAY CONVERSATION
  [ĕv/rē dā/ kän/vər sā/shən] **12**
evidence [ĕv/ĭ dəns/] **141**–9
exam [ĭg zăm/] **122**–1, **136**–6
examination table [ĭg zăm/ə nā/shən tā/bəl] **118**–7
examine [ĭg zăm/ən] **118**–D, **118**–E
Examining Room [ĭg zăm/ə nĭng room/] **118**
exchange [ĭks chānj/] **27**–I
excited [ĭk sī/təd] **43**–22
exclamation mark [ĕk/sklə mā/shən märk/] **190**–13
executive [ĭg zĕk/yə tĭv] **182**–5
  executive chef [ĭg zĕk/yə tĭv shĕf/] **185**–7
Executive Branch [ĭg zĕk/yə tĭv brănch/] **138**
exercise [ĕk/sər sīz/] **122**–4
exercise [ĕk/sər sīz/] **39**–P, **230**–N
Exercise Wear [ĕk/sər sīz/wër] **89**
exhausted [ĭg zö/stəd] **43** ✦
ex-husband [ĕks/ hŭz/bənd] **35** ✦
exit [eg/zət, ĕk/sət] **51**–25, **51** ✦, **161**–14
expensive [ĭk spĕn/sĭv] **23**–19, **97**–44
Experiment [ĭk spĕr/ə mənt] **195**
expiration date [ĕk/spə rā/shən dāt/] **112**–7, **136**–10
expire [ĕk/spīr/] **136** ✦
explain [ĭk splān/] **12**–M
exploration [ĕk/splə rā/shən] **199**–8
explorer [ĭk splōr/ər] **199**–9
explosion [ĭk splō/zhən] **144**–4
exposed [ĭk spōzd/]
  overexposed [ō/vər ĭk spōzd/] **235**–34
  underexposed [ŭn/dər ĭk spōzd/] **235**–35
Express Mail® [ĭk sprĕs/ māl/] **134**–2
Extended Family [ĭk stĕn/dəd făm/lē, făm/ə lē] **34**
extension cord [ĭk stĕn/shən körd/] **181**–14
exterminate [ĭk stür/mə nāt/] **62** ✦
exterminator [ĭk stür/mə nā/tər] **63**–21
extinguisher [ĭk stĭn/gwə shər] **179**–21
extra [ĕk/strə]
  extra large [ĕk/strə lärj/] **96**–5
  extra small [ĕk/strə smöl/] **96**–1
ex-wife [ĕks/ wīf/] **35** ✦
eye [ī] **99**–27, **105**–11
  eyebrow [ī/brow/] **106**–9
  eyebrow pencil [ī/brow/ pĕn/səl] **109**–34
  eye drops [ī/dräps/] **113**–31
  eye hook [ī/hook/] **180**–40
  eyelashes [ī/lăsh/əz] **106**–11
  eyelid [ī/lĭd/] **106**–10
  eyeliner [ī/lī/nər] **109**–36
  eyepiece [ī/pēs/] **194**–14
  eye shadow [ī/shă/dō] **109**–35
Eye [ī] **106**
fabric [făb/rĭk] **98**–15
  fabric softener [făb/rĭk sö/fə nər] **101**–6
Fabric Store [făb/rĭk stör/] **99**
face [fās] **193**–44
  face mask [fās măsk/] **93**–32
  face powder [fās/ pow/dər] **109**–41
Face [fās] **106**
factory [făk/tə rē, –trē] **126**–3
  factory owner [făk/tə rē ō/nər] **175**–1
  factory worker [făk/tə rē wür/kər] **175**–3
Factory [făk/tə rē] **98**
FACTORY [făk/tə rē] **175**
Fahrenheit [făr/ən hīt/] **13**–1
fair [fër] **172**–13, **223**–13
  fair trial [fër/ trī/əl] **140**–5
FAIR [fër] **122–123**
fall [föl] **21**–39

fall [föl] **40**–H, **116**–O
FAMILIES [făm/lēz, făm/ə lēz] **34–35**
Family [făm/lē, făm/ə lē] **34**
FAMILY REUNION
[făm/lē rē yo͞on/yən, făm/ə lē] **44–45**
famine [fā/mĭn] **145**–12
fan [făn] **55**–19, **229**–4
fancy [făn/sē] **97**–34
far from [fär/ frŭm/, –frəm/] **25** ✦
fare [fër] **152**–2
fare card [fër kärd/] **152**–11
farm [färm] **52**–9
farm equipment [färm ĭ kwĭp/mənt] **177**–12
farmworker [färm/ wür/kər] **177**–8
Farm Animals [färm/ ăn/ə məlz] **215**
farmer [fär/mər] **177**–13
FARMERS' MARKET [fär/mərz mär/kət] **84–85**
FARMING AND RANCHING
[fär/mĭng ən răn/chĭng] **177**
Farmworker [färm/ wür/kər] **92**
fashion [făsh/ən] **88** ✦
fashion designer [făsh/ən dĭ zī/nər] **98** ✦
fast [făst] **23**–3
fast food restaurant [făst/ fo͞od/ rĕs/tə rənt, –ränt]
128–10
fasten [făs/ən] **160**–H
fastener [făs/nər] **99**–29
FAST FOOD RESTAURANT
[făst/ fo͞od/ rĕs/tə rənt, –ränt] **79**
fast forward [făst/ för/wərd] **235**–D
fat [făt] **32**–7
father [fä/dhər] **34**–4, **35**–23
father-in-law [fä/dhər ĭn lö/] **34**–11
grandfather [grăn/fä/dhər, grănd/–] **34**–2
stepfather [stĕp/fädhər] **35**–25
faucet [fö/sət] **57**–6
fax [făks] **171**–G
fax machine [făks/ mə shēn/] **183**–21
feast [fēst] **239**–13
feather [fĕdh/ər] **214**–4
feather duster [fĕdh/ər dŭs/tər] **61**–1
February [fĕb/yo͞o ër/ē, fĕb/ro͞o–] **21**–26
Federal Government
[fē/də rəl gŭ/vərn mənt, fē/drəl] **138**
feed [fēd] **36**–C, **176**–D, **177**–D
feed dog / feed bar [fēd/dög/ / fēd/ bär/] **98**–20
feel [fēl] **110**–C, **110**–D
FEELINGS [fē/lĭngz] **42–43**
female [fē/māl/] **4**–18
fence [fĕns] **177**–19
fencing [fĕn/sĭng] **228**–7
ferry [fër/ē] **220**–4
fertilize [fürt/ əl īz/] **176**–D
fever [fē/vər] **110**–8
fiction [fĭk/shən] **237**–18
field [fēld] **5**–2, **177**–7
ball field [böl/ fēld/] **224**–1
track and field [trăk/ ən fēld/] **228**–18
fifteen [fĭf/tēn/] **16**
fifteenth [fĭf/tēnth/] **16**
fifth [fĭfth] **16**
fiftieth [fĭf/tē əth] **16**
fifty [fĭf/tē] **16**
fifty dollars [fĭf/tē däl/ərz] **26**–11
50 percent [fĭf/tē pər sĕnt/] **17**–10
fighter [fī/tər]
firefighter [fīr/fī/tər] **144**–9, **167**–26
figs [fĭgz] **68**–27
figure [fĭg/yər] **233**–26
figure skating [fĭg/yər skā/tĭng] **227**–5
figurine [fĭg/yə rēn/] **232**–1
file [fīl] **183**–44
file cabinet [fīl kăb/ə nət] **182**–11
file clerk [fīl klürk/] **182**–10
file folder [fīl fōl/dər] **183**–50
fill [fĭl]
fill a cavity [fĭl/ ə kăv/ə tē] **119**–E
fill prescriptions [fĭl/ prĭ skrĭp/shənz] **112** ✦
fill in [fĭl/ ĭn] **9**–O
fill out [fĭl/ owt/] **173**–J
fill the tank [fĭl/ dhe tănk/] **157**–G
fill the tires [fĭl/ dhe tīrz/] **157**–L
filling [fĭl/ĭng] **119**–8
Filling Out a Form [fĭl/ĭng owt ə förm/] **4**
film [fĭlm] **235**–22
film camera [fĭlm kăm/rə] **235**–21
find [fīnd] **160**–F
FINDING A HOME [fīn/dĭng ə hōm/] **48–49**
fine adjustment knob [fīn/ ə jŭst/mənt näb/] **194**–23
fingers [fĭng/gərz] **105**–16, **110**–16
fingernail [fĭng/gər nāl/] **106**–18
fingerprint [fĭng/gər prĭnt/] **136**–5
Fingers [fĭng/gərz] **106**
finish [fĭn/ĭsh] **112**–C, **230**–T
fins [fĭnz] **212**–1, **225**–7
fire [fīr] **144**–7, **144**–8
campfire [kămp/fīr/] **226**–11
fire escape [fīr ĭ skāp/] **50**–2
fire exit [fīr/ ĕg/zət, –ĕk/sət] **51** ✦
fire extinguisher [fīr ĭk stĭng/gwĭ shər] **179**–21
firefighter [fīr/fī/tər] **144**–9, **167**–26
fire hydrant [fīr hī/drənt] **129**–27
fireplace [fīr/plās/] **56**–13
fire screen [fīr skrēn/] **56**–12
fire station [fīr stā/shən] **125**–12
fire truck [fīr trŭk/] **144**–10
fireworks [fīr/würks/] **239**–7
first [fürst] **16**
first aid kit [fürst/ ād/ kĭt/] **117**–1, **146**–18
first aid manual [fürst/ ād/ măn/yo͞o əl] **117**–2
First Continental Congress
[fürst/ kän/tə nĕnt/ əl käng/grəs] **198**–6
first name [fürst/ nām/] **4**–2
first president [fürst/ prĕz/ə dənt] **198**–11
First Aid [fürst/ ād/] **117**
FIRST AID [fürst/ ād/] **117**
First Aid Procedures [fürst/ ād/ prə sē/ jərz] **117**
First Floor [fürst/ flör/] **50**
First License [fürst/ lī/səns] **137**
fish [fĭsh] **66**–1, **81**–29, **209**–14
catfish [kăt/fĭsh/] **71**–2
goldfish [gōld/fĭsh/] **215**–16
jellyfish [jĕ/lē fĭsh/] **212**–14
starfish [stär/fĭsh/] **212**–16
swordfish [sörd/fĭsh/] **71**–5
Fish [fĭsh] **71, 212**
fisher [fĭsh/ər] **167**–17
fishing [fĭsh/ĭng] **226**–4
fishing net [fĭsh/ĭng nĕt/] **226**–17
fishing pole [fĭsh/ĭng pōl/] **226**–18
fitted sheet [fĭt/əd shēt/] **58**–12
fittings [fĭt/ĭngz] **181**–18
five [fīv] **16**
five after one [fīv ăf/tər wŭn/] **18**–7
five dollars [fīv däl/ərz] **26**–8
fix [fĭks] **62** ✦, **219**–F
fixture [fĭks/chər] **55**–18
flag [flăg] **239**–8
flammable liquids [flăm/ə bəl lĭk/wədz] **179**–8
flashlight [flăsh/līt/] **146**–14
flat [flăt]
flat panel TV [flăt/ păn/əl tē/vē/] **234**–7
flat screen TV [flăt/ skrēn/ tē/vē/] **234**–7
flat sheet [flăt/ shēt] **58**–13
have a flat tire [hăv/ ə flăt/ tīr/] **162**–F
flats [flăts] **95**–27
fleas [flēz] **63**–25
flea market [flē/ mär/kət] **222**–6
flight [flīt] **161**–30, **161** ✦
flight attendant [flīt/ ə tĕn/dənt] **161**–12
Flight [flīt] **160**
float [flōt/] **239**–2
flood [flŭd] **145**–19
floor [flör] **46**–6, **58**–21, **179**–6
floor lamp [flör lămp/] **56**–15
floor plan [flör plăn/] **186**–4
Floor [flör] **50**
floral [flör/əl] **96**–25
florist [flör/ĭst] **130**–8, **167**–27
floss [flös, fläs] **109**–24
floss [flös, fläs] **109**–K
flounder [flown/dər] **212**–15
flour [flow/ər] **73**–29
Flower [flow/ər] **211**
flowers [flow/ərz] **208**–7
flower bed [flow/ər bĕd/] **53**–20
FLOWERS [flow/ərz] **211**
flu [flo͞o] **111**–2
fluid [flo͞o/əd] **183**–36
fluid ounce [flo͞o/əd owns/] **75**–1
flute [flo͞ot] **238**–1
fly [flī] **214**–28
fly [flī] **170**–F
flyer [flī/ər] **102**–1
flying disc [flī/ĭng dĭsk/] **231**–27
foam pad [fōm/ păd/] **226**–13
focus [fō/kəs] **235**–33
foggy [fö/gē, fäg/ē] **13**–20
foil [foyl] **72**–23
fold [fōld] **101**–F
folder [fōl/dər] **183**–50
folding [fōl/dĭng]
folding card table [fōl/dĭng kärd/ tā/bəl] **102**–4
folding chair [fōl/dĭng chër/] **102**–5
folk [fōk] **237**–29
follow [fäl/ō] **114**–J, **147**–F
Following Directions [fäl/ō də rek/shənz, –dī–] **9**

food [fo͞od]
baby food [bā/bē fo͞od/] **37**–4
canned food [kănd/ fo͞od] **146**–9
fast food restaurant [făst/ fo͞od/ rĕs/tə ränt] **128**–10
food court [fo͞od/kört] **131**–15
food preparation worker
[fo͞od/ prē/pə rā/shən wür/kər] **185**–4
food processor [fo͞od/ prä/sĕ sər] **54**–26
packaged food [păk/ĭjd fo͞od/] **146**–10
pet food [pĕt/ fo͞od/] **72**–5
FOOD [fo͞od] **79**
FOOD PREPARATION AND SAFETY
[fo͞od/ prē/pə rā/shən ən sāf/tē] **76–77**
Food Processor [fo͞od/ prä/sĕ sər] **92**
Foods [fo͞odz] **72, 73**
Food Safety [fo͞od/ sāf/tē] **76**
FOOD SERVICE [fo͞od/sür/vəs] **185**
foot [fo͝ot] **104**–8
football [fo͝ot/böl/] **229**–11, **231**–21
football helmet [fo͝ot/böl/ hĕl/mət] **231**–19
footnote [fo͝ot/nōt/] **190**–10
Foot [fo͝ot] **106**
for [för] **128**–B, **173**–C
forceps [för/səps, –sĕps] **195**–43
forearm [för/ärm/] **106**–13
forehead [för/əd/, –hĕd/, fär/–] **106**–2
forest [för/əst, fär/–] **204**–1, **204**–11
forest fire [för/əst fīr/] **144**–7
fork [förk] **55**–3, **83**–27, **83**–28
forklift [förk/lĭft/] **175**–12
Form [förm] **4**
Formal Clothes [förm/əl klōz/] **89**
former husband [för/mər hŭz/bənd] **35** ✦
former wife [för/mər wīf/] **35** ✦
forms [förmz] **118**–4, **134**–19, **161**–16
formula [för/myə lə] **37**–3, **195**–34
fortieth [för/tē əth] **16**
forty [för/tē] **16**
forward [för/wərd] **235**–D
forward button [för/wərd bŭt/n] **197**–3
foundation [fown dā/shən] **109**–40
founders [fown/dərz] **198**–7
fountain [fown/tn] **224**–5, **224**–9
four [för] **16**
4-door car [för/dör kär/] **156**–1
2 x 4 (two by four) [to͞o/ bī för/] **181**–19
fourteen [för/tēn/] **16**
fourteenth [för/tēnth/] **16**
fourth [förth] **16**
Fourth Floor [förth flör/] **50**
Fourth of July [förth əv jo͞o lī/] **22**–13
fox [fäks] **216**–15
Fractions [frăk/shənz] **192**
Fractions and Decimals [frăk/shənz ən dĕ/sə məlz] **17**
frame [frām] **58**–4, **58**–18
frayed cord [frād/ körd/] **179**–5
free [frē] **122**–7
free speech [frē/ spēch/] **140**–2
freedom [frē/dəm]
freedom of religion [frē/dəm əv rĭ lĭ/jən] **140**–3
freedom of the press [frē/dəm əv dhə prĕs/] **140**–4
freezer [frē/zər] **54**–10, **185**–3
freezing [frē/zĭng] **13**–7
French [frĕnch]
french fries [frĕnch/ frīz/] **79**–2
French horn [frĕnch/ hörn/] **238**–13
Frequency [frē/kwən sē/] **20**
fresh [frĕsh] **71**–16
Friday [frī/dā, –dē] **20**–13
fried [frīd] **76**–6
fried chicken [frīd/ chĭk/ən] **76**–1
fringe [frĭnj] **99**–34
frog [frög, fräg] **212**–25
front [frŭnt] **25**–7
front desk [frŭnt/ dĕsk/] **184**–12
front door [frŭnt/ dör/] **53**–11
front seat [frŭnt/ sēt/] **159**–51
front walk [frŭnt/ wök/] **53**–2
Front Porch [frŭnt/ pörch/] **53**
Font Yard and House [frŭnt/ yärd/ en hows/] **53**
frostbite [fräst/bīt/] **116**–G
frozen [frō/zən] **63**–16, **71**–17
frozen dinner [frō/zən dĭn/ər] **72**–28
frozen vegetables [frō/zən vĕj/tə bəlz] **72**–27
Frozen Foods [frō/zən fo͞odz/] **72**
fruit [fro͞ot] **67**–9
fruit salad [fro͞ot săl/əd] **80**–21
FRUIT [fro͞ot] **68**
frustrated [frŭs/trā/təd] **43**–27
frying pan [frī/ĭng păn/] **78**–5
fuel injection system
[fyo͞o/əl ĭn jĕk/shən sĭs/təm] **158**–17
full [fo͝ol] **23**–9, **42**–6
full-length mirror [fo͝ol/lĕnth/ mïr/ər] **58**–6
full moon [fo͝ol/ mo͞on/] **205**–12
full slip [fo͝ol/ slĭp/] **91**–22
fumes [fyo͞omz] **179**–3
funnel [fŭn/əl] **195**–40
funny photo [fŭn/ē fō/tō] **206**–2
fur [für] **216**–19
furious [fyo͝or/ē əs] **43** ✦
furnished apartment [für/nĭsht ə pärt/mənt] **48**–3
furniture [für/nĭ chər] **53**–19
furniture polish [für/nĭ chər päl/ĭsh] **61**–8
furniture store [für/nĭ chər stör/] **126**–8
Furniture and Accessories
[für/nĭ chər ən ĭk sĕs/ə rēz] **59**
fuse box [fyo͞oz/ bäks/] **62**–13
fusion [fyo͞o/zhən] **218**–10
galaxy [găl/ək sē] **205**–15
gallbladder [göl/blăd/ər] **107**–44
gallon [găl/ən] **75**–5
game [gām]
baseball game [bās/böl gām/] **44**–2
board game [börd/ gām/] **232**–5
game show [gām/ shō/] **236**–8
video game console [vĭd/ē ō gām/ kän/sōl] **232**–3
video game control [vĭd/ē ō gām kən trōl/] **232**–4
Games [gāmz] **59**
GAMES [gāmz] **232–233**
gang violence [găng/ vī/ə ləns] **142**–4
garage [gə räzh/, –räj/] **47**–14, **124**–1
garage door [gə räzh/ dör/] **53**–7
Garage [gə räzh/, –räj/] **50**
GARAGE SALE [gə räzh/ sāl/] **102–103**
garbage [gär/bĭj]
garbage can [gär/bĭj kăn/] **53**–24
garbage disposal [gär/bĭj dĭ spō/zəl] **54**–7
garbage truck [gär/bĭj trŭk/] **127**–22
garden [gär/dn]
botanical garden [bə tăn/ə kəl gär/dn] **222**–3
roof garden [ro͞of/gär/dn] **50**–4
vegetable garden [vĕj/tə bəl gär/dn] **53**–27, **177**–14
garden [gär/dn] **53**–B
gardener [gär/dn er, gärd/nər] **167**–28
gardenia [gär dēn/yə] **211**–18
gardening [gärd/nĭng]
gardening crew [gärd/nĭng kro͞o/] **176**–1
gardening crew leader
[gärd/nĭng kro͞o lēd/ər] **176**–4
GARDENING [gärd/nĭng] **176**
gargle [gär/gəl] **109**–L
garlic [gär/lĭk] **69**–30
garlic bread [gär/lĭk brĕd/] **81**–28
garlic press [gär/lĭk prĕs/] **78**–11
Garment Factory [gär/mənt făk/tə rē, făk/trē] **98**
garment worker [gär/mənt wür/kər] **167**–29
garter [gär/tər]
garter belt [gär/tər bĕlt/] **91**–16
garter snake [gär/tər snāk/] **213**–39
gas [găs] **218**–3
gas gauge [găs/gāj/] **159**–31
gas meter [găs mē/tər] **62**–14
gas pedal [găs pĕd/l] **159**–46
gas shut-off valve [găs/ shŭt/öf vălv/] **146**–4
gas station [găs stā/shən] **125**–10
gas station attendant
[găs stā/shən ə tĕn/dənt] **162**–3
gas tank [găs tăngk/] **158**–10
gate [gāt] **50**–16, **53**–9, **161**–8
Gate [gāt] **161**
gauge [gāj]
blood pressure gauge [blŭd/ prĕsh/ər gāj/] **118**–9
gas gauge [găs/gāj/] **159**–31
oil gauge [oyl/gāj/] **159**–29
temperature gauge [tĕm/prə chər gāj/] **159**–30
gauze [göz] **117**–8
gear shift [gïr/ shĭft/] **159**–47
gel [jĕl] **108**–2, **108**–16
GEOGRAPHY AND HABITATS
[jē äg/rə fē ən hă/bə tăts/] **204**
Geometric Solids [jē/ə mĕ/trĭk säl/ədz] **193**
geometry [jē äm/ə trē] **192**–17
geothermal energy [jē/ō thür/məl ĕn/ər jē] **218**–7
get [gĕt]
get a job [gĕt/ ə jäb/] **40**–F
get a learner's permit
[gĕt/ ə lürn/ərz pür/mĭt] **137**–F
get a library card [gĕt/ ə lī/brër ē kärd/] **133**–A
get a loan [gĕt/ ə lōn/] **49**–J
get an electric shock [gĕt/ ən ĭ lĕk/trĭk shäk/] **116**–F
get a speeding ticket [gĕt/ ə spē/dĭng tĭk/ət] **162**–C
get bed rest [gĕt/ bĕd/ rĕst/] **114**–B
get change [gĕt/ chānj/] **26**–A
get dressed [gĕt/ drĕst/] **38**–D
get elected [gĕt/ ĭ lĕk/təd] **139**–C

get engaged [gĕt/ ĭn gājd/] **41**–J
get feedback [gĕt/ fēd/băk/] **191**–K
get frostbite [gĕt/ frōst/bīt/] **116**–G
get good grades [gĕt/ go͝od/ grādz/] **10**–H
get hired [gĕt/ hīrd/] **173**–L
get home [gĕt/ hōm/] **39**–R
get immunized [gĕt/ ĭm/yə nīzd] **114**–I
get into [gĕt/ ĭn/to͞o] **153**–E
get lost [gĕt/ löst/] **162**–B
get married [gĕt/ măr/ēd] **41**–K
get off [gĕt/ öf/] **153**–J
get on [gĕt/ än/, ön/] **153**–I
get out of [gĕt/ owt/ əv] **153**–F
get the title [gĕt/ dhə tīt/l] **157**–E
get up [gĕt/ ŭp/] **38**–B
get your license [gĕt/ yər lī/səns] **137**–I
Getting Your First License
[gĕt/ĭng yər fürst/ lī/səns] **137**
Get Well [gĕt/ wĕl/] **114**
gift [gĭft] **94** ✦, **240**–3
gift shop [gĭft/ shäp/] **130** ✦, **184**–5
gills [gĭlz] **212**–2
giraffe [jə răf/] **217**–32
girder [gür/dər] **178**–3
girdle [gür/dl] **91**–15
girl [gürl] **31**–10
give [gĭv] **15**–F, **122**–B, **148**–A,
glad [glăd] **44**–5
glass [glăs] **53**–18, **83**–22, **83**–23
glass cleaner [glăs klē/nər] **61**–14
glasses [glăs/əz] **92**–10, **115**–7, **179**–10
sunglasses [sŭn/glăs/əz] **90**–27
global positioning system (GPS) [glō/bəl pə zĭ/shə nĭng sĭs/təm] / [jē/pē/ĕs/] **155**–11
gloves [glŭvz] **90**–6, **231**–17
disposable gloves [dĭ spō/ zə bəl glŭvz/] **93**–27
glove compartment [glŭv/ kəm pärt/mənt] **159**–44
latex gloves [lā/tĕks glŭvz/] **93**–34
rubber gloves [rŭb/ər glŭvz/] **61**–4
surgical gloves [sür/jĭ kəl glŭvz/] **121**–39
work gloves [würk/ glŭvz/] **92**–17, **179**–17
glue [glo͞o] **183**–33
glue stick [glo͞o/ stĭk] **232**–11
go [gō]
go back [gō/ băk/] **11**–M
go for [gō/ fər] **157**–J
go on [gō/ än] **173**–K
go over [gō/ ō/vər] **153**–B
go past [gō/ păst/] **155**–E
go straight [gō/ strāt/] **155**–A
go through [gō/ thro͞o/] **160**–D
go to an employment agency
[gō/ tə ən ĭm ploy/mənt ā/jən sē] **173**–E
go to bed [gō/ tə bĕd/] **39**–Y
go to college [gō/ tə käl/ĭj] **41**–I
go to jail [gō/ tə jāl/] **141**–G
go to prison [gō/ tə prĭz/ən] **141**–G
go to school [gō/ tə sko͞ol] **38**–J
go to sleep [gō/ tə slēp/] **39**–Z
go to the grocery store
[gō/ tə dhə grōs/rē stör/, grōsh/rē] **38**–L
go to the next line [gō/ tə dhə nĕkst/ līn] **196**–D
go to work [gō/ tə würk/] **38**–I
go under [gō/ ŭn/dər] **153**–A
to-go box [tə gō/ bäks/] **82**–5
GO [gō] **222**–**223**
goat [gōt] **215**–5
goggles [găg/əlz] **179**–11
goldfish [gōld/fĭsh/] **215**–16
golf [gälf, gölf] **228**–8
golf club [gälf/ klŭb/] **231**–1
good [go͝od] **23**–17
Goods [go͝odz] **73**
goose [go͞os] **214**–13
gopher [gō/fər] **215**–19
gorilla [gə rĭl/ə] **217**–29
gospel [gäs/pəl] **237**–30
Government [gŭ/ vərn mənt] **138**–**139**
GOVERNMENT AND MILITARY SERVICE
[gŭ/ vərn mənt ən mĭ/ lə tĕr ē sür/vəs] **138**–**139**
governor [gŭ/ vər nər] **139**–20, **139**–21
gown [gown] **206**–8
evening gown [ēv/nĭng gown/] **89**–18
hospital gown [häs/pĭ tl gown/] **121**–19
nightgown [nīt/gown/] **91**–25
surgical gown [sür/jə kəl gown/] **93**–37, **121**–38
GPS (global positioning system) [jē/pē/ĕs/] / [glō/bəl pə zĭ/shə nĭng sĭs/təm] **155**–11
grab bar [grăb/ bär/] **57**–9
grades [grādz] **10**–4
graduate [grăj/o͞o āt/] **40**–D
graduated cylinder [grăj/o͞o ā/təd sĭl/ən dər] **195**–38
GRADUATION [grăj/o͞o ā/shən] **206**–**207**
graffiti [grə fēt/tē] **148**–1
grandchild [grăn/chīld/, grănd/–] **34** ✦
granddaughters [grăn/dö/tərz] **34** ✦
grandfather [grăn/fä/dhər, grănd/–] **34**–2
grandmother [grăn/mŭdh/ər, grănd/–] **34**–1
Grandparents [grăn/për/ənts, grănd/–] **34**
grandson [grăn/sŭn/, grănd/–] **34** ✦
grapefruit [grāp/fro͞ot/] **68**–6
grapes [grāps] **68**–3
graph [grăf] **192**–15
graphic designer [grăf/ĭk dĭ zī/nər] **167**–30
grasshopper [grăs/häp/ər] **214**–24
grate [grāt] **77**–G
grater [grā/tər] **78**–2
gray [grā] **24**–15
gray hair [grā hër/] **33**–13
grease [grēs] **77**–B
green [grēn] **24**–5
green card [grēn/ kärd/] **40**–2
green onions [grēn/ ŭn/yənz] **69**–20
greet [grēt] **3**–G, **171**–M, **174**–H
GREETING [grē/tĭng] **2**–**3**
greeting card [grē/tĭng kärd/] **134**–15
grill [grĭl] **53**–17
grilled [grĭld/]
grilled cheese sandwich
[grĭld/ chēz/ săn/wĭch, –sănd/–] **80**–10
grilled fish [grĭld/ fĭsh/] **81**–29
grilled ribs [grĭld/ rĭbz/] **76**–2
grocery [grōs/rē, grōsh/rē]
grocery bag [grōs/rē băg/] **67**–13
grocery clerk [grōs/rē klürk/] **72**–4
Grocery Products [grōs/rē präd/ŭkts] **72**
GROCERY STORE [grōs/ rē stör/] **72**–**73**
ground [grownd]
ground beef [grownd/ bēf/] **70**–4
ground post [grownd/ pōst/] **134**–6
playground [plā/grownd/] **50**–3
group [gro͞op] **115**–15
grower [grō/ər] **177**–13
guard [gärd] **141**–3
Coast Guard [kōst/ gärd/] **138**–18
lifeguard [līf/gärd/] **225**–19
lifeguard station [līf/gärd/ stā/shən] **225**–21
National Guard [nă/shə nəl gärd/] **138**–19
security guard [sĭ kyo͝or/ə tē gärd/] **132**–5, **169**–55
shin guards [shĭn/ gärdz/] **231**–13
guest [gĕst] **184**–10
guest room [gĕst/ ro͞om] **184**–13
guest services [gĕst/ sür/vəs əs] **130**–12
guest speaker [gĕst/ spē/kər] **206**–4
guinea pig [gĭn/ē pĭg/] **215**–14
guitar [gĭ tär/] **238**–9
gums [gŭmz] **106**–6
gum disease [gŭm/ dĭ zēz/] **119**–11
gun [gŭn] **142**–13, **181**–21
gurney [gür/nē] **121**–33
gutter [gŭt/ər] **53**–4
gym [jĭm] **5**–19, **126**–10, **184**–24
gymnastics [jĭm năs/tĭks] **228**–9
gynecologists [gī/nə käl/ə jĭsts] **120** ✦
habitat [hă/bə tăt/] **194**–12
HABITATS [hă/bə tăts/] **204**
hacksaw [hăk/sö/] **180**–5
hail a taxi [hāl/ ə tăx/ē/]] **152** ✦
hailstorm [hāl/störm/] **13**–21
hair [hër] **104**–2
black hair [blăk/ hër/] **33**–16
blond hair [bländ/ hër/] **33**–17
brown hair [brown/ hër/] **33**–18
curly hair [kür/lē hër/] **33**–11
gray hair [grā/ hër] **33**–13
hair clip [hër klĭp/] **108**–19
hairdresser [hër/drĕs/ər] **167**–31
hair gel [hër jĕl/] **108**–16
hairnet [hër nĕt/] **93**–25
hair salon [hër sə län/] **131**–18
hair spray [hër sprā/] **108**–12
hair stylist [hër stī/lĭst] **167**–31
long hair [löng/ hër/] **33**–3
red hair [rĕd/ hër/] **33**–15
short hair [shört/hër/] **33**–1
shoulder-length hair [shōl/dər lĕnth/ hër/] **33**–2
straight hair [strāt/ hër/] **33**–9
wavy hair [wā/vē hër/] **33**–10
HAIR [hër] **33**

half [hăf]
half bath [hăf/ băth/] **57** ✦
half brother [hăf/ brŭdh/ər] **35**–28
1/2 cup [hăf/ kŭp/] **75**–9
half dollar [hăf/ däl/ər] **26**–5
half past one [hăf/ păst/ wŭn/] **18**–11
half sister [hăf/ sĭs/tər] **35**–27
half slip [hăf/ slĭp/] **91**–23
halibut steak [hăl/ə bət stāk/] **71**–6
hall [höl] **124**–8
hallway [höl/wā/] **5**–10, **184**–18
Hallway [höl/wā/] **51**
ham [hăm] **70**–9, **76**–5
hamburger [hăm/bür/gər] **79**–1
hammer [hăm/ər] **180**–1
jackhammer [jăk/hăm/ər] **178**–9
sledgehammer [slĕj/ hăm/ər] **178**–23
hammer [hăm/ər] **178**–D
hammock [hăm/ək] **53**–23
hamper [hăm/pər] **57**–1
hand [hănd] **105**–15, **177**–20
DMV handbook [dē/ĕm/vē/ hănd/bo͝ok] **136**–1
handbag [hănd/băg/] **87**–9, **94**–2
handbrake [hănd/ brāk/] **59**–48
handcuffs [hănd/kŭfs/] **141**–2
handsaw [hănd/sö/] **180**–4
handset [hănd/sĕt] **14**–1
hand towel [hănd tow/əl] **57**–15
hand truck [hănd trŭk/] **175**–11
Hand [hănd] **106**
handicapped parking [hăn/dē kăpt pär/kĭng] **128**–6, **154**–12
hand in [hănd/ ĭn/] **10**–O
hanger [hăng/gər] **101**–11
hang up [hăng/ ŭp/] **15**–D, **101**–H
happy [hăp/ē] **28**–6, **43**–31
hard [härd] **23**–5, **23**–24
hardboiled eggs [härd/boyld/ ĕgz/] **76**–8
hard drive [härd/ drīv/] **196**–6
hard hat [härd/ hăt/] **92**–1, **179**–9
hardware store [härd/wër/stör/] **148**–4
harmonica [här mä/ nĭ kə] **238**–21
harvest [här/vəst] **177**–B
hash browns [hăsh/ brownz/] **80**–3
hats [hăts] **90**–1, **95**–11
chef's hat [shĕfs/ hăt/] **93**–28
cowboy hat [kow/boy/ hăt/] **92**–18
hard hat [härd/ hăt/] **92**–1, **179**–9
ski hat [skē/ hăt/] **90**–11
straw hat [strö/ hăt/] **90**–23
have [hăv]
have a baby [hăv/ ə bā/bē] **41**–L
have a conversation [hăv/ ə kän/vər sā/shən] **11**–L
have a heart attack [hăv/ ə härt/ ə tăk/] **116**–D
have an allergic reaction [hăv/ ən ə lür/jĭk rē ăk/shən] **116**–E
have a picnic [hăv/ ə pĭk/nĭk] **224**–D
have dinner [hăv/ dĭn/ər] **39**–S
have regular checkups [hăv/ rĕg/yə lər chĕk/ups] **114**–H
Hawaii-Aleutian time [hə wī/ē ə lo͞o/shən tīm/] **19**–27
hay [hā] **177**–18
hazard [hăz/ərd] **186**–6
hazard lights [hăz/ərd līts/] **159**–36
Hazardous Materials [hăz/ər dəs mə tïr/ē əlz] **179**
hazardous waste [hăz/ər dəs wāst/] **218**–12
Hazards [hăz/ərdz] **179**
head [hĕd] **69**–32, **104**–1
headache [hĕd/āk/] **110**–1
headband [hĕd/bănd/] **90**–3
headboard [hĕd/börd/] **58**–10
head chef [hĕd/ shĕf/] **185**–7
headlight [hĕd/līt/] **158**–7
headline [hĕd/līn] **133**–7
headphones [hĕd/fōnz/] **6**–8, **234**–4
headset [hĕd/sĕt] **14**–13
headwaiter [hĕd/wā/tər] **185**–12
headwrap [hĕd/răp/] **90**–7
letterhead [lĕt/ər hĕd] **183**–42
overhead compartment [ō/vər hĕd/ kəm pärt/mənt] **161**–13
overhead projector [ō/vər hĕd/prə jĕk/tər] **7**–16
wireless headset [wīr/ləs hĕd/sĕt] **14**–14
health [hĕlth] **167**–32
health history form [hĕlth/ hĭs/tə rē förm/] **118**–4
health insurance card [hĕlth/ ĭn sho͝or/əns kärd/] **118**–3
HEALTH [hĕlth] **114–115**
HEALTH FAIR [hĕlth/ fër/] **122–123**
Health Problems [hĕlth/ präb/ləmz] **115**
hear [hïr] **106**–B
hearing [hïr/ĭng]
hearing aid [hïr/ĭng ād/] **115**–10
hearing impaired [hïr/ĭng ĭm përd/] **32**–12
hearing loss [hïr/ĭng lös/] **115**–2
heart [härt] **107**–38, **116**–D, **239**–6
heart disease [härt/ dĭ zēz/] **111**–11
hearts [härts] **233**–31
heater [hē/tər] **159**–40
heating pad [hē/tĭng păd/] **113**–13
heat wave [hēt/ wāv/] **13**–13
heavy [hĕv/ē] **23**–13, **32**–7, **97**–27
hedge clippers [hĕj/ klĭp/ərz] **176**–11
heel [hēl] **94**–22, **106**–24
high heels [hī/ hēlz/] **89**–21, **95**–25
height [hīt] **17**–16, **32**–5
Height [hīt] **32**
Heimlich maneuver [hīm/lĭk mə no͞o/vər] **117**–18
helicopter [hĕl/ə käp/tər] **151**–9
helmet [hĕl/mət] **93**–23, **231**–19
help [hĕlp] **8**–J, **147**–G
Help with Health Problems [hĕlp/ wĭth/ hĕlth/ präb/ləmz] **115**
hem [hĕm] **100**–8
hen [hĕn] **215**–8
herbal tea [ür/bəl tē/, hür/bəl–] **81**–40
herbs [ürbz, hürbz] **84**–9
hibiscus [hī bĭs/kəs, hĭ–] **211**–12
hide [hīd] **240**–D
high [hī] **91**–12, **97**–32, **188**–3
high blood pressure [hī/ blŭd/ prĕsh/ər] **111**–14
high chair [hī/ chër/] **37**–6, **82**–3
high heels [hī/ hēlz/] **89**–21, **95**–25
high-rise [hī/ rīz/] **127**–13
high school [hī/ sko͞ol] **188**–4
highway [hī/wā] **155**–9
highway marker [hī/wā mär/kər] **154**–17
hiking [hī/kĭng] **226**–7
hiking boots [hī/kĭng bo͞ots/] **95**–31
hills [hĭlz] **204**–16
downhill skiing [down/hĭl/ skē/ĭng] **227**–1
hip hop [hĭp/häp] **237**–26
hippopotamus [hĭp/ə pät/ə məs] **217**–43
hire [hīr] **141**–B
hired hand [hīrd/ hănd/] **177**–20
Historical Terms [hĭs/tör/ə kəl türmz/] **199**
history [hĭs/tə rē] **118**–4, **189**–12
HISTORY [hĭs/tə rē] **198–199**
hit [hĭt] **230**–B
HIV (human immunodeficiency virus) [āch/ī/vē/] / [hyo͞o/mən ĭm/yə nō dĭ fĭsh/ən sē vī/rəs] **111**–17
Hi-Visibility safety vest [hī/vĭ/zə bĭl/ə tē vĕst/] **92**–4
HOBBIES AND GAMES [häb/ēz ən gāmz/] **232–233**
hockey [häk/ē] **229**–13
hockey stick [häk/ē stĭk/] **231**–11
hold [hōld] **36**–A
holder [hōl/dər]
candle holder [kăn/dl hōl/dər] **56**–21
cell phone holder [sĕl/ fōn/ hōld/ər] **94**–15
magazine holder [măg/ə zēn/ hōld/ər] **56**–23
pot holders [pät/ hōl/dərz] **78**–29
toothbrush holder [to͞oth/brŭsh/ hōld/ər] **57**–22
holiday [häl/ə dā/] **22**–7, **22**–8
Holidays [häl/ə dāz/] **22**
HOLIDAYS [häl/ə dāz/] **239**
holly [häl/ē] **210**–19
home [hōm] **52**–7, **52**–12
home health care aide [hōm/ hĕlth/ kër ād] **167**–32
home improvement store [hōm/ ĭm pro͞ov/mənt stör/] **127**–20
homemaker [hōm/mā/kər] **168**–33
homesick [hōm/sĭk/] **43**–20
HOME [hōm] **46–47, 48–49**
honeybee [hŭn/ē bē/] **214**–25
hood [ho͝od] **158**–4
Hood [ho͝od] **158**
hoof / hooves [ho͝of] / [ho͝ovz] **216**–17
hook [ho͝ok] **180**–39, **180**–40
hook and eye [ho͝ok/ ən ī/] **99**–27
hook and loop fastener [ho͝ok/ ən lo͞op/ făs/ən ər] **99**–29
horn [hörn] **159**–32, **216**–21, **238**–11
French horn [frĕnch/ hörn] **238**–13
horror story [hör/ər stör/ē, här/–] **237**–17
horse [hörs] **215**–4
horseback riding [hörs/băk rī/dĭng] **226**–9
horse racing [hörs/ rā/sĭng] **228**–19
seahorse [sē/hörs/] **212**–13
hose [hōz] **53**–21, **91**–18
hospital [häs/pĭ tl] **125**–9, **154**–18
hospital bed [häs/pĭ tl bĕd/] **121**–22
hospital gown [häs/pĭ tl gown/] **121**–19
HOSPITAL [häs/pĭ tl] **120–121**
Hospital Room [häs/pĭ tl ro͞om/] **121**

Hospital Staff [häs/pĭ tl stăf/] **120**
hostess [hō/stəs] **82**–2
hot [hät] **13**–3, **42**–1
  hot cereal [hät sïr/ē əl] **80**–9
  hot dog [hät/ dög/] **79**–6
  hot water [hät/ wö/tər] **57**–8
  hot water bottle [hät/ wö/tər bät/l] **113**–15
hotel [hō tĕl/] **124**–3
A HOTEL [hō tĕl/] **184**
hour [ow/ər] **18**–1
house [hows]
  courthouse [kört/hows/] **125**–13
  dollhouse [däl/hows/] **59**–18
  housekeeper [hows/kē/pər] **168**–34, **184**–20
  housekeeping cart [hows/kē/pĭng kärt/] **184**–19
  House of Representatives
    [hows/ əv rĕp/rĭ zĕn/tə tĭvz] **138**–3
  house painter [hows/ pān/tər] **168**–46
  houseplant [hows/plănt/] **56**–4, **211**–27
  townhouse [town/hows/] **52**–6
  two-story house [tōō/stör/ē hows/] **52** ✦
  warehouse [wër/hows/] **175**–7
  White House [wīt/ hows/] **138**–7
House [hows] **49, 53**
A HOUSE AND YARD [hows/ən yärd/] **53**
HOUSEHOLD PROBLEMS AND REPAIRS
  [hows/hōld/ präb/ləmz ən rĭ përz/] **62–63**
HOUSEWORK [hows/würk/] **60**
housing [how/zĭng] **52**–11
hubcap [hŭb/kăp/] **158**–9
hug [hŭg] **2**–E
human immunodeficiency virus (HIV)
  [hyōō/mən ĭm/yə nō dĭ fĭsh/ən sē vī/rəs] /
    [āch/ī/vē/] **111**–17
humid [hyōō/məd] **13**–15
humidifier [hyōō mĭd/ə fī/ər] **113**–11
humiliated [hyōō mĭl/ē ā/təd] **43** ✦
hummingbird [hŭm/ĭng bürd/] **214**–10
hump [hŭmp] **217**–51
hungry [hŭng/grē] **42**–5
hurricane [hür/ə kān/] **145**–14
hurt [hürt] **42**–16, **116**–C
husband [hŭz/bənd] **34**–13
  ex-husband [ĕks/ hŭz/bənd] **35** ✦
  former husband [för/mər hŭz/bənd] **35** ✦
hutch [hŭch] **55**–22
hybrid [hy/brĭd] **156**–3
hydrant [hī/drənt] **129**–27
hydroelectric power [hī/drō ĭ lĕk/trĭk pow/ər] **218**–5
hydrogen peroxide [hī/drə jən pə räk/sīd] **117**–9
hyena [hī ē/nə] **217**–30
HYGIENE [hy/jēn] **108–109**
hygienist [hī jē/nĭst, –jĕn/ĭst] **119**–3
hypertension [hī/pər tĕn/shən] **111**–14
hyphen [hy/fən] **190**–20
hypoallergenic [hī/pō ăl/ər jĕn/ĭk] **108** ✦
I beam [ī/ bēm/] **178**–3
ice [īs]
  ice cream [īs/ krēm/] **72**–26
  ice-cream cone [īs/ krēm/ kōn] **79**–13
  ice cream shop [īs/ krēm/ shäp] **131**–16
  ice hockey [īs/ häk/ē] **229**–13
  ice pack [īs/ păk/] **117**–13
  ice skates [īs/ skāts/] **231**–9
  ice skating [īs/ skā/tĭng] **227**–4
  iced tea [īst/ tē/] **79**–12
icy [ī/sē] **13**–22
ID [ī/dē/] **146**–19
identity theft [ī dĕn/tə tē thĕft/] **142**–9
ignition [ĭg nĭsh/ən] **159**–33
illegal drugs [ĭ lē/gəl drŭgz/] **142**–6
Illnesses and Childhood Diseases
  [ĭl/nə səz ən chīld/hŏŏd dĭ zēz/ əz] **111**
ILLNESSES AND MEDICAL CONDITIONS
  [ĭl/nə səz ən mĕd/ĭ kəl kən dĭsh/ənz] **111**
Immediate Family
  [ĭ mē/ dē ət făm/lē, –fă/məlē] **34**
immigrant [ĭm/ə grənt] **199**–19
immigrate [ĭm/ə grāt/] **40**–C
immigration [ĭm/ə grā/shən] **199**–18
immunization [ĭm/yə nə zā/shən] **114** ✦
immunodeficiency [ĭm/yə nō dĭ fĭsh/ən sē] **111**–17
impaired [ĭm përd/] **32**–11, **32**–12
important [ĭm pört/ənt] **146**–19
improvement [ĭm prōōv/mənt] **127**–20
in [ĭn] **25**–6
  be in shock [bē/ ĭn shäk/] **116**–B
  bubble in [bŭb/l ĭn/] **10**–K
  call in [käl/ ĭn/] **186**–A
  check in [chĕk/ ĭn/] **160**–A
  check-in kiosk [chĕk/ĭn kē/äsk/] **160**–2
  fall in love [fäl/ ĭn lŭv/] **40**–H
  fill in [fĭl/ ĭn/] **9**–O
  hand in [hănd/ĭn/] **10**–O
  in fashion [ĭn făsh/ən] **88** ✦
  in front of [ĭn frŭnt/ əv] **24**–7
  in love [ĭn lŭv/] **42**–18
  in pain [ĭn pān/] **42**–11
  in style [ĭn stīl/] **88** ✦
  in the middle [ĭn dhə mĭd/l] **24**–2
  look in [lŏŏk/ ĭn] **173**–B
  move in [mōōv/ ĭn/] **48**–F
  send in [sĕnd/ ĭn/] **173**–H
  take in [tāk/ ĭn/] **100**–D
  turn in [türn/ ĭn/] **191**–M
  walk-in freezer [wäk/ĭn frē/zər] **185**–3
inch [ĭnch] **17**–15
indent [ĭn dĕnt/] **190**–D
independence [ĭn/də pĕn/dəns]
  Declaration of Independence
    [dĕk/lə rā/shən əv ĭn/də pĕn/dəns] **198**–5
  Independence Day [ĭn/də pĕn/dəns dā/] **22**–13
INDIVIDUAL SPORTS [ĭn/də vĭj/ōō əl spörts/] **228**
infant [ĭn/fənt] **31**–6
infection [ĭn fĕk/shən] **111**–3
infectious disease [ĭn fĕk/shəs dĭ zēz/] **111** ✦
influenza [ĭn/flōō ĕn/zə] **111** ✦
INFORMATION [ĭn/fər mā/shən] **4**
inhaler [ĭn hā/lər] **113**–33
injection [ĭn jək/shən] **114** ✦, **158**–17
injured [ĭn/ jərd] **116**–C
INJURIES [ĭn/jə rēz] **110**
ink [ĭnk]
  ink cartridge [ĭnk/ kär/trĭj] **183**–45
  inkjet printer [ĭnk/jĕt prin/tər] **183**–18
  ink pad [ĭnk/ păd/] **183**–46
inline [ĭn/līn/]
  inline skates [ĭn/līn/ skāts/] **231**–10
  inline skating [ĭn/līn/ skā/tĭng] **228**–10
inquire about benefits
  [ĭn kwīr/ ə bowt/bĕn/ə fĭts] **174** ✦
insects [ĭn/sĕkts] **209**–11
  insect bite [ĭn/sĕkt bīt/] **110**–11
  insect repellent [ĭn/sĕkt rĭ pĕl/ənt] **226**–23
Insects [ĭn/sĕkts] **214**
INSECTS [ĭn/sĕkts] **214**
insert [ĭn sürt/] **132**–D
INSIDE AND OUTSIDE THE BODY
  [ĭn/sīd/ ən owt/sīd/ dhə bäd/ē] **106–107**
Inside the Car [ĭn/sīd/ dhə kär/] **159**
Inside the Kit [ĭn/sīd/ dhə kĭt/] **117**
Inside the Trunk [ĭn/sīd/ dhə trŭnk/] **158**
inspect [ĭn spĕkt/] **147**–N
install [ĭn stäl/] **176**–H, **178**–C
instructor [ĭn strŭk/tər] **6**–4
Instrument Panel [ĭn/strə mənt păn/əl] **159**
instruments [ĭn/strə mənts] **119**–4, **238**
insulation [ĭn/sə lā/shən] **178**–14
insurance [ĭn shŏŏr/əns] **118**–3, **136**–8
integers [ĭn/tə jərz] **192**–1, **192**–2
Integers [ĭn/tə jərz] **192**
intercom [ĭn/tər käm/] **50**–5
interest inventory [ĭn/trəst ĭn/vən tör/ ē] **172**–11
international call [ĭn/tər năsh/ə nəl köl/] **15**–35
Internet [ĭn/tər nĕt/]
  Internet listing [ĭn/tər nĕt/ lĭst/ĭng] **48**–1
  Internet map [ĭn/tər nĕt/ măp] **155**–12
  Internet phone call [ĭn/tər nĕt/ fōn/ käl] **14**–20
INTERNET [ĭn/tər nĕt/] **197**
internist [ĭn/tür/nĭst] **120**–1
internship [ĭn/türn shĭp/] **172**–6
interpreter [ĭn tür/prə tər] **168**–35
INTERSECTION [ĭn/tər sĕk/shən] **128–129**
INTERVIEW SKILLS [ĭn/tər vyōō/ skĭlz/] **174**
intestinal parasites [ĭn tĕs/tə nəl păr/ə sīts/] **111**–13
intestines [ĭn tĕs/tənz] **107**–42
In the Airline Terminal [ĭn dhə ër/līn tür/mə nəl] **160**
In the Examining Room
  [ĭn dhə ĭg zăm/ə nĭng rōōm/] **118**
In the Waiting Room [ĭn dhə wā/tĭng rōōm/] **118**
into [ĭn/tōō, –tə] **153**–E
intravenous drip (IV)
  [ĭn/trə vē/nəs drĭp/] / [ī/vē/] **121**–25
introduce [ĭn/trə dōōs/] **2**–C, **3**–I
introduction [ĭn/trə dŭk/shən] **190**–6
invention [ĭn vĕn/shən] **199**–12
inventor [ĭn vĕn/tər] **199**–13
inventory [ĭn/vən tör/ ē] **172**–11, **172**–12
invertebrates [ĭn vür/ tə brəts/] **194**–13
invitation [ĭn və tā/shən] **12**–I, **12**–J, **64**–9
invite [ĭn vīt/] **12**–H
iris [ī/rəs] **211**–16
iron [ī/ərn] **101**–13, **108**–17
iron [ī/ərn] **101**–G

ironed [ī/ərnd] **101**–20
ironing board [ī/ər nĭng börd/] **101**–14
irritated [ĭr/ə tā/təd] **64**–6
island [ī/lənd] **204**–8
IV (intravenous drip)
[ī/vē/] / [ĭn/trə vē/nəs drĭp/] **121**–25
ivory [ī/vər ē] **24**–16
ivy [ī/vē] **210**–25
jack [jăk] **158**–24
jacket [jăk/ət] **90**–8
chef's jacket [shĕfs/ jăk/ət] **93**–29
down jacket [down/ jăk/ət] **90**–16
leather jacket [lĕdh/ər jăk/ət] **90**–4
sports jacket [spörts/ jăk/ət] **89**–14
jackhammer [jăk/ hăm/ər] **178**–9
jack-o'-lantern [jăk/ə lăn/tərn] **239**–10
janitor [jăn/ĭ tər] **182**–3
January [jăn/yōō ër/ē] **21**–25
jar [jär] **74**–2, **74**–14
jasmine [jăz/mən] **211**–22
jaw [jö] **106**–4
jay [jā] **214**–6
jaywalk [jā/wäk] **128**–C
jazz [jăz] **237**–24
jeans [jēnz] **86**–2, **92**–19
jellyfish [jĕl/ē fĭsh/] **212**–14
jewelry [jōō/əl rē]
jewelry department [jōō/əl rē dĭ pärt/mənt] **95**–8
jewelry store [jōō/əl rē stör/] **130**–2
jigsaw [jĭg/sö/] **180**–10
job [jäb] **172**–1, **172**–3, **172**–7
job fair [jäb/ fër] **172**–13
JOB SAFETY [jäb/ sāf/tē] **179**
JOBS AND OCCUPATIONS
[jäbz/ ən äk/yə pā/shənz] **166–169**
JOB SEARCH [jäb/ sürch/] **173**
JOB SKILLS [jäb/ skĭlz/] **170**
Job Training [jäb/ trān/ĭng] **172**
jockstrap [jäk/străp/] **91**–6
join [joyn] **143**–L
judge [jŭj] **141**–6
Judicial Branch [jōō dĭ/shəl brănch/] **138**
juice [jōōs] **73**–32
July [jōō lī/] **21**–31
jump [jŭmp] **230**–I
jumper cables [jŭm/pər kā/bəlz] **158**–21
jump rope [jŭmp/ rōp/] **224**–4
jumpsuit [jŭmp/sōōt/] **93**–24
June [jōōn] **21**–30
junior high school [jōōn/yər hī/ skōōl] **188**–3
junk mail [jŭnk/ māl/] **135** ✦
Jupiter [jōō/pə tər] **205**–5
jury [jür/ē] **141**–8
justices [jŭs/tə səz] **138**–12, **138**–13
kangaroo [kăng/gə rōō/] **217**–44
keep [kēp] **28**–B
ketchup [kĕch/əp, kăch/–] **79**–21
kettle [kĕt/l] **54**–21
key [kē] **51**–30, **155**–9
key pad [kē/ păd/] **14**–5
pound key [pownd/ kē/] **14**–7
star key [stär/ kē/] **14**–6
keyboard [kē/börd/] **196**–14, **238**–18
Keyboarding [kē/börd/ĭng] **196**
kick [kĭk] **230**–E
kidney [kĭd/nē] **107**–43
kids' bedroom [kĭdz/ bĕd/rōōm/] **47**–9
KIDS' BEDROOM [kĭdz/ bĕd/rōōm/] **59**
king-size bed [kĭng/sīz/ bĕd/] **184**–15
kiosk [kē/äsk/] **131**–22, **160**–2
kiss [kĭs] **3**–K, **36**–P
kit [kĭt]
doll making kit [däl/ mā/kĭng kĭt/] **232**–13
first aid kit [fürst/ ād/ kĭt/] **117**–1, **146**–18
model kit [mäd/l kĭt/] **232**–9
woodworking kit [wŏŏd/wür/kĭng kĭt/] **232**–14
Kit [kĭt] **117**
kitchen [kĭch/ən] **46**–5, **83**–15
kitchen timer [kĭch/ən tī/mər] **78**–18
A KITCHEN [ə kĭch/ən] **54**
Kitchen [kĭch/ən] **185**
KITCHEN UTENSILS [kĭch/ən yōō tĕn/səlz] **78**
kite [kīt] **225**–2
kitten [kĭt/n] **215**–10
kiwi [kē/wē] **68**–22
knee [nē] **106**–20
knee highs [nē/hīz/] **91**–12
knee pads [nē/pădz/] **179**–19
knife [nīf] **55**–4, **83**–30
carving knife [kär/vĭng nīf/] **78**–12
multi-use knife [mŭl/tē yōōs/nīf/, mŭl/tī–] **226**–20
paring knife [për/ĭng nīf/] **78**–16
steak knife [stāk/ nīf/] **83**–29
knit [nĭt] **233**–F
knitting needles [nĭt/ĭng nēd/lz] **233**–23
knit top [nĭt/ täp/] **88**–7
knob [näb] **194**–22, **194**–23
doorknob [dör/näb/] **53**–12
knuckle [nŭk/l] **106**–17
koala [kō ä/lə] **217**–45
lab [lăb] **5**–15
lab coat [lăb/ kōt/] **93**–33
Lab [lăb] **195**
label [lā/bəl]
mailing label [mā/lĭng lā/bəl] **183**–41
nutrition label [nōō trĭ/shən lā/bəl] **122**–8
prescription label [prĭ skrĭp/shən lā/bəl] **112**–4
warning label [wär/nĭng lā/bəl] **112**–8
label [lā/bəl] **9**–V
Labor Day [lā/bər dā/] **22**–14
lace [lās] **99**–9
shoelaces [shōō/lā səz] **94**–24
ladder [lăd/ər] **178**–2
ladle [lā/dl] **78**–7
ladybug [lā/dē bŭg/] **214**–26
lake [lāk] **204**–13
lamb [lăm] **70**–14
lamb chops [lăm/ chäps/] **70**–15
lamb shanks [lăm/ shăngks/] **70**–13
Lamb [lăm] **70**
lamp [lămp] **56**–15, **58**–25
lampshade [lămp/shād/] **56** ✦, **58**–26
land [lănd] **160**–K
landlord [lănd/lörd/] **51**–27
landmarks [lănd/märks/] **220**–1
landscape designer [lănd/skāp/ dĭ zī/nər] **176**–5
LANDSCAPING AND GARDENING
[lănd/skā/pĭng ən gärd/nĭng] **176**
languages [lăng/gwĭ jəz] **189**–13
language arts [lăng/gwĭj ärts/] **189**–9
lantern [lăn/tərn] **226**–22, **239**–10
laptop [lăp/täp/] **196**–16
large [lärj] **96**–4, **96**–5
laser printer [lā/zər prĭn/tər] **183**–19
lashes [lăsh/əz]
eyelashes [ī/lăsh/əz] **106**–11
last [lăst]
last name [lăst/ nām/] **4**–4
last week [lăst/wēk/] **20**–18
late [lāt] **19**–24
latex gloves [lā/tĕks glŭvz/] **93**–34
laugh [lăf] **44**–A
laundromat [lön/drə măt/] **128**–1
laundry [lön/drē] **101**–1
laundry basket [lön/drē băs/kət] **101**–2
laundry detergent [lön/drē dĭ tür/jənt] **101**–8
LAUNDRY [lön/drē] **101**
Laundry Room [lön/drē rōōm/] **50**
lawn [lön] **53**–26
lawn mower [lön/ mō/ər] **176**–6
lawyer [lö/yər] **168**–36
lay [lā] **178**–B
layer cake [lā/ər kāk] **81**–33
LCD projector [ĕl/sē/dē/ prə jĕk/tər] **6**–6, **235**–29
leader [lē/dər] **176**–4
leaf / leaves [lēf] / [lēvz] **210**–6, **211**–6
leaf blower [lēf/ blō/ər] **176**–2
leaking [lē/kĭng] **62**–3
learn [lürn] **40**–E
Learning New Words [lür/nĭng nōō/ würdz/] **8**
lease [lēs] **48** ✦, **51**–28
leather [lĕdh/ər] **98**–6
leather jacket [lĕdh/ər jăk/ət] **90**–4
leave [lēv] **11**–O, **38**–N, **82**–J, **160**–J, **171**–P
leaves / leaf [lēvz] / [lēf] **210**–6, **211**–6
leaf blower [lēf/ blō/ər] **176**–2
lecture [lĕk/chər] **122**–9
left [lĕft] **25**–1, **154**–8, **155**–C
legal [lē/gəl]
legal holiday [lē/gəl häl/ə dā/] **22**–8
legal pad [lē/gəl păd/] **183**–38
Legal Holidays [lē/gəl häl/ə dāz/] **22**
LEGAL SYSTEM [lē/gəl sĭs/təm] **141**
Leg and Foot [lĕg/ ən fŏŏt/] **106**
leggings [lĕg/ĭngz] **90**–12
Legislature [lĕ/jəs lā/chər] **139**–23
legs [lĕgz] **70**–21, **105**–9
leg of lamb [lĕg/ əv lăm/] **70**–14
lemonade [lĕm/ə nād/] **84**–2
lemons [lĕm/ənz] **68**–7
lend [lĕnd] **26**–C
length [lĕngkth] **17**–17, **96**–17
lengthen [lĕngk/thən] **100**–A
lens / lenses [lĕnz] / [lĕnz/əz] **115**–8, **235**–23
leopard [lĕp/ərd] **217**–34
let out [lĕt/ owt/] **100**–C

letter [lĕt/ər] **134**–13
letter carrier [lĕt/ər kăr/ē ər] **134**–20
letterhead [lĕt/ər hĕd/] **183**–42
lettuce [lĕt/əs] **69**–1
level [lĕv/əl] **172**–1, **180**–29
librarian [lī brër/ē ən] **133**–9
library [lī/brër ē] **5**–17, **125**–15
library clerk [lī/brër ē klürk/] **133**–1
library patron [lī/brër ē pā/trən] **133**–3
LIBRARY [lī/brër ē] **133**
license [lī/səns]
driver's license [drī/vərz lī/səns] **40**–4, **136**–9
driver's license number
[drī/vərz lī/səns nŭm/bər] **136**–11
license plate [lī/səns plāt/] **136**–12, **158**–12
marriage license [măr/ĭj lī/səns] **41**–8
renew a license [rĭ nōō/ ə lī/səns, –nyōō/–] **136** ✦
taxi license [tăk/sē lī/səns] **152**–22
License [lī/səns] **137**
licensed practical nurse (LPN)
[lī/sənst prăk/tə kəl nürs/] / [ĕl/pē/ĕn/] **120**–11
lid [lĭd] **78**–24
lieutenant governor [lōō tĕ/nənt gŭ/ vər nər] **139**–21
life [līf]
lifeguard [līf/gärd/] **225**–19
lifeguard station [līf/gärd/ stā/shən] **225**–21
lifesaving device [līf/sā/vĭng dĭ vīs/] **225**–20
life vest [līf/ vĕst/] **161**–25, **226**–14
wildlife [wīld/ līf/] **220**–3
LIFE [līf] **212–213**
LIFE EVENTS AND DOCUMENTS
[līf/ ĭ vĕnts/ ən dä/kyə mənts] **40–41**
lift [lĭft] **11**–E
light [līt] **23**–14, **97**–28
brake light [brāk/ līt/] **158**–14
daylight saving time [dā/līt/ sā/vĭng tīm/] **19**–25
flashlight [flăsh/līt/] **146**–14
hazard lights [hăz/ərd līts/] **159**–36
headlight [hĕd/ līt/] **158**–7
light blue [līt/ blōō/] **24**–11
light bulb [līt/ bŭlb/] **56** ✦
light fixture [līt/ fĭks/chər] **55**–18
light source [līt/ sörs/] **194**–21
light switch [līt/ swĭch/] **58**–27
night light [nīt/ līt/] **37**–27
porch light [pörch/ līt/] **53**–13
streetlight [strēt/līt/] **148**–3
string lights [strĭng/ līts/] **239**–18
tail light [tāl/ līt/] **158**–13
traffic light [trăf/ĭk līt/] **128**–8
work light [würk/ līt/] **181**–44
lightning [līt/nĭng] **13**–17
lily [lĭl/ē] **211**–26
limbs [lĭmz] **106** ✦, **210**–3
limes [līmz] **68**–8
limit [lĭ/mət] **154**–4
limo / limousine [lĭ/mō] / [lĭ/mə zēn] **156**–11
line [līn] **73**–11
assembly line [ə sĕm/blē līn] **175**–6
clothesline [klōz/līn/] **101**–9
curved line [kürvd/ līn/] **193**–23
headline [hĕd/līn/] **133**–7
line cook [līn/ kŏŏk/] **93, 185** ✦
line segment [līn/ sĕg/mənt] **193**–20
line supervisor [līn/ sōō/pər vī zər] **175**–4
parallel lines [pă/rə lĕl līnz/] **193**–25
perpendicular lines
[pür/pən dĭk/yə lər līnz/] **193**–24
straight line [strāt/ līn/] **193**–22
linen [lĭn/ən] **98**–2
linen closet [lĭn/ən kläz/ət] **57** ✦
liner [lī/nər]
eyeliner [ī/lī/nər] **109**–36
Lines [līnz] **193**
lingerie [län/zhə rā/, –jə–] **91** ✦
links [lĭnkz] **197**–10
lion [lī/ən] **213**–33, **216**–2, **217**–36
lip [lĭp] **106**–5
lipstick [lĭp/stĭk/] **109**–38
Liquid Measures [lĭk/wəd mĕzh/ərz] **75**
liquids [lĭk/wədz] **61**–21, **179**–8
list [lĭst] **67**–14
listen [lĭs/ən] **6**–C, **118**–C, **174**–K
listing [lĭst/ĭng] **48**–1
litter [lĭ/tər] **148**–2
litter [lĭ/tər] **219**–L
little [lĭt/l] **23**–1
Little League [lĭt/l lēg/] **229** ✦
live [lĭv] **140**–H
LIVE [lĭv] **52**
live music [līv/ myōō/zĭk] **84**–1
liver [lĭv/ər] **70**–7, **107**–40
livestock [līv/stäk/] **177**–15
living room [lĭv/ĭng rōōm/] **47**–12
LIVING ROOM [lĭv/ĭng rōōm/] **56**
lizard [lĭz/ərd] **213**–40
llama [lä/mə] **217**–25
load [lōd] **101**–C
loading dock [lō/dĭng däk/] **175**–15
loaf [lōf] **74**–10, **74**–22
meatloaf [mēt/lōf/] **81**–31
loafers [lō/fərz] **95**–30
Lobby [läb/ē] **50**
lobster [läb/stər] **71**–10
local call [lō/kəl köl/] **15**–31
lock [läk] **51**–34, **159**–25
locksmith [läk/smĭth/] **62**–11
lock [läk] **143**–E
locker [lä/kər] **5**–11, **50**–17
locket [läk/ət] **95**–35
Logging on and Sending Email
[lög/ĭng än/ ən sĕnd/ĭng ē/māl, –ön–] **197**
lonely [lōn/lē] **42**–17
long [löng] **96**–18
long distance call [löng/dĭs/təns köl/] **15**–32
long hair [löng/ hër/] **33**–3
long-sleeved [löng/slēvd/] **96**–14
long underwear [löng/ ŭn/dər wër/] **91**–3
look [lŏŏk]
look at [lŏŏk/ ăt/, –ət] **49**–H, **157**–A
look for [lŏŏk/ för/] / [lŏŏk/ fər] **133**–B, **173**–C
look in [lŏŏk/ ĭn] **173**–B
look up [lŏŏk/ ŭp] **8**–A
loop [lōōp] **99**–29
loose [lōōs] **97**–30
lose [lōōz] **229** ✦
loss [lös] **115**–2
lost child [löst/ chīld/] **144**–1
lotion [lō/shən] **37**–13, **108**–9
loud [lowd] **23**–11
loungewear [lownj/wër/] **91** ✦
love [lŭv] **40**–H, **42**–18
love seat [lŭv sēt/] **56**–1
low [lō] **97**–31
low-cost exam [lō/köst ĭg zăm/] **122**–1
low-cut socks [lō/kŭt/ säks/] **91**–10
low-fat milk [lō/făt/ mĭlk/] **81**–42
lower back [lō/ər băk/] **107**–29
lozenges [läz/ən jəz] **113**–30
LPN (licensed practical nurse) [ĕl/pē/ĕn/] /
[lī/sənst prăk/tə kəl nürs/] **120**–11
luggage [lŭg/ĭj] **161**–18
luggage cart [lŭg/ĭj kärt/] **184**–8
lug wrench [lŭg/ rĕnch/] **158**–22
lumber [lŭm/bər] **178**–17
Lunch [lŭnch] **80**
lung [lŭng] **107**–39
machine [mə shēn/]
answering machine [ăn/sər ĭng mə shēn/] **14**–17
ATM (Automated Teller Machine) [ā/tē/ĕm/] /
[ö/tə māt ĭd tĕ/lər mə shēn/] **132**
fax machine [făks/ mə shēn/] **183**–21
machine operator [mə shēn/ äp/ə rā tər] **168**–37
machine screw [mə shēn/ skrōō/] **180**–32
sewing machine [sō/ĭng mə shēn/] **98**–13
sewing machine operator
[sō/ĭng mə shēn/ äp/ə rā/tər] **98**–14
stamp machine [stămp/ mə shēn/] **135**–11
vending machine [vĕnd/ĭng mə shēn/] **152**–9
Machine [mə shēn/] **98, 132**
magazine [măg/ə zēn/, măg/ə zēn/] **133**–5
magazine holder [măg/ə zēn/ hōl/dər] **56**–23
magnet [măg/nət] **195**–36
magnolia [măg nōl/yə] **210**–8
mail
airmail [ër/māl/] **134**–5
Certified Mail® [sür/tə fīd māl/] **134**–4
Express Mail® [ĭk sprĕs/ māl/] **134**–2
junk mail [jŭnk/ māl/] **135** ✦
mailboxes [māl/bäk/səz] **50**–11, **53**–1, **128**–13,
135–12
media mail [mē/dē ə māl/] **134**–3
overnight / next day mail
[ō/vər nīt/ / nĕkst/ dā/ māl/] **135** ✦
Priority Mail® [prī/ör ə tē māl/] **134**–1
mail [māl/] **135**–D
mailer [mā/lər] **183**–40
mailing [mā/lĭng]
mailing address [mā/lĭng ə drĕs/, ă/drĕs] **134**–22
mailing label [mā/lĭng la/bəl] **183**–41
main office [mān/ ö/fəs] **5**–12
MAINTAINING A CAR [mān/tā nĭng ə kär/] **157**
maintenance [mān/tn əns] **184**–23
maitre d' [mā/trə dē/] **185**–11
make [māk] **156** ✦

make [māk]
make a deposit [māk/ ə dĭ päz/ət] **132**–B
make a disaster kit [māk/ ə dĭ zăs/tər kĭt/] **146**–B
make a mortgage payment [māk/ ə mör/gəj pā/mənt] **49**–L
make an offer [māk/ ən ö/fər] **49**–I
make a wish [māk/ ə wĭsh/] **240**–B
make copies [māk/ käp/ēz] **171**–D
make dinner [māk/ dĭn/ər] **39**–Q
make eye contact [māk/ ī/ kän/tăkt] **174**–J
make furniture [māk/ für/nĭ chər] **170**–G
make lunch [māk/ lŭnch/] **38**–F
make progress [māk/ prä/grəs] **10**–G
make small talk [māk/ smöl/tök] **12**–B
make the bed [māk/dhə bĕd/] **60**–F
maker [mā/kər]
dressmaker [drĕs/mā/kər] **100**–1
dressmaker's dummy [drĕs/mā/kərz dŭ/mē] **100**–2
homemaker [hōm/mā/kər] **168**–33
Makeup [māk/ŭp] **109**
makeup remover [māk/ŭp rĭ mo͞ov/ər] **109**–42
making [mā/kĭng] **232**–13
MAKING ALTERATIONS [māk/ĭng öl/tə rā/shənz] **100**
MAKING CLOTHES [māk/ĭng klōz/] **98–99**
Making an Emergency Call [mā/kĭng ən ĭ mür/jən sē köl/] **15**
Making a Phone Call [mā/kĭng ə fōn/ köl/] **15**
male [māl] **4**–17
mall [möl] **126**–7
MALL [möl] **130–131**
mallet [măl/ət] **180**–2
mammals [măm/əlz] **209**–10
Mammals [măm/əlz] **213**
MAMMALS [măm/əlz] **216–217**
manager [măn/ĭ jər] **50**–8, **72**–8
account manager [ə kownt/ măn/ĭ jər] **132**–9
office manager [ö/fəs măn/ĭ jər] **182**–8
Manager [măn/ĭ jər] **92**
mane [mān] **217**–49
maneuver [mə no͞o/vər] **117**–18
mangoes [măng/gōz] **68**–21
manicurist [mă/nə kyo͞o/rĭst] **168**–38
man / men [măn] / [mĕn] **30**–1, **30**–4
doorman [dör/măn/] **184**–1
mantle [măn/təl] **56**–11
manual [măn/yo͞o əl] **117**–2
Manual Transmission [măn/yo͞o əl trănz mĭsh/ən] **159**
manufacture [măn/yə făk/chər] **175**–B
map [măp] **7**–12, **155**–12
Map [măp] **13**
maple [mā/pəl] **210**–12
Maps [măps] **155**
MAPS [măps] **155**
March [märch] **21**–27
margarine [mär/jər ən] **72**–20
marigold [măr/ə gōld/] **211**–13
MARINE LIFE, AMPHIBIANS, AND REPTILES [mə rēn/ līf/ ăm fĭb/ē ənz ən rĕp/tīlz] **212–213**
Marines [mə rēnz/] **138**–17
mark [märk] **190**–12, **190**–13, **190**–15
postmark [pōst/märk/] **134**–24
markers [mär/kərz] **7**–17, **7**–24, **154**–17
market [mär/kət] **222**–6
supermarket [so͞o/pər mar/kət] **127**–18
MARKET [mär/kət] **66–67**
marriage license [măr/ĭj lī/səns] **41**–8
married couple [măr/ēd kŭ/pəl] **35**–20
Mars [märz] **205**–4
martial arts [mär/shəl ärts/] **228**–11
Martin Luther King Jr. Day [mär/tən lo͞o/thər-kĭng/ jo͞on/yər dā/] **22**–10
mascara [mă skăr/ə] **109**–39
mashed potatoes [măsht/ pə tā/tōz] **81**–23
mask [măsk] **239**–9
catcher's mask [kăch/ərz măsk/] **231**–15
diving mask [dī/vĭng măsk/] **225**–6
face mask [fās/ măsk/] **93**–32
oxygen mask [äk/sĭ jən măsk/] **161**–24
particle mask [pär/tĭ kəl măsk/] **179**–14
ski mask [skē/ măsk/] **90**–15
surgical mask [sür/jĭ kəl măsk/] **93**–36
ventilation mask [vĕnt/əl ā/shən măsk/] **92**–7
masking tape [măs/kĭng tāp/] **181**–53
mat [măt] **57**–3, **57**–28
placemat [plās/măt] **55**–11
match [măch] **9**–T
matches [măch/əz] **146**–16, **226**–21
matching [mă/chĭng] **28**–3
Material [mə tïr/ē əl] **98**
materials [mə tïr/ē əlz] **98** ✦, **179**–7
Materials [mə tïr/ē əlz] **179**
maternity [mə tür/nə tē]
maternity dress [mə tür/nə tē drĕs/] **88**–5
maternity store [mə tür/nə tē stör/] **131**–19
math [măth] **189**–10
MATHEMATICS [măth/ə măt/ĭks] **192–193**
Math Operations [măth/ äp/ə rā/shənz] **192**
Math Problem [măth/ präb/ləmz] **192**
mattress [mă/trəs] **58**–20
May [mā] **21**–29
mayonnaise [mā/ə nāz/, mā/ə nāz/] **79**–23
mayor [mā/ər] **139**–26
meadow [mĕd/ō] **204**–20
measles [mē/zəlz] **111**–5
measure [mĕzh/ər] **100**–17, **181**–45
measure [mĕzh/ər] **17**–C
Measurement [mĕzh/ər mənt] **17**
MEASUREMENTS [mĕzh/ər mənts] **17, 75**
Measures [mĕzh/ərz] **75**
Measuring Area and Volume [mē/zhər ĭng ër/ē ə ən väl/yəm, –yo͞om] **193**
meat [mēt] **66**–2
meatballs [mēt/bölz] **81**–27
meatloaf [mēt/lōf/] **81**–31
Meat [mēt] **70, 76**
MEAT AND POULTRY [mēt/ n pōl/trē] **70**
mechanic [mə kăn/ĭk] **166**–8
Mechanic [mə kăn/ĭk] **158**
media mail [mē/dē ə māl/] **134**–3
medical [mĕd/ĭ kəl] **121**–32
medical chart [mĕd/ĭ kəl chärt/] **121**–24
medical emergency bracelet [mĕd/ĭ kəl ĭ mür/jən sē brās/lət] **117**–3
medical records technician [mĕd/ĭ kəl rĕkərdz tĕk nĭsh/ən] **168**–39
medical waste disposal [mĕd/ĭ kəl wāst/ dĭ spō/zəl] **121**–31
MEDICAL CARE [mĕd/ĭ kəl kër/] **118**
MEDICAL CONDITIONS [mĕd/ĭ kəl kən dĭsh/ənz] **111**
MEDICAL EMERGENCIES [mĕd/ĭ kəl ĭ mür/jən sēz] **116**
Medical Procedures [mĕd/ĭ kəl prə se/jərz] **118**
Medical Specialists [mĕd/ĭ kəl spĕ/shə lĭsts] **120**
Medical Technician [mĕd/ĭ kəl tĕk nĭsh/ən] **93**
Medical Warnings [mĕd/ĭ kəl wör/nĭngz] **112**
medication [mĕd/ə kā/shən] **112**–3, **112** ✦, **113**–18, **121**–20
Medication [mĕd/ə kā/shən] **113**
medicine cabinet [mĕd/ə sən kăb/ə nət] **57**–20
medium [mē/dē əm] **96**–3
meet [mēt] **222**–6
meet [mēt] **49**–G, **49**–R
meeting [mē/tĭng]
meeting place [mē/tĭng plās/] **146**–1
meeting room [mē/tĭng ro͞om/] **184**–25
MEETING AND GREETING [mē/tĭng ən grē/tĭng] **2–3**
melons [mĕl/ənz] **68**–19
watermelons [wö/tər mĕl/ənz] **68**–18
membrane [mĕm/brān] **194**–6
Memorial Day [mə mör/ē əl dā/] **22**–12
memory card [mĕm/ə rē kärd/] **235**–20
men / man [mĕn] / [măn] **30**–1, **30**–4
doorman [dör/măn/] **184**–1
men's store [mĕnz/ stör/] **130** ✦
Men's Underwear [mĕnz/ un/dər wër/] **91**
menu [mĕn/yo͞o] **82**–7, **197**–8
menu bar [mĕn/yo͞o bär/] **197**–1
MENU [mĕn/yo͞o] **80–81**
Mercury [mür/kyə rē] **205**–1
merge [mürj] **154**–10
mess [mĕs] **64**–8
message [mĕs/ĭj] **14**–18, **14**–19
messenger [mĕs/ən jər] **168**–40
meter [mē/tər] **62**–14, **129**–25, **152**–23
mice / mouse [mīs] / [mows] **63**–28, **196**–15, **215**–18
microphone [mī/krə fōn/] **234**–18
microprocessor [mī/krō prä/sĕ sər] **196**–4
Microscope [mī/krə skōp/] **194**
microwave [mī/krə wāv/] **77**–T
microwave oven [mī/krə wāv/ ŭv/ən] **54**–13
middle [mĭd/l] **25**–2
middle-aged [mĭd/l ājd/] **32**–2
middle initial [mĭd/l ĭ nĭsh/əl] **4**–3
middle school [mĭd/l sko͞ol/] **188**–3
mid-length [mĭd/lĕnth] **96**–17
midnight [mĭd/nīt/] **18**–21
Military [mĭ/lə tër ē] **138**
MILITARY SERVICE [mĭ/lə tër ē sür/vəs] **138–139**
milk [mĭlk] **66**–5, **81**–42
milkshake [mĭlk shāk/] **79**–14
milk [mĭlk] **177**–C
mini [mĭn/ē] **96**–15
mini-blinds [mĭn/ē blīndz/] **58**–8
minivan [mĭn/ē văn/] **156**–8
minister [mĭ/nə stər] **199**–7

minutes [mĭn/əts] **18**–2
mirror [mïr/ər] **57**–16
full-length mirror [fo͝ol/lĕnth mïr/ər] **58**–6
rearview mirror [rïr/vyo͞o/ mïr/ər] **159**–35
sideview mirror [sīd/vyo͞o/ mïr/ər] **158**–3
misbehave [mĭs/bĭ hāv/] **44**–B
miss the bus [mĭs dhə bŭs/] **152** ✦
missing [mĭs/ĭng] **97**–40
mittens [mĭt/nz] **90**–10
mix [mĭks] **77**–R
mixed berries [mĭkst/ bĕr/ēz] **81**–36
mixer [mĭk/sər] **54**–25
mixing bowl [mĭk/sĭng bōl/] **54**–28, **78**–31
mobile [mō/bēl] **59**–5
mobile home [mō/bəl hōm/] **52**–7
model [mäd/l] **156** ✦, **168**–41
model kit [mäd/l kĭt/] **232**–9
model trains [mäd/l trānz/] **233**–27
modern [mä/dərn] **199**–2
moist towelettes [moyst/ tow/əl ĕts] **146**–12
moisturizer [moys/chə rī/zər] **108**–9
mole [mōl] **32**–16
molecule [mäl/ĭ kyo͞ol/] **195**–27
monarch [mä/nərk, mä/närk/] **199**–4
Monday [mŭn/dā, –dē] **20**–9
MONEY [mŭn/ē] **26**
monitor [män/ə tər] **196**–11
arrival and departure monitors
[ə rī/vəl ən dĭ pär/chər män/ə tərz] **161**–7
baby monitor [bā/bē män/ə tər] **59**–7
vital signs monitor [vī/təl sīnz män/ə tər] **121**–26
monkey [mŭng/kē] **217**–26
month [mŭnth] **20**–3
Months of the Year [mŭnths/ əv dhə yïr/] **21**
moon [mo͞on]
crescent moon [krĕs/ənt mo͞on/] **205**–10
full moon [fo͝ol/ mo͞on/] **205**–12
new moon [no͞o/ mo͞on/] **205**–9
quarter moon [kwör/tər mo͞on/] **205**–11
Moon [mo͞on] **205**
moose [mo͞os] **216**–1
mop [mäp] **61**–6
mop [mäp] **60**–D
morning [mör/nĭng] **18**–15
mosque [mäsk] **126**–5
mosquito [mə skē/tō] **214**–22
motel [mō tĕl/] **126**–12
moth [möth] **214**–21
mother [mŭdh/ər] **34**–3, **35**–22
grandmother [grăn/mŭdh/ər, grănd/–] **34**–1
motherboard [mŭdh/ər börd/] **196**–5
mother-in-law [mŭdh/ər ĭn lö/] **34**–10
stepmother [stĕp/mŭdh/ər] **35**–26
MOTION [mō/shən] **153**
motor [mō/tər] **124**–4
motorcycle [mō/tər sī/kəl] **150**–4
mountain [mown/tn]
mountain biking [mown/tn bī/kĭng] **226**–8
mountain lion [mown/tn lī/ən] **216**–2
mountain peak [mown/tn pēk/] **204**–14
mountain range [mown/tn rānj/] **204**–15
Mountain time [mown/tn tīm/] **19**–30
mouse / mice [mows] / [mīs] **63**–28, **196**–15, **215**–18
mouth [mowth] **104**–7
mouthwash [mowth/wäsh/, –wösh/] **109**–25
Mouth [mowth] **106**
move in [mo͞ov/ ĭn/] **48**–F
move out [mo͞ov/ owt/] **48** ✦
movement [mo͞ov/mənt] **199**–16
mover [mo͞o/vər] **168**–42
movies [mo͞o/vēz] **222**–2
movie theater [mo͞o/vē thē/ə tər] **126**–6
Movies [mo͞o/vēz] **237**
Moving In [mo͞o/vĭng ĭn] **49**
moving van [mo͞o/vĭng văn/] **156**–18
mow [mō] **176**–A
mower [mō/ər] **176**–6
mozzarella cheese [möts/ə rĕ lə chēz/] **71**–29
MP3 player [ĕm/pē/thrē/ plā/ər] **234**–2
mudslide [mŭd/slīd/] **144**–6
muffin [mŭf/ən] **79**–16, **80**–5
muffler [mŭf/lər] **158**–16
muffs [mŭfs] **179**–16
mug [mŭg] **55**–7
mugging [mŭg/ĭng] **142**–11
multiply [mŭl/tə plī] **192**–C
multi-use knife [mŭl/tē yo͞os/ nīf/, mŭl/tī–] **226**–20
mumps [mŭmps] **111**–7
murder [mür/dər] **142**–12
muscle [mŭs/əl] **107**–32
mushrooms [mŭsh/ro͞omz/] **69**–27
music [myo͞o/zĭk] **64**–3, **189**–15
live music [līv/ myo͞o/zĭk] **84**–1
music store [myo͞o/zĭk stör/] **130**–1
world music [würld/ myo͞o/zĭk] **237**–32
Music [myo͞o/zĭk] **237**
MUSIC [myo͞o/zĭk] **238**
musician [myo͞o zĭsh/ən] **168**–43
mussels [mŭs/əlz] **71**–13, **212**–17
mustache [mŭs/tăsh] **33**–5
mustard [mŭs/tərd] **79**–22
mystery [mĭs/tə rē] **237**–20
nachos [nä/chōz] **79**–7
nail [nāl] **180**–34
fingernail [fĭng/gər nāl/] **106**–18
nail clipper [nāl klĭp/ər] **109**–31
nail polish [nāl päl/ĭsh] **109**–33
nail salon [nāl sə län/] **130**–3
toenail [tō/nāl/] **106** ✦
name [nām] **4**–1, **4**–2, **4**–4
name tag [nām/ tăg/] **92**–15
napkin [năp/kĭn] **55**–10, **83**–26
narrow [năr/ō] **97**–35
nasal [nā/zəl]
nasal congestion [nā/zəl kən jĕs/chən] **110**–7
nasal spray [nā/zəl sprā/] **113**–32
National Guard [nă/shə nəl gärd/] **138**–19
NATIONAL PARKS [nă/shə nəl pärks/] **220–221**
Native Americans [nā/tĭv ə mĕr/ə kənz] **198**–3
natural [năch/rəl/, năch/ər əl/]
natural gas [năch/rəl găs/] **218**–3
natural materials [năch/rəl mə tïr/ē əlz] **98** ✦
NATURE CENTER [nā/chər sĕn/tər] **208–209**
nature program [nā/chər prō/grăm] **236**–7
Navigating a Webpage [nă/və gā/tĭng ə wĕb/pāj] **197**
Navy [nā/vē] **138**–15
navy blue [nā/vē blo͞o/] **28**–5
near [nïr] **25** ✦
neck [nĕk] **96**–8, **96**–10, **104**–3
crewneck [kro͞o/nĕk] **96**–7
necklaces [nĕk/lə sēz] **95**–10
turtleneck [tür/tl nĕk/] **96**–9
needle [nēd/l] **98**–17, **100**–10, **210**–10, **233**–23
needle plate [nēd/l plāt/] **98**–18
negative integers [nĕ/gə tĭv ĭn/tə jərz] **192**–1
negotiate [nĭ gō/shē āt/] **157**–D
neighborhood [nā/bər ho͝od/] **128** ✦
nephew [nĕf/yo͞o] **34**–19
Neptune [nĕp/to͞on] **205**–8
nervous [nür/vəs] **42**–10
nest [nĕst] **209**–12
net [nĕt] **226**–17
hairnet [hër/nĕt/] **93**–25
network [nĕt/würk/] **173**–A
Neutral Colors [no͞o/trəl kŭl/ərz] **24**
neutron [no͞o/trän] **195**–32
new [no͞o]
new job [no͞o/ jäb/] **172**–3
new moon [no͞o/ mo͞on/] **205**–9
New Year's Day [no͞o/ yïrz/ dā/] **22**–9
Newfoundland time [no͞o/fən lənd tīm/, –fənd–] **19**–34
news [no͞oz]
newspaper [no͞oz/pā/pər] **133**–6
news program [no͞oz prō/grăm] **236**–1
newsstand [no͞oz/stănd/] **128**–12
newt [no͞ot] **212**–26
New Words [no͞o/ würdz/] **8**
next [nĕkst]
next day mail [nĕkst/ dā/ māl/] **135** ✦
next to [nĕkst/ to͞o, –tə] **24**–9
next week [nĕkst/ wēk/] **20**–20
nickel [nĭk/əl] **26**–2
niece [nēs] **34**–18
night [nīt] **18**–20
nightclub [nīt/klŭb/] **223**–12
nightgown [nīt/gown/] **91**–25
night light [nīt/līt/] **37**–27
nightshirt [nīt/shürt/] **91**–28
nightstand [nīt/stănd/] **58**–23
night table [nīt/ tā/bəl] **58**–23
nine [nīn] **16**
nineteen [nīn/tēn/] **16**
nineteenth [nīn/tēnth/] **16**
ninetieth [nīn/tē əth] **16**
ninety [nīn/tē] **16**
90° angle [nīn/tē də grē/ ăng/gəl] **193**–26
ninth [nīnth] **16**
nipple [nĭp/əl] **37**–2
no [nō]
no left turn [nō/ lĕft/ türn] **154**–8
no outlet [nō/ owt/lĕt, –lət] **154**–6
no parking [nō/ pär/kĭng] **154**–11
noise [noyz] **64**–5
noisy [noy/zē] **23**–11
noon [no͞on] **18**–16
afternoon [ăf/tər no͞on/] **18**–17

north [nörth] **155**–1
NORTH AMERICA AND CENTRAL AMERICA
[nörth/ ə mĕr/ə kə ən sĕn/trəl ə mĕr/ə kə] **200–201**
nose [nōz] **104**–6, **110**–17
revolving nosepiece [rə väl/vĭng nōz/pēs] **194**–17
not [nät]
can't breathe [kănt/ brēdh/] **116**–N
do not drink [do͞o/ nät/ drĭnk] **112**–F
do not enter [do͞o/ nät/ ĕn/tər] **154**–2
do not operate [do͞o/ nät/ äp/ər āt/] **112**–E
do not take [do͞o nät/ tāk/] **112**–D
don't be late [dōnt/ bē/ lāt/] **174**–E
don't litter [dōnt/ lĭt/ər] **219**–L
don't smoke [dōnt/ smōk/] **114**–G
not working [nät/ wür/kĭng] **62**–1
note [nōt] **183**–39
footnote [fo͝ot/nōt/] **190**–10
notebook [nōt/bo͝ok/] **7**–27
notebook paper [nōt/bo͝ok/ pāp/ər] **7**–28
spiral notebook [spī/rəl nōt/bo͝ok/] **7**–29
novel [nä/vəl] **133**–16
November [nō vĕm/bər] **21**–35
nuclear energy [no͞o/klē ər ĕn/ər jē] **218**–8
nucleus [no͞o/klē əs] **194**–7, **195**–29
numb [nŭm] **119**–C
number [nŭm/bər]
access number [ăk/sĕs/ nŭm/bər] **14**–16
apartment number [ə pärt/mənt nŭm/bər] **4**–6
cell phone number [sĕl/ fōn/ nŭm/bər] **4**–12
checking account number
[chĕk/ĭng ə kownt/ nŭm/bər] **132**–14
driver's license number
[drī/vərz lī/səns nŭm/bər] **136**–11
even numbers [ē/vən nŭm/bərz] **192**–4
odd numbers [öd/ nŭm/bərz] **192**–3
phone number [fōn/ nŭm/bər] **4**–11, **15**–30
prescription number
[prĭ skrĭp/shən nŭm/bər] **112**–5
savings account number
[sā/vĭngz ə kownt/ nŭm/bər] **132**–11
SKU number [ĕs/kā/yo͞o/ nŭm/bər] **27**–5
Social Security number
[sō/shəl sĭ kyo͝or/ə tē nŭm/bər] **4**–15
Numbers [nŭm/bərz] **16**
NUMBERS [nŭm/bərz] **16**
Numerals [no͞o/mər əlz] **16**
numerator [no͞o/mər ā/ tər] **192**–5
nurse [nürs] **118**–8, **168**–44
licensed practical nurse (LPN) [lī/sənst
prăk/tə kəl nürs/] / [ĕl/pē/ĕn/] **120**–11
nurse midwives [nürs/ mĭd/wīvz] **120** ✦
nurse practitioners [nürs/ prăk tĭ/shən ərz] **120** ✦
registered nurse (RN) [rĕj/ə stərd nürs/] / [är/ĕn/]
120–10
surgical nurse [sür/jĭ kəl nürs/] **120**–9
nurse [nürs] **36**–B
Nurse [nürs] **93**
nursery [nür/sə rē]
nursery rhymes [nür/sə rē rīmz/] **37**–22
nursery school [nür/sə rē sko͞ol/] **188**–1
nursing [nür/sĭng] **120**–12
nursing home [nür/sĭng hōm/] **52**–12
Nursing Staff [nür/sĭng stăf/] **120**
nutrition label [no͞o trĭ/shən lā/bəl] **122**–8
nuts [nŭts] **73**–36, **180**–36
nylon [nī/län] **99**–12
oak [ōk] **210**–17, **210**–24
obey [ō bā/] **140**–C
objective [əb jĕk/tĭv] **194**–18
oboe [ō/bō] **238**–3
observatory [əb zür/və tör/ē] **205**–21
observe [əb zürv/] **195**–C
obstetrician [äb/stə trĭsh/ən] **120**–2
obtuse angle [äb/to͞os ăng/gəl] **193**–27
occupational therapist
[äk/yə pā/shən əl thĕr/ə pĭst] **168**–45
OCCUPATIONS [äk/yə pā/shənz] **166–169**
ocean [ō/shən] **204**–6, **225**–1
o'clock [ə kläk/] **18**–6
October [äk tō/bər] **21**–34
octopus [äk/tə pəs] **212**–9
odd numbers [öd/ nŭm/bərz] **192**–3
odometer [ō däm/ə tər] **159**–28
off [öf]
clear off [klïr/ öf/] **10**–I
drop off [dräp/ öf/] **38**–G
gas shut-off valve [găs/ shŭt/öf vălv/] **146**–4
get off [gĕt/ öf/] **153**–J
take off [tāk/ öf/] **109**–Q
turn off [türn/ öf/] **11**–P, **160**–I, **174**–G, **219**–G
offer [ö/fər] **12**–D
office [ö/fəs] **164**–3
main office [mān/ ö/fəs] **5**–12
office building [ö/fəs bĭld/ĭng] **124**–2
office manager [ö/fəs măn/ĭ jər] **182**–8
office supply store [ö/fəs sə plī/ stör/] **127**–21
post office [pōst/ ö/fəs] **125**–11
post office box (PO box) [pōst/ ö/fəs bäks/] /
[pē/ō bäks/] **135**–9
run for office [rŭn/ fər ö/fəs] **139**–A
Office [ö/fəs] **51**
OFFICE [ö/fəs] **134–135, 182–183**
Office Equipment [ö/fəs ĭ kwĭp/mənt] **183**
officer [ö/fə sər] **161**–17, **168**–48
Office Skills [ö/fəs skĭlz/] **171**
OFFICE SKILLS [ö/fəs skĭlz/] **171**
Office Supplies [ö/fəs sə plīz/] **183**
Office Visit [ö/fəs vĭ/zət] **119**
official [ə fĭsh/əl] **139**–32, **229**–6
oil [oyl] **73**–31, **218**–6
oil gauge [oyl/ gāj/] **159**–29
oil paint [oyl/ pānt/] **233**–19
oil spill [oyl/ spĭl/] **218**–17
ointment [oynt/mənt] **113**–24, **117**–10
OK [ō kā/] **154**–5
old [ōld] **31**–9, **31**–10
omelet [äm/lət, ä/mə lət] **76**–12
on [än, ön] **25**–11
get on [gĕt/ än, –ön] **153**–I
go on [gō/ än, –ön] **173**–K
on-the-job training [än dhə jäb/ trā/nĭng, –ön]
172–7
on the left [än dhə lĕft/, –ön] **25**–1
on the right [än dhə rīt/, –ön] **25**–3
on time [än tīm/, –ön] **19**–23, **16**–29
overdose on drugs [ō/vər dōs/ än drŭgz/] **116**–K
put on [po͝ot/ än/, –ön/] **87**–B, **108**–D, **109**–P
try on [trī/ än/, –ön/] **95**–C
turn on [türn/ än/, –ön/] **11**–B
once a week [wŭns/ə wēk/] **20**–22
oncologist [ön/kö lə jĭst/] **120**–5
one [wŭn] **16**
five after one [fīv/ ăf/ tər wŭn/] **18**–7
one billion [wŭn/ bĭl/yən] **16**
one eighth [wŭn/ ātth/, –āth/] **17**–5
one-fifteen [wŭn/fĭf/tēn/] **18**–9
one-forty [wŭn/för/tē] **18**–12
one-forty-five [wŭn/för/tē fīv/] **18**–13
one fourth [wŭn/ förth/] **17**–4
one half [wŭn/ hăf/] **17**–2
one hundred [wŭn/ hŭn/drəd] **16**
one hundred dollars
[wŭn/ hŭn/drəd däl/ərz] **26**–12
one hundred one [wŭn/ hŭn/drəd wŭn/] **16**
100 percent [wŭn/ hŭn/drəd pər sĕnt/] **17**–8
one hundredth [wŭn/ hŭn/drəth] **16**
one hundred thousand
[wŭn/ hŭn/drəd thow/zənd] **16**
one million [wŭn/ mĭl/yən] **16**
one o'clock [wŭn/ ə kläk/] **18**–6
one-oh-five [wŭn/ō fīv/] **18**–7
one-size-fits-all [wŭn/sīz fĭts/äl] **96**–6
one-ten [wŭn/tĕn/] **18**–8
one third [wŭn/ thürd/] **17**–3
one-thirty [wŭn/thür/tē] **18**–11
one thousand [wŭn/ thow/zənd] **16**
one thousandth [wŭn/ thow/zənth] **16**
one-twenty [wŭn/twĕn/tē] **18**–10
one way [wŭn/ wā/] **154**–3
one-way trip [wŭn/wā/ trĭp/] **152**–16
one whole [wŭn/hōl/] **17**–1
quarter after one [kwör/tər ăf/tər wŭn/] **18**–9
ten after one [tĕn/ ăf/tər wŭn/] **18**–8
twenty after one [twĕn/tē ăf/tər wŭn/] **18**–10
onions [ŭn/yənz] **69**–19, **69**–20
onion rings [ŭn/yən rĭngz/] **79**–4
online [än/līn/, ön–]
online catalog [än/līn/ kă/tə lög, ön–] **133**–11
online course [än/līn/ körs/, ön–] **172**–8
only [ōn/lē] **154**–7
On the Airplane [än/ dhe ër/plān/] **161**
open [ō/pən] **6**–G, **143**–F
opener [ō/pən ər] **54**–8, **78**–1, **146**–8
Opening an Account [ō/pə nĭng ən ə kownt/] **132**
opera [äp/rə] **223**–11, **236**–5
operate [äp/ə rāt/] **112**–E, **170**–H
Operating Room [äp/ə rā/tĭng ro͞om/] **121**
operating table [äp/ə rā/tĭng tā/bəl] **121**–40
Operations [äp/ə rā/shənz] **192**
operator [äp/ə rā/tər] **14**–21, **98**–14, **168**–37
ophthalmologist
[äf/thəl mäl/ə jĭst, –thə mäl/–, äp/–] **120**–7
opinion [ə pĭn/yən] **44**–3
opossum [ə päs/əm, päs/əm] **216**–4
opponent [ə pō/nənt] **139**–30
optician [äp tĭsh/ən] **130**–9

optometrist [äp tăm/ə trĭst] **115**–6
orange [ör/ənj, är/–] **24**–4
oranges [ör/ən jəz, är/–] **68**–5
orangutan [ə răng/ə tăng/, –tăn/] **217**–39
orchard [ör/chərd] **177**–10
orchid [ör/kĭd] **211**–19
order [ör/dər] **185**–1
  order puller [ör/dər pŏŏl/ər] **175**–10
order [ör/dər] **82**–D
orderly [ör/dər lē] **120**–16
Ordinal Numbers [ör/dn əl nŭm/bərz] **16**
organ [ör/gən] **238**–20
organic [ör găn/ĭk] **84**–2
organisms [ör/gə nĭzmz] **194**–1
organize [ör/gə nīz/] **171**–L, **191**–G
organizer [ör/gə nī/zər] **183**–49
ornament [ör/nə mənt] **239**–15
Orthodontics [ör/thə dän/tĭks] **119**
orthodontist [ör/thə dän/tĭst] **119**–5
orthopedists [ör/thə pē/dĭsts] **120** ✦
Other Instruments [ŭdh/ər ĭn/strə mənts] **238**
otter [ät/ər] **213**–35
ounce [owns] **75**–1, **75**–11
out [owt] **62**–2
  blow out [blō/ owt/] **240**–C
  check out [chĕk/ owt/] **133**–C
  cross out [krös/ owt/] **9**–R
  eat out [ēt/ owt/] **82** ✦
  fill out [fĭl/ owt/] **173**–J
  get out of [gĕt/ owt/ əv] **153**–F
  let out [lĕt/ owt/] **100**–C
  move out [mōōv/ owt/] **48** ✦
  outfit [owt/fĭt] **88** ✦
  out of focus [owt/ əv fō/kəs] **235**–33
  out-of-state contact [owt/əv stāt/ kän/tăkt] **146**–2
  run out of gas [rŭn/ owt/ əv găs/] **162**–E
  take out [tāk/ owt/] **9**–Y, **60**–Q, **82** ✦
  work out [würk/ owt/] **230**–N
OUTDOOR RECREATION [owt/dör rĕk/rē ā/shən] **226**
outlet [owt/lĕt, –lət] **58**–28, **154**–6, **159**–42
  outlet cover [owt/lĕt kŭv/ər] **181**–46
OUTSIDE THE BODY [owt/sīd/ dhe bä/dē] **106–107**
oven [ŭv/ən] **54**–15, **54**–20
  oven cleaner [ŭv/ən klē/nər] **61**–3
over [ō/vər] **76**–11, **153**–B
  overalls [ō/vər ölz/] **88**–6
  overcoat [ō/vər kōt/] **90**–2
  overexposed [ō/vər ĭk spōzd/] **235**–34
  overflowing [ō/vər flō/ĭng] **63**–17
  overhead compartment
    [ō/vər hĕd/ kəm pärt/mənt] **161**–13
  overhead projector [ō/vər hĕd/ prə jĕk/tər] **7**–16
  overjoyed [ō/vər joyd/] **43** ✦
  overnight mail [ō/vər nīt/ māl/] **135** ✦
  over-the-counter medication
    [ō/vər dhə -kown/tər mĕd/ə kā/shən] **113**–18
overdose [ō/vər dōs/, ō/vər dōs/] **116**–K
Over-the-Counter Medication
  [ō/vər dhə kown/tər mĕd/ə kā/shən] **113**
owl [owl] **214**–5
owner [ō/nər] **166**–11, **175**–1
oxfords [äks/fərdz] **95**–29
oxygen mask [äk/sĭ jən măsk/] **161**–24
oysters [oy/stərz] **71**–14
Pacific time [pə sĭf/ĭk tīm/] **19**–29
pacifier [păs/ə fī/ər] **37**–24
pack [păk] **74**–9, **117**–13, **235**–26
  backpack [băk/păk/] **94**–18, **226**–15
pack [păk] **49**–M, **162**–A
package [păk/ĭj] **74**–8, **74**–20, **134**–17
packaged food [păk/ĭjd fōōd/] **146**–10
PACKAGING [păk/ə jĭng] **74**
packer [păk/ər] **175**–18
packing tape [păk/ĭng tāp/] **183**–32
pad [păd]
  bumper pad [bŭm/pər păd/] **59**–4
  changing pad [chānj/ĭng păd/] **59**–2
  foam pad [fōm/ păd/] **226**–13
  heating pad [hē/tĭng păd/] **113**–13
  ink pad [ĭnk/ păd/] **183**–46
  knee pads [nē/ pădz/] **179**–19
  legal pad [lē/gəl păd/] **183**–38
  shoulder pads [shōl/dər pădz/] **231**–20
  steel-wool soap pads [stēl/wŏŏl/sōp/ pădz/] **61**–5
  sterile pad [stĕr/əl păd/] **117**–6
pail [pāl] **37**–7, **61**–7, **225**–8
pain [pān] **42**–11, **115**–3
  pain reliever [pān rĭ lē/vər] **113**–26
paint [pānt] **181**–25, **232**–10, **233**–19
  paintbrush [pānt/brŭsh/] **181**–22, **233**–20
  paint pan [pānt/ păn/] **181**–51
  paint roller [pānt/ rō/lər] **181**–23
paint [pānt] **49**–P, **178**–A, **233**–E
painter [pān/tər] **168**–46
Painter [pān/tər] **92**
painting [pān/tĭng] **56**–9
pair of scissors [për/ əv sĭz/ərz] **100**–16
paisley [pāz/lē] **96**–26
pajamas [pə jä/məz, –jă/–] **91**–24
pallet [pă/lət] **175**–13
palm [päm] **106**–15, **210**–14
pan [păn] **54**–24
  bed pan [bĕd/ păn/] **121**–28
  cake pan [kāk/ păn/] **78**–26
  dustpan [dŭst/ păn/] **61**–17
  frying pan [frī/ĭng păn/] **78**–5
  paint pan [pānt/ păn/] **181**–51
  pancakes [păn/kāks/] **80**–7
  pie pan [pī/ păn/] **78**–28
  roasting pan [rō/stĭng păn/] **78**–13
  saucepan [sös/păn/] **78**–25
pancreas [păng/krē əs] **107**–45
panda [păn/də] **217**–41
pane [pān] **178**–16
panel [păn/əl] **234**–7
Panel [păn/əl] **159**
panther [păn/thər] **217**–40
panties [păn/tēz] **91**–13
pants [pănts] **87**–12
  security pants [sĭ kyŏŏr/ə tē pănts/] **93**–22
  training pants [trā/nĭng pănts/] **37**–11
  work pants [würk/ pănts/] **92**–5
panty hose [păn/tē hōz/] **91**–18
papayas [pə pī/əz] **68**–20
paper [pā/pər]
  construction paper [kən strŭk/shən pā/pər] **232**–12
  copies of important papers
    [kä/pēz əv ĭm pört/ənt pā/pərz] **146**–20
  newspaper [nōōz/pā/pər] **133**–6
  notebook paper [nōt/bŏŏk/ pā/pər] **7**–28
  paper clip [pā/pər klĭp/] **183**–31
  paper cutter [pā/pər kŭt/ər] **183**–22
  paper dolls [pā/pər dälz/] **233**–28
  paper shredder [pā/pər shrĕd/ər] **183**–24
  paper towels [pā/pər tow/əlz] **54**–3
  sandpaper [sănd/ pā/pər] **181**–56
  toilet paper [toy/lət pā/pər] **57**–17, **146**–13
  wallpaper [wäl/ pā/pər] **59**–8
parade [pə rād/] **239**–1
paragraph [păr/ə grăf/] **190**–3
parakeet [păr/ə kēt/] **215**–15
parallel lines [păr/ə lĕl/ līnz/] **193**–25
parallelogram [păr/ə lĕl/ə grăm/] **193**–33
paramedic [păr/ə mĕ/dĭk] **116**–2
parasites [păr/ə sīts/] **111**–13
parcel post [pär/səl pōst/] **134**–6
parentheses [pə rĕn/thə sēz/] **190**–19
PARENTING [pär/ən tĭng, për/–] **36–37**
Parents [pär/ənts, për/–] **34**
parent-teacher conference
  [pär/ənt tē/chər kän/frəns, për/–] **22**–5
paring knife [për/ĭng nīf/] **78**–16
park [pärk] **223**–10
  park ranger [pärk/ rāng/jər] **220**–2
park [pärk] **129**–E
parka [pär/kə] **90**–9
PARK AND PLAYGROUND [pärk/ ən plā/grownd/] **224**
parking [pär/kĭng] **128**–6, **154**–11, **154**–12
  parking attendant [pär/kĭng ə tĕn/dənt] **184**–3
  parking garage [pär/kĭng gə räzh/, –räj/] **124**–1
  parking meter [pär/kĭng mē/tər] **129**–25
  parking space [pär/kĭng spās/] **50**–18, **128**–5
PARKS [pärks] **220–221**
parochial school [pə rō/kē əl skōōl/] **5** ✦
parsley [pär/slē] **69**–28
part [pärt] **33**–4
participate [pär tĭ/sə pāt/] **10**–B
particle [pär/tĭ kəl]
  particle board [pär/tĭ kəl börd/] **181**–20
  particle mask [pär/tĭ kəl măsk/] **179**–14
Partner [pärt/nər] **8**
parts [pärts] **175**–5
Parts of a Bird [pärts/ əv ə bürd/] **214**
PARTS OF A CAR [pärts/ əv ə kär/] **158–159**
Parts of a Fish [pärts/ əv ə fĭsh/] **212**
Parts of a Flower [pärts/ əv ə flow/ər] **211**
Parts of an Essay [pärts/ əv ən ĕs/ā] **190**
Parts of a Phone [pärts/ əv ə fōn/] **14**
Parts of a Sewing Machine
  [pärts/ əv ə sō/ĭng mə shēn] **98**
Parts of a Tree [pärts/ əv ə trē/] **210**
party [pär/tē] **64**–2
pass [păs] **161**–20
  passbook [păs/bŏŏk/] **132**–10
  passport [păs/pört/] **41**–10
pass [păs] **10**–E, **137**–H, **230**–G

passenger [păs/ən jər] **150**–2, **161**–15
past [păst] **155**–E
pasta [päs/tə] **67**–12
pasta salad [päs/tə săl/əd] **80**–20
paste [păst]
toothpaste [to͞oth/păst/] **109**–23
pastrami [pə strä/mē] **71**–23
path [păth] **208**–3, **224**–3
Path [păth] **172**
patient [pā/shənt] **118**–6, **121**–18
patio [păt/ē ō] **53**–16
patio furniture [păt/ē ō für/nĭ chər] **53**–19
patron [pā/trən] **82**–6, **133**–3
pattern [păt/ərn] **99**–22
PATTERNS [păt/ərnz] **96**
pause [pöz] **235**–E
paw [pö] **216**–20
pay [pā]
paycheck [pā/chĕk/] **165**–14
payroll clerk [pā/rōl klürk/] **165**–10
pay stub [pā/ stŭb/] **165**–11
pay [pā]
pay a late fine [pā/ ə lāt/ fīn/] **133**–E
pay attention [pā/ ə tĕn/shən] **147**–D
pay back [pā/ băk/] **26**–D
pay cash [pā/ kăsh/] **27**–A
pay for [pā/ för/, –fər] **27**–G
pay phone [pā/ fōn] **15**–25, **129**–23
pay taxes [pā/ tăks/əz] **140**–B
pay the application fee
[pā/ dhe ăp/lə kā/shən fē/] **137**–D
pay the check [pā/ dhe chĕk/] **82**–I
pay the rent [pā/ dhe rĕnt/] **48**–E
Pay [pā] **27**
PBX [pē/ bē/ ĕks/] **182**–13
peaceful assembly [pēs/fəl ə sĕm/blē] **140**–1
peaches [pē/chəz] **68**–10
peacock [pē/käk/] **214**–14
peak [pēk] **204**–14
pearls [pürlz] **95**–39
pears [pĕrz] **68**–4
peas [pēz] **69**–21
pedal [pĕd/əl] **159**–45, **159**–46
pedestrian [pə dĕs/trē ən] **128**–14
pedestrian crossing [pə dĕs/trē ən krö/sĭng] **154**–13
pediatrician [pē/dē ə trĭsh/ən] **120**–4
peel [pēl] **77**–K
peeler [pē/lər] **78**–15
peephole [pēp/hōl/] **51**–32
pelvis [pĕl/vəs] **107**–50
pen [pĕn] **7**–22
pencil [pĕn/səl] **7**–20, **109**–34
pencil eraser [pĕn/səl ĭ rā/sər] **7**–21
pencil sharpener [pĕn/səl shär/pə nər] **7**–23, **183**–26
penguin [pĕng/wĭn] **214**–11
peninsula [pĕ nĭn/sə lə] **204**–7
penny [pĕn/ē] **26**–1
PEOPLE [pē/pəl] **32**
pepper [pĕp/ər] **55**–13, **69**–7, **69**–29
percent [pər sĕnt/]
50 percent [fĭf/tē pər sĕnt/] **17**–10
100 percent [wŭn/ hŭn/drəd pər sĕnt/] **17**–8
75 percent [sĕv/ən tē fīv/ pər sĕnt/] **17**–9
10 percent [tĕn/ pər sĕnt/] **17**–12
25 percent [twĕn/tē fīv/ pər sĕnt/] **17**–11
Percents [pər sĕnts/] **17**
Percussion [pər kŭsh/ən] **238**
perfume [pür/fyo͞om/, pər fyo͞om/] **108**–6
perimeter [pə rĭ/mə tər] **193**–43
period [pïr/ē əd] **190**–11
Period [pïr/ē əd] **198**
periodicals [pïr/ē äd/ĭ kəlz] **133**–4
periodic table [pïr/ē äd/ĭk tā/bəl] **195**–26
perm [pürm] **33**–B
peroxide [pə räk/ sīd] **117**–9
perpendicular lines [pür/pən dĭk/yə lər līnz/] **193**–24
person [pür/sən]
appliance repair person
[ə plī/əns rĭ pĕr/ pür/sən] **166**–4
assemblyperson [ə sĕm/blē pür/sən] **139**–24
businessperson [bĭz/nəs pür/sən] **166**–12
bus person [bŭs/ pür/sən] **185**–13
congressperson [kän/grəs pür/sən] **138**–4
councilperson [kown/səl pür/sən] **139**–28
counterperson [kown/tər pür/sən] **79**–17
delivery person [də lĭv/ə rē pür/sən] **167**–21
electronics repair person
[ĭ lĕk trän/ĭks rĭ pĕr/ pür/sən] **167**–24
repair person [rĭ pĕr/ pür/sən] **62**–10
personal CD player [pür/sə nəl sē/dē/ plā/ər] **234**–5
PERSONAL HYGIENE [pür/sə nəl hī/jēn] **108–109**
PERSONAL INFORMATION
[pür/sə nəl ĭn/fər mā/shən] **4**
pesticide poisoning [pĕs/tə sīd/ poy/zə nĭng] **218**–16
pests [pĕsts] **62** ✦
pet [pĕt]
pet food [pĕt fo͞od/] **72**–5
pet store [pĕt stör/] **130**–6
petals [pĕt/lz] **211**–8
petition [pə tĭ/shən] **148**–5
petroleum [pə trō/lē əm] **218**–6
Pets [pĕts] **215**
pharmacist [fär/mə sĭst] **112**–1
pharmacy [fär/mə sē] **128**–4
PHARMACY [fär/mə sē] **112–113**
Phase of the Moon [fāz/ əf dhə mo͞on/] **205**
Phillips screwdriver [fĭl/ĭps skro͞o/drī/vər] **180**–31
phlebotomist [flĭ bä/tə mĭst] **121**–29
phone [fōn]
automated phone system
[ö/tə māt ĭd fōn/ sĭs/təm] **14**–23
cell phone holder [sĕl/ fōn/ hōl/dər] **94**–15
cell phone kiosk [sĕl/ fōn/ kē/ösk] **131**–22
cell phone number [sĕl/ fōn/ nŭm/bər] **4**–12
cellular phone [sĕl/yə lər fōn/] **14**–8
cordless phone [körd/ləs fōn/] **15**–24
headphones [hĕd/ fōnz/] **6**–8, **234**–4
Internet phone call [ĭn/tər nĕt/ fōn/ käl/] **14**–20
microphone [mī/krə fōn/] **234**–18
pay phone [pā/ fōn/] **15**–25, **129**–23
phone bill [fōn/ bĭl/] **15**–28
phone jack [fōn/ jăk/] **14**–3
phone line [fōn/ līn/] **14**–4
phone number [fōn/ nŭm/bər] **4**–11, **15**–30
smart phone [smärt/ fōn/] **15**–27
Phone [fōn] **14**
Phone Bill [fōn/ bĭl/] **15**
Phone Call [fōn/ köl/] **15**
photo [fō/tō] **58**–3, **136**–4
digital photo album [dĭ/jə təl fō/tō äl/bəm] **235**–32
funny photo [fŭn/ē fō/tō] **206**–2
photo album [fō/tō äl/bəm] **235**–31
photocopier [fō/tə käp/ē ər] **183**–23
serious photo [sïr/ē əs fō/tō] **206**–3
photographer [fə täg/rə fər] **206**–1
PHOTOGRAPHY [fə täg/rə fē] **234–235**
photosynthesis [fō/tō sĭn/thə səs] **194**–10
physical [fĭz/ĭ kəl]
physical education [fĭz/ĭ kəl ĕ jə kā/shən] **189**–17
physical therapist [fĭz/ĭ kəl thĕr/ə pĭst] **115**–12
physical therapy [fĭz/ĭ kəl thĕr/ə pē] **115**–11
physically challenged [fĭz/ĭ klē chăl/ənjd] **32**–10
physician assistant [fĭz/ĭ shən ə sĭs/tənt] **168**–47
physicist [fĭz/ĭ sĭst/] **195**–33
Physics [fĭz/ĭks] **195**
pi (π) [pī] **193**–46
piano [pē ăn/ō] **238**–14
pick [pĭk] **108**–15
pickax [pĭk/ăks/] **178**–21
picker [pĭ/kər] **178**–5
pickle [pĭk/l] **80**–11
pick up [pĭk/ ŭp/] **6**–I, **11**–E, **38**–M, **112** ✦
pickup truck [pĭk/ŭp trŭk/] **156**–12
picnic [pĭk/nĭk] **224**–D
picnic table [pĭk/nĭk tā/bəl] **224**–8
picture [pĭk/chər]
picture book [pĭk/chər bo͝ok/] **133**–12
picture dictionary [pĭk/chər dĭk/shə nër ē] **7**–31
picture frame [pĭk/chər frām/] **58**–4
pie [pī] **81**–35
pie pan [pī/ păn/] **78**–28
pier [pïr] **225**–18
pierced [pïrst]
pierced ear [pïrst/ ïr/] **32**–17
pierced earrings [pïrst/ ïr/ĭngz] **95**–36
pig [pĭg] **215**–2, **215**–14
pigeon [pĭj/ən] **214**–15
pile [pīl] **53**–25
pill [pĭl] **113**–21
pillow [pĭl/ō] **56**–2, **58**–11
pillowcase [pĭl/ō kās/] **58**–14
pilot [pī/lət] **161**–11
pin [pĭn] **95**–38
bobby pins [bäb/ē pĭnz/] **108**–21
clothespin [klōz/ pĭn/] **101**–10
pin cushion [pĭn/ ko͝osh/ən] **100**–13
pushpin [po͝osh/pĭn/] **183**–35
rolling pin [rō/lĭng pĭn] **78**–30
safety pin [sāf/tē pĭn/] **37**–9, **100**–14
straight pin [strāt pĭn/] **100**–12
pine [pīn] **210**–9
pinecone [pīn/kōn/] **210**–11
pineapples [pī/năp/əlz] **68**–23
pink [pĭnk] **24**–7
pint [pīnt] **75**–3
pipe [pīp] **158**–15, **181**–17
pipe wrench [pīp rĕnch/] **181**–47

pitch [pĭch] **230**–A
pizza [pēt/sə] **79**–10
place [plās] **146**–1
fireplace [fīr/plās/] **56**–13
placemat [plās măt/] **55**–11
place of birth [plās/ əv bürth/] **4**–14
place setting [plās/ sĕt/ĭng] **83**–17
PLACES TO GO [plā/səz tə gō/] **222–223**
PLACES TO LIVE [plā/səz tə lĭv/] **52**
plaid [plăd] **96**–22
plain [plān] **97**–33
plains [plānz] **204**–19
plan [plăn] **186**–4
plan [plăn] **146**–A
plane [plān] **144**–3, **150**–8, **181**–57
Planets [plăn/əts] **205**
Planning a Career [plă/nĭng ə kə rēr/] **172**
plant [plănt] **176**–E, **177**–A, **219**–N
plants [plănts] **208**–5
houseplant [hows/plănt/] **56**–4, **211**–27
Plants [plănts] **210**
PLANTS [plănts] **210**
plaque [plăk] **119**–12
plastic [plăs/tĭk]
plastic storage bags [plăs/tĭk stör/ĭj băgz] **72**–25
plastic storage container [plăs/tĭk stör/ĭj kən tā/nər] **78**–4
plastic utensils [plăs/tĭk yōō tĕn/ səlz] **79**–19
plastic wrap [plăs/tĭk răp/] **72**–24
plate [plāt] **55**–1
bread-and-butter plate [brĕd/n bŭt/ər plāt/] **83**–19
dinner plate [dĭn/ər plāt/] **83**–18
license plate [lī/səns plāt/] **136**–12, **158**–12
salad plate [săl/əd plāt/] **83**–20
vanity plate [vă/nə tē plāt/]**136** ✦
platform [plăt/förm/] **152**–7
platter [plăt/ər] **55**–20
platypus [plăt/ĭ pəs, –pōōs/] **217**–46
play [plā] **223**–8
play area [plā/ ër/ē ə] **130**–11
playground [plā/grownd/] **50**–3
play [plā] **235**–B
play an instrument [plā/ ən ĭn/strə mənt] **238**–A
play cards [plā/ kärdz/] **233**–H
play games [plā/ gāmz/] **232**–B
play with [plā/ wĭth/] **36**–M
player [plā/ər] **229**–5
CD player [sē/dē plā/ər] **159**–38
DVD player [dē/vē/dē/ plā/ər] **56**–7, **234**–10
MP3 player [ĕm/pē/thrē/ plā/ər] **234**–2
personal CD player [pür/sə nəl sē/dē plā/ər] **234**–5
portable cassette player [pör/tə bəl kə sĕt/ plā/ər] **234**–6
portable DVD player [pör/tə bəl dē/vē/dē/ plā/ər] **234**–11
video player [vĭd/ē ō plā/ər] **197**–11
PLAYGROUND [plā/grownd/] **224**
pliers [plī/ərz] **180**–7
plugs [plŭgz] **179**–15, **234**–16
plumber [plŭm/ər] **63**–20
plums [plŭmz] **68**–13
plunger [plŭn/jər] **181**–50
plywood [plī/wŏŏd/] **178**–18
p.m. [pē/ĕm/] **18**–5
pneumatic drill [nŏŏ măt/ĭk drĭl/] **178**–9
poached eggs [pōcht/ ĕgz/] **76**–9
PO box (post office box) [pē/ō bäks/] / [pōst/ ö/fəs bäks/] **135**–9
pocket [päk/ət] **100**–7
podium [pō/dē əm] **206**–5
poinsettia [poyn sĕt/ē ə, –sĕt/ə] **211**–24
point [poynt] **17**–7,
endpoint [ĕnd/poynt/] **193**–21
pointer [poyn/tər] **197**–12
poison [poy/zən] **116**–J
poison ivy [poy/zən ī/vē] **210**–25
poison oak [poy/zən ōk/] **210**–24
poison sumac [poy/zən sōō/măk, –shōō/–] **210**–23
poisoning [poy/zən ĭng] **218**–16
poisonous fumes [poy/zən əs fyōōmz/] **179**–3
poles [pōlz] **226**–18, **231**–25
police [pə lēs/]
police officer [pə lēs/ ö/fə sər] **141**–1, **168**–48
police station [pə lēs/ stā/shən] **124**–6
polish [päl/ĭsh] **61**–8, **109**–33
polish [päl/ĭsh] **60**–E, **109**–O
political [pə lĭ/tĭ kəl]
political campaign [pə lĭ/tĭ kəl kăm pān/] **139**–29
political movement [pə lĭ/tĭ kəl mōōv/mənt] **199**–16
political party [pə lĭ/tĭ kəl pär/tē] **139** ✦
polka-dotted [pō/kə dät/əd] **96**–21
pollution [pə lōō/shən] **218**–11, **218**–14
Pollution [pə lōō/shən] **218**
polo [pō/lō] **229**–15
polo shirt [pō/lō shĭrt/] **92**–14
poncho [pän/chō] **90**–19
pond [pänd] **204**–21
pool [pōōl] **51**–22, **184**–22, **228**–2
pool service [pōōl/ sür/vəs] **184**–21
pool table [pōōl/ tā/bəl] **50**–14
pop [päp] **73**–34, **237**–25
pop-up ad [päp/ŭp] **197**–9
porch light [pörch/ līt/] **53**–13
porcupine [pör/kyə pīn/] **216**–10
Pork [pörk] **70**
pork chops [pörk/ chäps/] **70**–10
porpoise [pör/pəs] **213**–30
port [pört] **196**–7
airport [ër/pört/] **151**–10
portable [pör/tə bəl]
portable cassette player [pör/tə bəl kə sĕt/ plā/ər] **234**–6
portable DVD player [pör/tə bəl dē/vē/dē/ plā/ər] **234**–11
portable TV [pör/tə bəl tē/ vē/] **234**–8
positive integers [pö/zə tĭv ĭn/tə jərz] **192**–2
post [pōst] **134**–6
post card [pōst/kärd/] **134**–16
postmark [pōst/märk/] **134**–24
post office [pōst/ ö/fəs] **125**–11
post office box (PO box) [pōst/ ö/fəs bäks/] / [pē/ō bäks/] **135**–9
postage [pō/stĭj] **135** ✦
postal [pō/stəl] **135**–10
postal clerk [pō/stəl klürk/] **135**–7
postal forms [pō/stəl förmz/] **134**–19
postal scale [pō/stəl skāl/] **183**–27
postal worker [pō/stəl wür/kər] **169**–49
POST OFFICE [pōst/ ö/fəs] **134–135**
pot [pät] **54**–16, **78**–6
pot holders [pät hōl/dərz] **78**–29
teapot [tē/pät/] **55**–16
potatoes [pə tā/tōz] **69**–17
baked potato [bākt/ pə tā/tō] **81**–25
mashed potatoes [măsht/ pə tā/tōz] **81**–23
potato chips [pə tā/tō chĭps/] **73**–35
potato salad [pə tā/tō săl/əd] **80**–19
sweet potatoes [swēt/ pə tā/tōz] **69**–18
potty seat [pät/ē sēt/] **37**–12
pouch [powch] **217**–50
Poultry [pōl/trē] **70, 76**
POULTRY [pōl/trē] **70**
pound [pownd] **75**–12
pound key [pownd/ kē/] **14**–7
pour [pör] **82**–C
powder [pow/dər] **37**–14, **108**–4, **109**–41
power [pow/ər] **218**–2, **218**–5
power cord [pow/ər körd/] **196**–2
power outlet [pow/ər owt/lĕt] **159**–42
power sander [pow/ər săn/dər] **180**–11
pox [pöks] **111**–6
practical [prăk/tə kəl] **120**–11
prairie dog [prër/ē dög/] **215**–22
praise [prāz] **36**–J
pregnant [prĕg/nənt] **32**–15
preheat [prē/hēt/] **77**–A
preparation [prĕ/pə rā/shən] **185**–4
PREPARATION [prĕ/pə rā/shən] **76–77**
prepare [prĭ/për] **174**–A
PREPOSITIONS [prĕp/ə zĭsh/ənz] **25**
PREPOSITIONS OF MOTION [prĕp/ə zĭsh/ənz əv mō/shən] **153**
preschool [prē/skōōl/] **188**–1
prescribe medication [prĭ skrīb/mĕd/ə kā/shən] **112** ✦
prescription [prĭ skrĭp/shən] **112**–2
pick up a prescription [pĭk/ ŭp/ə prĭ skrĭp/shən] **112** ✦
prescription label [prĭ skrĭp/shən lā/bəl] **112**–4
prescription medication [prĭ skrĭp/shən mĕd/ə kā/shən] **112**–3
prescription number [prĭ skrĭp/shən nŭm/bər] **112**–5
present [prĕz/ənt] **94** ✦, **240**–3
presentation [prĕ/zən tā/shən] **182**–6
president [prĕz/ə dənt] **138**–8, **199**–5
first president [fürst/ prĕz/ə dənt] **198**–11
Presidents' Day [prĕz/ə dənts dā/] **22**–11
vice president [vīs/ prĕz/ə dənt] **138**–9
press [prĕs] **78**–11, **140**–4
press [prĕs] **15**–B, **15**–D
presser foot [prĕs/ər fŏŏt/] **98**–19
pressure [prĕsh/ər] **111**–14, **118**–9
pretend [prĭ tĕnd/] **233**–G
Prewriting [prē/rī/tĭng] **191**

price [prīs] **27**–2, **27**–3, **27**–7
price tag [prīs tăg/] **27**–1
prime minister [prīm/ mĭn/ə stər] **199**–7
principal [prĭn/sə pəl] **5**–4
print [prĭnt] **96**–23
fingerprint [fĭng/gər prĭnt/] **136**–5
print [prĭnt] **4**–C, **171**–I
printer [prĭn/tər] **169**–50, **196**–17
inkjet printer [ĭnk/jĕt prĭn/tər] **183**–18
laser printer [lā/zər prĭn/tər] **183**–19
Priority Mail® [prī ör/ə tē māl/, –är/–] **134**–1
prism [prĭz/əm] **195**–35
prisoner [prĭz/nər] **141**–15
private school [prī/vət sko͞ol/] **5** ✦
Problem [präb/ləm] **192**
problems [präb/ləmz] **115**–1, **192**–11
Problems [präb/ləmz] **115, 119**
PROBLEMS [präb/ləmz] **62**–**63**
Procedures [prə sē/jərz] **117, 118**
PROCEDURES [prə sē/jərz] **146**–**147**
Process [prä/sĕs] **191**
processor [prä/sĕ sər] **54**–26
Processor [prä/sĕ sər] **92**
produce section [prō/do͞os sĕk/shən] **72**–2
product [präd/ŭkt] **192**–9
Products [präd/ŭkts] **72, 73**
program [prō/grăm]
children's program [chĭl/drənz prō/grăm] **236**–9
nature program [nā/chər prō/grăm] **236**–7
news program [no͞oz/ prō/grăm] **236**–1
shopping program [shäp/ĭng prō/grăm] **236**–10
sports program [spörtz/ prō/grăm] **236**–11
program [prō/grăm] **170**–I
Programs [prō/grămz] **236**
projector [prə jĕk/tər] **6**–6, **7**–16, **235**–29
promotion [prə mō/shən] **172**–4
proof of insurance [pro͞of/ əv/ĭn sho͝or/əns] **136**–8
proofread [pro͞of/rēd/] **191**–I
prosecuting attorney
[präs/ĭ kyo͞o/tĭng ə tür/nē] **141**–10
protect [prə tĕkt/] **143**–D
protector [prə tĕk/tər] **196**–1
proton [prō/tön] **195**–31
proud [prowd] **43**–21
prunes [pro͞onz] **68**–26
pruning shears [pro͞o/nĭng shïrz/] **176**–11
psychiatrist [sī kī/ə trĭst, sə–] **120**–8
PUBLIC SAFETY [pŭb/lĭk sāf/tē] **143**
public school [pŭb/lĭk sko͞ol/] **5** ✦
PUBLIC TRANSPORTATION
[pŭb/lĭk trăns/pər tā/shən] **152**
pull [po͝ol] **119**–F, **224**–A
puller [po͝ol/ər] **175**–10
pullover sweater [po͝ol/ō/vər swĕt/ər] **88**–3
pulse [pŭls] **122**–A
pumps [pŭmps] **95**–26
Punctuation [pŭngk/cho͞o ā/shən] **190**
puppy [pŭp/ē] **215**–12
purchase [pür/chəs] **94**–A
purifier [pyo͝o/rə fī/ ər] **113**–13
purple [pür/pəl] **24**–6
purses [pür/səz] **94**–2, **94**–14
push [po͝osh] **224**–B
pushpin [po͝osh/pĭn/] **183**–35
put [po͝ot] **9**–X
put away
[po͝ot/ə wā/] **9**–Z, **60**–G
put down [po͝ot/ down/] **6**–J
put in coolant [po͝ot/ ĭn ko͞o/lənt] **157**–I
put on [po͝ot/ än/, –ön/] **87**–B, **108**–D, **109**–P, **135**–C
put on hold [po͝ot/ än hōld/, –ön] **171**–N
put the utilities in your name
[po͝ot/ dhe yo͞o tĭl/ə tēz ĭn yər nām/] **49**–O
puzzle [pŭz/əl] **59**–17
pyramid [pïr/ə mĭd] **193**–39
quad [kwäd] **5**–1
quart [kwört] **75**–4
quarter [kwör/tər] **26**–4
quarter after one [kwör/tər ăf/tər wŭn/] **18**–9
1/4 cup [kwör/tər kŭp/] **75**–8
quarter moon [kwör/tər mo͞on/] **205**–11
quarter to two [kwör/tər tə to͞o/] **18**–13
3/4 sleeved [thrē/ kwör/tər slēvd/] **96**–13
question mark [kwĕs/chən märk/] **190**–12
Quick and Easy Cake [kwĭk/ ən ē/zē kāk/] **77**
quiet [kwī/ət] **23**–12
quill [kwĭl] **216**–23
quilt [kwĭlt] **58**–16
quilt block [kwĭlt/ bläk/] **232**–15
quilt [kwĭlt] **232**–C
quotation [kwōt tā/shən] **190**–9
quotation marks [kwō tā/shən märks/] **190**–15
quotient [kwō /shənt] **192**–10
rabbit [răb/ət] **215**–13
raccoon [ră ko͞on/] **216**–13
race [rās] **230**–S
racing [rā/sĭng] **228**–19
rack [răk] **98**–16
dish rack [dĭsh/ răk/] **54**–5
roasting rack [rō/stĭng răk/] **78**–14
towel rack [tow/əl răk/] **57**–13
racket [răk/ət] **231**–2
racquetball [răk/ət böl/] **228**–12
radiation [rā/dē ā/shən] **218**–15
radiator [rā/dē ā/tər] **158**–19
radio [rā/dē ō] **102**–6, **159**–37, **179**–22
radioactive materials
[rā/dē ō ăk/tĭv mə tïr/ē əlz] **179**–7
radiologist [rā/dē äl/ə jĭst] **120**–6
radishes [răd/ĭ shəz] **69**–4
radius [rā/dē əs] **193**–35
rafting [răf/tĭng] **226**–2
rags [răgz] **61**–9
rail [rāl] **59**–10
railroad crossing [rāl/rōd krö/sĭng] **154**–14
rain [rān] **218**–13
rain boots [rān/ bo͞ots/] **90**–20
raincoat [rān/kōt/] **90**–18
rain forest [rān/ för/əst, fär/–] **204**–1
raining [rā/nĭng] **13**–11
raise [rāz] **6**–A
raisins [rā/zənz] **68**–25
rake [rāk] **176**–8
rake [rāk] **176**–C
ranch [rănch] **52**–10
rancher [răn/chər] **177**–22
Ranch Hand [rănch hănd/] **92**
RANCHING [răn/chĭng] **177**
R&B [är/n bē/] **237**–28
range [rānj] **204**–15
ranger [rān/jər] **220**–2
rash [răsh] **110**–10
raspberries [răz/bĕr/ēz] **68**–15
rats [răts] **63**–27, **215**–17
rattle [răt/l] **37**–26
rattlesnake [răt/l snāk/] **213**–38
raw [rö] **70**–24
ray [rā] **212**–11
razor [rā/zər] **109**–27
razorblade [rā/zər blād/] **109**–28
reaction [rē/ăk shən] **116**–E
read [rēd]
proofread [pro͞of/rēd/] **191**–I
read the card [rēd/ dhe kärd/] **135**–G
read the definition [rēd/ dhe dĕ/fə nĭ/shən] **8**–B
read the paper [rēd/ dhe pā/pər] **39**–V
read to [rēd/ to͞o] **36**–N
Reading a Phone Bill [rē/dĭng a fōn/ bĭl/] **15**
reality show [rē ă lə tē shō/] **236**–6
rearview mirror [rïr/vyo͞o/ mïr/ər] **159**–35
receipt [rĭ sēt/] **27**–6
receive [rĭ sēv/] **135**–F
receiver [rĭ sē/vər] **14**–1
reception area [rĭ sĕp/shən ër/ē ə] **182**–15
receptionist [rĭ sĕp/shə nĭst] **118**–2, **164**–5,
169–51, **182**–14
reclined seat [rĭ klīnd/ sēt/] **161**–27
record [rĭ körd/] **195**–D, **235**–A
records [rĕk/ərdz] **168**–39
RECREATION [rĕk/rē ā/shən] **226**
recreational vehicle (RV)
[rĕk/rē ā/shən əl vē/ə kəl] / [är/vē/] **156**–10
Recreation Room [rĕk/rē ā/shən ro͞om/] **50**
recruiter [rə kro͞o/tər] **172**–14
rectangle [rĕk/tăng/gəl] **193**–29
recycle [rē sī/kəl] **60**–B, **219**–C
recycling bin [rē sī/klĭng bĭn/] **61**–2
red [rĕd] **24**–1
red hair [rĕd/ hër/] **33**–15
redwood [rĕd/wo͝od/] **210**–18
redecorate [rē dĕk/ə rāt/] **48** ✦
reduce [rĭ do͞os/] **219**–A
referee [rĕf/ə rē/] **229**–6
reference librarian [rĕf/rəns lī brër/ē ən] **133**–9
refrigerator [rĭ frĭj/ə rā/tər] **54**–9
refund [rē/fŭnd] **97** ✦
reggae [rĕ gā/] **237**–31
register [rĕj/ə stər] **73**–15
register [rĕj/ə stər] **140**–D, **157**–F
registered nurse (RN)
[rĕj/ə stərd nürs/] / [är/ĕn/] **120**–10
registration [rĕj/ə strā/shən]
registration sticker
[rĕj/ə strā/shən stĭk/ər] **136**–13
registration tag [rĕj/ə strā/shən tăg/] **136**–13
regular price [rĕg/yə lər prīs/] **27**–2

regulations [rē gyə lā/shənz] **164**–6
relatives [rē lə tĭvz] **44**–6
relax [rĭ lăks/] **39**–U
relieved [rĭ lēvd/] **42**–15
reliever [rĭ lēv/ər] **113**–26
religious holiday [rĭ lĭj/əs häl/ə dā/] **22**–7
remain [rē/mān] **147**–E
remarried [rē măr/ēd] **35**–24
remote [rĭ mōt/] **234**–9
remove [rĭ mo͞ov/] **109**–Q, **132**–G
remover [rĭ mo͞o/vər] **109**–42
renew a license [rĭ no͞o/ ə lī/səns, –nyo͞o/–] **136** ✦
rental agreement [rĕn/təl ə grē/mənt] **51**–28
Rental Office [rĕn/təl ö/fəs] **51**
Renting an Apartment [rĕn/tĭng ən ə pärt/mənt] **48**
repair [rĭ pĕr/] **166**–4, **167**–24
  repair person [rĭ pĕr/ pür/sən] **62**–10
repair [rĭ pĕr/] **170**–J
REPAIRS [rĭ pĕrz/] **62–63**
repellent [rĭ pĕl/ənt] **226**–23
replace [rĭ plās/] **157**–K
report [rĭ pört/] **143**–J, **143**–K
reporter [rĭ pör/tər] **169**–52
representative [rĕ/prĭ zĕn/tə tĭv] **138**–3, **167**–20
Reptiles [rĕp/tīlz] **213**
REPTILES [rĕp/tīlz] **212–213**
request [rĭ kwĕst/] **12** ✦
Requirements [rĭ kwīr/mənts] **140**
rescue [rĕs/kyo͞o] **145**–20
  rescue breathing [rĕs/kyo͞o brē/dhĭng] **117**–16
Resident Alien card [rĕz/ə dənt ā/lē ən kärd/] **40**–2
resource center [rē/sörs sĕn/tər] **172**–9
Resources [rē/sörs/səz, rĭ sör/səz] **219**
respirator [rĕs/pə rā/tər] **179**–13
Responding [rĭ spän/dĭng] **191**
Responsibilities [rĭ spän/sə bĭl/ə tēz] **140**
RESPONSIBILITIES [rĭ spän/sə bĭl/ə tēz] **140**
restaurant [rĕs/tə rənt, –ränt/] **125**–14, **128**–10
RESTAURANT [rĕs/tə rənt, –ränt/] **79, 82–83**
Restaurant Dining [rĕs/tə rənt dī/nĭng, –ränt/] **185**
Restaurant Kitchen [rĕs/tə rənt kĭ/chən, –ränt/] **185**
restrooms [rĕst/ ro͞omz/] **5**–10
results [rĭ zŭltz/] **139**–31
resuscitation [rĭ sə sə tā/shən] **117**–17
retail clerk [rē/tāl/ klürk/] **169**–53
retire [rĭ tīr/] **41**–O
return [rĭtürn/] **73**–16
  return address [rĭ türn/ ə drĕs/, –ă/drĕs] **134**–21
return [rĭ türn/] **27**–H, **133**–D
REUNION [rē yo͞on/yən] **44–45**
reuse [rē yo͞oz/] **219**–B
revise [rĭ vīz/] **191**–J
Revising [rĭ vī/zĭng] **191**
Revolutionary War [rĕ/və lo͞o/shə nĕr ē wör/] **198**–8
revolving [rĭ väl/vĭng]
  revolving door [rĭ väl/vĭng dör/] **184**–2
  revolving nosepiece [rĭ väl/vĭng nōz/pēs/] **194**–17
rewind [rē wīnd/] **235**–C
rewrite [rē rīt/] **191**–J
rhinoceros [rī näs/ər əs] **217**–28
ribbon [rĭ/bən] **99**–30
ribs [rĭbz] **70**–5, **76**–2
  rib cage [rĭb/ kāj/] **107**–48
rice [rīs] **67**–10, **81**–30, **177**–1
ride [rīd] **129**–D
rider [rī/dər] **152**–3
riding [rī/dĭng] **226**–9
right [rīt] **25**–3, **155**–B, **198**–10
  right angle [rīt/ ăng/gəl] **193**–26
  right turn only [rīt/ türn/ ōn/lē] **154**–7
Rights [rīts] **140**
RIGHTS AND RESPONSIBILITIES
  [rīts/ ən rĭ spän/sə bĭl/ə tēz] **140**
ring [rĭng] **37**–25, **79**–4, **95**–40
  clip-on earrings [klĭp/än ïr/ĭngz, –ön–] **95**–37
  pierced earrings [pïrst/ ïr/ĭngz] **95**–36
rinse [rĭns] **108**–F
ripe [rīp] **68**–30
ripped [rĭpt] **97**–41
ripper [rĭ/pər] **100**–18
rise [rīz] **127**–13
  sunrise [sŭn/rīz/] **18**–14
river [rĭv/ər] **155**–10, **204**–3
RN (registered nurse) [är/ĕn/] / [rĕj/ə stərd nürs/]
  120–10
road work [rōd/ würk/] **154**–16
Road Worker [rōd/ wür/kər] **92**
roast [rōst] **70**–1
  roast beef [rōst bēf/] **71**–21
  roast chicken [rōst chĭk/ən] **81**–22
  roasted turkey [rō/stəd tür/kē] **76**–4
  roasting pan [rō/stĭng păn/] **78**–13
  roasting rack [rō/stĭng răk/] **78**–14
robe [rōb] **91**–29
robin [räb/ən] **214**–16
rock [räk] **36**–D
rock concert [räk/ kän/sərt] **222**–5
rocking chair [räk/ĭng chër/] **37**–21
rocks [räks] **208**–6, **237**–23
Rodents [rōd/nts] **215**
RODENTS [rōd/nts] **215**
rollers [rō/lərz] **33**–19, **181**–23
rolling pin [rō/lĭng pĭn/] **78**–30
rolls [rōlz] **74**–11, **74**–23, **80**–17
romance [rō măns/, rō/măns] **237**–16
Roman Numerals [rō/mən no͞o/mər əlz] **16**
roof [ro͞of] **46**–1
roof garden [ro͞of/ gär/dn] **50**–4
roofer [ro͞o/fər] **62**–8
room [ro͞om]
  baby's room [bā/bēz ro͞om/] **47**–10
  ballroom [böl/ ro͞om/] **184**–26
  banquet room [băn/kwət ro͞om/] **185**–14
  bathroom [băth/ro͞om/] **46**–4
  bedroom [bĕd/ro͞om/] **46**–2
  conference room [kän/frəns ro͞om/] **182**–4
  dining room [dī/nĭng ro͞om/] **82**–1
  dining room chair [dī/nĭng ro͞om/ chër/] **55**–8
  dining room table [dī/nĭng ro͞om/ tā/bəl] **55**–9
  dish room [dĭsh/ ro͞om/] **83**–13
  guest room [gĕst/ ro͞om/] **184**–13
  kids' bedroom [kĭdz/ bĕd/ro͞om/] **47**–9
  living room [lĭv/ĭng ro͞om/] **47**–12
  meeting room [mē/tĭng ro͞om/] **184**–25
  roommates [ro͞om/māts/] **64**–1
  room service [ro͞om/ sür/vəs] **184**–17
  storeroom [stör/ro͞om/] **185**–5
Room [ro͞om] **50, 118, 121**
ROOM [ro͞om] **56**
rooster [ro͞o/stər] **215**–7
roots [ro͞ots] **210**–5, **211**–3
rope [rōp] **224**–4, **226**–19
rose [rōz] **211**–15
rotary [rō/tə rē]
  rotary card file [rō/tə rē kärd/ fīl/] **183**–44
  rotary cutter [rō/tə rē kŭt/ər] **232**–16
rotten [rät/n] **68**–32
round trip [rownd/ trĭp/] **152**–17
route [ro͞ot] / [rowt]
  bus route [bŭs/ ro͞ot, –rowt] **152**–1
  escape route [ĕs/kāp ro͞ot, –rowt] **146**–3
  evacuation route
    [ĭ văk/yo͞o/ā shən ro͞ot, –rowt] **146**–5
  U.S. route [yo͞o/ĕs/ ro͞ot, –rowt] **154**–17
router [row/tər] **180**–12
ROUTINES [ro͞o tēnz/] **38–39**
rubber [rŭb/ər]
  rubber band [rŭb/ər bănd/] **183**–34
  rubber gloves [rŭb/ər glŭvz/] **61**–4
  rubber mat [rŭb/ər măt/] **57**–3
ruffle [rŭ/fəl] **58**–17
rug [rŭg] **58**–22
ruler [ro͞o/lər] **17**–13
rules [ro͞olz] **64**–8
Rules [ro͞olz] **190**
run [rŭn] **11**–D
  run across [rŭn/ə krös/] **153**–G
  run around [rŭn/ə rownd/] **153**–H
  run for office [rŭn/ fər ö/fəs] **139**–A
  run out [rŭn/owt/] **162**–E
runner [rŭ/nər] **185**–15
rural area [ro͝or/əl ër/ē ə] **52**–4
RV (recreational vehicle)
  [är/vē/] / [rĕk/rē ā/shən əl vē/ə kəl] **156**–10
rye bread [rī/ brĕd/] **71**–20
sad [săd] **43**–19
safety [sāf/tē] **37**–19, **92**–4, **159**–53
  safety boots [sāf/tē bo͞ots/] **179**–20
  safety deposit box [sāf/tē dĭ päz/ət bäks/] **132**–7
  safety glasses [sāf/tē glăs/əz] **92**–10, **179**–10
  safety goggles [sāf/tē gäg/əlz] **179**–11
  safety pin [sāf/tē pĭn/] **37**–9, **100**–14
  safety rail [sāf/tē rāl/] **59**–10
  safety regulations [sāf/tē rē/gyə lā/shənz] **164**–6
  safety visor [sāf/tē vī/zər] **179**–12
Safety [sāf/tē] **76**
SAFETY [sāf/tē] **76–77, 143, 179**
Safety Equipment [sāf/tē ĭ kwĭp/mənt] **179**
Safety Hazards and Hazardous Materials
  [sāf/tē hăz/ərdz ən hăz/ər dəs-mə tïr/ē əlz] **179**
sailboat [sāl/bōt/] **225**–3
sailing [sā/lĭng] **227**–8

salad [săl/əd]
chef's salad [shĕfs/ săl/əd] **80**–14
dinner salad [dĭn/ər săl/əd] **80**–15
fruit salad [fro͞ot/ săl/əd] **80**–21
pasta salad [päs/tə săl/əd] **80**–20
potato salad [pə tā/tō săl/əd] **80**–19
salad bar [săl/əd bär/] **79**–24
salad fork [săl/əd förk/] **83**–27
salad plate [săl/əd plāt/] **83**–20
spinach salad [spĭ/nĭch săl/əd] **80**–13
Salad Dressings [săl/əd drĕ/sĭngz] **80**
Salads [săl/ədz] **80**
salamander [săl/ə măn/dər] **212**–27
salami [sə lä/mē] **71**–24
SALE [sāl] **102–103**
sales [sālz]
sale price [sāl/ prīs/] **27**–3
salesclerk [sālz/klürk/] **94**–3
sales tax [sālz/ tăks/] **27**–8
Salesperson [sālz/pür/sən] **92**
salmon [săm/ən] **71**–3
salmon steak [săm/ən stāk/] **71**–4
salon [sə lön/] **130**–3, **131**–18
salt and pepper shakers
[sölt/ n pĕp/ər shā/kərz] **55**–13
same [sām] **23**–15
SAME AND DIFFERENT
[sām/ ən dĭ/frənt, –dĭ fə rənt] **28–29**
samples [săm/pəlz] **84**–5
sand [sănd] **225**–23
sandbox [sănd/bäks/] **224**–15
sand castle [sănd kăs/əl] **225**–12
sand dune [sănd do͞on/] **204**–5
sandpaper [sănd/pā/pər] **181**–56
sandals [săn/dlz] **88**–9
sander [săn/dər] **180**–11
sandwich [săn/wĭch, –sănd/–] **79**–5, **80**–10, **80**–12
sanitation worker [săn/ə tā/shən wür/kər] **169**–54
satellite [săt/əl īt/] **205**–20
satellite dish [săt/əl līt/ dĭsh/] **53**–6
satisfied [săt/ĭs fīd/] **42**–6
Saturday [săt/ər dā/, –dē] **20**–14
Saturn [săt/ərn] **205**–6
saucepan [sös/păn/] **78**–25
saucer [sö/sər] **83**–25
sausage [sö/sĭj] **70**–12, **80**–2
sauté [sö tā/, sō –] **77**–E
save [sāv] **219**–E
saving [sā/vĭng] **19**–25, **225**–20
savings account number
[sā/vĭngz ə kownt/ nŭm/bər] **132**–11
saw [sö] **180**–9
hacksaw [hăk/sö/] **180**–5
jigsaw [jĭg/sö/] **180**–10
saxophone [săk/sə fōn/] **238**–5
say [sā] **2**–A, **3**–L, **4**–A
scaffolding [skăf/əl dĭng] **178**–4
scales [skālz] **57**–27, **72**–3, **135**–8, **155**–7, **195**–41, **212**–3
postal scale [pō/stəl skāl/] **183**–27
scallions [skăl/yənz] **69**–20
scallops [skăl/əps, skäl/–] **71**–12, **212**–19
scan [skăn] **171**–H
scanner [skăn/ər] **183**–20
scared [skërd] **43**–23
scarf / scarves [skärf] / [skärvz] **95**–12
winter scarf [wĭn/tər skärf/] **90**–5
scenery [sē/ nə rē] / [sēn/rē] **162**–3
schedule [skĕj/o͞ol, –o͞o əl] **152**–4
schedule [skĕj/o͞ol, –o͞o əl] **171**–J
school [sko͞ol] **126**–9
adult school [[ə dŭlt/–, ăd/ŭlt sko͞ol/] **188**–8
elementary school [ĕl/ə mĕn/trē sko͞ol/] **188**–2
high school [hī/ sko͞ol/] **188**–4
junior high school [jo͞on/yər hī/ sko͞ol/] **188**–3
middle school [mĭd/l sko͞ol/] **188**–3
nursery school [nür/sə rē sko͞ol/] **188**–1
parochial school [pə rō/kē əl sko͞ol/] **5** ✦
preschool [prē/sko͞ol] **188**–1
private school [prī/vət sko͞ol/] **5** ✦
public school [pŭb/lĭk sko͞ol/] **5** ✦
school bus [sko͞ol/ bŭs/] **156**–21
school crossing [sko͞ol/ krö/sĭng] **154**–15
technical school [tĕk/nĭ kəl sko͞ol/] **188**–5
vocational school [vō kā/shə nəl sko͞ol/] **188**–5
SCHOOL [sko͞ol] **5, 10, 11**
School Registration Form
[sko͞ol/ rĕj/ə strā/shən förm/] **4**
SCHOOLS AND SUBJECTS
[sklo͞oz ən sŭb/jĭkts] **188–189**
science [sī/əns] **189**–11
SCIENCE [sī/əns] **194–195**
Science Lab [sī/əns lăb/] **195**
scissors [sĭz/ərz] **33**–20, **100**–16
scoop neck [sko͞op/ nĕk/] **96**–10
score [skör] **10**–3, **229**–1
scorpion [skör/pē ən] **214**–30
scrambled eggs [skrăm/bəld ĕgz/] **76**–7
scraper [skrā/pər] **181**–52
screen [skrēn] **6**–2, **196**–11, **235**–30
big-screen TV [bĭg/skrēn/ tē/ vē/] **50**–15
fire screen [fīr/ skrēn/] **56**–12
flat screen TV [flăt/ skrēn/ tē/vē/] **234**–7
screen door [skrēn/ dör/] **53**–15
sunscreen [sŭn/skrēn/] **108**–7, **225**–10
screener [skrēn/ər] **160**–5
screening area [skrē/nĭng ër/ē ə] **160**–4
screw [skro͞o] **180**–32, **180**–33
Phillips screwdriver [fĭl/ĭps skro͞o/drī/vər] **180**–31
screwdriver [skro͞o/drī/vər] **180**–30
scroll bar [skrōl/bär/] **197**–15
scrub [skrŭb] **60**–K
scrubs [skrŭbz] **93**–31
scrub brush [skrŭb/ brŭsh/] **61**–20
surgical scrub cap [sür/jĭ kəl skrŭb/ kăp/] **93**–35
surgical scrubs [sür/jĭ kəl skrŭbz/] **93**–38
scuba [sko͞o/bə]
scuba diving [sko͞o/bə dī/vĭng] **227**–12
scuba tank [sko͞o/bə tăngk/] **225**–5
sea [sē]
sea anemone [sē/ ə nĕm/ə nē] **212**–24
seahorse [sē/ hörs/] **212**–13
sea lion [sē/ lī/ən] **213**–33
sea otter [sē/ ät/ər] **213**–35
seashell [sē/shĕl/] **225**–24
sea urchin [sē/ ür/chən] **212**–21
seaweed [sē/ wēd/] **225** ✦
Sea Animals [sē/ ăn/ə məlz] **212**
SEAFOOD AND DELI [sē/fo͞od/ ən dĕ/lī] **71**
seal [sēl] **213**–34
Sea Mammals [sē/ măm/əlz] **213**
seam ripper [sēm/ rĭp/ər] **100**–18
search [sürch]
search and rescue team
[sürch/ ən rĕs/kyo͞o tēm/] **145**–20
search box [sürch/ bäks/] **197**–5
search engine [sürch/ ĕn/jən] **197**–6
SEARCH [sürch] **173**
SEASONAL CLOTHING [sē/zə nəl klō/dhĭng] **90**
Seasons [sē/zənz] **21**
seat [sēt]
backseat [băk/ sēt/] **159**–54
car safety seat [kär/ sāf/tē sēt/] **37**–19
child safety seat [chīld/ sāf/tē sēt/] **159**–53
front seat [frŭnt/ sēt/] **159**–51
love seat [lŭv/ sēt/] **56**–1
potty seat [pät/ē sēt/] **37**–12
reclined seat [rĭ klīnd/ sēt/] **161**–27
seat belt [sēt/ bĕlt/] **159**–52
upright seat [ŭp/rīt/ sēt/] **161**–28
seat [sēt] **82**–B
second [sĕk/ənd] **16**
Second Floor [sĕk/ənd flör/] **50**
seconds [sĕk/əndz] **18**–3
section [sĕk/shən] **72**–2
security [sĭ kyo͝or/ə tē]
security camera [sĭ kyo͝or/ə tē kăm/rə] **50**–19
security gate [sĭ kyo͝or/ə tē gāt/] **50**–16
security guard [sĭ kyo͝or/ə tē gärd/] **132**–5, **169**–55
security pants [sĭ kyo͝or/ə tē pănts/] **93**–22
security screener [sĭ kyo͝or/ə tē skrē/nər] **160**–5
security shirt [sĭ kyo͝or/ə tē shürt] **93**–20
Security Checkpoint [sĭ kyo͝or/ə tē chĕk/poynt/] **160**
Security Guard [sĭ kyo͝or/ə tē gärd/] **93**
sedan [sə dăn/] **156**–1
see [sē] **106**–A
seed [sēd] **211**–1
seedling [sēd/lĭng] **211**–4
seek [sēk] **114**–A, **147**–H
seesaw [sē/sö/] **224**–16
select [sə lĕkt/] **196**–B
self-checkout [sĕlf/ chĕk/owt] **73**–10, **133**–10
sell [sĕl] **170**–K
semi [sĕm/ī] **156**–15
semicolon [sĕm/ē kō/lən] **190**–18
Senate [sĕn/ət] **138**–5
senator [sĕn/ə tər] **138**–6
state senator [stāt/ sĕn/ə tər] **139**–25
send [sĕnd] **197**–I
send in [sĕnd/ ĭn] **173**–H
Sending a Card [sĕn/dĭng ə kärd/] **135**
Sending Email [sĕn/dĭng ē/māl/] **197**
senior [sēn/yər]
senior citizen [sēn/yər sĭt/ə zən] **30**–5
senior housing [sēn/yər howz/ĭng] **52**–11
Senses [sĕn/səz] **106**

sentence [sĕn/tns] **190**–2
sentence [sĕn/tns] **141**–E
separate [sĕ/pə rāt/] **76**–B
September [sĕp tĕm/bər] **21**–33
sequins [sē/kwĭnz/] **99**–33
Serious Medical Conditions
[sïr/ē əs mĕd/ĭ kəl kən dĭsh/ənz] **111**
serious photo [sïr/ē əs fō/tō] **206**–3
serve [sürv] **139**–D, **230**–P
serve on a jury [sürv/ än ə jŏŏr/ē, –ön–] **140**–E
serve the meal [sürv/ dhə mēl/] **82**–F
Serve [sürv] **76**
server [sür/vər] **82**–8, **83**–9, **169**–56, **185**–8
service [sür/vəs]
customer service [kŭs/tə mər sür/vəs] **97** ✦
customer service representative
[kŭs/tə mər-sür/vəs rĕ/prə zĕn/tə tĭv] **167**–20
guest services [gĕst/ sür/vəs əz] **130**–12
pool service [pōōl/ sür/vəs] **184**–21
room service [rōōm/ sür/vəs] **184**–17
SERVICE [sür/vəs] **138–139, 185**
serving bowl [sür/vĭng bōl/] **55**–21
set [sĕt] **10**–A, **33**–C, **82**–A
set up [sĕt/ ŭp/] **173**–I
sunset [sŭn/sĕt/] **18**–18
setting [sĕ/tĭng] **83**–17
seven [sĕv/ən] **16**
seventeen [sĕv/ən tēn/] **16**
seventeenth [sĕv/ən tēnth/] **16**
seventh [sĕv/ənth] **16**
seventieth [sĕv/ən tē əth] **16**
seventy [sĕv/ən tē] **16**
75 percent [sĕv/ən tē fīv/ pər sĕnt/] **17**–9
sew [sō] **98**–A, **98**–B, **170**–L
sewing [sō/ĭng]
sewing machine [sō/ĭng mə shēn/] **98**–13
sewing machine operator
[sō/ĭng mə shēn/ äp/ə rā/ tər] **98**–14
Sewing Machine [sō/ĭng mə shēn/] **98**
Sewing Supplies [sō/ĭng sə plīz/] **100**
sex [sĕks] **4**–16
shade [shād] **225**–13
lampshade [lămp/shād/] **56** ✦, **58**–26
shadow [shă/dō/] **109**–35
shake [shāk]
milkshake [mĭlk/shāk/] **79**–14
shake [shāk] **3**–J, **174**–I
shakers [shā/kərz] **55**–13
shampoo [shăm pōō/] **108**–10
shanks [shănks] **70**–13
shaper [shā/pər] **91**–15
Shapes [shāps] **193**
share [shër] **8**–M
Sharing and Responding
[shër/ĭng ən rĭ spän/dĭng] **191**
shark [shärk] **212**–4
sharpener [shär/pən ər] **183**–26
shave [shāv]
aftershave [ăf/tər shāv/] **109**–30
shave [shāv] **109**–M
shaver [shā/vər] **109**–26
shaving cream [shā/vĭng krēm/] **109**–29
shears [shïrz] **176**–9
sheep [shēp] **215**–6
sheet [shēt]
cookie sheet [kŏŏk/ē shēt/] **78**–27
dryer sheets [drī/ər shēts/] **101**–5
fitted sheet [fĭt/əd shēt/] **58**–12
flat sheet [flăt/ shēt/] **58**–13
shelf [shĕlf] **54**–2
shell [shĕl]
seashell [sē/shĕl/] **225**–24
Shellfish [shĕl/fĭsh/] **71**
shelter [shĕl/tər] **52**–13
shield [shēld]
windshield [wĭnd/shēld/] **158**–1
windshield wipers [wĭnd/shēld wī/pərz] **158**–2
shift [shĭft] **159**–49, **159**–50
shin [shĭn] **106**–21
shin guards [shĭn/ gärdz/] **231**–13
shingles [shĭng/gəlz] **178**–20
ship [shĭp] **175**–D
shipping clerk [shĭp/ĭng klürk/] **175**–14
shirt [shürt] **86**–1
nightshirt [nīt/shürt/] **91**–28
polo shirt [pō/lō shürt/] **92**–14
security shirt [sĭ kyŏŏr/ə tē shürt/] **93**–20
sports shirt [spörts/ shürt/] **88**–4
T-shirt [tē/shürt/] **86**–4
work shirt [würk/ shürt/] **92**–2
shock [shäk] **116**–B, **116**–F
shoes [shōōz] **86**–7, **87**–13, **95**–32
shoe department [shōō/ dĭ pärt/mənt] **95**–7
shoelaces [shōō/lās əz] **94**–24
shoe store [shōō/ stör/] **130**–10
SHOES AND ACCESSORIES
[shōōz/ ən ĭk sĕs/ə rēz] **94–95**
shoot [shōōt] **211**–5
shoot [shōōt] **230**–H
shop [shäp]
barbershop [bär/bər shäp/] **129**–19
beauty shop [byōō/tē shäp/] **130** ✦
coffee shop [kö/fē shäp/] **126**–11
donut shop [dō/nŭt shäp/] **129**–17
gift shop [gĭft/ shäp/] **130** ✦, **184**–5
ice cream shop [īs/ krēm shäp] **131**–16
shop [shäp] **28**–A, **143**–H
Shop [shäp] **100**
SHOP [shäp] **80–81**
shoplifting [shäp/lĭf/tĭng] **142**–8
shopping [shäp/ĭng]
shopping basket [shäp/ĭng băs/kət] **73**–9
shopping list [shäp/ĭng lĭst/] **67**–14
shopping mall [shäp/ĭng mäl/] **126**–7
shopping program [shäp/ĭng mäl/] **236**–10
SHOPPING [shäp/ĭng] **27**
shore [shör] **204**–12
short [shört] **32**–6, **96**–16
short hair [shört/ hër/] **33**–1
short-order cook [shört/ör/dər kŏŏk/] **185**–1
short-sleeved [shört/slēvd/] **96**–12
shorten [shört/ən] **100**–B
shorts [shörts] **89**–25, **91**–4
shoulder [shōl/dər] **105**–13
shoulder bag [shōl/dər băg/] **94**–17
shoulder blade [shōl/dər blād/] **107**–28
shoulder-length hair [shōl/dər lĕngkth/ hër/] **33**–2
shoulder pads [shōl/dər pădz/] **231**–20
shovel [shŭv/əl] **176**–7, **178**–22
show [shō] **236**–4, **236**–6, **236**–8
show [shō] **137**–C, **160**–C
shower [show/ər]
shower cap [show/ər kăp/] **108**–1
shower curtain [show/ər kür/tn] **57**–12
shower gel [show/ər jĕl/] **108**–2
showerhead [show/ər hĕd/] **57**–11
stall shower [stöl/ show/ər] **57** ✦
shredder [shrĕ/dər] **183**–24
shrimp [shrĭmp] **71**–11, **212**–18
shut [shŭt] **146**–4
shuttle [shŭt/l] **152**–19, **205**–19
sick [sĭk] **42**–12
homesick [hōm/sĭk/] **43**–20
side [sīd] **76**–10
sideburns [sīd/bürnz/] **33**–7
sideview mirror [sīd/vyōō/ mïr/ər] **158**–3
Side Salads [sīd/ săl/ədz] **80**
sidewalk [sīd/wök/] **129**–24
sight impaired [sīt/ ĭm përd/] **32**–11
sign [sīn] **4**–D
street sign [strēt/ sīn/] **129**–26
vacancy sign [vā/kən sē sīn/] **50**–7
vital signs monitor [vīt/l sīnz/ män/ə tər] **121**–26
sign [sīn] **48**–D
signal [sĭg/nəl]
strong signal [ströng/ sĭg/nəl] **14**–11
turn signal [türn/ sĭg/nəl] **158**–6, **159**–34
weak signal [wēk/ sĭg/nəl] **14**–12
signature [sĭg/nə chər] **4**–19
SIGNS [sīnz] **154**
silk [sĭlk] **98**–5
simmer [sĭm/ər] **77**–P
sing [sĭng] **36**–O, **238**–B
single [sĭng/gəl]
single father [sĭng/gəl fä/dhər] **35**–23
single mother [sĭng/gəl mŭdh/ər] **35**–22
sink [sĭnk] **54**–4, **57**–23
Sirius [sïr/ē əs] **205** ✦
sister [sĭs/tər] **34**–5, **35**–27
sister-in-law [sĭs/tər ĭn lö/] **34**–16
stepsister [stĕp/sĭs/tər] **35**–29
sitcom (situation comedy)
[sĭt/käm/] / [sĭch/ōō ā/shən käm/ə dē] **236**–2
sit down [sĭt/ down/] **6**–F
site [sīt] **126**–2
sitter [sĭt/ər] **166**–9
situation comedy (sitcom)
[sĭch/ōō ā/shən-käm/ə dē] / [sĭt/käm/] **236**–2
six [sĭks] **16**
six-pack [sĭks/păk/] **74**–9, **74**–21
6-year-old boy [sĭks/yïr ōld/boy/] **31**–9
sixteen [sĭks/tēn/] **16**
sixteenth [sĭks/tēnth/] **16**
sixth [sĭksth] **16**
sixtieth [sĭks/tē əth] **16**

sixty [sĭks/tē] **16**
Sizes [sī/zəz] **96**
skate [skāt] **230**–U
skates [skāts] **231**–9, **231**–10
skateboard [skāt/börd/] **224**–7
skateboarding [skāt/bör/dĭng] **228**–13
skating [skā/tĭng] **227**–4, **227**–5, **227** ✦, **228**–10
ski [skē] **230**–V
skiing [skē/ĭng] **227**–1, **227**–3
waterskiing [wö/tər skē/ĭng] **227**–7
skill inventory [skĭl/ ĭn/vən tör/ē] **172**–12
Skills [skĭlz] **171**
SKILLS [skĭlz] **170, 171, 174**
skin [skĭn] **107**–31
skinless [skĭn/ləs] **70** ✦
skirt [skürt] **87**–10
skis [skēz] **231**–24
ski boots [skē/ bo͞ots] **231**–26
ski hat [skē/ hăt/] **90**–11
ski mask [skē/ măsk/] **90**–15
ski poles [skē/ pōlz/] **231**–25
skull [skŭl] **107**–47
skunk [skŭngk] **216**–12
SKU number [ĕs/kā/yo͞o/ nŭm/bər, skyo͞o/] **27**–5
sky [skī] **209**–9
skycap [skē/kăp/] **160**–1
skyscraper [skī/skrā/pər] **127**–13
slacks [slăks] **87**–12
slaves [slāvz] **198**–4
sledding [slĕd/ĭng] **227**–6
sledgehammer [slĕj/hăm/ər] **178**–23
sleeper [slē/pər] **91**–27
sleeping bag [slē/pĭng băg/] **226**–12
Sleepwear [slēp/wër] **91**
SLEEPWEAR [slēp/wër] **91**
sleepy [slē/pē] **42**–3
sleeve [slēv] **100**–6
long-sleeved [löng/slēvd/] **96**–14
short-sleeved [shört/slēvd] **96**–12
sleeveless [slēv/ləs] **96**–11
3/4 sleeved [thrē/kwör/tər slēvd/] **96**–13
slender [slĕn/dər] **32**–9
slice [slīs] **77**–C
slide [slīd] **194**–3, **224**–13
mudslide [mŭd/slīd/] **144**–6
sliding glass door [slī/dĭng glăs/ dör/] **53**–18
sling [slĭng] **113**–19
slip [slĭp] **91**–22, **91**–23, **132**–4
slippers [slĭp/ərz] **91**–26
slippery floor [slĭ/pər ē flör/] **179**–6
slow [slō] **23**–4
small [smöl] **96**–1, **96**–2, **97**–37
small town [smöl/ town/] **52**–3
smart phone [smärt/ fōn/] **15**–27
smell [smĕl] **106**–C
smile [smīl] **2**–D
smock [smŏk] **93**–26
smog [smäg, smög] **218**–11
smoggy [smä/gē, smö/–] **13**–14
smoke [smōk] **114**–G
smoke detector [smōk/ dĭ tĕk/tər] **51**–29
smoked turkey [smōkt/ tür/kē] **71**–25
Snack Foods [snăk/ fo͞odz/] **73**
snail [snāl] **212**–22
snake [snāk] **213**–39
rattlesnake [ră/təl snāk] **213**–38
snap [snăp] **99**–26
sneeze [snēz] **110**–B
snorkeling [snör/kə lĭng] **227**–11
snow [snō]
snowboard [snō/börd/] **231**–23
snowboarding [snō/bör/dĭng] **227**–2
snowstorm [snō/störm/] **13**–23
snowing [snō/ĭng] **13**–12
soap [sōp] **57**–24, **61**–5, **108**–3
soap dish [sōp/ dĭsh/] **57**–25
soap opera [sōp/ äp/rə] **236**–5
sober [sō/ bər] **143** ✦
soccer [säk/ər] **229**–12
soccer ball [säk/ər böl/] **231**–12
social [sō/shəl]
Social Security card
[sō/shəl sĭ kyo͝or/ə tē kärd/] **40**–5
Social Security number
[sō/shəl sĭ kyo͝or/ə tē nŭm/bər] **4**–15
social worker [sō/shəl wür/kər] **169**–57
socks [säks] **86**–6
ankle socks [ang/kəl säks/] **91**–7
crew socks [kro͞o/ säks/] **91**–8
dress socks [drĕs/ säks] **91**–9
low-cut socks [lō/kŭt säks/] **91**–10
Socks [säks] **91**
soda [sō/də] **73**–34, **79**–11
sofa [sō/fə] **56**–18
sofa cushions [sō/fə ko͝o/shənz] **56** ✦
soft [söft] **23**–6
softball [söft/böl/] **229**–10
softener [sö/fən ər] **101**–6
software [söft/wër/] **167**–18, **196**–10
soil [soyl] **208**–2
solar [sō/lər]
solar eclipse [sō/lər ĭ klĭps/] **205**–16, **205** ✦
solar energy [sō/lər ĕn/ər jē] **218**–1
Solar System and the Planets
[sō/lər sĭs/təm ən dhə plăn/əts] **205**
soldier [sōl/jər] **169**–58
sole [sōl] **94**–21
solid [säl/əd] **96**–19
Solids [säl/ədz] **193**
solution [sə lo͞o/ shən] **192**–14
solve [sölv] **170**–M
son [sŭn] **34**–15
grandson [grăn/sŭn/, grănd/–] **34** ✦
son-in-law [sŭn/ĭn lö/] **34** ✦
sore throat [sör/ thrōt/] **110**–6
sort [sört] **101**–A
soul [sōl] **237**–28
soup [so͞op] **72**–18, **80**–16
soup bowl [so͞op/ bōl/] **83**–21
soupspoon [so͞op/spo͞on/] **83**–32
Soup [so͞op] **77**
sour [söw/ər] **84**–4
sour cream [sow/ər krēm/] **72**–21
Sources [sör/səz] **218**
sous chef [so͞o/ shĕf/] **185**–6
south [sowth] **155**–3
soybeans [soy/bēnz/] **177**–3
space [spās] **50**–18, **128**–5
space shuttle [spās/ shŭt/əl] **205**–19
space station [spās/ stā/shən] **205**–18
Space [spās] **205**
Space Exploration [spās/ ĕk/splə rā/shən] **205**
spades [spādz] **233**–30
spaghetti [spə gĕt/ē] **81**–26
spare tire [spër/ tīr/] **158**–23
sparrow [spăr/ō] **214**–7
spatula [spăch/ə lə] **78**–19
speak [spēk] **170**–N
speakers [spē/kərz] **50**–5, **206**–4, **234**–14
Special [spĕ/shəl] **80**
Specialists [spĕsh/ə lĭsts/] **120**
speech [spēch] **140**–2
speed limit [spēd/ lĭm/ət] **154**–4
speedometer [spĭ däm/ə tər] **159**–27
speed skating [spēd/skā/tĭng] **227** ✦
spell [spĕl] **4**–B
sphere [sfïr] **193**–42
spider [spī/dər] **214**–29
spill [spĭl] **218**–17
spinach [spĭn/ĭch] **69**–11
spinach salad [spĭn/ĭch săl/əd] **80**–13
spinal column [spī/nəl käl/əm] **107**–49
spiral notebook [spī/rəl nōt/bo͝ok/] **7**–29
splint [splĭnt] **117**–14
sponge [spŭnj] **61**–19
sponge mop [spŭnj/ mäp/] **61**–6
spoon [spo͞on] **55**–5, **78**–9
soupspoon [so͞op/spo͞on/] **83**–32
tablespoon [tā/bəl spo͞on/] **75**–7
teaspoon [tē/spo͞on/] **75**–6, **83**–31
spoon [spo͞on] **77**–F
sports [spörts]
sports car [spörts/ kär/] **156**–4
sports coat [spörts/ kōt/] **89**–14
sports jacket [spörts/ jăk/ət] **89**–14
sports program [spörts/ prō/grăm] **236**–11
sports shirt [spörts/ shürt/] **88**–4
sport-utility vehicle (SUV) [spört/
yo͞o tĭl/ə tē vē/ĭ kəl] / [ĕs/yo͞o/vē/] **156**–7
SPORTS [spörts] **228, 229, 230, 231**
SPORTS EQUIPMENT [spörts/ ĭ kwĭp/mənt] **231**
SPORTS VERBS [spörts/ vürbz/] **230**
sprained ankle [sprānd/ ăng/kəl] **110**–18
spray [sprā] **108**–12, **113**–32
spray gun [sprā/ gŭn/] **181**–21
spray starch [sprā/ stärch/] **101**–12
spread [sprĕd]
bedspread [bĕd/sprĕd] **59**–11
spring [sprĭng] **21**–37, **58**–19
sprinkler [sprĭng/klər] **53**–22
square [skwër] **193**–30
squash [skwăsh, skwŏsh] **69**–24
squeegee [skwē/jē] **61**–15
squid [skwĭd] **212**–7
squirrel [skwür/əl] **215**–21
stadium [stā/dē əm] **126**–1

staff [stăf] **185** ✦
Staff [stăf] **120**
stage [stāj] **194**–16
stage clips [stāj/ klĭps/] **194**–24
stain [stān] **181**–24
stained [stānd] **97**–42
stairs [stërz] **50**–10
stairway [stër/wā/] **50**–10
stall shower [stöl/ show/ər] **57** ✦
stamps [stămps] **134**–18, **134**–23, **183**–47
stamp machine [stămp/ mə shēn/] **135**–11
stand [stănd] **152**–18
checkstand [chĕk/stănd/] **73**–12
newsstand [no͞oz/stănd/] **128**–12
nightstand [nīt/stănd/] **58**–23
stand [stănd] **141**–D
stand up [stănd/ ŭp/] **6**–D
standard time [stăn/dərd tīm/] **19**–26
staple [stā/pəl] **171**–F
stapler [stā/plər] **183**–28
staples [stā/pəlz] **183**–29
star [stär] **205**–13
starfish [stär/fĭsh/] **212**–16
star key [stär/ kē/] **14**–6
starch [stärch] **101**–12
start [stärt] **12**–A, **40**–B, **230**–R
starting point [stär/tĭng poynt/] **162**–1
starving [stär/vĭng] **43** ✦
state [stāt] **4**–8, **146**–2
state capital [stāt kă/pət əl] **139**–22
state senator [stāt sĕn/ə tər] **139**–25
state [stāt] **15**–G, **195**–A
State Government [stāt gŭ/ vərn mənt] **139**
statement [stāt/mənt] **132**–16
station [stā/shən]
bus station [bŭs/ stā/shən] **124**–7
fire station [fīr/ stā/shən] **125**–12
gas station [găs/ stā/shən] **125**–10
gas station attendant [găs/ stā/shən ə tĕn/dənt] **162**–3
lifeguard station [līf/gärd/ stā/shən] **225**–21
police station [pə lēs/ stā/shən] **124**–6
space station [spās/ stā/shən] **205**–18
station wagon [stā/shən wăg/ən] **156**–6
subway station [sŭb/wā/ stā/shən] **151**–11
Station [stā/shən] **152**
stationery [stā/shə nër/ ē] **183**–42
stay [stā]
stay away [stā ə wā/] **147**–I
stay fit [stā fĭt/] **114**–E
stay on the line [stā ŏn dhə līn/] **15**–H
stay on well-lit streets [stā ŏn wĕl lĭt/ strēts/] **143**–B
Stay Well [stā wĕl/] **114**
steak [stāk] **70**–2, **81**–24
broiled steak [broyld/ stāk/] **76**–3
halibut steak [hăl/ə bŭt stāk] **71**–6
salmon steak [săm/ən stāk/] **71**–4
steak knife [stāk/ nīf/] **83**–29
steal [stēl] **142** ✦
steam [stēm] **77**–D
steamed vegetables [stēmd/ vĕj/tə bəlz] **81**–32
steamer [stē/mər] **78**–3
steel [stēl]
steel toe boots [stēl/ tō/ bo͞ots/] **92**–6
steel-wool soap pads [stēl/wo͝ol/ sōp/ pădz/] **61**–5
steering wheel [stïr/ĭng wēl/] **159**–26
stems [stĕmz] **211**–9
step [stĕp]
stepbrother [stĕp/brŭdh/ər] **35**–30
stepdaughter [stĕp/dö/tər] **35** ✦
stepfather [stĕp/fä/dhər] **35**–25
stepladder [stĕp/lăd/ər] **61**–13
stepmother [stĕp/mŭdh/ər] **35**–26
steps [stĕps] **53**–3
stepsister [stĕp/sĭs/tər] **35**–29
stereo system [stër/ē ō sĭs/təm] **56**–8
sterile [stër/əl]
sterile pad [stër/əl păd/] **117**–6
sterile tape [stër/əl tāp/] **117**–7
stethoscope [stĕth/ə skōp/] **118**–10
stewing beef [sto͞o/ĭng bēf/] **70**–3
stick [stĭk] **231**–11, **232**–11
drumsticks [drŭm/stĭks/] **70**–23
lipstick [lĭp/stĭk/] **109**–38
stick shift [stĭk/ shĭft/] **159**–50
yardstick [yärd/stĭk/] **181**–16
sticker [stĭk/ər] **102**–3, **136**–13
sticky notes [stĭk/ē nōts/] **183**–39
stir [stür] **77**–O
stir-fried beef [stür/frīd/ bēf/] **76**–6
stitches [stĭch/əz] **117**–15
stock clerk [stäk/ klürk/] **169**–59
stockings [stäk/ĭngz] **91**–17
stomach [stŭm/ək] **107**–41
stomachache [stŭm/ək āk/] **110**–4
stop [stäp] **129**–16, **151**–13, **154**–1
stopover [stäp/ō/vər] **161** ✦
stop [stäp] **155**–D
Stop [stäp] **152**
stopped up [stäpt/ ŭp/] **63**–19
storage [stör/ĭj] **72**–25, **78**–4
storage locker [stör/ĭj läk/ər] **50**–17
store [stör]
bookstore [bo͝ok/stör/] **130**–4
candy store [kăn/dē stör/] **131**–17
card store [kärd/stör/] **130**–7
convenience store [kən vēn/yəns stör/] **128**–3
department store [dĭ pärt/mənt stör/] **131**–13
electronics store [ē lĕk trän/ĭks stör/] **131**–20
furniture store [für/nĭ chər stör/] **126**–8
hardware store [härd/wër/ stör/] **148**–4
home improvement store [hōm/ ĭm pro͞ov/mənt stör/] **127**–20
jewelry store [jo͞o/əl rē stör/] **130**–2
maternity store [mə tür/nə tē stör/] **131**–19
men's store [mĕnz/ stör/] **130** ✦
music store [myo͞o/zĭk stör/] **130**–1
office supply store [ö/fəs sə plī/ stör/] **127**–21
pet store [pĕt/ stör/] **130**–6
shoe store [sho͞o/ stör/] **130**–10
toy store [toy/ stör/] **130**–5
video store [vĭd/ē ō stör/] **129**–20
Store [stör] **99**
STORE [stör] **72–73**
storeroom [stör/ro͞om/] **185**–3
storm [störm] **13**–19
hailstorm [hāl/störm/] **13**–21
snowstorm [snō/störm/] **13**–23
storm door [störm/ dör/] **53**–10
thunderstorm [thŭn/dər störm/] **13**–16
story [stör/ē]
action story [ăk/shən stör/ē] **237**–19
adventure story [ăd vĕn/chər stör/ē] **237**–19
horror story [hör/ər stör/ē, här/–] **237**–17
science fiction story [sī/əns fĭk/shən stör/ē] **237**–18
two-story house [to͞o/stör/ē hows/] **52** ✦
stove [stōv] **54**–18, **226**–16
stow [stō] **160**–G
straight [strāt] **155**–A
straight hair [strāt/ hër/] **33**–9
straight line [strāt/ līn/] **193**–22
straight pin [strāt/ pĭn/] **100**–12
strainer [strā/nər] **78**–22
straw [strö] **79**–18
strawberries [strö/bĕr/ēz] **68**–14
straw hat [strö/ hăt/] **90**–23
stream [strēm] **204** ✦
street [strēt] **150**–5, **155**–8
streetlight [strēt/līt/] **148**–3
street sign [strēt/ sīn] **129**–26
street vender [strēt/ vĕn/dər] **129**–29
STREETS [strēts] **126–127**
strep throat [strĕp/ thrōt/] **111**–4
stress [strĕs] **115**–4
stretch [strĕch] **230**–M
stretcher [strĕch/ər] **121**–33
string [strĭng]
string beans [strĭng/ bēnz/] **69**–8
string lights [strĭng/ līts/] **239**–18
string of pearls [strĭng/ əv pürlz/] **95**–39
Strings [strĭngz] **238**
striped [strīpt] **96**–20
stripper [strĭ/pər] **181**–42
stroller [strō/lər] **37**–18
strong signal [ströng/ sĭg/nəl] **14**–11
stub [stŭb] **165**–11
stucco [stŭk/ō] **178**–15
student [sto͞od/nt] **6**–5
study [stŭ/dē] **10**–D, **137**–A
STUDYING [stŭ/dē ĭng] **8–9**
stuffed animals [stŭft/ ăn/ə məlz] **59**–15
style [stīl/] **88** ✦
Styles [stīlz] **96**
STYLES [stīlz] **96**
stylist [stī/lĭst] **167**–31
SUBJECTS [sŭb/jĭkts/] **188–189**
submit [səb mĭt/] **48**–C
substitute [sŭb/stə to͞ot/] **79**–20
subtract [səb trăkt/] **192**–B
suburbs [sŭb/ürbz] **52**–2
subway [sŭb/wā/] **151**–12
subway car [sŭb/wā/ kär/] **152**–6
subway station [sŭb/wā/ stā/shən] **151**–11
Subway Station [sŭb/wā/ stā/shən] **152**
Succeed [sək sēd/] **10**
SUCCEEDING IN SCHOOL [sək sē/dĭng ən sko͞ol/] **10**

suede [swād] **99**–8
sugar [shŏŏg/ər] **73**–30
sugar bowl [shŏŏg/ər bōl/] **55**–14
sugar-free [shŏŏg/ər frē/] **122**–7
sugar substitute [shŏŏg/ər sŭb/stə to͞ot/] **79**–20
suit [so͞ot] **87**–11
bathing suit [bā/dhĭng so͞ot/] **90**–26
business suit [bĭz/nəs so͞ot/] **88**–11
jumpsuit [jŭmp/so͞ot/] **93**–24
three piece suit [thrē/pēs/ so͞ot/] **88** ✦
wet suit [wĕt/ so͞ot/] **225**–4
suite [swēt] **184**–16
sum [sŭm] **192**–7
sumac [so͞o/măk] **210**–23
summer [sŭm/ər] **21**–38
sun [sŭn] **209**–8
sunblock [sŭn/bläk/] **108**–8, **225**–0
sunburn [sŭn/bürn/] **110**–14
sunflower [sŭn/flow/ər] **211**–10
sunglasses [sŭn/glăs/əz] **90**–27
sunrise [sŭn/ rīz] **18**–14
sunscreen [sŭn/skrēn/] **108**–7, **225**–10
sunset [sŭn/ sĕt] **18**–19
Sunday [sŭn/dā, –dē] **20**–8
sunny [sŭn/ē] **13**–9, **76**–10
superintendent [so͞o/prĭn tĕn/dənt, so͞o/pər ĭn–] **50**–8
supermarket [so͞o/pər/ mär/kət] **127**–18
supervise [so͞o/pər vīz/] **170**–O
supervisor [so͞o/pər vī/zər] **165**–8, **175**–4
Supplies [sə plīz/] **100, 183**
SUPPLIES [sə plīz/] **61, 180–181**
supply [sə plī/] **127**–21
supply cabinet [sə plī/ kăb/ə nət] **182**–1
support [sə pört/] **179**–18
support group [sə pört/ gro͞op/] **115**–15
supporter [sə pör/tər] **91**–6
Supreme Court [sə prēm/ kört/] **138**–11
surfboard [sürf/börd/] **225**–16
surfer [sür/fər] **225**–15
surfing [sür/fĭng] **227**–9, **227**–10, **227** ✦
surgeon [sür/jən] **121**–36
Surgeon [sür/jən] **93**
surge protector [sürj/ prə tĕk/tər] **196**–1
surgical [sür/jĭ kəl]
surgical cap [sür/jĭ kəl kăp/] **121**–37
surgical gloves [sür/jĭ kəl glŭvz/] **121**–39
surgical gown [sür/jĭ kəl gown/] **93**–37, **121**–38
surgical mask [sür/jĭ kəl măsk/] **93**–36
surgical nurse [sür/jĭ kəl nürs/] **120**–9
surgical scrub cap [sür/jĭ kəl skrŭb/ kăp/] **93**–35
surgical scrubs [sür/jĭ kəl skrŭbz/] **93**–38
Surgical Assistant [sür/jĭ kəl ə sĭs/tənt] **93**
surprised [sər prīzd/, sə–] **43**–30
suspenders [sə spĕn/dərz] **94**–1
suspense [sŭs/pĕns] **237**–20
SUV (sport-utility vehicle) [ĕs/yo͞o/vē/] / [spört/ yo͞o tĭl/ə tē vē/ĭ kəl] **156**–7
swallow [swäl/ō] **116**–J
swap meet [swäp/ mēt/] **222**–6
sweat [swĕt]
sweatpants [swĕt/pănts/] **89**–23
sweatshirt [swĕt/shürt/] **89**–22
sweater [swĕt/ər] **28**–2, **87**–14
cardigan sweater [kär/də gən swĕt/ər] **88**–2
pullover sweater [po͝ol/ō/vər swĕt/ər] **88**–3
sweep [swēp] **60**–J
sweet potatoes [swēt pə tā/tōz] **69**–18
sweets [swēts] **84**–9
swim [swĭm] **230**–L
swimsuit [swĭm/so͞ot/] **90**–26
swimming [swĭm/ĭng]
swimming pool [swĭm/ĭng po͞ol/] **51**–22
swimming trunks [swĭm/ĭng trŭngks/] **90**–22
swing [swĭng] **230**–Q
swings [swĭngz] **224**–11
Swiss cheese [swĭs/ chēz/] **71**–27
switch [swĭch] **58**–27
swollen finger [swō/lən fĭng/gər] **110**–16
swordfish [sörd/fĭsh/] **71**–5, **212**–10
symbol [sĭm/bəl] **155**–8
SYMPTOMS AND INJURIES [sĭmp/təmz ən ĭn/jə rēz] **110**
synagogue [sĭn/ə gäg/] **127**–16
synthetic materials [sĭn thĕ/tĭk mə tïr/ē əlz] **98** ✦
syringe [sə rĭnj/] **118**–12
syrup [sĭr/əp, sür/–] **113**–29
system [sĭs/təm]
fuel injection system [fyo͞o/əl ĭn jĕk/shən sĭs/təm] **158**–17
stereo system [stĕr/ē ō sĭs/təm] **56**–8
SYSTEM [sĭs/təm] **141**
tab [tăb] **197**–7
table [tā/bəl]
bed table [bĕd/ tā/bəl] **121**–21
changing table [chān/jĭng tā/bəl] **59**–1
coffee table [kö/fē tā/bəl] **56**–19
dining room table [dī/nĭng ro͞om/ tā/bəl] **55**–9
end table [ĕnd/ tā/bəl] **56**–14
examination table [ĭg zăm/ə nā/shən tā/bəl] **118**–7
folding card table [fōl/dĭng kärd/ tā/bəl] **102**–4
night table [nīt/ tā/bəl] **58**–23
operating table [äp/ə rā/tĭng tā/bəl] **121**–40
periodic table [pïr/ē äd/ĭk tā/bəl] **195**–26
picnic table [pĭk/nĭk tā/bəl] **224**–8
pool table [po͞ol/ tā/bəl] **50**–15
tablecloth [tā/bəl klöth/] **55**–12
tablespoon [tā/bəl spo͞on/] **75**–7
table tennis [tā/bəl tĕn/əs] **228**–14
tray table [trā/ tā/bəl] **161**–21
turntable [türn/tā/bəl] **234**–12
tablet [tăb/lət] **113**–22, **113**–27
tackle [tăk/əl] **230**–F
taco [tä/kō] **79**–8
tags [tăgz] **92**–15, **136**–13
tail [tāl] **216**–22
tail light [tāl/ līt/] **158**–13
tail pipe [tāl/ pīp/] **158**–15
tailor [tā/lər] **100**–3
take [tāk]
do not take with dairy products [do͞o nät/ tāk/ wĭth dër/ē präd/ŭkts] **112**–A
take a bath [tāk/ ə băth/] **108**–B
take a break [tāk/ ə brāk/] **11**–H
take a citizenship test [tāk/ ə sĭt/ə zən shĭp tĕst/] **140**–I
take a driver education course [tāk/ ə drī/vərz ĕj/ə kā/shən körs/] **137**–B
take a driver's training course [tāk/ ə drī/vərz trā/nĭng körs/] **137**–G
take a message [tāk/ ə mĕs/ĭj] **171**–Q
take a nap [tāk/ ə năp/] **53**–A
take a picture [tāk/ ə pĭk/chər] **206**–B
take a seat [tāk/ ə sēt/] **6**–F
take a shower [tāk/ ə show/ər] **38**–C, **108**–A
take a tour [tāk/ ə to͝or/] **220**–A
take a written test [tāk/ ə rĭt/ən tĕst] **137**–E
take care of children [tāk/ kër/ əv chĭl/drən] **170**–P
take cover [tāk/ kŭv/ər] **147**–J
take dictation [tāk/ dĭk/tā shən] **171**–K
take in [tāk/ ĭn] **100**–D
take medicine [tāk/ mĕd/ə sən] **114**–D
take notes [tāk/ nōts/] **10**–C
take off [tāk/ öf/] **109**–Q, **160**–J
take one hour before eating [tāk/ wŭn/ ow/ər bĭ för/ ē/tĭng] **112**–B
take out [tāk/ owt/] **9**–Y, **60**–Q, **82** ✦
take ownership [tāk/ ō/nər shĭp/] **49**–K
take temperature [tāk/ tĕm/prə chər] **118**–B
take the bus to school [tāk/ dhə bŭs/ tə sko͞ol/] **38**–H
take the car to a mechanic [tāk/ dhə kär/ tə dhə mə kăn/ĭk] **157**–C
take the children to school [tāk/ dhə chĭl/drən tə sko͞ol/] **38**–G
take the order [tāk/ dhē ör/dər] **82**–E
take with food [tāk/ wĭth fo͞od/] **112**–A
take x-rays [tāk/ ĕks/rāz/] **119**–B
Taking a Flight [tā/kĭng ə flīt/] **160**
Taking a Test [tā/kĭng ə tĕst/] **10**
TAKING A TRIP [tā/kĭng ə trĭp/] **162–163**
Taking Care of Your Car [tā/kĭng kër/ əv yər kär/] **157**
TAKING CARE OF YOUR HEALTH [tā/kĭng kër əv yər hĕlth/] **114–115**
talk [tök]
talk show [tök/ shō/] **236**–4
talk therapy [tök/ thër/ ə pē] **115**–13
talk [tök]
talk about [tök ə bowt/] **174**–L
talk on the phone [tök/ ön dhə fōn/] **15**–C
talk to friends [tök/ tə frĕndz/] **173**–A
talk to the teacher [tök/ tə dhə tē/chər] **6**–B
tall [töl] **32**–4
tambourine [tăm/bə rēn/] **238**–17
tan [tăn] **24**–18
tangerines [tăn/jə rēnz/] **68**–9
tank [tăngk] **158**–10, **225**–5
tank top [tăngk/ täp/] **89**–24
tank truck [tăngk/ trŭk] **156**–20
tape [tāp]
clear tape [klër/ tāp/] **183**–30
correction tape [kə rĕk/shən tāp/] **183**–37
duct tape [dŭkt/ tāp/] **181**–49
electrical tape [ĭ lek/trĭ kəl tāp/] **181**–43
masking tape [măs/kĭng tāp/] **181**–53
packing tape [păk/ĭng tāp/] **183**–32
sterile tape [stër/ əl tāp/] **117**–7
tape measure [tāp mĕzh/ər] **100**–17, **181**–45

target [tär/gət] **231**–7
taste [tāst] **106**–D
tattoo [tă too/] **32**–18
tax / taxes [tăks] / [tăks/əz] **27**–8
taxi [tăk/sē] **150**–3
  hail a taxi [hāl/ ə tăk/sē] **152** ✦
  taxi driver [tăk/sē drī/vər] **152**–21
  taxi license [tăk/sē lī/səns] **152**–22
  taxi stand [tăk/sē stănd/] **152**–18
TB (tuberculosis) [tē/bē/] / [too bür/kyə lō/səs] **111**–15
TDD [tē/dē/dē/] **15**–26
tea [tē] **79**–12, **81**–39, **81**–40
  teacup [tē/kŭp] **55**–6
  tea kettle [tē/ kĕt/l] **54**–21
  teapot [tē/pät/] **55**–16
  teaspoon [tē/spoon/] **75**–6, **83**–31
teach [tēch] **170**–Q
teacher [tē/chər] **5**–8, **6**–4, **22**–5
  teacher's aide [tē/chərz ād/] **5**–16
team [tēm] **145**–20, **229**–3
TEAM SPORTS [tēm/ spörts/] **229**
technical school [tĕk/nĭ kəl skool/] **188**–5
technician [tĕk nĭsh/ən]
  computer technician
    [kəm pyoo/tər tĕk nĭsh/ən] **167**–19, **182**–12
  emergency medical technician (EMT)
    [ĭ mür/jən sē mĕd/ĭ kəl tĕk nish/ən] / [ē/ĕm/tē]
    121–32
  medical records technician
    [mĕd/ĭ kəl rĕk/ərdz tĕk nish/ən] **168**–39
Technician [tĕk nĭsh/ən] **93**
teddy bear [tĕd/ē bër/] **37**–23
teen / teenager [tēn] / [tē/nā/jər] **31**–11
teething ring [tē/dhĭng rĭng/] **37**–25
teeth / tooth [tēth] / [tooth] **106**–7
  toothache [tooth/āk/] **110**–2
  toothbrush [tooth/brŭsh/] **57**–21, **109**–22
  toothbrush holder [tooth/brŭsh/ hōl/dər] **57**–22
  toothpaste [tooth/pāst/] **109**–23
telemarketer [tĕl/ə mär/kə tər] **169**–60
TELEPHONE [tĕl/ə fōn/] **14–15**
Telephone Skills [tĕl/ə fōn/ skĭlz/] **171**
telescope [tĕl/ə skōp/] **205**–23
television / TV [tĕl/ə vĭzh/ən] / [tē/vē/] **56**–6
  big-screen TV [bĭg/skrēn/ tē/vē/] **50**–14
  flat panel TV [flăt/ păn/əl tē/vē/] **234**–7
  flat screen TV [flăt/ skrēn/ tē/vē/] **234**–7
  portable TV [pör/tə bəl tē/vē/] **234**–8
teller [tĕl/ər] **132**–1
Teller [tĕl/ər] **132**
Telling Time [tĕ/lĭng tīm/] **18**
temperature [tĕm/prə chər] **110**–8
  temperature gauge [tĕm/prə chər gāj/] **159**–30
Temperature [tĕm/prə chər] **13**
ten [tĕn] **16**
  ten after one [tĕn/ ăf/tər wŭn/] **18**–8
  ten dollars [tĕn/ däl/ərz] **26**–9
  10 percent [tĕn/ pər sĕnt/] **17**–12
  ten thousand [tĕn/ thow/zənd] **16**
  10-year-old girl [tĕn/yïr ōld/ gürl/] **31**–10
tenant [tĕn/ənt] **50**–6
TENANT MEETING [tĕn/ənt mē/tĭng] **64-65**
tennis [tĕn/əs] **228**–15
  table tennis [tā/bəl tĕn/əs] **228**–14
  tennis court [tĕn/əs kört/] **224**–6
  tennis racket [tĕn/əs răk/ət] **231**–2
  tennis shoes [tĕn/əs shooz/] **95**–32
tent [tĕnt] **226**–10
tenth [tĕnth] **16**
Terminal [tür/mə nəl] **160**
termites [tür/mīts] **63**–22
term [türm] **139** ✦
Terms [türmz] **199**
terrified [tĕr/ə fīd/] **43** ✦
test [tĕst] **121**–30
  test booklet [tĕst/ book/lət] **10**–1
  testing area [tĕs/tĭng ër/ē ə] **136**–2
  test tube [tĕst/ toob/] **195**–42
Test [tĕst] **10**
text [tĕkst]
  textbook [tĕkst/book/, tĕks/-] **7**–25
  text box [tĕkst/ bäks/, tĕks/-] **197**–13
  text message [tĕkst/ mĕs/ĭj, tĕks/-] **14**–19
thank [thăngk] **12**–E, **174**–N
Thanksgiving [thăngks gĭv/ĭng] **22**–17
theater [thē/ə tər] **126**–6, **127**–23
theft [thĕft] **142**–9
therapist [thër/ ə pĭst] **115**–12, **115**–14, **168**–45
therapy [thër/ ə pē] **115**–11, **115**–13
thermal undershirt [thür/məl ŭn/dər shürt/] **91**–2
thermometer [thər mäm/ə tər] **118**–11
thick [thĭk] **23**–7
thighs [thīz] **70**–22, **106**–19
thimble [thĭm/bəl] **100**–15
thin [thĭn] **23**–8, **32**–9
THINGS [thĭngz] **23**
think [thĭnk] **191**–E
third [thürd] **16**
Third Floor [thürd/ flör/] **50**
thirsty [thür/stē] **42**–2
thirteen [thür/tēn/] **16**
  thirteen colonies [thür/tēn/ kä/lə nēz] **198**–1
thirteenth [thür/tēnth/] **16**
thirtieth [thür/tē əth] **16**
thirty [thür/tē] **16**
  35 mm camera
    [thür/tē fīv/ mĭl/ə mē/tər kăm/rə] **235**–21
this week [dhĭs/ wēk/] **20**–19
thorn [thörn] **211**–29
thread [thrĕd] **99**–23, **100**–11
three [thrē] **16**
  three piece suit [thrē/pēs/ soot/] **88** ✦
  3-ring binder [thrē/ rĭng/ bīn/dər] **7**–27
  3/4 sleeved [thrē/kwör/tər slēv/] **96**–13
  three times a week [thrē/ tīmz/ ə wēk/] **20**–24
throat [thrōt] **107**–35, **110**–6, **111**–4
  throat lozenges [thrōt/ läz/ən jəz] **113**–30
through [throo] **153**–K
throw [thrō] **230**–C
  throw away [thrō/ ə wā/] **11**–N
  throw up [thrō/ ŭp/] **110**–E
throw pillow [thrō/ pĭl/ō] **56**–2
thumb [thŭm] **106**–16
thunderstorm [thŭn/dər störm/] **13**–16
Thursday [thürz/dā, –dē] **20**–12
tick [tĭk] **214**–27
ticket [tĭk/ət] **152**–15, **161**–19
  ticket agent [tĭk/ət ā/jənt] **160**–3
  ticket window [tĭk/ət wĭn/dō/] **152**–12
tidal wave [tīd/l wāv/] **145**–17
tide [tīd] **225** ✦
tie [tī] **88**–12, **89**–16, **92**–13, **229** ✦
tie [tī] **86**–A
tiger [tī/gər] **217**–37
tight [tīt] **97**–29
tights [tīts] **91**–19
tile [tīl] **57**–10, **178**–11, **178**–D
time [tīm]
  Alaska time [ə lăs/kə tīm/] **19**–28
  arrival time [ə rī/vəl tīm/] **161** ✦
  Atlantic time [ət lăn/tĭk tīm/] **19**–33
  Central time [sĕn/trəl tīm/] **19**–31
  daylight saving time [dā/līt/ sā/vĭng tīm/] **19**–25
  departure time [dĭ pär/chər tīm/]**161** ✦
  Eastern time [ē/stərn tīm/] **19**–32
  Hawaii-Aleutian time
    [hə wī/ē ə loo/shən tīm/] **19**–27
  Mountain time [mown/tn tīm/] **19**–30
  Newfoundland time
    [noo/fən lənd tīm/, –fənd–] **19**–34
  on time [än/ tīm/, ön/ tīm/] **19**–23, **161**–29
  Pacific time [pə sĭf/ĭk tīm/] **19**–29
  standard time [stăn/dərd tīm/] **19**–26
  three times a week [thrē tīmz/ ə wēk/] **20**–24
  time clock [tīm/ kläk/] **165**–7
Time [tīm] **18**
TIME [tīm] **18–19**
timer [tī/mər] **78**–18
Times of Day [tīmz/ əv dā/] **18**
Time Zones [tīm/ zōnz/] **19**
tire [tīr] **158**–5, **158**–23, **162**–F
tired [tīrd] **43**–32
title [tīt/l] **133**–14, **190**–5
toad [tōd] **212**–28
toast [tōst] **80**–4
toaster [tō/stər] **54**–6
  toaster oven [tō/stər ŭv/ən] **54**–15
today [tə dā/] **20**–5
toddler [täd/lər] **31**–8
toe [tō] **92**–6, **94**–23, **105**–10
  toenail [tō/nāl/] **106** ✦
Tofu [tō/foo/] **77**
toggle bolt [täg/əl bōlt/] **180**–38
to-go box [tə gō/ bäks/] **82**–5
toilet [toy/lət] **57**–19
  toilet brush [toy/lət brŭsh/] **57**–18
  toilet paper [toy/lət pā/pər] **57**–17, **146**–13
token [tō/kən] **152**–10
tomatoes [tə mā/tōz] **69**–6
tomorrow [tə mär/ō, –mör/ō] **20**–6
tongs [tängz, töngz] **78**–23, **195**–44
tongue [tŭng] **106**–8
too [too]
  too big [too/ bĭg/] **97**–38
  too expensive [too/ ĭk spĕn/sĭv] **97**–44
  too small [too/ smöl/] **97**–37

tool belt [to͞ol/ bĕlt/] **92**–3
TOOLS AND BUILDING SUPPLIES
[to͞olz/ ən bĭl/dĭng sə plīz/] **180–181**
tooth / teeth [to͞oth] / [tēth] **106**–7
toothache [to͞oth/āk/] **110**–2
toothbrush [to͞oth/brŭsh/] **57**–21, **109**–22
toothbrush holder [to͞oth/brŭsh/ hōl/dər] **57**–22
toothpaste [to͞oth/pāst/] **109**–23
top [täp] **88**–7, **89**–24
torn [törn] **97**–41
tornado [tör nā/dō] **145**–15
torso [tör/sō/] **106** ✦
tortoise [tör/təs] **213**–42
total [tōt/l] **27**–9
totebag [tōt/ băg/] **94**–19
touch [tŭch] **106**–E
towel [tow/əl]
bath towel [băth/ tow/əl] **57**–14
dish towel [dĭsh/ tow/əl] **61**–22
hand towel [hănd/ tow/əl] **57**–15
paper towels [pā/pər tow/əlz] **54**–3
towel rack [tow/əl răk/] **57**–13
towelettes [tow/əl ĕts] **146**–12
tower [tow/ər] **196**–3
town [town] **52**–3
town car [town/ kär/] **152**–20
townhouse [town/hows/] **52**–6
tow truck [tō/ trŭk/] **156**–14
toy [toy]
toy chest [toy/ chĕst/] **59**–16
toy store [toy/ stör/] **130**–5
Toys and Games [toyz/ ən gāmz/] **59**
track [trăk] **5**–21, **152**–14
track and field [trăk/ ən fēld/] **228**–18
tractor [trăk/tər] **177**–9
tractor trailer [trăk/tər trā/lər] **156**–15
traffic light [trăf/ĭk līt/] **128**–8
TRAFFIC SIGNS [trăf/ĭk sīnz/] **154**
tragedy [trăj/ə dē] **237**–14
trailer [trā/lər] **156**–15, **156**–17
train [trān] **150**–7, **233**–27
training [trā/nĭng] **172**–2, **172**–5, **172**–7
training pants [trā/nĭng pănts/] **37**–11
Training [trā/nĭng] **172**
Train Station [trān/ stā/shən] **152**
transcribe [trăn skrīb/] **171**–C
transfer [trăns für/, trăns/fər] **152**–5
transfer [trăns für/, trăns/fər] **171**–O
translate [trănz/lāt] **8**–C
translator [trănz/lā/tər, trăns/–] **168**–35
Transmission [trănz mĭsh/ən, trăns–] **159**
Transportation [trăns/pər tā/shən] **152**
TRANSPORTATION [trăns/pər tā/shən] **150–151, 152**
trash [trăsh]
trash bags [trăsh/ băgz/] **61**–24
trash bin [trăsh/ bĭn/] **51**–23
trash chute [trăsh/ sho͞ot/] **51**–26
travel [trăv/əl] **41**–P
travel agency [trăv/əl ā/jən sē] **131**–14
tray [trā] **55**–17, **83**–10
tray table [trā tā/bəl] **161**–21
Tree [trē] **210**
trees [trēz] **208**–1, **239**–16
TREES AND PLANTS [trēz/ ən plănts/] **210**
trench coat [trĕnch/ kōt/] **90**–21
trial [trī/əl] **140**–5
triangle [trī/ăng/gəl] **193**–32
tricycle [trī/sĭ kəl] **224**–12
trigonometry [trĭg/ə näm/ə trē] **192**–18
trim [trĭm] **176**–B
trip [trĭp] **152**–16, **152**–17
tripe [trīp] **70**–8
tripod [trī/päd] **235**–25
trombone [träm bōn/] **238**–10
trout [trowt] **71**–1
trowel [trow/əl] **176**–10, **178**–13
truck [trŭk] **150**–5
dump truck [dŭmp/trŭk/] **156**–19
fire truck [fīr/ trŭk/] **144**–10
garbage truck [gär/bĭj trŭk/] **127**–22
hand truck [hănd/ trŭk/] **175**–11
pickup truck [pĭk/ŭp trŭk/] **156**–12
tank truck [tăngk/ trŭk/] **156**–20
tow truck [tō/ trŭk/] **156**–14
truck driver [trŭk/ drī/vər] **169**–61
TRUCKS [trŭks] **156**
trumpet [trŭm/pət] **238**–11
Trunk [trŭngk] **158**
trunks [trŭngks] **158**–11, **210**–4, **217**–47
swimming trunks [swĭm/ĭng trŭngks/] **90**–22
try on [trī/ön] **95**–C
TSA agent [tē/ĕs/ā/ ā/jənt] **160**–5
T-shirt [tē/shürt/] **86**–4
tsunami [so͞o nä/ mē/, tso͞o–] **145**–17
tub [tŭb]
bathtub [băth/tŭb/] **57**–2
tuba [to͞o/bə] **238**–12
tube [to͞ob] **74**–12, **74**–24, **195**–42
tuberculosis (TB)
[to͞o bür/kyə lō/səs] / [tē/bē/] **111**–15
Tuesday [to͞oz/dā, –dē] **20**–10
tulip [to͞o/ləp] **211**–11
tuna [to͞o/nə] **71**–7, **72**–19, **212**–8
tuner [to͞o/nər] **234**–13
turbulence [tür/byə ləns] **161**–22
turkey [tür/kē] **70**–17, **239**–14
roasted turkey [rōs/təd tür/kē] **76**–4
smoked turkey [smōkt/ tür/kē] **71**–25
turn [türn] **154**–5, **154**–7, **154**–8
turn signal [türn/ sĭg/nəl] **158**–6, **159**–34
turnstile [türn/stīl/] **152**–8
turntable [türn/tā/bəl] **234**–12
turn [türn]
turn in [türn/ ĭn/] **191**–M
turn left [türn/ lĕft/] **155**–C
turn off [türn/ öf/] **11**–P, **160**–I, **174**–G, **219**–G
turn on [türn/ ön/, –än/] **11**–B
turn right [türn/ rīt/] **155**–B
turnips [tür/nəps] **69**–16
turquoise [tür/koyz, –kwoyz] **24**–9
turtle [tür/tl] **213**–43
turtleneck [tür/tl nĕk/] **96**–9
tusk [tŭsk] **217**–48
tuxedo [tŭk sē/dō] **89**–17
TV Programs [tē/vē/ prō/grămz] **236**
TV / television [tē/vē/] / [tĕl/ə vĭzh/ən] **56**–6
big-screen TV [bĭg/skrēn/ tē/vē/] **50**–14
flat panel TV [flăt/ păn/əl tē/vē] **234**–7
flat screen TV [flăt/ skrēn/ tē/ vē/] **234**–7
portable TV [por/tə bəl tē/vē/] **234**–8
tweezers [twē/zərz] **117**–4
twelfth [twĕlfth] **16**
twelve [twĕlv] **16**
twentieth [twĕn/tē əth] **16**
twenty [twĕn/tē] **16**
twenty after one [twĕn/tē ăf/tər wŭn/] **18**–10
twenty dollars [twĕn/tē däl/ərz] **26**–10
twenty-first [twĕn/tē fürst/] **16**
twenty-five [twĕn/tē fīv/] **16**
25 percent [twĕn/fīv/ pər sĕnt/] **17**–11
twenty-four [twĕn/tē för] **16**
twenty-one [twĕn/tē wŭn/] **16**
twenty-three [twĕn/tē thrē/] **16**
twenty to two [twĕn/tē tə to͞o/] **18**–12
twenty-two [twĕn/tē to͞o/] **16**
twice a week [twīs/ ə wēk/] **20**–23
twig [twĭg] **210**–1
twins [twĭnz] **28**–1
two [to͞o]**16**
2-door car [to͞o/dör kär/] **156**–2
two-story house [to͞o/stör/ē hows/] **52** ✦
two-way radio [to͞o/wā rā/dē ō] **179**–22
2 x 4 (two by four) [to͞o/ bī/ för/] **181**–19
type [tīp] **170**–R, **196**–A
type a letter [tīp/ə lĕt/ər] **171**–A
type the message [tīp/ dhə mĕs/ĭj] **197**–E
type the subject [tīp/ dhə sŭb/jĭkt] **197**–D
type your password [tīp/ yər păs/würd/] **197**–A
Types of Health Problems
[tīps/ əv hĕlth/ präb/ləmz] **115**
Types of Job Training [tīps/ əv jäb/ trā/nĭng] **172**
Types of Material [tīps/ əv mə tïr/ē əl] **99**
Types of Math [tīps/ əv măth/] **192**
Types of Medication [tīps/ əv mĕd/ə kā/shən] **113**
Types of Movies [tīps/ əv mo͞o/vēz] **237**
Types of Music [tīps/ əv myo͞o/zĭk] **237**
Types of TV Programs [tīps/ əv tē/vē/ prō/grămz] **236**
ugly [ŭg/lē] **23**–22
umbrella [ŭm brĕl/ə] **90**–17, **225**–14
umpire [ŭm/pīr] **229** ✦
uncle [ŭng/kəl] **34**–8
uncomfortable [ŭn kŭmf/tə bəl, –tər–] **42**–9
unconscious [ŭn/kän/shəs] **116**–A
under [ŭn/dər] **25**–10, **153**–A
long underwear [löng/ ŭn/dər wër] **91**–3
thermal undershirt [thür/məl ŭn/dər shürt] **91**–2
underexposed [ŭn/dər ĭk spōzd/] **235**–35
underpants [ŭn/dər pănts/] **91**–14
undershirt [ŭn/dər shürt/] **91**–1
underline [ŭn/dər līn/] **9**–S
Under the Hood [ŭn/dər dhə ho͝od/] **158**
Underwear [ŭn/dər wër/] **91**
UNDERWEAR AND SLEEPWEAR
[ŭn/dər wër/ ən slēp/wër/] **91**
undress [ən drĕs/] **36**–E

unfurnished apartment
[ŭn/für nĭsht ə pärt/ mənt] **48**–4
uniform [yo͞o/nə förm/] **88**–10, **231**–16
Unisex Socks [yo͞o/nə sĕks/ säks/] **91**
Unisex Underwear [yo͞o/nə sĕks/ ŭn/dər wër] **91**
universal remote [yo͞o/nə vür/səl rĭ mōt/] **234**–9
UNIVERSE [yo͞o/nə vürs/] **205**
university [yo͞o/nə vür/sə tē] **188**–7
unload [ŭn lōd/] **101**–E
unpack [ŭn păk/] **49**–N
unraveling [ŭn răv/əl ĭng] **97**–43
unripe [ŭn rīp/] **68**–31
unscented [ŭn sĕn/təd] **108** ✦
unscramble [ŭn skrăm/bəl] **9**–W
up [ŭp]
buckle up [bŭk/əl ŭp/] **36**–L
clean up [klēn/ ŭp/] **147**–M
cut up [kŭt/ ŭp/] **77**–I
eggs sunny-side up [ĕgz/ sŭn/ē sīd/ ŭp/] **76**–10
get up [gĕt/ ŭp/] **38**–B
hang up [hăng/ ŭp/] **15**–D, **101**–H
look up [lo͝ok/ ŭp/] **8**–A
pick up [pĭk/ ŭp/] **6**–I, **11**–E, **38**–M
pop-up ad [päp/ ŭp ăd/] **197**–9
set up [sĕt/ ŭp/] **173**–I
stand up [stănd/ ŭp/] **6**–D
stopped up [stäpt/ ŭp/] **63**–19
throw up [thrō/ ŭp/] **110**–E
wake up [wāk/ ŭp/] **38**–A
walk up [wök/ ŭp/] **153**–C
upright seat [ŭp/rīt/ sēt/] **161**–28
upset [ŭp sĕt/] **43**–28
upstairs [ŭp/stërz/] **51** ✦
Uranus [yo͝or/ə nəs, yo͝o rā/nəs] **205**–7
urban area [ür/bən ër/ē ə] **52**–1
urchin [ür/chən] **212**–21
URL [yo͞o/är/ĕl/] **197**–4
U.S. [yo͞o/ĕs/]
U.S. Capitol [yo͞o/ĕs/ kă/pət əl] **138**–1
U.S. route [yo͞o/ĕs/ ro͞ot/, –rowt/] **154**–17
USB port [yo͞o/ĕs/ bē/ pört/] **196**–7
use [yo͞oz]
use a cash register [yo͞oz/ə kăsh/ rĕj/ə stər] **170**–S
use a credit card [yo͞oz/ə krĕ/dət kärd/] **27**–B
use a debit card [yo͞oz/ə dĕ/bət kärd/] **27**–C
use a gift card [yo͞oz/ ə gĭft/ kärd/] **27**–E
use deodorant [yo͞oz/dē ō/dər ənt] **108**–C
use energy-efficient bulbs
[yo͞oz/ ĕn/ər jē ĭ fĭ/shənt bŭlbz] **219**–H
use punctuation [yo͞oz/ pŭngk/cho͞o ā/shən] **190**–C
Used Car [yo͞ozd/ kär/] **157**
used clothing [yo͞ozd/ klō/dhĭng] **102**–2
U.S. HISTORY [yo͞o/ĕs/ hĭs/tə rē] **198**
U.S. NATIONAL PARKS
[yo͞o/ĕs năsh/ə nəl pärks/] **220–221**
utensils [yo͞o tĕn/səlz] **79**–19
utility / utilities [yo͞o tĭl/ə tē] / [yo͞o tĭl/ə tēz]
48–5, **156**–7
U-turn [yo͞o/türn/] **154**–5
vacancy sign [vā/kən sē sīn/] **50**–7
vacation [vā kā/shən] **22**–6
vaccination [văk/sə nā/shən] **114** ✦
vacuum [văk/yo͞om]
vacuum cleaner [văk/yo͞om klē/nər] **61**–10
vacuum cleaner attachments
[văk/yo͞om klē/nər ə tăch/mənts] **61**–11
vacuum cleaner bag
[văk/yo͞om klē/nər băg/] **61**–12
vacuum [văk/yo͞om] **60**–H
valley [văl/ē] **204**–17
valuables [văl/yə bəlz, –yə wə–] **132**–8
valve [vălv] **146**–4
van [văn] **156**–13, **156**–18
vandalism [văn/də lĭz/əm] **142**–1
vanity plate [vă/nə tē plāt/] **136** ✦
variable [vër/ē ə bəl] **192**–12
vase [vās, vāz, väz] **55**–23
vault [völt] **132**–6
VCR [vē/sē/är/] **102**–7
veal cutlets [vēl/ kŭt/ləts] **70**–6
Vegetable [vĕj/tə bəl] **77**
vegetables [vĕj/tə bəlz] **66**–8, **72**–27, **81**–32
vegetable garden [vĕj/tə bəl gär/dn] **53**–27, **177**–14
vegetable peeler [vĕj/tə bəl pē/lər] **78**–15
VEGETABLES [vĕj/tə bəlz] **69**
vegetarian [vĕj/ə tër/ē ən] **70** ✦
vehicles [vē/ĭ kəlz] **124**–4, **156**–7, **156**–10
vein [vān] **107**–37
velvet [vĕl/vət] **99**–10
vending machine [vĕn/dĭng mə shēn/] **152**–9
vendors [vĕn/dərz] **84**–7, **129**–29
ventilation mask [vĕnt/əl ā/shən măsk/] **92**–7
Venus [vē/nəs] **205**–2
verdict [vür/dĭkt] **141**–14
vertebrates [vür/ tə brəts] **194**–13
vest [vĕst] **89**–15
down vest [down/ vĕst] **90**–14
Hi-Visibility safety vest
[hī/vĭz/ə bĭl/ə tē sāf/tē vĕst] **92**–6
life vest [līf/ vĕst/] **161**–25, **226**–14
Veterans Day [vĕt/ər ənz dā/] **22**–16
veterinarian [vĕt/ər ə nër/ē ən] **169**–62
vice president [vīs/ prĕz/ə dənt] **138**–9
victim [vĭk/təm] **142**–10
video [vĭd/ē ō]
videocassette [vĭd/ē ō kə sĕt/] **133**–18
video game console [vĭd/ē ō gām/ kän/sōl/] **232**–3
video game control [vĭd/ē ō gām/ kän trōl/] **232**–4
video player [vĭd/ē ō plā ər] **197**–11
video store [vĭd/ē ō stör/] **129**–20
videotape [vĭd/ē ō tāp/] **240**–A
view [vyo͞o]
rearview mirror [rïr/vyo͞o/ mïr/ər] **159**–35
sideview mirror [sīd/vyo͞o/ mïr/ər] **158**–3
village [vĭ/lĭj] **52**–3
vine [vīn] **210**–22
vineyard [vĭn/yərd] **177**–16
violence [vī/ləns, vī/ə–] **142**–4
violet [vī/ə lət, vī/lət] **24**–8, **211**–23
violin [vī/ə lĭn/] **238**–6
virus [vī/rəs] **111**–17
vise [vīs] **180**–26
vision [vĭ/zhən]
vision exam [vĭ/zhən ĭg zăm/] **136**–6
vision problems [vĭ/zhən präb/ləmz] **115**–1
Visit [vĭ/zət] **119**
visor [vī zər] **179**–12
vital signs monitor [vīt/l sīnz/ män/ə tər] **121**–26
vitamins [vī/tə mənz] **113**–17
v-neck [vē/nĕk/] **96**–8
vocational [vō kā/shə nəl]
vocational school [vō kā/shə nəl sko͞ol/] **188**–5
vocational training [vō kā/shə nəl trā/nĭng] **172**–5
voice message [voys mĕs/ĭj] **14**–18
volcanic eruption [väl kăn/ĭk ĭ rŭp/shən] **145**–16
volleyball [väl/ē böl/] **229**–14, **231**–3
Volume [väl/yəm, –yo͞om] **75, 193**
volunteer [väl/ən tïr/] **121**–17
volunteer [väl/ən tïr/] **41**–Q
vomit [väm/ət] **110**–E
vote [vōt] **140**–A
waffles [wä/fəlz, wö/–] **80**–8
wages [wā/jĭz] **165**–12
wagon [wă/gən] **156**–6
waist [wāst]
waist apron [wāst/ ā/prən] **93**–30
waistband [wāst/bănd/] **100**–5
wait [wāt] **94**–B, **128**–B, **170**–T
waiter [wā/tər] **82**–8
headwaiter [hĕd/wā/tər] **185**–12
waiting area [wā/tĭng ër/ē ə] **182**–16
Waiting Room [wā/tĭng ro͞om/] **118**
waitress [wā/trəs] **83**–9
wait staff [wāt/ stăf/] **185** ✦
wake up [wāk/ ŭp/] **38**–A
walk [wök] **53**–2
crosswalk [krös/wök/] **128**–15
walk-in freezer [wök/ĭn frē/zər] **185**–3
walk [wök]
walk a dog [wök ə dög/] **129**–F
walk down [wök/ down/] **153**–D
walk to class [wök/ tə klăs/] **11**–C
walk up [wök/ ŭp/] **153**–C
walk with a friend [wök/ wĭth ə frĕnd/] **143**–A
walker [wö/kər] **113**–11
wall [wöl] **56**–10, **194**–5
drywall [drī/wöl/] **178**–19
wallpaper [wöl/pā/pər] **59**–8
wallet [wä/lət, wö/–] **94**–13
walrus [wöl/rəs] **213**–32
war [wör] **199**–10
Revolutionary War [rĕ/və lo͞o/shə nër/ē wör/] **198**–8
warehouse [wër/hows/] **175**–7
warm [wörm] **13**–4
warm clothes [wörm/ klōz/] **146**–6
warning label [wör/nĭng lā/bəl] **112**–8
Warnings [wör/nĭngz] **112**
wash [wäsh, wösh]
mouthwash [mowth/wäsh/, –wösh/–] **109**–25
washcloth [wäsh/klöth/, wösh/–] **57**–4
wash [wäsh, wösh]
wash clothes [wäsh/ klōz/, wösh/–] **219**–K
wash hair [wäsh/ hër/, wösh/–] **108**–E
wash the dishes [wäsh/ dhə dĭsh/əz, wösh/–] **60**–M
wash the windows
[wäsh/ dhə wĭn/dōz, wösh/–] **60**–I
washer [wä/shər, wö/–] **50**–12, **101**–3, **180**–37
dishwasher [dĭsh/wäsh/ər, –wö–] **54**–8, **185**–2

washing [wä′shĭng, wö′–] **61**–21
wasp [wäsp, wösp] **214**–17
waste [wāst] **121**–31, **218**–12
wastebasket [wāst′băs′kət] **57**–26
watch [wäch, wöch] **94**–16
watch [wäch, wöch] **39**–X, **147**–C
water [wö′tər] **209**–3, **225**–1
body of water [bäd′ē əv wö′tər] **204** ✦
bottled water [bät′ld wö′tər] **146**–11
cold water [kōld′ wö′tər] **57**–7
hot water [hät′ wö′tər] **57**–8
hot water bottle [hät′ wö′tər bät′l] **113**–15
watercolor [wö′tər kŭl′ər] **233**–21
waterfall [wä′tər föl′] **204**–2
water fountain [wö′tər fown′tn] **224**–9
water glass [wö′tər glăs′] **83**–22
watermelons [wö′tər mĕl′ənz] **68**–18
water pollution [wö′tər pə lōō′shən] **218**–14
water polo [wö′tər pō′lō] **229**–15
waterskiing [wö′tər skē′ĭng] **227**–7
water [wö′tər] **176**–F
WATER SPORTS [wö′tər spörts′] **227**
wave [wāv] **145**–17, **225**–17
wave [wāv] **2**–F
wavy hair [wā′vē hër′] **33**–10
way [wā]
hallway [häl′wā′] **184**–18
one way [wŭn′ wā′] **154**–3
one-way trip [wŭn′wā′ trĭp′] **152**–16
two-way radio [tōō′wā′ rā′dē ō] **179**–22
wrong way [röng′ wā′] **154**–2
Ways to Conserve Energy and Resources [wāz′ tə kən sürv′ ĕn′ər jē n rē′sör′səz, –rĭ sör′səz] **219**
Ways to Get Well [wāz′ tə gĕt′ wĕl′] **114**
Ways to Pay [wāz′ tə pā′] **27**
Ways to Serve Eggs [wāz′ tə sürv′ ĕgz′] **76**
Ways to Serve Meat and Poultry [wāz′ tə sürv′ mēt′ n pōl′trē′] **76**
Ways to Stay Well [wāz′ tə stā′ wĕl′] **114**
Ways to Succeed [wāz′tə sək sēd′] **10**
weak signal [wēk′ sĭg′nəl] **14**–12
WEATHER [wĕdh′ər] **13**
Weather Conditions [wĕdh′ər kən dĭsh′ənz] **13**
Weather Map [wĕdh′ər măp′] **13**
webcam [wĕb′kăm′] **196**–12
Webpage [wĕb′pāg′] **197**
website address [wĕb′sīt ə drĕs′] **197**–4
wedding [wĕ′dĭng] **22**–2
Wednesday [wĕnz′dā, –dē] **20**–11
weed [wēd]
seaweed [sē′ wēd′] **225** ✦
weed eater [wēd′ ē′tər] **176**–12
weed whacker [wēd′ wăk′ər] **176**–12
weed [wēd] **176**–G
week [wēk] **20**–15
last week [lăst′ wēk′] **20**–18
next week [nĕkst′ wēk′] **20**–20
once a week [wŭns′ ə wēk′] **20**–22
this week [dhĭs′ wēk′] **20**–19
three times a week [thrē′ tīmz′ ə wēk′] **20**–24
twice a week [twīs′ ə wēk′] **20**–23
weekdays [wēk′dāz′] **20**–16
weekend [wēk′ĕnd′] **20**–17
Week [wēk] **20**
weigh [wā] **75**–B
weight [wāt] **32**–8
Weight [wāt] **32, 75**
weightlifting [wāt′lĭf′tĭng] **228**–16
weights [wāts] **231**–22
WEIGHTS AND MEASUREMENTS [wāts′ ən mĕzh′ər mənts] **75**
welder [wĕl′dər] **169**–63
well [wĕl] **42**–14
Well [wĕl] **114**
west [wĕst] **155**–2
western [wĕs′tərn] **237**–15
wet [wĕt] **101**–17
wet suit [wĕt′ sōōt′] **225**–4
whacker [wăk′ər] **176**–12
whale [wāl] **213**–29
wheat [wēt] **177**–2
wheat bread [wēt′ brĕd′] **71**–19
wheel [wēl] **159**–26
wheelbarrow [wēl′băr′ō] **176**–3
wheelchair [wēl′chër′] **113**–9
wheel cover [wēl′ kŭv′ər] **158**–9
whisk [wĭsk] **78**–21
whiskers [wĭs′kərz] **216**–18
white [wīt] **24**–14
whiteboard [wīt′börd′] **6**–3
white bread [wīt′ brĕd′] **71**–18
White House [wīt′ hows′] **138**–7
whole salmon [hōl′ săm′ən] **71**–3
wide [wīd] **97**–36
widow [wĭd′ō] **41** ✦
widower [wĭd′ō ər] **41** ✦
width [wĭdth, wĭtth] **17**–19
wife [wīf] **34**–12
ex-wife [ĕks′ wīf′] **35** ✦
former wife [för′mər wīf′] **35** ✦
wild [wīld] **215** ✦
wildlife [wīld′līf] **220**–3
willow [wĭl′ō] **210**–13
win [wĭn] **229** ✦
wind [wĭnd]
windbreaker [wĭnd′brā′kər] **90**–24
wind power [wĭnd′ pow′ər] **218**–2
windshield [wĭnd′ shēld′] **158**–1
windshield wipers [wĭnd′shēld′wī′pərz] **158**–2
windsurfing [wĭnd′sür′fĭng] **227**–10, **227** ✦
window [wĭn′dō] **47**–11, **56**–17, **136**–7
drive-thru window [drīv′thrōō′ wĭn′dō] **128**–11
ticket window [tĭk′ət wĭn′dō] **152**–12
window pane [wĭn′dō pān′] **178**–16
windy [wĭn′dē] **13**–18
wine glass [wīn′ glăs′] **83**–23
wing [wĭng] **70**–20, **214**–1
winter [wĭn′tər] **21**–40
winter scarf [wĭn′tər/skärf′] **90**–5
WINTER AND WATER SPORTS [wĭn′tər ən wö′tər spörts′] **227**
wipe [wīp] **60**–O
wipers [wī′pərz] **158**–2
wipes [wīps] **37**–15, **61**–23
wire [wīr] **181**–13
wire stripper [wīr′ strĭp′ər] **181**–42
wireless headset [wīr′ləs hĕd′sĕt] **14**–14
wiring [wīr′ĭng] **186**–7
withdraw [wĭdh drö′, wĭth–] **132**–F
witness [wĭt′nəs] **141**–11
wolf [wŏŏlf] **216**–5
woman [wŏŏm′ən] **30**–2
women [wĭ′mən] **30**–3
Women's Socks [wĭ′mənz säks′] **91**
Women's Underwear [wĭ′mənz ŭn′dər wër′] **91**
wood [wŏŏd] **178**–18
plywood [plī′wŏŏd] **178**–17
redwood [rĕd′wŏŏd] **210**–18
wood floor [wŏŏd′ flör′] **58**–21
woodpecker [wŏŏd′pĕk′ər] **214**–8
wood screw [wŏŏd′ skrōō′] **180**–33
wood stain [wŏŏd′ stān′] **181**–24
woodworking kit [wŏŏd′wür′kĭng kĭt′] **232**–14
wooden spoon [wŏŏd′n spōōn′] **78**–9
Woodwinds [wŏŏd′wĭndz′] **238**
wool [wŏŏl] **61**–5, **98**–3
word [würd] **190**–1
word problem [würd′ prä′bləm] **192**–11
Words [wördz] **8**
work [würk′] **121**–30, **154**–16
workbook [würk′bŏŏk′] **7**–26
work gloves [würk′ glŭvz′] **92**–17, **179**–17
work light [würk′ līt′] **181**–44
work pants [würk′ pănts′] **92**–5
work shirt [würk′ shürt′] **92**–2
work [würk] **8**–I, **10**–J, **38**–K
WORK [würk] **186–187**
Work Clothes [würk′ klōz′] **88**
worker [wür′kər]
careful worker [kër′fəl wür′kər] **179**–2
careless worker [kër′ləs wür′kər] **179**–1
childcare worker [chīld′kër wür′kər] **166**–16
construction worker [kən strŭk′shən wür′kər] **178**–1
dockworker [däk′wür′kər] **167**–23
factory worker [făk′tə rē wür′kər, –trē] **175**–3
farmworker [färm′wür′kər] **177**–8
food preparation worker [fōōd′ prĕp ə rā′shən wür′kər] **185**–4
garment worker [gär′mənt wür′kər] **167**–29
postal worker [pō′stəl wür′kər] **169**–49
sanitation worker [săn′ə tā′shən wür′kər] **169**–54
social worker [sō′shəl wür′kər] **169**–57
Worker [wür′kər] **92, 93**
working [wür′kĭng]
not working [nät′ wür′kĭng] **62**–1
woodworking kit [wŏŏd′wür′kĭng kĭt] **232**–14
Working with a Partner [wür′kĭng wĭth ə pärt′nər] **8**
Working with Your Classmates [wür′kĭng wĭth yər klăs′māts′] **8**
work out [würk′ owt′] **230**–N
WORKPLACE [würk′ plās′] **164–165**
WORKPLACE CLOTHING [würk′ plās′ klō′dhĭng] **92–93**

world [würld]
world languages [würld/ läng/gwĭ jəz] **189**–13
world music [würld/ myōō/zĭk] **237**–32
WORLD MAP [würld/măp/] **202–203**
WORLD HISTORY [würld hĭs/tə rē] **199**
worm [würm] **212**–23
worried [wür/ēd] **42**–13
wrap [răp] **72**–24
wrap [răp] **240**–F
wrench [rĕnch] **158**–22, **181**–47, **181**–48
wrestling [rĕs/lĭng] **228**–17
wrinkled [rĭng/kəld] **101**–19
wrist [rĭst] **106**–14
wristwatch [rĭst/wäch/, –wöch/] **94**–16
write [rīt]
write a check [rīt/ ə chĕk/] **27**–D
write a cover letter [rīt/ ə kŭv/ər lĕt/ər] **173**–G
write a final draft [rīt/ ə fī/nəl drăft/] **191**–L
write a first draft [rīt/ ə fürst/ drăft/] **191**–H
write a note [rīt/ ə nōt/] **135**–A
write a resume [rīt/ ə rĕ/zə mā/] **173**–F
write a thank-you note
[rīt/ ə thăngk/ yōō nōt/] **174**–O
write back [rīt/ băk/] **135**–H
write on the board [rīt/ ön dhə börd/] **6**–E
writer [rī/tər] **169**–64
Writing and Revising [rī/tĭng ən rĭ vī/ zĭng] **191**
Writing Process [rī/tĭng prä/sĕs] **191**
Writing Rules [rī/tĭng rōōlz] **190**
wrong way [röng/ wā/] **154**–2
xylophone [zī/lə fōn/] **238**–15
yard [yärd]
courtyard [kört/ yärd/] **51**–21
yardstick [yärd/stĭk/] **181**–16
YARD [yärd] **53**
yarn [yärn] **233**–22
year [yïr] **20**–4, **31**–9, **31**–10
Year [yïr] **21**
yellow [yĕl/ō] **24**–2
yesterday [yĕs/tər dā/, –dē] **20**–7
yield [yēld] **154**–9
yoga [yō/gə] **122**–4
yogurt [yō/gərt] **72**–22
young [yŭng] **32**–1
Your First License [yər fürst/ lī/səns] **137**
YOUR HEALTH [yər hĕlth/] **114–115**
zebra [zē/brə] **217**–33
zero [zïr/ō] **16**
ZIP code [zĭp/ kōd/] **4**–9
zipper [zĭp/ər] **99**–25
Zones [zōnz] **19**
zoo [zōō] **222**–1
zoom lens [zōōm/ lĕnz/] **235**–23
zucchini [zōō kē/nē] **69**–25

Geographical Index

Continents
Africa [ăf/rĭ kə] **202–5**
Antarctica [ănt ärk/tĭ kə, –är/tĭ–] **202–7**
Asia [ā/zhə] **202–4**
Australia [ö strāl/yə] **202–6**
Europe [yŏŏr/əp] **202–3**
North America [nörth/ ə mĕr/ə kə] **200–201, 202–1**
South America [sowth/ ə mĕr/ə kə] **202–2**

Countries and other locations
Afghanistan [ăf găn/ə stăn/] **203**
Albania [ăl bā/nē ə] **203**
Aleutian Islands [ə lōō/shən ī/ləndz] **200, 203**
Algeria [ăl jïr/ē ə] **203**
American Samoa [ə mĕr/ə kən sə mō/ə] **202**
Andaman Islands [ăn/də mən ī/ləndz] **203**
Angola [ăng gō/lə] **203**
Argentina [är/jən tē/nə] **202**
Armenia [är mē/nē ə] **203**
Austria [ö/strē ə] **203**
Azerbaijan [ăz/ər bī jän/] **203**
Azores [ā/zörz] **202**
Baffin Island [băf/ən ī/lənd] **200**
Bahamas [bə hä/məz] **200, 202**
Bahrain [bä rān/] **203**
Bangladesh [bäng/glə dĕsh/, băng/–] **203**
Banks Island [bănks/ ī/lənd] **200**
Belarus [bē/lə rōōs/, byĕl/ə–] **203**
Belgium [bĕl/jəm] **203**
Belize [bə lēz/] **201, 202**
Benin [bə nĭn/, –nēn/] **203**
Bermuda Islands [bər myōō/də ī/ ləndz] **200, 202**
Bhutan [bōō tän/] **203**
Bolivia [bə lĭv/ē ə] **202**
Bosnia [bäz/nē ə] **203**
Botswana [bät swä/nə] **203**
Brazil [brə zĭl/] **202**
Brunei [brōō nī/] **203**
Bulgaria [bŭl gër/ē ə] **203**
Burkina Faso [bər kē/nə fä/sō] **203**
Burma [bür/mə] **203**
Burundi [bŏŏ rōōn/dē] **203**
Cambodia [kăm bō/dē ə] **203**
Cameroon [kăm/ə rōōn/] **203**
Canada [kăn/ə də] **200, 202**
Canary Islands [kə nër/ē ī/ ləndz] **203**
Cape Verde [kāp/ vürd/] **202**
Central African Republic
[sĕn/trəl ăf/rĭ kən rĭ pŭb/lĭk] **203**
Chad [chăd] **203**
Chile [chĭl/ē] **202**
China [chī/nə] **203**
Colombia [kə lŭm/bē ə] **202**
Comoros [käm/ə rōz] **203**
Congo [käng/gō] **203**
Cook Islands [kŏŏk/ ī/ləndz] **202**
Corsica [kör/sĭ kə] **203**
Costa Rica [kōs/tə rē/kə, käs/–] **201, 202**
Croatia [krō ā/shə] **203**
Cuba [kyōō/bə] **201, 202**
Cyprus [sī/prəs] **203**
Czech Republic [chĕk/ rĭ pŭb/lĭk] **203**
Democratic Republic of the Congo
[dĕm/ə krăt/ĭk rĭ pŭb/lĭk əv dhə käng/gō] **203**
Denmark [dĕn/märk] **203**
Devon Island [dĕv/ən ī/lənd] **200**
Djibouti [jĭ bōō/tē] **203**
Dominican Republic [də mĭn/ĭ kən rĭ pŭb/lĭk] **201, 202**
Ecuador [ĕk/wə dör/] **202**
Egypt [ē/jĭpt] **203**
Ellesmere Island [ĕl/əs mïr/ ī/lənd] **200**
El Salvador [ĕl săl/və dör/] **201, 202**
Equatorial Guinea [ē/kwə tör/ē əl gĭn/ē, ĕk/wə–] **203**
Eritrea [ĕr/ə trē/ə] **203**
Estonia [ĕ stō/nē ə] **203**
Ethiopia [ē/thē ō/pē ə] **203**
Federated States of Micronesia
[fĕ/də rā/təd stāts/ əv mī/krə nē/zhə] **203**
Fiji [fē/jē] **203**
Finland [fĭn/lənd] **203**
France [frăns] **203**
Franz Josef Land [fränz/ yō/səf lănd/] **203**
French Guiana [frĕnch/ gē ăn/ə, –ä/nə] **202**
French Polynesia [frĕnch/ päl/ə nē/zhə] **202**
Gabon [gă bōn/] **203**
Galápagos Islands [gə lä pə gōs ī/ləndz] **202**
Gambia [găm/bē ə] **203**
Georgia [jör/jə] **203**
Germany [jür/mə nē] **203**
Ghana [gä/nə] **203**
Greater Antilles [grā/tər ăn tĭl/ēz] **201**
Greece [grēs] **203**
Greenland [grēn/lənd, –lănd/] **200, 202**
Guam [gwäm] **203**
Guatemala [gwä/tə mä/lə] **201, 202**
Guinea [gĭn/ē] **203**
Guinea-Bissau [gĭn/ē bĭ sow/] **203**
Guyana [gī ăn/ə] **202**
Haiti [hā/tē] **201, 202**
Hawaiian Islands [hə wī/ən ī/lənds] **200, 202**
Hispaniola [hĭs/pən yō/lə] **201**
Honduras [hän dŏŏr/əs] **201, 202**
Hong Kong [häng/ käng/] **203**
Hungary [hŭng/gə rē] **203**
Iceland [īs/lənd] **203**
India [ĭn/dē ə] **203**
Indonesia [ĭn/də nē/zhə] **203**
Iran [ĭ rän/, ĭ răn/] **203**
Iraq [ĭ räk/, ĭ răk/] **203**
Ireland [īr/lənd] **203**
Israel [ĭz/rē əl, –rā–] **203**
Italy [ĭt/l ē] **203**
Ivory Coast [īv/rē kōst/] **203**
Jamaica [jə mā/kə] **201, 202**
Japan [jə păn/] **203**
Jordan [jör/dn] **203**
Kazakhstan [kä/zäk stän/] **203**
Kenya [kĕn/yə, kēn/–] **203**
Kiribati [kïr/ə băs/] **203**
Kuwait [kōō wāt/] **203**
Kyrgyzstan [kïr/gĭ stän/, –stăn/] **203**
Laos [lows, lä/ōs] **203**
Latvia [lăt/vē ə] **203**
Lebanon [lĕb/ə nən, –nän/] **203**
Lesotho [lə sō/tō, –sōō/tōō] **203**
Lesser Antilles [lĕ/sər ăn tĭl/ēz] **201, 202**
Liberia [lī bïr/ē ə] **203**
Libya [lĭb/ē ə] **203**
Lithuania [lĭth/ōō ā/nē ə] **203**
Luxembourg [lŭk/səm bürg/] **203**
Macedonia [măs/ə dō/nē ə] **203**
Madagascar [măd/ə găs/kər] **203**
Madeira Islands [mə dïr/ə ī/ləndz] **203**
Malawi [mə lä/wē] **203**
Malaysia [mə lā/zhə] **203**
Maldives [möl/dēvz, mäl/–] **203**
Mali [mä/lē] **203**
Malta [möl/tə] **203**
Marshall Islands [mär/shəl ī/ləndz] **203**
Mauritania [mör/ə tā/nē ə] **203**
Mauritius [mö rĭsh/əs] **203**
Mexico [mĕk/sĭ kō/] **200, 201, 202**
Moldova [möl dō/və, mäl/–] **203**
Monaco [män/ə kō/] **203**
Mongolia [mäng gō/lē ə] **203**
Montenegro [män/tə nē/grō, –nĕ/–] **203**
Morocco [mə räk/ō] **203**
Mozambique [mō/zəm bēk/] **203**
Namibia [nə mĭb/ē ə] **203**
Nepal [nə pöl/, –päl/] **203**
Netherlands [nĕdh/ər ləndz] **203**
New Caledonia [nōō/ kăl/ə dō/nē ə] **203**
New Zealand [nōō/ zē/lənd] **203**
Nicaragua [nĭk/ə rä/gwə] **201, 202**
Niger [nī/jər, nē zhër/] **203**
Nigeria [nī jïr/ē ə] **203**
Northern Mariana Islands
[nördh/ərn mä/rē ä/nə ī/ləndz] **203**
North Korea [nörth/ kə rē/ə] **203**
Norway [nör/wā] **203**
Oman [ō män/] **203**
Pakistan [păk/ə stăn/] **203**
Palau [pə low/] **203**
Panama [păn/ə mä/] **201, 202**
Papua New Guinea [păp/yōō ə nōō/ gĭn/ē] **203**
Paraguay [păr/ə gwī/, –gwā/] **202**
Peru [pə rōō/] **202**
Philippines [fĭl/ə pēnz/, fĭl/ə pēnz/] **203**
Poland [pō/lənd] **203**
Portugal [pör/chə gəl] **203**
Puerto Rico [pwër/tə rē/kō, pör/tə–] **201, 202**
Qatar [kä/tär, kə tär/] **203**
Romania [rō mā/nē ə, rōō–] **203**
Russia [rŭsh/ə] **203**
Rwanda [rōō än/də] **203**
Samoa [sə mō/ə] **202**
Saudi Arabia [sow/dē ə rā/bē ə, sö/dē–] **203**
Senegal [sĕn/ə göl/, –gäl/] **203**
Serbia [sür/bē ə] **203**
Seychelles [sā shĕlz/, –shĕl/] **203**
Sierra Leone [sē ër/ə lē ōn/, –lē ō/nē] **203**
Singapore [sĭng/ə pör/] **203**
Slovakia [slō vä/kē ə] **203**
Slovenia [slō vē/nē ə] **203**
Society Islands [sə sī/ə tē ī/ləndz] **202**
Solomon Islands [säl/ə mən ī/ləndz] **203**

Somalia [sə mä/lē ə] **203**
South Africa [sowth/ ăf/rĭ kə] **203**
South Georgia [sowth/ jör/jə] **202**
South Korea [sowth/ kə rē/ə] **203**
Spain [spān] **203**
Sri Lanka [srē/ läng/kə, shrē/–] **203**
Sudan [so͞o dăn/] **203**
Suriname [so͝or/ə nä/mə] **202**
Svalbard [sväl/bärd] **203**
Swaziland [swä/zē lănd/] **203**
Sweden [swēd/n] **203**
Switzerland [swĭt/sər lənd] **203**
Syria [sïr/ē ə] **203**
Tahiti [tə hē/tē] **202**
Taiwan [tī/wän/] **203**
Tajikistan [tä jĭk/ə stän/, –stăn/] **203**
Tanzania [tăn/zə nē/ə] **203**
Tasmania [tăz mā/nē ə] **203**
Thailand [tī/lănd/, –lənd] **203**
Togo [tō/gō] **203**
Tonga [täng/gə] **202**
Tunisia [to͞o nē/zhə] **203**
Turkey [tür/kē] **203**
Turkmenistan [türk mĕn/ə stän/, –stăn/] **203**
Uganda [yo͞o găn/də] **203**
Ukraine [yo͞o/krān, yo͞o krān/] **203**
United Arab Emirates [yo͞o nī/təd ăr/əb ĕm/ər əts] **203**
United Kingdom [yo͞o nī/təd kĭng/dəm] **203**
United States of America
[yo͞o nī/təd stāts/ əv ə mĕr/ə kə] **200, 202**
Uruguay [yo͝or/ə gwī/, –gwā/] **202**
Uzbekistan [o͝oz bĕk/ə stän/, –stăn/] **203**
Vanuatu [vä/no͞o ä/to͞o] **203**
Venezuela [vĕn/ə zwā/lə] **202**
Victoria Island [vĭk/tör ē ə ī/lənd] **200**
Vietnam [vē/ĕt näm/, –năm/] **203**
Wake Island [wāk/ ī/lənd] **203**
Western Sahara [wĕs/tərn sə hăr/ə] **203**
Yemen [yĕm/ən] **203**
Zambia [zăm/bē ə] **203**
Zanzibar [zăn/zə bär] **203**
Zimbabwe [zĭm bäb/wā] **203**

Bodies of water

Arctic Ocean [ärk/tĭk ō/shən] **200, 203**
Atlantic Ocean [ət lăn/ tĭk ō/shən] **200, 202–203**
Baffin Bay [băf/ən bā/] **200, 202**
Baltic Sea [böl/tĭk sē/] **203**
Beaufort Sea [bō/fərt sē/] **200**
Bering Sea [bër/ĭng sē/, bïr/–] **200**
Black Sea [blăk/ sē/] **203**
Caribbean Sea [kăr/ə bē/ən sē/, kə rĭb/ē ən–] **201**
Caspian Sea [kăs/pē ən sē/] **203**
Coral Sea [kör/əl sē/] **203**
Gulf of Alaska [gŭlf/ əv ə lăs/kə] **200, 202**
Gulf of California [gŭlf/ əv kăl/ə förn/yə] **200**
Gulf of Mexico [gŭlf/ əv mĕk/sĭ kō/] **200, 202**
Hudson Bay [hŭd/sən bā/] **200, 202**
Indian Ocean [ĭn/dē ən ō/shən] **203**
Labrador Sea [lăb/rə dör/ sē/] **200**
Mediterranean Sea [mĕd/ə tə rā/nē ən sē/] **203**
North Atlantic Ocean [nörth/ ət lăn/tĭk ō/shən] **202**
North Pacific Ocean [nörth/ pə sĭf/ĭk ō/shən] **202, 203**
North Sea [nörth/ sē/] **203**
Pacific Ocean [pə sĭf/ĭk ō/shən] **200, 202, 203**
Philippine Sea [fĭl/ə pēn/ sē/] **203**
Red Sea [rĕd/ sē/] **203**
South Atlantic Ocean [sowth/ ət lăn/tĭk ō/shən] **203**
Southern Ocean [sŭdh/ərn ō/shən] **203**
South Pacific Ocean [sowth/ pə sĭf/ĭk ō/shən] **202, 203**

The United States of America

Capital: Washington, D.C. (District of Columbia)
[wä/shĭng tən dē/sē/, wö/–] **200**

Regions of the United States

Mid–Atlantic States [mĭd/ət lăn/tĭk stāts/] **201**–10
Midwest [mĭd/wĕst/] **201**–9
New England [no͞o/ ĭng/glənd] **201**–11
Pacific States [pə sĭf/ĭk stāts/] **201**–7
Rocky Mountain States [räk/ē mown/tn stāts/] **201**–8
South [sowth] **201**–13
Southeast [sowth/ēst/] **201**–13
Southwest [sowth/wĕst/] **201**–12
West Coast [wĕst/ kōst/] **201**–7

States of the United States

Alabama [ăl/ə băm/ə] **200**
Alaska [ə lăs/kə] **200, 202**
Arizona [ăr/ə zō/nə] **200**
Arkansas [är/kən sö/] **200**
California [kăl/ə förn/yə] **200**
Colorado [käl/ə răd/ō, –ra/dō] **200**
Connecticut [kə nĕt/ĭ kət] **200**
Delaware [dĕl/ə wër/] **200**
Florida [flör/ə də, flär/–] **200**
Georgia [jör/jə] **200**
Hawaii [hə wī/ē] **200**
Idaho [ī/də hō/] **200**
Illinois [ĭl/ə noy/] **200**
Indiana [ĭn/dē ăn/ə] **200**
Iowa [ī/ə wə] **200**
Kansas [kăn/zəs] **200**
Kentucky [kən tŭk/ē] **200**
Louisiana [lo͞o ē/zē ăn/ə] **200**
Maine [mān] **200**
Maryland [mër/ə lənd] **200**
Massachusetts [măs/ə cho͞o/səts] **200**
Michigan [mĭsh/ĭ gən] **200**
Minnesota [mĭn/ə sō/tə] **200**
Mississippi [mĭs/ə sĭp/ē] **200**
Missouri [mə zo͝or/ē, –zo͝or/ə] **200**
Montana [män tăn/ə] **200**
Nebraska [nə brăs/kə] **200**
Nevada [nə văd/ə, –vä/də] **200**
New Hampshire [no͞o/ hămp/shər] **200**
New Jersey [no͞o/ jür/zē] **200**
New Mexico [no͞o/ mĕk/sĭ kō/] **200**
New York [no͞o/ yörk/] **200**
North Carolina [nörth/ kăr/ə lī/nə] **200**
North Dakota [nörth/ də kō/tə] **200**
Ohio [ō hī/ō] **200**
Oklahoma [ō/klə hō/mə] **200**
Oregon [ör/ĭ gən, –gän/, är/–] **200**
Pennsylvania [pĕn/səl vān/yə] **200**
Rhode Island [rōd/ ī/lənd] **200**
South Carolina [sowth/ kăr/ə lī/nə] **200**
South Dakota [sowth/ də kō/tə] **200**
Tennessee [tĕn/ə sē/] **200**
Texas [tĕk/səs] **200**
Utah [yo͞o/tö, –tä] **200**
Vermont [vər mänt/] **200**
Virginia [vər jĭn/yə] **200**
Washington [wä/shĭng tən, wö/–] **200**
West Virginia [wĕst/ vər jĭn/yə] **200**
Wisconsin [wĭs kän/sən] **200**
Wyoming [wī ō/mĭng] **200**

Canada

Capital: Ottawa [ät/ə wə] **201**

Regions of Canada

British Columbia [brĭt/ĭsh kə lŭm/bē ə] **201**–2
Maritime Provinces [mër/ə tīm präv/ən səz] **201**–6
Northern Canada [nör/dhərn kăn/ə də] **201**–1
Ontario [än tër/ē ō/] **201**–4
Prairie Provinces [prër/ē präv/ən səz] **201**–3
Québec [kwĭ bĕk/] **201**–5

Provinces of Canada

Alberta [ăl bür/tə] **200**
British Columbia [brĭt/ĭsh kə lŭm/bē ə] **200**
Manitoba [măn/ə tō/bə] **200**
New Brunswick [no͞o/ brŭnz/wĭk] **200**
Newfoundland and Labrador
[no͞o/fən lənd ən lă/brə dör/] **200**
Northwest Territories [nörth/wĕst/ tër/ə tör/ēz] **200**
Nova Scotia [nō/və skō/shə] **200**
Nunavut [no͞o/nə vo͝ot/] **200**
Ontario [än tër/ē ō/] **200**
Prince Edward Island [prĭns/ ĕd/wərd ī/lənd] **200**
Québec [kwĭ bĕk/] **200**
Saskatchewan [să skăch/ə wən, –wän/] **200**
Yukon [yo͞o/kän] **200**

Mexico

Capital: Mexico (City) [mĕk/sĭ kō/ (sĭt/ē)] **201**

Regions of Mexico

Chiapas Highlands [chē ä/pəs hī/ləndz] **201**–18
Gulf Coastal Plain [gŭlf/ kō/stəl plān/] **201**–16
Pacific Northwest [pə sĭf/ĭk nörth/wĕst] **201**–14
Plateau of Mexico [plă tō/ əv mĕk/sĭ kō/] **201**–15
Southern Uplands [sŭdh/ərn ŭp/ləndz] **201**–17
Yucatan Peninsula
[yo͞o/kə tăn/ pə nĭn/sə lə, yo͞o/kə tän/–] **201**–19

States of Mexico

Aguascalientes [ä/gwəs käl yĕn/tās] **201**
Baja California Norte [bä/hä kăl/ə förn/yə nör/tā] **200**
Baja California Sur [bä/hä kăl/ə förn/yə so͞or/] **200**
Campeche [käm pā/chā, kăm pē/chē] **201**
Chiapas [chē ä/pəs] **201**
Chihuahua [chĭ wä/wä, –wə] **200**
Coahuila [kō/ə wē/lə] **200**
Colima Michoacán [kə lē/mə mē/chō ə kän/] **201**
Distrito Federal [dĭ strē/tō fĕd/ə räl/] **201**
Durango [do͞o răng/gō, –räng/–] **201**

Geographical Index

Guanajuato [gwä/nə hwä/tō] **201**
Guerrero [gə rër/ō] **201**
Hidalgo [hĭ dăl/gō, ē dhäl/gō] **201**
Jalisco [hə lĭs/kō, –lēs/–] **201**
México [mĕk/sĭ kō/, mĕ/hē kō] **201**
Morelos [mö rĕl/ōs] **201**
Nayarit [nä/yə rēt/] **201**
Nuevo León [nwā/vō lā ōn/] **200**
Oaxaca [wə hä/kə, wä–] **201**
Puebla [pwĕb/lä] **201**
Querétaro [kə rĕt/ə rō/] **201**
Quintana Roo [kēn tä/nə rō/] **201**
San Luis Potosí [sän/ lo͞o ēs/ pō/tə sē/] **201**
Sinaloa [sē/nə lō/ə] **200**
Sonora [sə nör/ə] **200**
Tabasco [tə băs/kō] **201**
Tamaulipas [tä/mow lē/pəs] **201**
Tlaxcala [tlä skä/lə] **201**
Veracruz [vĕr/ə kro͞oz/, –kro͞os/] **201**
Yucatán [yo͞o/kə tăn/, –tän/] **201**
Zacatecas [zä/kə tā/kəs, sä/–] **201**

1 xu **26**–1
5 xu **26**–2
10 phần trăm **17**–12
10 xu **26**–3
25 phần trăm **17**–11
25 xu **26**–4
50 phần trăm **17**–10
75 phần trăm **17**–9
100 phần trăm **17**–8
Á châu **202**–4
an-bum ảnh **235**–31
an-bum ảnh kỹ thuật số **235**–32
AN TOÀN CÔNG CỘNG **143**
AN TOÀN TRONG KHI LÀM VIỆC **179**
anh chị em họ **34**–9
anh em thông gia **34**–17
anh em trai **34**–6
anh em trai cùng cha khác mẹ **35**–28
anh em trai cùng mẹ khác cha **35**–28
anh ngữ là ngôn ngữ thứ hai **189**–14
ảnh **58**–3
ao **204**–21
áo **86**–1
áo (khi tập thể dục) **89**–22
áo an ninh **93**–20
áo ấm có mũ **90**–9
áo ấm cổ chữ V **96**–8
áo ấm cổ đứng **96**–9
áo ấm cổ tròn **96**–7
áo ấm hở cổ **96**–10
áo bành-tô **90**–2, **90**–21
áo bệnh viện **121**–19
áo bị nhăn **101**–19
áo cánh **87**–8
áo cánh có kiểu **97**–34
áo cánh đơn sơ **97**–33
áo choàng **206**–8
áo choàng che mưa **90**–19
áo choàng khi giải phẫu **121**–38
áo choàng ngoài **91**–29, **93**–26
áo choàng ngoài (khi mặc đồ tắm) **90**–25
áo choàng ngoài giải phẫu **93**–37
áo có mũ **89**–22
áo cứu sinh, phao cứu sinh **226**–14
áo dài tay **96**–14
áo dơ **101**–15
áo đã ủi **101**–20
áo đan len **88**–7
áo đầm **86**–3
áo đầm của phụ nữ có thai **88**–5
áo đầm dạ hội **89**–18
áo đầm đi tiệc **89**–20
áo đi làm **92**–2
áo gió **90**–24
áo khô **101**–18
áo khoác ngoài **89**–14, **90**–8
áo khoác ngoài bằng da **90**–4
áo khoác ngoài của đầu bếp **93**–29
áo khoác ngoài nặng **97**–27
áo khoác ngoài nhẹ **97**–28
áo khoác ngoài (nhồi bông) **90**–16
áo khoác ngoài trong phòng thí nghiệm **93**–33
áo không tay **96**–11
áo len **28**–2, **87**–14
áo len chui đầu **88**–3
áo len đan **88**–2
áo len màu cam nằm trên áo len màu xám **25**–9
áo len màu đen ở đàng sau áo len màu trắng **25**–8
áo len màu ngọc lam ở trong hộp **25**–6
áo len màu tím hoa cà ở bên cạnh áo len màu xám **25**–10
áo len màu trắng ở đàng trước áo len màu đen **25**–7
áo len màu xám nằm dưới áo len màu cam **25**–11
áo len màu xanh lá cây ở giữa những áo len màu hồng **25**–12
áo lót **91**–1
áo lót ấm **91**–2
áo lót dài **91**–22
áo lót mỏng **91**–21
áo lót sát nách **89**–24
áo mưa **90**–18
áo ngắn tay **96**–12
áo ngủ (của đàn bà) **91**–25
áo ngủ (của đàn ông) **91**–28
áo ngủ (của trẻ em) **91**–27
áo phao **161**–25
áo quần ấm **146**–6
áo quần cũ **102**–2
áo sạch **101**–16
áo tay lửng **96**–13
áo thể thao **88**–4
áo thun **86**–4
áo thun polo **92**–14
áo ướt **101**–17
áo vét **89**–15
áo vét an toàn rất dễ thấy **92**–4
áo vét màu sặc sỡ **92**–12
áo vét nhồi bông **90**–14
atisô **69**–22
ATM (máy ngân hàng tự động) **132**
ăn **11**–I
ăn cắp danh tính **142**–9
ăn điểm tâm **38**–E
ăn mặc thích hợp **174**–B
ăn mừng **206**–C
ăn nhà hàng **185**
ăn picnic **224**–D
ăn sáng **38**–E
ăn tối **39**–S
ăn trộm nhà **142**–2
ăn uống điều độ **114**–F
âm nhạc **189**–16
ÂM NHẠC **238**
ẩm ướt **13**–15
ấm **13**–4
Âu châu **202**–3
ba **16**
ba-lô **226**–15
ba mươi **16**
bà **34**–1
bà con **44**–6
bả vai **107**–28
bác sĩ **118**–5
bác sĩ chuyên khoa **120**
bác sĩ giải phẫu **121**–36
bác sĩ nhãn khoa **120**–7
bác sĩ nhi khoa **120**–4
bác sĩ nội khoa **120**–1
bác sĩ sản khoa **120**–2
bác sĩ tâm thần **120**–8
bác sĩ thú y **169**–1
bác sĩ tim **120**–3
bác sĩ ung thư **120**–5
bạch tuộc **212**–9
bài luận văn **190**–4
bài sáng tác **199**–15
bài thi **10**–1
bài toán **192**
bài toán dễ **23**–23
bài toán đố **192**–11
bài toán hóc búa **23**–24
bài toán khó **23**–24
BÃI BIỂN **225**
bãi biển **204**–10
bãi đậu xe **124**–1
bãi quây trâu bò **177**–17
ban công **51**–20
bàn **6**–7
bàn bên giường **121**–21
bàn bi-da **50**–15
bàn cà-phê **56**–19
bàn chải cầu tiêu **57**–20
bàn chải cọ **61**–20
bàn chải đánh răng **57**–23, **109**–22
bàn chân **104**–8, **216**–20
bàn để ở góc **56**–14
bàn để ủi **101**–14
bàn gấp **102**–4
bàn ghế ngoài sân **53**–19
bàn giải phẫu **121**–40
bàn giấy **182**–9
bàn giấy phía trước **184**–12
bàn khám bệnh **118**–7
bàn khay **161**–21
bàn mượn sách **133**–2
bàn ngủ **58**–23
bàn phím **196**–14
bàn phòng ăn **55**–9
bàn phòng ngủ **58**–23
bàn picnic **224**–8
bàn riêng **82**–4
bàn soi **194**–17
bàn tay **105**–15
bàn thay tã **59**–1
bàn ủi **101**–13
bản đồ **7**–12, **155**
BẢN ĐỒ THẾ GIỚI **202–203**
bản đồ thời tiết **13**
bản đồ trên mạng **155**–12
bản sao những giấy tờ quan trọng **146**–20
bản sao thẻ căn cước và thẻ tín dụng **146**–19
bản tuyên ngôn độc lập **198**–5
bản tuyên ngôn nhân quyền **198**–13
bán đảo **204**–7
BÁN ĐỒ CŨ **102–103**
bán kính **193**–35
bán xe **170**–K
bạn cùng phòng **64**–1
bàng quang, bọng đái **107**–46
bảng cho mướn **50**–7
bảng đen **6**–1
BẢNG HIỆU GIAO THÔNG **154**
bảng hướng dẫn **131**–24
bảng liệt kê những món sẽ mua **67**–14
bảng mạch chính **196**–5
bảng phân loại tuần hoàn **195**–26
bảng phím nút **14**–5
bảng số xe **136**–12, **158**–12
bảng tên **92**–15
bảng tên đường **129**–26
bảng thông cáo **7**–14
bảng trắng **6**–3
bảng xa lộ **154**–17
banh **59**–12
bánh bagel **73**–40
bánh bơ tròn **80**–6
bánh bu-ri-tô **79**–9
bánh cookie **73**–38
bánh đô-nất **79**–15
bánh ga-tô **73**–39
bánh ga-tô dễ và nhanh **77**
bánh ga-tô hai tầng **81**–33
bánh mì **67**–11

bánh mì lúa mạch đen **71**–20
bánh mì nguyên chất **71**–19
bánh mì nướng **80**–4
bánh mì ổ **80**–17
bánh mì tỏi **81**–28
bánh mì trắng **71**–18
bánh nhân **81**–35
bánh nướng pizza **79**–10
bánh nướng xốp **79**–16
bánh nướng xốp Anh **80**–5
bánh pen-khết **80**–7
bánh phó mát **81**–34
bánh tráng nát-chô **79**–7
bánh tráng tát-cô **79**–8
bánh wháp-phổ **80**–8
bánh xe **158**–5
bao **74**–7
bao đá lạnh **117**–13
bao đi chợ **67**–13
bao đựng bằng nhựa **72**–25
bao gối **58**–14
bao hút bụi **61**–12
bao máy ảnh **235**–28
bao rác **61**–24
bao tay lao động **92**–17
bao tử **107**–41
bào xoi **180**–12
bảo trì **184**–23
bảo trì hồ bơi **184**–21
bảo trì xe **157**
bảo vệ **141**–3
bão cát **13**–19
bão gió mưa **145**–14
bão tuyết **13**–23
báo **133**–6
báo đốm **217**–34
báo cáo những gói đồ khả nghi **143**–J
báo cáo tội phạm cho cảnh sát **143**–K
báo đen **217**–40
bạo lực băng đảng **142**–4
bảy **16**
bảy mươi **16**
bắc **155**–1
Bắc Canada **201**–1
Bắc Mỹ **202**–1
Bắc Mỹ và Trung Mỹ **200–201**
bắn cung **228**–1
băng **117**–8
băng bó **113**–20
băng ca **121**–33
băng dán **117**–5
băng dán khử trùng **117**–7
băng dính dùng cho dây điện **181**–43
băng dính dùng khi sơn **181**–53
băng dính để đóng thùng **183**–32
băng dính để tẩy **183**–37
băng dính trong **183**–30
băng dính vải **181**–49
băng khử trùng **117**–6
băng qua đường **128**–A
băng qua đường ẩu **128**–C
băng quấn **117**–12
băng tải **175**–9
băng video **133**–18
bằng đại học **41**–7
bằng lái tắc xi **152**–22
bằng lái xe **40**–4, **136**–9
bằng tốt nghiệp **40**–3
bắp **69**–12, **177**–4
bắp cải **69**–2
bắp chân **106**–22
bắp đùi **70**–22
bắp thịt **107**–32
bắp vế **106**–19
bắp xú **69**–2
bắt **230**–D
bắt đầu **230**–R
bắt đầu đi học **40**–B
bắt đầu nói chuyện **12**–A
bắt giữ nghi can **141**–A
bắt tay **3**–J, **174**–I
bậc thang **50**–10
bậc thềm **53**–3
bậc thềm bị bể **62**–7
bầm **110**–12
bấm nút "end" **15**–D
bấm nút "send" **15**–B
bấm số 911 **15**–E
bấm số điện thoại **15**–A
bấm số mật mã vào **132**–E
bấm vào "sign in" **197**–B
bất mãn **28**–4
bật đèn **11**–B
bật đèn quẹo **159**–34
bầu cử **139**
bầu trời **209**–9
bé gái 10 tuổi **31**–10
bé trai 6 tuổi **31**–9
béo **32**–7
bên trong xe **159**
bến **225**–18
bến tắc xi **152**–18
bệnh giun sán **111**–13
bệnh nhân **118**–6, **121**–18
bệnh nướu răng **119**–11
bệnh tim **111**–11
BỆNH VIỆN **120–121**
bệnh viện **125**–9, **154**–18
bệnh xá **186**–2
bếp **54**–19
bếp lò **54**–18
bếp lò đi cắm trại **226**–16
bếp lò nướng **53**–17
bếp nhà hàng **185**
bếp trưởng **185**–7
bi da **228**–2
bi kịch **237**–14
bi kịch nhiều kỳ **236**–5
bì bưu phẩm **183**–40
bì thư **134**–14, **183**–43
bí **69**–24
bị băng cóng **116**–G
bị bất tỉnh **116**–A
bị bỏng **116**–H
bị can **141**–5
bị cắt **110**–13
bị dị ứng **116**–E
bị đau **116**–C
bị đau tim **116**–D
bị điện giật **116**–F
bị đứt **110**–13
bị phạt quá tốc độ **162**–C
bị sốc **116**–B
bị thương **116**–C
bị xì lốp xe **162**–F
bìa 3 lỗ **7**–27
bìa cấp cứu **161**–26
bìa hồ sơ **183**–50
biển số **192**–12
bình chữa lửa **179**–21
bình điện **158**–20
bình hơi **225**–5
bình nước **158**–19, **226**–24
bình sữa **37**–1
bình tĩnh **42**–8
bình trà **55**–16
bò **177**–21, **215**–1
bò rừng Bắc Mỹ **216**–6
bò xào **76**–6
bỏ bút chì xuống **6**–J
bỏ đồ vào máy giặt **101**–C
bỏ tiền vô **132**–B
bỏ vào lò vi ba 5 phút **77**–T
bó bột **113**–20
bó hoa **211**–28
bọ cạp **214**–30
bọ hung **214**–18
bọ rùa **214**–26
bọc **119**–9
bọc che đầu gối **179**–19
bọc đựng điện thoại di động **94**–15
bok choy **69**–15
bón cây **176**–D
bón phân **176**–D
bong bóng **44**–4
bóng bàn **228**–14
bóng bầu dục **229**–11
bóng chày **229**–9
bóng chuyền **229**–14
bóng đá **229**–12
bóng mềm **229**–10
bóng nước **229**–15
bóng râm **225**–13
bóng rổ **229**–8
bóp **87**–9, **94**–13
bóp cầm tay **89**–19, **94**–2
bô (để đi vệ sinh) **121**–23
bộ chỉnh **234**–13
bộ chống đột biến điện **196**–1
bộ chữ cái **7**–13
bộ điều hợp **234**–15
bộ phận chọn tín hiệu **234**–13
bộ phận mồi lửa **159**–33
bộ sạc pin **235**–27
bồi bàn **82**–8, **83**–9, **169**–1, **185**–8
bồi bàn trưởng **185**–12
bồi thẩm đoàn **141**–8
bối rối **43**–26
bồn **54**–4
bồn nước bị tràn ra ngoài **63**–18
bồn nước để rửa **57**–25
bồn tắm **57**–2
bốn **16**
bốn mươi **16**
bông **96**–25
bông cải xanh **69**–13
bông vải **177**–6
bồng **36**–A
bột **73**–29
bột giặt **101**–8
bột phấn **108**–4
bột phấn trẻ em **37**–14
bơ thực vật **72**–20
bờ bến **204**–12
bơi **230**–L
bơm bánh xe **157**–L
bờm **217**–49
bớt rác **219**–A
British Columbia **201**–2
bù loong **180**–35
bù loong chốt **180**–38
búa **180**–1
búa khoan **178**–9
búa tạ **178**–23
bục đứng **206**–5
bụi khói **218**–11
bụng **107**–27
buổi hòa nhạc cổ điển **223**–14
buổi hòa nhạc rock **222**–5
buổi lễ **206**–6
buồn ngủ **42**–3
buồn rầu **43**–19
buồng lái **156**–16
búp bê **59**–21
búp bê bằng giấy **233**–28

bút chì **7**–20
bút lông **233**–20
bút màu **7**–24
bút màu bằng sáp **59**–14
bút mực **7**–22
bút viết có thể xóa **7**–17
bừa bãi **64**–8
bữa tiệc **239**–13
bựa răng **119**–12
bực mình **43**–27
bưng khay **82**–H
bưng sách **11**–F
bước lên bậc thềm **153**–C
bước xuống bậc thềm **153**–D
bưởi **68**–6
bướm **214**–19
bướm đêm **214**–21
bướu **217**–51
BƯU ĐIỆN **134–135**
bưu điện **125**–11
bưu thiếp **134**–16
cà chua **69**–6
cà-phê **73**–33, **81**–37
cà-phê đã lọc chất ca-fê-in **81**–38
cà rốt **69**–3
cà tím **69**–23
cà-vạt **86**–A, **88**–12, **92**–13
cà-vạt nhỏ bản **97**–35
cà-vạt to bản **97**–36
cá **66**–1, **71**, **209**–14
cá bông lau **71**–2
cá đông lạnh **71**–17
cá đuối **212**–11
cá heo **213**–31
cá heo chuột **213**–30
cá hồi **71**–1
cá hồi nguyên con **71**–3
cá mập **212**–4
cá mũi kiếm **71**–5 , **212**–10
cá ngừ **71**–7, **72**–19
cá nướng **81**–29
cá sấu **213**–37
cá sấu mõm ngắn **213**–36
cá thờn bơn **212**–15
cá thu **212**–8
cá tuyết **71**–8, **212**–5
cá tươi **71**–16
cá vàng **215**–16
cá voi **213**–29
cá vược **212**–6
các bệnh thông thường và bệnh trẻ em **111**
CÁC CĂN BỆNH VÀ BỆNH TRẠNG **111**
các căn bệnh và bệnh trạng trầm trọng **111**
các dạng đào tạo việc làm **172**
CÁC ĐỘNG TỪ TRONG THỂ THAO **230**
các khu vực thuộc Canada **201**
các khu vực thuộc Hoa kỳ **201**
các khu vực thuộc Mễ Tây Cơ **201**
các loại chương trình TV **236**
các loại nhạc **237**
các loại phim **237**
các loại toán **192**
các loại vải **98**, **99**
CÁC MÔN THỂ THAO CÁ NHÂN **228**
CÁC MÔN THỂ THAO ĐỒNG ĐỘI **229**
CÁC MÔN THỂ THAO MÙA ĐÔNG VÀ CÁC MÔN THỂ THAO NƯỚC **227**
các nền văn minh **199**
CÁC NGÀY LỄ **239**
các nguồn năng lượng **218**
các nhạc cụ khác **238**
CÁC QUYỀN VÀ TRÁCH NHIỆM CÔNG DÂN **140**
CÁC SINH VẬT BIỂN, LOÀI LƯỠNG CƯ VÀ LOÀI BÒ SÁT **212–213**
CÁC THÚ TIÊU KHIỂN VÀ TRÒ CHƠI **232–233**
các tiểu bang núi Rocky **201**–8
các tiểu bang Thái Bình Dương **201**–7
các tiểu bang trung Đại Tây Dương **201**–10
các tỉnh Maritime **201**–6
các tỉnh Prairie **201**–3
các vấn đề sức khỏe **115**
các yêu cầu để nhập quốc tịch **140**
cạc-tông, vỉ **74**–4
cách để hết bệnh **114**
cách giữ gìn sức khỏe **114**
cách nấu thịt và gia cầm **76**
cách nấu trứng **76**
cách tiết kiệm năng lượng và tài nguyên **219**
cách tra tiền **27**
cách trị nghẹn thở Heimlich **117**–18
CÁCH ỨNG PHÓ TÌNH TRẠNG KHẨN CẤP **146–147**
cải hoa lơ, xu lơ **69**–14
cái bào **181**–57
cái bay **176**–10, **178**–13
cái cạo **181**–52
cái cạo râu **109**–27
cái cắm điện **234**–16
cái chùi bảng **7**–19
cái cốc bêse **195**–39
cái điều khiển từ xa đa dụng **234**–9
cái đục, cái chàng **181**–55
cái gọt bút chì **7**–23
cái kẹp đồ **101**–10
cái lắc **37**–26
cái nắm cửa **53**–12
cái nhíp **117**–4
cái phẹc-mơ-tuya bị hư **97**–39
cái tạp dề **92**–11
cái tạp-dề ngang hông **93**–30
cái vặn đinh ốc **180**–30
cái vặn đinh ốc 4 khía **180**–31
cam **68**–5
cằm **111**–1
CẢM GIÁC **42–43**
cảm thấy buồn nôn **110**–D
cảm thấy chóng mặt **110**–C
cám ơn họ **12**–E
cám ơn người phỏng vấn **174**–N
cản phá **230**–F
cản xe **158**–8
cán sự xã hội **169**–1
cành cây **210**–2
cành cây lớn **210**–3
cảnh báo y tế **112**
cảnh đẹp **23**–21
cảnh sát **168**–48
cảnh sát viên **141**–1
cảnh xấu **23**–22
cánh **70**–20, **214**–1
cánh hoa **211**–8
cánh tay **105**–14, **106**–13, **194**–23
cánh tay, bàn tay và ngón tay **106**
cáng **121**–33
cao **32**–4
cao bồi viễn tây **237**–15
cao-lơ **217**–45
cao máu **111**–14
cao trung bình **32**–5
cào **176**–8
cào lá **176**–C
cáo **216**–15
cạo **109**–M
cát **225**–23
cằm **106**–1
cắm trại **226**–5
căn hộ có trang bị đồ đạc **48**–3
căn hộ không có trang bị đồ đạc **48**–4
căng-gu-ru, đại thử **217**–44
căng thẳng **115**–4
cẳng chân **105**–9
cẳng và chân **106**
cặp **94**–18, **239**–4
cặp ly dị **35**–21
cặp nồi nấu **195**–44
cặp táp **88**–13
cặp vợ chồng **35**–20
cắt cỏ **176**–A
cắt hành **77**–L
cắt móng tay **109**–N
cắt tóc **33**–A
cầm bút chì lên **6**–I
cẩm nang cấp cứu **117**–2
cẩm nang DMV **136**–1
cấm đậu **154**–11
cấm vào **154**–2
cân **57**–27, **72**–3, **135**–8, **195**–41
cân bưu phẩm **183**–27
cân nặng **32**
cân nặng trung bình **32**–8
cân thức ăn **75**–B
cần câu **226**–18
cần cẩu **178**–7
cần số tay **159**–50
cần số tự động **159**–47
cần tây **69**–9
cần trục để công nhân làm việc ở trên cao **178**–5
CẤP CỨU Y TẾ **116**
cất cánh **160**–J
cất sách đi **9**–Z
câu **190**–2
câu cá **226**–4
câu đầu tiên trong đoạn phải thụt vô trong **190**–D
cầu thang **50**–10
cầu thủ **229**–5
cầu tiêu **57**–21
cầu tiêu bị nghẹt **63**–19
cầu trượt **224**–13
cầu tuột **224**–13
cây **208**–1
cây 2 x 4 **181**–19
cây be-ri **210**–20
cây bulô **210**–7
cây cán bột **78**–30
cây chống (để đi) **113**–11
cây cọ **210**–14
cây con **211**–4
cây đánh trứng **78**–20
cây để trộn **78**–21
cây đu **210**–16
cây Giáng sinh **239**–16
cây keo, hồ **232**–11
cây lau kính **61**–15
cây leo **210**–22
cây liễu **210**–13
cây mộc lan **210**–8
cây nhựa ruồi **210**–19
cây sồi **210**–17
cây sồi độc **210**–24
cây sơn độc **210**–23
cây sơn thù-du **210**–15
cây thích **210**–12

cây thông **210**–9
cây thông gỗ đỏ **210**–18
cây trồng trong nhà **56**–4, **211**–27
cây trường xuân độc **210**–25
cây uốn tóc **108**–17
CÂY VÀ THỰC VẬT **210**
cây xương rồng **210**–21
Certified Mail™
(Thư Bảo Đảm) **134**–4
cha **34**–4
cha chồng, cha vợ **34**–11
cha độc thân **35**–23
cha ghẻ **35**–25
chà bồn rửa **60**–K
chà là **68**–28
chai **74**–1
chải đầu **108**–G
chải tóc **108**–I
chán chường **43**–25
chán ghét **42**–7
chanh (vàng) **68**–7
chanh (xanh) **68**–8
chánh thẩm phán **138**–13
chào hỏi mọi người **3**–G
chào hỏi người gọi **171**–M
chào hỏi người phỏng vấn **174**–H
chảo **54**–24
chảo chiên **78**–5
chảo quay **78**–13
cháu gái **34**–18
cháu trai **34**–19
chày (chơi bóng chày) **231**–14
chảy máu **116**–M
chảy máu mũi **110**–17
cháy nắng **110**–14
cháy rừng **144**–7
chạy băng qua đường **153**–G
chạy quanh góc đường **153**–H
chạy tới lớp **11**–D
CHĂM SÓC RĂNG **119**
CHĂM SÓC VÀ NUÔI
DẠY TRẺ **36-37**
chăn **58**–15
chăn bông **58**–16
chăn mền **146**–7, **225**–11
chặt thịt gà **77**–I
châm cứu **122**–2
chấm câu **190**
chân **70**–21
chân côn **159**–49
chân đèn cầy **56**–21
chân đế **193**–45, **194**–20
chân ép **98**–19
chân ga **159**–46
chân máy ảnh ba càng **235**–25
chân thắng **159**–45
chân vịt **225**–7
chận đường cướp bóc **142**–11
chấp hành viên tòa án **141**–13
chất cách nhiệt **178**–14
chất liệu phóng xạ **179**–7
chất lỏng dễ cháy **179**–8
châu chấu **214**–24
che bánh xe **158**–9
che ổ điện **181**–46
che tai **179**–16
chép từ **8**–E
chế tạo **175**–B
chết **41**–R
chết đuối **116**–I
chi phiếu **132**–13
chì kẻ chân mày **109**–34
chì kẻ viền mắt **109**–36
chỉ **99**–23, **100**–11
chỉ đi trên các đường có đủ
ánh sáng **143**–B
chỉ được quẹo phải **154**–7
chỉ xỉa răng **109**–24
chị em gái **34**–5
chị em gái cùng cha khác
mẹ **35**–27
chị em gái cùng mẹ khác
cha **35**–27
chị em thông gia **34**–16
chia **17**–A, **192**–D
chìa khóa **51**–30
chìa vặn kiểu ống lồng **158**–22
chiến tranh **199**–10
chiến tranh cách mạng **198**–8
chiều **17**, **18**–17
chiều cao **17**–16, **32**
chiều dài **17**–17
chiêu đãi viên hàng không **161**–12
chiều rộng **17**–19
chiều sâu **17**–18
chiều **18**–5
chim **208**–4
chim bồ câu **214**–15
chim cánh cụt **214**–11
chim cổ đỏ **214**–16
CHIM, CÔN TRÙNG VÀ
NHỆN **214**
chim cú **214**–5
chim đại bàng **214**–9
chim giẻ cùi **214**–6
chim gõ kiến **214**–8
chim ruồi **214**–10
chim sẻ **214**–7
chín **16**
chín mươi **16**
chính quyền liên bang **138**
chính quyền thành phố **139**
chính quyền tiểu bang **139**
CHÍNH QUYỀN VÀ QUÂN ĐỘI **138**
chiz-bơ-gơ **79**–3
cho ăn **36**–C
cho ăn, nuôi **177**–D
cho biết tên **15**–F
cho bú **36**–B
cho mượn tiền **26**–C
cho phép được quẹo chữ U **154**–5
chó **215**–11
chó con **215**–12
chó hư **23**–18
chó ngoan **23**–17
chó sói **216**–5
chòm sao **205**–14
chọn **196**–B
chọn câu trả lời cho đúng **9**–P
chỗ chơi **130**–11
chỗ chơi bowling **222**–4
chỗ đậu xe **50**–18, **128**–5
chỗ đậu xe dành cho người
tàn tật **128**–6, **154**–12
CHỖ LÀM **164-165**
chỗ thả rác **51**–26
chỗ tuyển mộ đi làm **172**–13
chồi cây **211**–5
chổi **61**–16
chổi lông **61**–1
chổi sơn **181**–22
chồn hôi **216**–12
chồng **34**–13
chờ trên đường dây **15**–H
CHỢ NÔNG DÂN **84-85**
chợ trời **222**–6
chơi bài **233**–H
chơi bè **226**–2
chơi bowling **228**–3
chơi nhạc cụ **238**–A
chơi thuyền **226**–1
chơi thuyền canoe **226**–3
chơi trò chơi **232**–B
chơi trong ban nhạc rock **238**–D
chơi với **36**–M
chơi xe trượt tuyết **227**–6
chu vi **193**–36, **193**–43
chủ **164**–4, **196**–5
chủ doanh nghiệp **166**–11
chủ nhà **51**–27
chủ nhà máy **175**–1
chủ nhật **20**–8
chủ trại chăn nuôi **177**–22
chú, cậu **34**–8
chú thích cuối trang **190**–10
chua **84**–4
chuẩn bị bộ đồ phòng khi gặp
trường hợp khẩn cấp **146**–B
chuẩn bị phỏng vấn **174**–A
chùi **109**–Q
chùi bếp lò **60**–C
chùi bộ lọc xơ vải **101**–D
chùi nhà **60**–D
chùi rửa cửa sổ **60**–I
chùi sạch **76**–A
chuỗi hột **95**–34
chuỗi ngọc trai **95**–39
chuối **68**–2
chuối chín **68**–30
chuối chưa chín **68**–31
chuối thối **68**–32
chuông cửa **53**–14
chuông điện **51**–31
chuột lang **215**–14
chuột lớn **63**–27, **215**–17
chuột nhắt **63**–28, **215**–18
chuột vàng **215**–19
chụp đèn **58**–26
chụp hình **206**–A
chụp quang tuyến **119**–B
chuyên viên dinh dưỡng **120**–15
chuyên viên đo thị lực **115**–6
chuyên viên gây mê **121**–35
chuyên viên giúp phục hồi khả
năng làm các hoạt động
thường ngày **168**–45
chuyên viên kỹ thuật vi tính **167**–19
chuyên viên làm sạch răng **119**–3
chuyên viên lấy máu **121**–29
chuyên viên lưu trữ hồ sơ
y tế **168**–39
chuyên viên quang tuyến **120**–6
chuyên viên thính học **115**–9
chuyên viên trị liệu **115**–14
chuyên viên vật lý trị liệu **115**–12
chuyền bóng **230**–G
chuyển âm thâu ra chữ **171**–C
chuyển cuộc gọi **171**–O
chuyến đi một chiều **152**–16
chuyến khứ hồi **152**–17
chuyện hành động **237**–19
chuyện mạo hiểm **237**–19
chữ **190**–1
chữ ký **4**–19
chữ lót (viết tắt) **4**–3
chữa **32**–15
chứng cớ **141**–9
chứng minh có bảo hiểm **136**–8
chương trình cho trẻ em **236**–9
chương trình mua sắm **236**–10
chương trình thể thao **236**–11
chương trình tin tức **236**–1
chương trình trò chơi **236**–8
chương trình về thế giới tự
nhiên **236**–7
clarinet **238**–2
cỏ khô **177**–18
cỏ linh lăng **177**–5

có chủ quyền sở hữu **49**–K
có con **41**–L
có gió **13**–18
có hình mặt bàn cờ **96**–24
có hoa **96**–25
có khói mù **13**–14
có một điều ước **240**–B
có nhiệt độ cao **110**–8
có sọc **96**–20
có sương mù **13**–20
có thai **32**–15
có tiến bộ **10**–G
có tuyết **13**–12
có xương sống **194**–12
cóc **212**–28
coi **102**–B
coi email **39**–W
coi giờ **18**
coi nhà **49**–H
coi những nơi có việc làm trên liên mạng **173**–D
coi quảng cáo xe **157**–A
còi **159**–32
con bích **233**–30
con chớp **197**–14
con chuồn **233**–32
con chuột **196**–15
con công **214**–14
con cơ **233**–31
con dán **63**–26
con dấu **183**–47
condo **52**–5
con đệm **180**–37
con điệp **71**–12, **212**–19
con đội **158**–24
con đười ươi **217**–39
con gái **34**–14
con gái riêng của cha **35**–29
con gái riêng mẹ ghẻ **35**–29
con gián **63**–26
con moóc **213**–32
con rô **233**–29
con sứa **212**–14
con ta-tu **216**–7
con trai **34**–15, **71**–14
con trai riêng của chả **35**–30
con trai riêng mẹ ghẻ **35**–30
con trỏ **197**–12
con vẹm **71**–13, **212**–17
còng **141**–2
cọp **217**–37
cô **34**–7
cô đơn **42**–17
cổ **100**–4, **104**–3
cổ đại **199**–1
cổ họng **107**–35
cổ tay **106**–14
cố vấn viên **5**–6
côn trùng **209**–11
côn trùng và nhện **214**
công cụ tìm kiếm **197**–6
công nhân bến tàu **167**–23
công nhân nhà máy **175**–3
công nhân nông trại **177**–8
công nhân vệ sinh **169**–1
công nhân xây cất **178**–1
công nhân xưởng dệt may **167**–29
công-tắc đèn **58**–27
công thức **195**–34
công trường **126**–2
CÔNG VIỆC HÀNG NGÀY **38–39**
CÔNG VIÊN QUỐC GIA HOA KỲ **220–221**
CÔNG VIÊN VÀ SÂN CHƠI **224**
cổng **53**–9, **161**–8, **192**–A
cổng an ninh **50**–16
cổng USB **196**–7
cột thu tiền đậu xe **129**–25
cột tóc **108**–20
cơ quan lập pháp **139**–23
CƠ THỂ **104–105**
cờ **232**–8, **239**–8
cờ đam **232**–7
cỡ **96**
cởi đồ **36**–E
cơm **81**–30
cơn trốt xoáy **145**–15
CPU **196**–4
củ hoa **211**–2
củ cải **69**–16
củ cải đỏ **69**–4
củ cải đường **69**–5
cú điện thoại quốc tế **15**–35
cua **71**–9, **212**–20
cục pin **235**–26
cục tẩy **7**–21
cùi séc **165**–11
cúi chào **3**–H
cúi xuống **230**–O
cúm **111**–2
cung **231**–6
cùng màu **23**–15
cuốc chim **178**–21
cuộc diễn hành **239**–1
cuộc thí nghiệm **195**
cuối tuần **20**–17
cuộn **74**–11
cuộn tóc **33**–C
cuộn vải **98**–15
cuống **211**–9
cử tạ **228**–16
cưa lưỡi tròn **180**–9
cưa sắt **180**–5
cưa tay **180**–4
cửa xoi **180**–10
cửa **46**–3
cửa bảo vệ (khi trời giông bão) **53**–10
cửa hàng bách hóa **131**–13
cửa kính kéo trượt **53**–18
cửa lưới **53**–15
cửa nhà để xe **53**–7
cửa sổ **47**–11, **56**–17
cửa sổ bị bể **62**–5
cửa sổ lái xe qua **128**–11
cửa trước **53**–11
cửa xoay **152**–8, **184**–2
cười **44**–A
cưỡi ngựa **226**–9
cừu **70**, **215**–6
CỨU THƯƠNG **117**
da **98**–6, **107**–31
da lộn **99**–8
dạ dày bò **70**–8
dải, băng **99**–30
dải buộc đầu, bờm tóc **90**–3
dán tem **135**–C
danh mục trên mạng **133**–11
danh sách trên liên mạng **48**–1
dao **55**–4, **83**–30
dao cắt **78**–12
dao cắt giấy **183**–22
dao cắt lăn tròn **232**–15
dao đa dụng **226**–20
dao gọt **78**–16
dao steak **83**–29
dao tháo lai **100**–18
dãy bàn để món ăn **185**–10
dãy buồng **184**–16
dãy núi **204**–15
dạy **170**–Q
dắt chó **129**–F
dầm chính **178**–3
dầm hình chữ I **178**–3
dân ca **237**–29
dân da đỏ **198**–3
dân quân **198**–10
dập ghim **171**–F
dầu **73**–31
dầu bị đổ loang **218**–17
dầu đánh bóng bàn ghế **61**–8
dầu thoa chống nắng **225**–10
dầu thơm **108**–6
dấu bưu điện **134**–24
dấu chấm **190**–11
dấu chấm phẩy **190**–18
dấu chấm than **190**–13
dấu chấm thập phân **17**–7
dầu chống nắng **108**–7
dấu hai chấm **190**–17
dấu hỏi **190**–12
dấu lược **190**–16
dầu mỏ **218**–6
dấu ngăn nối **190**–20
dấu ngoặc đơn **190**–19
dấu ngoặc kép **190**–15
dấu phẩy **190**–14
dấu sơn vẽ bậy **148**–1
dấu tay **136**–5
dây ăng-ten **14**–9
dây cao su **181**–15
dây cáp **196**–13
dây câu bình **158**–21
dây chun **183**–34
dây chuyền **95**–33
dây chuyền cổ **95**–10
dây chuyền hành lý **161**–23
dây chuyền lắp ráp **175**–6
dây đèn **239**–18
dây đeo (khi bó bột) **113**–19
dây đeo cổ tay **95**–9
dây đeo quần **94**–1
dây điện **14**–2, **186**–7
dây điện bị sờn **179**–5
dây điện nguồn **196**–2
dây điện nối dài thêm **181**–14
dây giầy **94**–24
dây móc **99**–29
dây nhảy **224**–4
dây nịt **94**–6
dây phơi đồ **101**–9
dây sắt **181**–13
dây thừng **226**–19
dây xích cửa **51**–33
dép **91**–26
dê **215**–5
dễ thương **32**–14
dế **214**–23
di tản đi nơi khác **147**–K
dì **34**–7
dị ứng **111**–8
dĩa **55**–1
dĩa ăn **83**–18
dĩa bánh mì và bơ **83**–19
dĩa đựng tách **83**–25
dĩa lớn **55**–20
dĩa xà lách **83**–20
dịch chữ **8**–C
dịch vụ hỏi số điện thoại **14**–22
dịch vụ khách hàng **130**–12
DỊCH VỤ THỨC ĂN **185**
diêm quẹt **146**–16, **226**–21
DIỄN BIẾN TRONG CUỘC SỐNG VÀ GIẤY TỜ **40–41**
diễn viên **166**–2
diện mạo **32**
diện tích và thể tích **193**
diều **225**–2

dọn **82**–G
dọn món ăn ra **82**–F
dọn sạch bàn **10**–I
dọn vào **48**–F, **49**
dỗ **36**–I
dồi **70**–12, **80**–2
dơi **216**–7
du lịch **41**–P
dù **90**–17
dù che nắng ở bãi biển **225**–14
dùng bóng đèn ít hao điện **219**–H
dùng chung quyển sách **8**–M
dùng cơm tối **39**–S
dùng lại bao đi chợ **219**–B
dùng quá liều thuốc **116**–K
dùng riêng **76**–B
dùng thẻ nợ **27**–C
dùng thẻ tặng quà **27**–E
dùng thẻ tín dụng **27**–B
dụng cụ an toàn **179**
dụng cụ bị hư **179**–4
dụng cụ làm ruộng **177**–12
dụng cụ nha khoa **119**–4
DỤNG CỤ NHÀ BẾP **78**
DỤNG CỤ THỂ THAO **231**
dụng cụ văn phòng **183**
duỗi **230**–M
dư ánh sáng **235**–34
dưa chuột **69**–10
dưa hấu **68**–18
dưa muối **80**–11
dưa tây **68**–19
dưa xanh **69**–25
dừa **68**–24
dứa, thơm **68**–23
dược sĩ **112**–1
dưới lưng **107**–29
dưới nắp xe **158**
dương cầm **238**–14
đá **208**–6, **230**–E
đai ốc **180**–36
đài quan sát **205**–21
đại dương **204**–6, **225**–1
đại hội lục địa đầu tiên **198**–6
đại số **192**–16
đan **233**–F
đàn bà **30**–2
đàn bà (số nhiều) **30**–3
đàn bàn phím điện **238**–18
đàn bass **238**–8
đàn ông **30**–1
đàn ông (số nhiều) **30**–4
đàn ống **238**–20
đàn Tây ban cầm **238**–9
đàn xếp **238**–19
đang yêu **42**–18
đánh **230**–B
đánh bóng bàn ghế **60**–E
đánh cầu lông **228**–6
đánh cho nhuyễn **77**–S
đánh chủ đề **197**–D
đánh kiếm **228**–7
đánh máy **170**–R, **196**–A
đánh máy lá thư **171**–A
đánh mật mã **197**–A
đánh một giấc **53**–A
đánh răng **109**–J
đánh tin **197**–E
đánh vần tên **4**–B
đào **68**–10
đào tạo **172**–2, **172**–5
đào tạo tại chỗ **172**–7
đảo **204**–8
đáp án **192**–14
đạp xe **129**–D
đạt yêu cầu bài thi **10**–E
đau **42**–11, **115**–3
đau bụng **110**–4
đau cổ **110**–6
đau đầu **110**–1
đau lòng **42**–16
đau lưng **110**–5
đau răng **110**–2
đau tai **110**–3
đăng ký Quân Dịch **140**–D
đăng ký xe **157**–F
đăng nhập Email và gửi Email **197**
đăng-ten **99**–9
đặt câu hỏi **8**–K, **174**–M
đặt gạch **178**–B
đặt khách ngồi **82**–B
đập 2 trứng vào loại tô có thể để
trong lò vi ba an toàn **77**–Q
đất **208**–2
đất trôi **144**–6
đầu **104**–1
đầu bếp **83**–16
đầu bếp chính **185**–7
đầu bếp nấu món đơn giản **185**–1
đầu bếp phụ **185**–6
đầu giường **58**–10
đầu gối **106**–20
đấu quyền Anh **228**–4
đậu **69**–21, **72**–17, **73**–36
đậu dây **69**–8
đậu đũa **69**–8
đậu nành **177**–3
đậu xe **129**–E
đẩy cái đu **224**–B
đem rác ra **60**–Q
đem thiệp đến **135**–E
đem xe tới thợ máy **157**–C
đèn **55**–18, **58**–25
đèn cầy **56**–20
đèn dầu **226**–22
đèn đêm **37**–27
đèn đuôi **158**–13
đèn đứng **56**–15
đèn đường **148**–3
đèn giao thông **128**–8
đèn khẩn cấp **159**–36
đèn làm việc **181**–44
đèn pin **146**–14
đèn quả bí **239**–10
đèn quẹo **158**–6
đèn thắng **158**–14
đèn trước **158**–7
đèn trước hiên **53**–13
đề bài **190**–5
để hành lý xách tay vào hộc **160**–G
để lại tin nhắn **171**–P
để lạnh **76**–D
để người gọi chờ máy **171**–N
để tiền buộc-boa lại **82**–J
để ý đến lời cảnh cáo **147**–D
để ý nhìn xung quanh **143**–I
đế giầy **94**–21
đế kim **98**–18
đêm **18**–20
đếm **84**–A
đệm lót vai **231**–20
đến nơi **160**–K
đến văn phòng **119**
đi bác sĩ **114**–A
đi bầu **140**–A
đi bộ dã ngoại **226**–7
đi bộ dã ngoại có mang theo
ba-lô **226**–6
đi bộ với bạn **143**–A
đi bóng **230**–J
đi chích ngừa **114**–I
đi chợ **38**–L
ĐI CHỢ VỀ **66-67**
đi chung xe **219**–I
đi du lịch theo nhóm **220**–A
đi dưới cầu **153**–A
đi đến kết luận **195**–E
đi học **38**–J
đi khám sức khỏe thường
xuyên **114**–H
đi kiểm tra khói thải của xe **157**–J
đi lạc **162**–B
đi làm **38**–I, **40**–F
đi máy bay **160**
đi nghỉ giải lao **11**–H
đi ngủ **39**–Z
đi phỏng vấn **173**–K
đi qua bộ phận an ninh **160**–D
đi quá Main Street **155**–E
đi ra khỏi xa lộ **153**–J
đi tắm **38**–C, **108**–A
đi thẳng trên Elm Street **155**–A
đi thuyền buồm **227**–8
đi tới lớp **11**–C
đi tới văn phòng giới thiệu
việc làm **173**–E
đi trên cầu **153**–B
đi tù **141**–G
đi vào xa lộ **153**–I
đi xe bus đến trường **38**–H
đi xe đạp **228**–5
đi xe đạp trên núi **226**–8
đĩa bay **231**–27
đĩa để hấp lò **78**–10
đĩa DVD **133**–19
đĩa vệ tinh **53**–6
địa cầu **205**–3
địa chỉ **4**–5
địa chỉ gửi đến **134**–22
địa chỉ gửi đi **134**–21
địa chỉ trang mạng **197**–4
địa lý và môi trường sinh sống **204**
đích **231**–7
điếc **32**–12
điểm **10**–3
điểm bắt đầu **162**–1
điểm cuối **193**–21
điểm đến **162**–5
điểm hẹn **146**–1
điểm lấm chấm **96**–21
điền đơn xin việc **173**–J
điền kinh **228**–18
điền mẫu đơn **4**
điền vào chỗ trống **9**–O
điện bị cúp **62**–2
ĐIỆN THOẠI **14-15**
điện thoại cho người điếc **15**–26
điện thoại công cộng **15**–25, **129**–23
điện thoại di động **14**–8
điện thoại không dây **15**–24
điện thoại thông minh **15**–27
điện tử **195**–30
ĐIỆN TỬ VÀ NHIẾP ẢNH **234-235**
điều chỉnh bộ phận điều hòa
nhiệt độ **219**–J
điều hướng trang mạng **197**
điều khiển giàn nhạc **238**–C
điều khiển máy móc nặng **170**–H
điều kiện làm việc không an toàn và
chất liệu độc hại **179**
ĐIỀU TRỊ **118**
đinh **180**–34
đinh ốc dùng cho gỗ **180**–33
đinh ốc dùng cho máy móc **180**–32
đỉnh núi **204**–14
đính kèm hình ảnh **197**–G
đính kèm hồ sơ **197**–H
đính thêm **99**

định hướng nghề nghiệp **172**
ĐO **17**
đo **17**–C
đo áp huyết **118**–A
đo lường chất khô **75**
đo lường chất lỏng **75**
đo mạch **122**–A
đo thân nhiệt **118**–B
đo thành phần **75**–A
ĐOÀN TỤ GIA ĐÌNH **44–45**
đoạn **190**–3, **193**–20
đoạn trích dẫn **190**–9
đọc báo **39**–V
đọc cho **36**–N
đọc diễn văn **148**–A
đọc định nghĩa **8**–B
đọc hóa đơn điện thoại **15**
đọc lên một câu **8**–N
đọc quảng cáo **173**–B
đọc thiệp **135**–G
đói **42**–5
đón con **38**–M
đóng băng **13**–22
đóng bằng búa **178**–D
đóng thuế **140**–B
đóng thùng **49**–M
đồ ăn an toàn **76**
đồ ăn đóng gói **146**–01
đồ ăn đóng hộp **72**
đồ ăn đông lạnh **72**
đồ ăn làm bằng sữa **72**
ĐỒ BIỂN VÀ CỬA HÀNG BÁN THỊT NGUỘI **71**
đồ bọc đầu ngón tay **100**–15
đồ cạo, mài phó-mát **78**–2
đồ cắt móng tay **109**–31
đồ cần giặt **101**–1
đồ che tai (cho ấm) **90**–13
đồ chơi hình khối **59**–19
đồ chơi ráp hình **59**–17
đồ chơi treo nôi **59**–5
đồ chơi và trò chơi **59**
đồ chùi cọ bằng thép xốp **61**–5
đồ chứa y phục thay ra **57**–1
đồ cứu thương **117**–1
đồ dũa móng tay **109**–32
đồ đạc và phụ kiện **59**
đồ đầm **86**–3
đồ đựng **74**–5
đồ đựng bàn chải đánh răng **57**–24
đồ đựng thức ăn bằng nhựa **78**–4
ĐỒ ĐỰNG VÀ ĐÓNG GÓI **74**
đồ đựng xà phòng **57**–3
đồ hộp **146**–9
đồ hốt rác **61**–17
đồ kẹp tỏi **78**–11
đồ khui hộp **146**–8
đồ lót cho cả nam lẫn nữ **91**
đồ lót dài **91**–3
đồ lót nam **91**
đồ lót nữ **91**
ĐỒ LÓT VÀ ĐỒ NGỦ **91**
đồ lột vỏ **78**–15
đồ mặc tập thể dục **89**
đồ mở hộp **78**–1
đồ ngậm khi mọc răng **37**–25
ĐỒ NGHỀ VÀ VẬT LIỆU XÂY DỰNG **180–181**
đồ ngọt **84**–8
đồ ngủ **91**
đồ nướng **73**
đồ phế thải nguy hiểm **218**–12
đồ phụ kiện may **100**
đồ pi-da-ma **91**–24
đồ sạc **234**–17
đồ sạc điện **14**–10
đồ tắm **90**–26
đồ thị **192**–15
đồ trang hoàng **239**–15
đô vật **228**–17
đồ vét **87**–11, **88**–11
đổ nước làm nguội máy **157**–I
đổ rác **60**–L
đổ xăng vào bình **157**–G
độ **13**–8
độ C **13**–2
độ F **13**–1
đồi **204**–16
đồi cát **204**–5
đổi **17**–D, **27**–I
đổi chi phiếu du lịch lấy tiền mặt **27**–F
đổi chi phiếu lấy tiền mặt **132**–A
đổi tiền **26**–A
đối phương **139**–30
đội banh **229**–3
đội bóng **229**–3
đội tìm và cứu **145**–20
đội trưởng khuân vác **184**–6
đồn điền **52**–10
đông **21**–40, **155**–4
đông đá **13**–7
đồng **177**–7
đồng bằng **204**–19
đồng cỏ **204**–20
đồng hồ **7**–9
đồng hồ bấm thẻ **165**–7
đồng hồ báo thức **58**–24
đồng hồ canh giờ (trong bếp) **78**–18
đồng hồ đeo tay **94**–16
đồng hồ đo dầu **159**–29
đồng hồ đo quãng đường **159**–28
đồng hồ đo tốc độ **159**–27
đồng hồ ga **62**–14
đồng hồ nhiệt độ **159**–30
đồng hồ tính tiền **152**–23
đồng hồ xăng **159**–31
đồng phục **88**–10, **231**–16
đồng phục y sĩ **93**–31
đồng phục y sĩ giải phẫu **93**–38
đồng tốc-ken **152**–10
đồng ý **12**–K
động cơ **158**–18
động đất **144**–5
động mạch **107**–36
động vật biển **212**
ĐỘNG VẬT CÓ VÚ **216–217**
động vật có vú **209**–10
động vật có vú ở biển **213**
đốt (in) **17**–15
đốt nhà **142**–7
đợi đèn xanh **128**–B
đu **224**–11
đu đủ **68**–20
đủ bộ đĩa muỗng cho một người dùng **83**–17
đua **230**–S
đua ngựa **228**–19
đùi cừu **70**–14
đùi gà, tỏi gà **70**–23
đúng giờ **19**–23, **161**–29
đuôi **216**–22
đút thẻ ATM vào **132**–D
đưa con đi học **38**–G
đưa đồ ra **12**–D
đưa sách **11**–G
đưa trẻ đi học **38**–G
đừng đến trễ **174**–E
đừng xả rác **219**–L
đứng lên **6**–D
đứng tên các tiện nghi công cộng **49**–O
được điểm tốt **10**–H
được mướn **173**–L
được thả **141**–H
được thông tin đầy đủ **140**–F
được tòa án xét xử công bằng **140**–5
đường **73**–30, **150**–5, **155**–8, **193**
đường đi bộ **128**–15
đường đi bộ băng ngang **154**–13
đường đi bộ vào nhà **53**–2
đường chéo **193**–31
đường cong **193**–23
đường dành cho xe đạp **224**–3
đường dây điện thoại **14**–4
đường học sinh băng ngang **154**–15
đường kính **193**–37
đường một chiều **154**–3
đường nhân tạo **79**–20
ĐƯỜNG PHỐ **126–127**
đường rầy **152**–14
đường song song **193**–25
đường thẳng **193**–22
đường thẳng góc **193**–24
đường thoát hiểm **146**–5
đường xe lửa băng ngang **154**–14
em bé **31**–7
Express Mail® (Thư Hỏa Tốc) **134**–2
ếch **212**–25
fax giấy tờ **171**–G
gà **70**–16
gà chiên **76**–1
gà mái **215**–8
gà tây **70**–17, **239**–14
gà tây nướng **76**–4
gà trống **215**–7
gác mái **47**–8
gác máy **15**–D
gạc nai **216**–16
gạch **178**–12
gạch bỏ chữ đó **9**–R
gạch dưới chữ đó **9**–S
gạch lót **57**–12, **178**–11
gạch lót bị nứt **62**–4
gạch vào ô đúng **9**–U
gai **211**–29
gan **70**–7, **107**–40
gạo **67**–10
gắn hệ thống tưới nước **176**–H
găng cao-su **61**–4
găng dùng rồi vất **93**–27
găng tay **90**–6, **231**–17
găng tay bao **90**–10
găng tay giải phẫu **121**–39
găng tay lao động **179**–17
găng tay latex **93**–34
GẶP GỠ VÀ CHÀO HỎI **2–3**
gặp hàng xóm **49**–R
gặp nhân viên địa ốc **49**–G
gặt, thu hoạch **177**–B
gấp sách lại **6**–H
gấu **216**–11
gấu bông **37**–23
gấu trúc **217**–41
gấu trúc Mỹ **216**–13
gấu túi **217**–45
gầy **32**–9
gẫy xương **116**–P
gậy **113**–16
gậy chơi gôn **231**–1
gậy chơi khúc côn cầu **231**–11
gậy trượt tuyết **231**–25
ghép từ cho phù hợp **9**–T
ghế **7**–11
ghế an toàn cho trẻ em **159**–53
ghế an toàn dành cho xe **37**–19

ghế cao **37**–6, **82**–3
ghế cứng **23**–5
ghế dài **224**–10
ghế dựa **56**–22, **161**–27
ghế để đi cầu **37**–12
ghế đong đưa **37**–21
ghế đi biển **225**–22
ghế gấp **102**–5
ghế mềm **23**–6
ghế ngồi thẳng **161**–28
ghế phòng ăn **55**–8
ghế sa-lông dài **56**–18
ghế sa-lông hai chỗ ngồi **56**–1
ghế sau **159**–54
ghế thư giãn **56**–22
ghế trước **159**–51
ghi chép **10**–C
ghi chú kết quả **195**–D
ghi địa chỉ email **197**–C
ghi địa chỉ trên bì thư **135**–B
ghi-ta **238**–9
ghi từ mô tả tấm hình **9**–V
ghim dập **183**–29
gia cầm **70**
GIA ĐÌNH **34–35**
gia súc **177**–15
GIA SÚC VÀ LOÀI GẶM NHẤM **215**
già **32**–3
giả vờ **233**–G
giá **27**–7, **98**–16, **233**–18
giá để dĩa **54**–5
giá để nướng thịt **78**–14
giá đựng tạp chí **56**–23
giá hạ **27**–3
giá mua **27**–7
giá thường **27**–2
giác quan **106**
giải bài toán **170**–M
giải thích điều gì **12**–M
giải tích **192**–19
GIẢI TRÍ NGOÀI TRỜI **226**
giám sát nhân viên **170**–O
giám thị **50**–8, **165**–8
gian hàng **122**–3
giàn máy **56**–8
giàn xây cất **178**–4
giàn xương sườn **107**–48
giảng đường **5**–18
giảng viên **6**–4
giao bóng **230**–P
giao dịch ngân hàng trên mạng **132**–C
GIAO THÔNG CÔNG CỘNG **152**
giao thông cơ bản **150**
giao thông phi trường **152**
giáo đường Do thái **127**–16
giáo viên **5**–8, **6**–4
GIẶT ĐỒ **101**
giặt đồ bằng nước lạnh **219**–K
giận dữ **43**–29
giấu số PIN đi **143**–C
giày **18**–3
giày **87**–13
giày bít nữ **95**–26
giày bốt **95**–28
giày bốt an toàn **179**–20
giày cao gót **89**–21, **95**–25, **97**–32
giày cứng nam **95**–29
giày đi núi **95**–31
giày lười **95**–30
giày ống **95**–28
giày ống đi mưa **90**–20
giày ống mũi thép **92**–6
giày ống trượt tuyết **231**–26
giày ten-nít **95**–32
giày thấp **95**–27
giày thấp gót **97**–31
giày thể thao **86**–7
giày trượt băng **231**–9
giày trượt pa-tanh **231**–10
GIÀY VÀ PHỤ KIỆN **94–95**
giấy bỏ vào máy sấy **101**–5
giấy chứng nhận nhập tịch **40**–6
giấy có tiêu đề **183**–42
giấy dán tường **59**–8
giấy gói bằng nhôm mỏng **72**–23
giấy gói bằng nhựa mỏng **72**–24
giấy hoa để ném **239**–3
giấy hôn thú **41**–8
giấy kết toán ngân hàng **132**–16
giấy khai sinh **40**–1
giấy khai tử **41**–11
giấy ký thác **132**–4
giấy lau **54**–3
giấy mời **64**–9
giấy nhà đất **41**–9
giấy nhám, giấy ráp **181**–56
giấy nhỏ có dính **183**–39
giấy quảng cáo **102**–1
giấy thỉnh nguyện **148**–5
giấy thủ công **232**–12
giấy văn phòng **183**–42
giấy vệ sinh **57**–19, **146**–13
giẻ lau chùi **61**–9
giết người **142**–12
giò hoa **211**–2
gioăng **180**–37
giông bão **13**–16
giống nhau **28**–3
GIỐNG NHAU VÀ KHÁC BIỆT **28–29**
giơ tay lên **6**–A
giờ **18**–1
giờ Alaska **19**–28
giờ chuẩn **19**–26
giờ Đại Tây Dương **19**–33
giờ Hawaii-Aleutian **19**–27
giờ miền Đông **19**–32
giờ miền Núi **19**–30
giờ miền Trung **19**–31
giờ Newfoundland **19**–34
giờ Thái Bình Dương **19**–29
giờ tiết kiệm ánh sáng ban ngày **19**–25
giờ trong ngày **18**
giới thiệu bạn **3**–I
giới thiệu mình **2**–C
GIỚI TỰ **25**
GIỚI TỰ CHỈ SỰ VẬN CHUYỂN **153**
giun **212**–23
giúp bạn học **8**–J
giúp đỡ các bệnh nhân **170**–B
giúp đỡ các vấn đề sức khỏe **115**
giúp đỡ người khuyết tật **147**–G
giúp khách hàng **95**–D
giữ **28**–B
giữ bình tĩnh **147**–E
giữ bóp hoặc ví **143**–D
giữ cho cơ thể khỏe mạnh **114**–E
giường **58**–9
giường bệnh **121**–22
giường cỡ lớn **184**–15
giường cũi **59**–3
giường đôi **184**–14
giường tầng **59**–9
gò má **106**–3
gói **74**–8, **240**–F
gói hàng **134**–17
gọi cho quản lý **48**–A
gọi điện cho người liên lạc ngoài tiểu bang **147**–L
gọi điện thoại **15**
gọi điện thoại khẩn cấp **15**
gọi điện thoại qua liên mạng **14**–20
gọi đường dài **15**–32
gọi món ăn từ thực đơn **82**–D
gọi trong địa phương **15**–31
gọi vô khai bệnh **186**–A
gom giấy báo để tái chế **60**–B
gót chân **106**–24
gót giầy **94**–22
gọt vỏ cà rốt **77**–K
gỗ **178**–17
gỗ dán **178**–18
gỗ súc **178**–17
gối **58**–11
gối dựa **56**–2
gội đầu **108**–E
gội tóc **108**–F
gôn **228**–8
góc **193**
góc 90 độ **193**–26
góc đường **128**–7
góc lồi **193**–27
góc nhọn **193**–28
gửi **175**–D
gửi email **197**–I
gửi hành lý **160**–B
gửi sơ yếu lý lịch và thư giới thiệu đi **173**–H
gửi thiệp **135**
gửi thiệp đi **135**–D
gương **57**–18
gương bên cạnh **158**–3
gương chiếu hậu **159**–35
gương lớn dài **58**–6
hà mã **217**–43
hạ **21**–38
hạ cánh **160**–K
hạ nghị sĩ **138**–4
hạ nghị sĩ tiểu bang **139**–24
hạ nghị viện **138**–3
hai **16**
hai giờ kém hai mươi **18**–12
hai giờ kém mười lăm **18**–13
hai mươi **16**
hai mươi ba **16**
hai mươi bốn **16**
hai mươi đô **26**–10
hai mươi hai **16**
hai mươi lăm **16**
hai mươi mốt **16**
hài hước **237**–13
hải cẩu **213**–34
hải li **216**–9
hải mã **212**–13
hải quân **138**–15
hải quì **212**–24
Hải vương tinh **205**–8
ham-bơ-gơ **79**–1
hàm **106**–4
hạn hán **145**–11
hang **220**–6
hang động **220**–7
hàng ngày **20**–21
hàng rào **177**–19
hãng xưởng **126**–3
hành **69**–19
hành chiên bột **79**–4
hành cọng **69**–20
hành hung **142**–3
hành khách **150**–2, **152**–3, **161**–15
hành lá **69**–20
hành lang **5**–10, **50**, **51**, **184**–18
hành lý **161**–18
hãnh diện **43**–21

hào hứng **43**–22
hát nhạc **238**–B
hát ru em **36**–O
hạt giống **211**–1
hạt nhân **195**–29
hãy đúng giờ **174**–F
hãy gọn gàng **174**–C
hãy nhìn thẳng vào mắt **174**–J
hắt hơi **110**–B
hâm nóng lò **77**–A
hấp bông cải xanh **77**–D
hấp dẫn **32**–13
hẻm núi **204**–17
hẹn **22**–4, **118**–1
hẹn phỏng vấn **173**–I
heo, lợn **215**–2
hệ thống điện thoại tự động **14**–23
hệ thống định vị **155**–11
hệ thống liên lạc **50**–5
HỆ THỐNG PHÁP LÝ **141**
hệ thống phun nhiên liệu **158**–17
hệ thống tổng đài cá nhân **182**–13
hệ thống xông kính **159**–41
hết căng thẳng **42**–15
hết xăng **162**–E
hiên trước **53**
hiến pháp **198**–12
hiện đại **199**–2
hiệu đính **191**–I
hiệu phó **5**–5
hiệu số **192**–8
hiệu trưởng **5**–4
hình **58**–3, **193**
hình bình hành **193**–33
hình cầu **193**–42
hình chụp **136**–4
hình chữ nhật **193**–29
hình cong **96**–26
hình học **192**–17
hình khối **193**
hình lập phương **193**–38
hình nghiêm trang **206**–3
hình nón **193**–40
hình tam giác **193**–32
hình tháp **193**–39
hình tròn **193**–34
hình trụ **193**–41
hình vui **206**–2
hình vuông **193**–30
hip hop **237**–26
HIV (siêu vi bệnh liệt kháng) **111**–17
ho **110**–A
họ **4**–4
họ và tên **4**–1
HOA **211**
hoa **208**–7
hoa cẩm chướng **211**–20
hoa cúc **211**–21
hoa cúc dại **211**–14
hoa cúc vạn thọ **211**–13
hoa dâm bụt **211**–12
hoa diên vĩ **211**–16
hoa hồng **211**–15
hoa hướng dương **211**–10
hoa lài **211**–22
hoa lan **211**–19
hoa loa kèn **211**–26
hoa nghệ tây **211**–17
hoa nhài **211**–22
hoa sơn chi **211**–18
hoa tai (có lỗ) **95**–36
hoa tai (để kẹp) **95**–37
hoa thủy tiên **211**–25
hoa tím **211**–23
hoa trạng nguyên **211**–24
hoa uất kim hương **211**–11
hỏa hoạn **144**–8
Hỏa tinh **205**–4
hóa đơn **27**–6
hóa đơn điện thoại **15**–28
hóa học **195**
họa sĩ **166**–6
HOẠCH ĐỊNH NGHỀ NGHIỆP **172**
hoạch định nghề nghiệp **172**
hoán đổi đơn vị đo lường **75**–C
hoàng đế **199**–3
hoảng **43**–23
hoạt hình **236**–3
HỌC **8–9**
học lái xe **40**–E
học ở nhà **10**–D
học sinh **6**–5
học từ mới **8**
học trong cẩm nang **137**–A
hỏi bài **10**–F
hỏi, "bạn khỏe không?" **2**–B
hỏi lại xem có hiểu không **12**–N
hỏi người bán về chiếc xe **157**–B
hỏi về đặc điểm **48**–B
hói đầu **33**–12
họp phụ huynh học sinh **22**–5
hot-dog **79**–6
hô hấp nhân tạo **117**–16
hồ **204**–13
hồ bơi **51**–22, **184**–22
hồ để xịt **101**–12
hồ sơ bệnh án **121**–24
hồ tắm **184**–22
hổ **217**–37
hộ lý **120**–16
hộc để đồ **5**–11
hồi hộp **237**–20
hồi hộp, bồn chồn **42**–10
hồi sức tim phổi **117**–17
hội chợ của quận **223**–13
HỘI CHỢ SỨC KHỎE **122–123**
hội đồng thành phố **139**–27
hội họa **189**–15
hội họp **140**–1
hôm nay **20**–5
hôm qua **20**–7
hôn **3**–K
hôn trước khi đi ngủ **36**–P
hộp **74**–6
hộp cầu chì **62**–13
hộp chữ **197**–13
hộp cứu thương **146**–18
hộp để đem về **82**–5
hộp đêm **223**–12
hộp gởi an toàn **132**–7
hộp lưu hồ sơ dạng thẻ **183**–44
hộp mực con dấu **183**–46
hộp mực máy in **183**–45
hộp nặng **23**–13
hộp nhẹ **23**–14
hộp nhỏ trên xe **159**–44
hộp tìm kiếm **197**–5
hộp thư **50**–11, **135**–9
hột **99**–32
hột kim sa **99**–33
hơi độc **179**–3
hợp đồng cho thuê **51**–28
hợp đồng mướn nhà **51**–28
huấn luyện viên **5**–20, **229**–2
hút bụi thảm **60**–H
huyền bí **237**–20
huyết áp cao **111**–14
hư **119**–7
hươu cao cổ **217**–32
in giấy tờ **171**–I
in hoa văn **96**–23
jacket thể thao **89**–14
kem **72**–26, **81**–41, **113**–25
kem cạo râu **109**–29
kem chống histamin **117**–10
kem chống nắng **108**–8
kem chống vi khuẩn **117**–11
kem chua **72**–21
kem chứa trong bánh đựng **79**–13
kem-cô-đơ **235**–24
kem dưỡng da **108**–9
kem đánh răng **109**–23
kem làm ẩm da **108**–9
kem nền **109**–40
kem thoa con nít **37**–13
kèn **159**–32
kèn đồng **238**
kèn fagôt **238**–4
kèn harmonica **238**–21
kèn ôboa **238**–3
kèn pháp **238**–13
kèn sắc-xô **238**–5
kèn trombone **238**–10
kèn trom-pét **238**–11
kèn tuba **238**–12
keo, hồ **183**–33
keo thoa tóc **108**–16
keo xịt tóc **108**–12
kéo **33**–20, **100**–16
kéo tỉa **176**–9
kéo tỉa lớn **176**–11
kéo xe **224**–A
kẹo **239**–12
kẹo hình cây gậy **239**–17
kẹp **195**–43
kẹp bàn soi **194**–21
kẹp gắp **78**–23
kẹp giấy **183**–31
kẹp mộng **180**–6
kẹp tóc **108**–19, **108**–21
kế toán viên **166**–1
kệ **54**–2
kệ sách **7**–10
kệ trên lò sưởi **56**–11
kệ trưng bày **94**–5
kềm **180**–7
kết án bị can **141**–E
kết hôn **41**–K
kết luận **190**–8
kết quả bầu cử **139**–31
khác màu **23**–16
khách **72**–1, **184**–10
khách ăn **82**–6, **185**–9
khách đọc diễn văn **206**–4
khách hàng **94**–4, **132**–2, **164**–2
KHÁCH SẠN **184**
khách sạn **124**–3
khách thư viện **133**–3
khám cổ họng **118**–E
khám mắt **118**–D, **136**–6
khám rẻ tiền **122**–1
khán đài **5**–3
khát **42**–2
khay **55**–17
khay đồ ăn tráng miệng **83**–10
khay đựng sơn **181**–51
khay làm bánh cookie **78**–27
khay làm bánh ngọt **78**–26
khay làm bánh nhân **78**–28
khăn ăn **55**–10, **83**–26
khăn ẩm **146**–12
khăn bàn **55**–12
khăn buộc đầu **90**–7
khăn chùi **37**–15
khăn lau chén bát **61**–22
khăn lau sát trùng **61**–23
khăn lau tay **57**–17
khăn mặt **57**–6

khăn quàng cổ **95**–12
khăn quàng cổ mùa đông **90**–5
khăn tay buộc đầu **92**–16
khăn tắm **57**–16
khăn trải giường **58**–13, **59**–11
khăn trải ôm khít giường **58**–12
khâu bằng tay **98**–B
khâu mền ráp mảnh **232**–C
khẩu trang **93**–32, **179**–14
khẩu trang giải phẫu **93**–36
khấu trừ **165**–13
khe núi **204**–17
khen **36**–J
khen một người **12**–C
khi gặp tình trạng khẩn cấp **147**
khỉ **217**–26
khỉ đầu chó **217**–31
khỉ đột **217**–29
khí tự nhiên **218**–3
khiêu vũ **64**–A
kho chứa **185**–5
kho, vựa **177**–11
khoa chỉnh răng **119**
KHOA HỌC **194–195**
khoa học **189**–11
khoa học giả tưởng **237**–18
khóa cửa **143**–E, **159**–25
khóa dây nịt **99**–28
khóa dây thắt lưng **94**–20
khoai lang **69**–18
khoai tây **69**–17
khoai tây bằm **80**–3
khoai tây chiên **79**–2
khoai tây chiên lát mỏng **73**–35
khoai tây đánh nhuyễn **81**–23
khoai tây nướng **81**–25
khoan điện **180**–8
khoan răng **119**–D
khoanh câu trả lời **9**–Q
khóc **206**–B
khỏe trở lại **42**–14
khỏi **42**–14
khố đeo (bảo vệ hạ bộ khi chơi thể thao) **91**–6
không có chất đường **122**–7
không có xương sống **194**–13
không đồng ý **12**–L
không được lái xe hoặc điều khiển máy móc **112**–E
không được quẹo trái **154**–8
không được uống rượu **112**–F
không được uống với sản phẩm sữa **112**–D
không hút thuốc **114**–G
không lối ra **154**–6
không mở cửa cho người lạ **143**–F
không nét, không rõ, mờ nhòa **235**–33
không quân **138**–16
không thoải mái **42**–9
không uống rượu lái xe **143**–G
khớp đốt ngón tay **106**–17
khu ẩm thực **131**–15
khu bán giầy **95**–7
khu bán nữ trang **95**–8
KHU CHỢ **130–131**
khu chợ **126**–7
khu kiểm tra **160**–4
khu ngoại ô **52**–2
khu rau quả **72**–2
khu thành thị **52**–1
khu thôn dã **52**–4
khu văn phòng **124**–2
khu vực chờ **182**–16
khu vực sửa soạn lên máy bay **161**–9
khu vực thi **136**–2
khu vực tiếp tân **182**–15
khuấy **77**–O
khúc côn cầu trên băng **229**–13
khung **233**–18
khung giường **58**–18
khung hình **58**–4
khung lò-xo nâng nệm **58**–19
khung máy **196**–3
khung tập leo trèo **224**–14
khung tủ **55**–22
khuôn viên trường **5**
khuy **99**
khuỷu tay **106**–12
kịch **223**–8, **236**–12
kịch hát opera **223**–11
kiểm tra **191**–I
kiểm tra an ninh **160**–5
kiểm tra bài làm **10**–L
kiểm tra cách phát âm **8**–D
kiểm tra chính tả **197**–F
kiểm tra dầu **157**–H
kiểm tra điện ga **147**–N
kiểm tra tin nhắn **171**–R
kiến **63**–23
kiến trúc sư **166**–5
kiện hàng gửi đường bộ **134**–6
kiếng **115**–7
kiếng an toàn **179**–10
kiếng mát **90**–27
kiếng mắt an toàn **92**–10
kiếng sát tròng **115**–8
kiếng xe phía trước **158**–1
kiểu **96**
kiểu tóc **33**
kim **98**–17, **100**–10
kim băng **37**–9, **100**–14
kim cài **95**–38
kim đan **233**–23
kim găm **100**–12
kim gút **183**–35
Kim tinh **205**–2
kìm **180**–7
kìm lột vỏ dây điện **181**–42
kìm điều chỉnh được **181**–48
kìm vặn ống **181**–47
kinh dị **237**–17
kính che mắt an toàn **179**–11
kính hiển vi **194**
kính thiên văn **205**–23
kiwi **68**–22
kỳ nhông **212**–27
kỷ luật **36**–K
kỹ năng điện thoại **171**
KỸ NĂNG LÀM VIỆC **170**
KỸ NĂNG PHỎNG VẤN **174**
KỸ NĂNG VĂN PHÒNG **171**
kỹ sư **167**–25
kỹ sư phần mềm vi tính **167**–18
kỹ thuật viên vi tính **182**–12
ký hiệu **155**–5
ký hợp đồng mướn nhà **48**–D
ký tên **4**–D
ký thác **132**–3
ký túc xá **52**–8
ký túc xá đại học **52**–8
lá **210**–6, **211**–6
lá thông **210**–10
lá thư **134**–13
lạc đà **217**–38
lạc đà không bướu **217**–25
lai **100**–8
lai gấp lên **100**–9
lái máy bay **170**–F
lái xe đi làm **38**–I
lái xe qua đường hầm **153**–K
lái xe vận tải **170**–E
làm bài tập **39**–T
làm bài thi **10**
làm bàn ghế **170**–G
làm bản sao **171**–D
LÀM ĐẸP PHONG CẢNH VÀ LÀM VƯỜN **176**
làm đính hôn **41**–J
LÀM ĐỒ ĂN AN TOÀN **76**–67
làm đồ ăn tối **39**–Q
làm đồ ăn trưa **38**–F
làm đường **154**–16
làm giường **60**–F
làm màu tóc **33**–D
làm phân bón bằng thức ăn vứt bỏ **219**–M
làm quần dài ra **100**–A
làm quần hẹp lại **100**–D
làm quần ngắn lại **100**–B
làm quần rộng ra **100**–C
làm sạch răng **119**–A
làm tê miệng **119**–C
làm thí nghiệm **195**–B
làm thiện nguyện **41**–Q
làm thủ công **232**–D
làm việc **38**–K
làm việc chân tay **170**–D
làm vườn **53**–B
làng **52**–3
lãng tai **115**–2
lạnh **13**–5, **42**–4
lao công **182**–3
lao phổi **111**–15
lát gạch **178**–C
lau chén **60**–N
lau quầy **60**–O
lặn **230**–K
lặn có bình dưỡng khí **227**–12
lặn có ống thở **227**–11
lăng kính **195**–35
lắng nghe cho kỹ **174**–K
lắp ráp **175**–C
lắp ráp các thành phần **170**–A
lập gia đình **41**–K
lập kế hoạch ứng phó tình trạng khẩn cấp **146**–A
lâu đài bằng cát **225**–12
lấy bằng lái **137**–I
lấy bằng lái đầu tiên **137**
lấy bằng tạm **137**–1, **137**–F
lấy đồ từ máy sấy ra **101**–E
lấy giấy chủ quyền từ người mua **157**–E
lấy giấy ra **9**–Y
lấy lớp dạy lái xe **137**–B, **137**–G
lấy máu **118**–F
lấy thẻ thư viện **133**–A
lấy tiền ra **132**–F
lấy vé bằng máy tự động **160**–A
len **233**–22
len lông dê cashmere **98**–4
leo lên những thanh sắt **224**–B
lê **68**–4
lề đường **129**–21
lễ giáng sinh **22**–18
lễ tạ ơn **22**–17
lễ tôn giáo **22**–7
LỄ TỐT NGHIỆP **206–207**
lên chức **172**–4
lên giường **39**–Y
lên máy bay **160**–E
lên sởi **111**–5
lều **226**–10
LỊCH **20**–21
LỊCH SỬ HOA KỲ **198**

LỊCH SỬ THẾ GIỚI **199**
lịch trình **152**–4
liên hệ **173**–A
liên kết **197**–10
liệt kê kỹ năng **172**–12
liệt kê ý muốn **172**–11
liều lượng **112**–6
liệu pháp trò chuyện **115**–13
linh cẩu **217**–30
lính **169**–1
lính anh **198**–9
lính chữa lửa **144**–9
lo **42**–13
lò **54**–20
lò bánh mì **127**–19
lò Bunsen **195**–37
lò ga bị hư **63**–15
lò vi ba **54**–13
lò nướng **54**–15, **54**–21
lò sưởi **56**–13
lọ **74**–2
lọ cắm hoa **55**–23
lọ đường **55**–14
lọ kem **55**–15
lọ rắc muối và tiêu **55**–13
loa **50**–5, **234**–14
loài ăn kiến **217**–24
loài bò sát **213**
loài gặm nhấm **215**
loài lưỡng cư **212**
loại thuốc **113**
lon **74**–3
lòng bàn tay **106**–15
lỗ nhìn **51**–32
lối đi **72**–6, **208**–3
lối thoát hiểm **51**–25, **146**–3, **161**–14
lối thoát hiểm hỏa hoạn **50**–2
lối vào **50**, **164**–1
lối vào căn hộ chung cư **51**
lối vào phòng cấp cứu **121**
lối xe vào **53**–8
lông **214**–4
lông nhím **216**–23
lông mày **106**–9
lông mi **106**–11
lốp xơ-cua **158**–23
lợi **106**–6
lớn **96**–4
lớp học trên mạng **172**–8
lớp trát vữa **178**–15
lúa gạo **177**–1
lúa mì **177**–2
lụa **98**–5
luật sư **168**–36
luật sư biện hộ **141**–4
luật sư buộc tội **141**–10
luật viết **190**
lục địa **202**
lục quân **138**–14
luộc thịt gà **77**–M
luống hoa **53**–20
lụt **145**–19
lừa **215**–3
lửa trại **226**–11
lựa đồ giặt **101**–A
lưng **104**–5
lưng quần **100**–5
lược **33**–21, **108**–13
lược đứng **108**–15
lược kiểu bàn chải **33**–22, **108**–14
lưỡi **106**–8, **180**–27
lưỡi dao cạo **109**–28
lưới bao tóc **93**–25
lưới bắt cá **226**–17
lưới chắn lửa **56**–12
lưới lọc **78**–22
lươn **212**–12
lương **165**–12
lượng giác **192**–18
ly cà phê **55**–7
ly cạn **23**–10
ly đầy **23**–9
ly nước **83**–22
ly rượu **83**–23
ma túy **142**–6
mã bưu chính **4**–9
mã số quốc gia **15**–33
mã số thành phố **15**–34
mã số vùng **4**–10, **15**–29
mã truy nhập **14**–16
mã vạch **27**–4
mài phó-mát **77**–G
mái nhà **46**–1
mái nhà bị dột **62**–3
màn ảnh **6**–2, **235**–30
màn chắn **194**–18
màn che nước **57**–14
màn cửa **56**–16, **58**–7
màn hài hước (có tình huống) **236**–2
màn hình **196**–11
mạn đàm **236**–4
mang **212**–2, **240**–E
mang theo sơ yếu lý lịch và giấy chứng minh **174**–D
màng tế bào **194**–6
máng xối **53**–4
MẠNG INTERNET **197**
mạnh **14**–11
manơcanh của thợ may **100**–2
mát **13**–5
màu cam **24**–4
màu căn bản **24**
màu đen **24**–13
màu đỏ **24**–1
màu hồng **24**–7
màu kem **24**–16
màu nâu **24**–17
màu nâu vàng lạt **24**–18
màu ngà **24**–16
màu ngọc lam **24**–9
màu nước **233**–21
màu rám nắng **24**–18
MÀU SẮC **24**
màu tím **24**–6
màu tím hoa cà **24**–8
màu trắng **24**–14
màu trung hòa **24**
màu vàng **24**–2
màu xám **24**–15
màu xanh đậm **24**–10
màu xanh lá cây **24**–5
màu xanh lạt **24**–11
màu xanh nước biển **24**–3
màu xanh sáng chói **24**–12
may bằng máy **98**–A
may-dô **79**–23
MAY ĐỒ **98-99**
may quần áo **170**–L
máy ảnh 35 mm **235**–21
máy ảnh dùng phim **235**–21
máy ảnh kỹ thuật số **235**–19
máy bán đồ tự động **152**–9
máy bán tem **135**–11
máy bào **180**–11
máy báo động khi có khói **51**–29
máy bay **150**–8
máy bay rớt **144**–3
máy bay trễ **161**–30
máy bay trực thăng **151**–9
máy bưu điện tự động **135**–10
máy cạo râu bằng điện **109**–26
máy cát-sét xách tay **234**–6
máy cắt cỏ **176**–6
máy cắt vụn giấy **183**–24
máy CD **159**–38
máy CD cá nhân **234**–5
máy chế biến đồ ăn **54**–26
máy chiếu hình LCD **6**–6, **235**–29
máy chiếu hình lên tường **7**–16
máy chơi nhạc nén MP3 **234**–2
máy chơi đĩa com-pắc **234**–1
máy chơi video game **232**–3
máy copy **183**–23
máy dập ghim **183**–28
máy DVD **56**–7, **234**–10
máy DVD xách tay **234**–11
máy đào xúc **178**–8
máy đo áp huyết **118**–9
máy fax **183**–21
máy ghi lịch trình đến và đi **161**–7
máy giặt **50**–12, **101**–3
máy gọt bút chì **183**–26
máy hát **234**–12
máy hít thở **179**–13
máy hút bụi **61**–10
máy in **196**–17
máy in laser **183**–19
máy in phun **183**–18
máy kéo **177**–9
máy khoan hơi **178**–9
máy lạnh **159**–39
máy lọc không khí **113**–14
máy may **98**–13
máy mở hộp **54**–14
máy nhắn **14**–17
máy nước nóng không chạy **62**–1
máy nướng bánh mì **54**–6
máy pha cà phê **54**–11
máy quay đĩa **234**–12
máy quay phim nhỏ dùng trên mạng **196**–12
máy quay video **235**–24
máy quét **183**–20
máy rửa chén **54**–8
máy sấy **50**–13, **101**–4
máy sấy tóc **33**–23, **108**–18
máy sưởi **159**–40
máy tăng độ ẩm **113**–12
máy thâu phim an ninh **50**–19
máy theo dõi dấu hiệu sống **121**–26
máy theo dõi trẻ em **59**–7
máy thổi lá **176**–2
máy tính **17**–6, **183**–25
máy tính tiền **27**–10, **73**–15
máy trộn **54**–25
máy trợ thính **115**–10
máy truyền hình **56**–6
máy VCR **102**–7
máy vi âm **234**–18
MÁY VI TÍNH **196**
máy vi tính **7**–15, **183**–17
máy vi tính để bàn **196**
máy vi tính xách tay **196**–16
máy xay **54**–12
máy xay rác **54**–7
máy xén cỏ **176**–12
mắc nghẹn **116**–L
mặc đồ **36**–H
mặc quần áo **38**–D
mặc vào **87**–B
măng tây **69**–26
mắt **105**–11, **106**
mắt cá **106**–23
mắt kém **32**–11
mặt (dây chuyền) **95**–35
mặt kính **194**–3
mặt nạ **239**–9
mặt nạ của người bắt bóng **231**–15

mặt nạ dưỡng khí **161**–24
mặt nạ lặn **225**–6
mặt nạ thông hơi **92**–7
mặt nạ trượt tuyết **90**–15
mặt phẳng **193**–44
mặt trời **209**–8
mặt trời lặn **18**–18
mặt trời mọc **18**–14
mặt xe & bảng đồng hồ xe **159**
mâm vật kính xoay **194**–15
mận **68**–13
mận khô **68**–26
mập **32**–7
mất trí **111**–18
mẫu **96**, **99**–22
mẫu đơn bưu điện **134**–19
mẫu đơn ghi danh học **4**
mẫu khai tiểu sử sức khỏe **118**–4
mẫu số **192**–6
mây mù **13**–10
mẹ **34**–3
mẹ chồng, mẹ vợ **34**–10
mẹ độc thân **35**–22
mẹ ghẻ **35**–26
mèo **215**–9
mèo con **215**–01
mền **58**–15
mệt mỏi **43**–32
mì sợi **67**–12
mì trộn **80**–20
mì spaghetti **81**–26
mí mắt **106**–10
miền Bán đảo Yucatan **201**–19
miền Cao nguyên Chiapas **201**–18
miền Cao nguyên Mễ tây cơ **201**–15
miền Đông nam **201**–13
miền Đồng bằng duyên hải **201**–16
miền Nam **201**–13
miền New England **201**–11
miền Tây bắc Thái Bình Dương **201**–14
miền Tây duyên hải **201**–7
miền Tây nam **201**–12
miền Thượng du phía nam **201**–17
miền Trung tây **201**–9
miếng dán có đóng thuế xe **136**–13
miếng đính **99**–31
miếng xốp **61**–19
miếng xốp chùi nhà **61**–6
miệng **104**–7, **106**
mỉm cười **2**–D
mỏ **214**–3
mỏ kẹp **180**–26
móc **180**–39, **233**–25
móc có lỗ tròn **180**–40
móc treo đồ **101**–11
món ăn đông lạnh **72**–28
móng **214**–2, **216**–16
móng tay **106**–18
mô hình xe lửa **233**–27
MÔ TẢ NGƯỜI **32**
MÔ TẢ TÓC **33**
MÔ TẢ VẬT **23**
MÔ TẢ Y PHỤC **96–97**
mộc cầm **238**–15
mộc tinh **205**–5
môi **106**–5
môi trường sống **194**–11
mỗi ngày **20**–21
mỗi tuần ba lần **20**–24
mỗi tuần hai lần **20**–23
mỗi tuần một lần **20**–22
mối **63**–22
mông **107**–30
một **16**
một bao bột mì **74**–19
một bao rau diếp **69**–31
một bó rau diếp **69**–32
một cân Anh thịt bò nướng **75**–12
một chai nước **74**–13
MỘT CHUYẾN ĐI **162–163**
một cỡ ai mặc cũng vừa **96**–6
một cuộn khăn giấy **74**–23
một đô **26**–7
một đồng đô **26**–6
một fluid ounce sữa **75**–1
một gallon nước **75**–5
một giờ **18**–6
một giờ ba mươi **18**–11
một giờ bốn lăm **18**–13
một giờ bốn mươi **18**–12
một giờ hai mươi **18**–10
một giờ mười **18**–8
một giờ mười lăm **18**–9
một giờ năm **18**–7
một giờ rưỡi **18**–11
một gói bánh cookie **74**–20
một hào **26**–3
một hộp ngũ cốc **74**–18
một hộp phó-mát mềm **74**–17
một hột nút bị mất **97**–40
một lọ mứt **74**–14
một lon đậu **74**–15
một màu **96**–19
một muỗng muối **75**–6
một muỗng đường **75**–7
một nickel **26**–2
một ngàn **16**
MỘT NGÀY Ở TRƯỜNG **11**
MỘT NGÀY XẤU Ở CHỖ LÀM **186–187**
một nửa **17**–2
một nửa đô **26**–5
một nửa tách nho khô **75**–9
một ounce phó-mát **75**–11
một ổ bánh mì **74**–22
một ống kem đánh răng **74**–24
một phần ba **17**–3
một phần tám **17**–5
một phần tư **17**–4, **26**–4
một phần tư tách đường nâu **75**–8
một pint sữa chua đông lạnh **75**–3
một quart sữa **75**–4
một tách bột mì **75**–10
một tách dầu **75**–2
một tổng thể **17**–1
một trăm **16**
một trăm đô **26**–12
một trăm lẻ một **16**
một trăm ngàn **16**
một triệu **16**
một tỷ **16**
một vỉ trứng **74**–16
một xách sáu lon sô-đa **74**–21
một xu **26**–1
mở sách ra **6**–G
mở thùng **49**–N
mở trương mục **132**
mời người nào **12**–H
mù **32**–11
mù-tạt **79**–22
mũ **88**–1, **90**–1, **95**–11
mũ bảo hộ **92**–1, **92**–9, **93**–23, **179**–9
mũ cao bồi **92**–18
mũ che tóc khi tắm **108**–1
mũ chơi bóng bầu dục **231**–19
mũ đội khi giải phẫu **121**–37
mũ đồng phục y sĩ giải phẫu **93**–35
mũ lưỡi trai **86**–5
mũ len **90**–11
mũ rơm **90**–23
mua **27**–G, **28**–A, **94**–A
mua đồ ăn nhẹ **11**–K
mua đồ ở các trang web bảo mật thông tin **143**–H
mua nhà **41**–M, **49**
mua sản phẩm tái chế **219**–D
MUA SẮM **27**
mua xe cũ **157**
MUA XE VÀ BẢO TRÌ XE **157**
mùa **21**
mùa màng **177**
mũi **104**–6
mũi giầy **94**–23
mũi khâu **117**–15
mũi khoan **180**–28
mũi tên **231**–8
múi giờ **19**
muỗi **214**–22
muộn **19**–24
muỗng **55**–5
muỗng cà phê **83**–31
muỗng canh **83**–32
muỗng gỗ **78**–A, **78**–9
muỗng nĩa nhựa **79**–19
mưa **13**–11
mưa acid **218**–13
mưa đá **13**–21
mửa **110**–E
mức độ **20**
mực **212**–7
mừng **43**–22
mười **16**
mười ba **16**
mười ba thuộc địa **198**–1
mười bảy **16**
mười bốn **16**
mười chín **16**
mười đô **26**–9
mười hai **16**
mười lăm **16**
mười một **16**
mười ngàn **16**
mười sáu **16**
mười tám **16**
mướn căn hộ **48**
mướn luật sư **141**–B
mượn sách **133**–C
mượn tiền **26**–B
nai **216**–14
nai sừng tấm **216**–1
nải chuối **68**–29
nam **4**–17, **155**–3
nam châm **195**–36
Nam cực **202**–7
Nam mỹ **202**–2
nam tiếp viên **82**–8
nạn đói **145**–12
nạn nhân **142**–10
nạng **113**–10
não óc **107**–34
năm **16**, **20**–4
năm đô **26**–8
năm mươi **16**
năm mươi đô **26**–11
nằm nghỉ **114**–B
năng lượng hơi nóng từ trái đất **218**–7
năng lượng mặt trời **218**–1
năng lượng nguyên tử **218**–8
năng lượng sinh học **218**–9
năng lượng sinh khối **218**–9
năng lượng từ gió **218**–2
NĂNG LƯỢNG VÀ TIẾT KIỆM **218–219**
nắng **13**–9
nắp **78**–24

nắp bánh xe **158**–9
nắp xe **158**–4
nấm **69**–27
nâng **11**–E
nâu **24**–17
nấu ăn **76**–C
nấu ăn tối **39**–Q
nấu nướng **170**–C
ném **230**–A, **230**–C
nếm **106**–D
nệm **58**–20
nếm thử **84**–5
nệm lót viền nôi **59**–4
nền trơn trợt **179**–6
nêu giả thuyết **195**–A
ngà **217**–48
NGÃ TƯ **128**
ngạc nhiên **43**–30
ngành hành pháp **138**
ngành lập pháp **138**
ngành tư pháp **138**
ngày **20**–2
ngày bốn tháng bảy **22**–13
ngày chiến sĩ trận vong **22**–12
ngày cưới **22**–2
ngày cựu chiến binh **22**–16
ngày độc lập **22**–13
ngày hết hạn **112**–7, **136**–10
ngày Kha-luân-bố **22**–15
ngày kỷ niệm **22**–3
ngày (làm việc) trong tuần **20**–16
ngày lễ do luật định **22**–8
ngày lễ lao động **22**–14
ngày mai **20**–6
ngày Martin Luther King Jr **22**–10
ngày năm mới **22**–9
ngày tháng năm **20**–1
ngày tháng năm sanh **4**–13
ngày tổng thống **22**–11
ngày trong tuần **20**
ngăn chứa đồ trên đầu **161**–13
ngăn kéo **54**–23, **58**–2
ngăn tủ **55**–24
ngân hà **205**–15
NGÂN HÀNG **132**
ngân hàng **124**–5
ngân sách **186**–3
nghỉ hè **22**–6
nghỉ ngơi **39**–U
nghe **106**–B
nghe CD **6**–C
nghe tim đập **118**–C
nghẹt mũi **110**–7
nghĩ cách giải **8**–H
nghĩa trang **127**–15
ngõ cụt **154**–6
ngõ hẻm **51**–24
ngói lợp **178**–20
ngón chân **105**–10
ngón tay **105**–16
ngón tay cái **106**–16
ngón tay bị sưng **110**–16
ngô **69**–12, **177**–4
ngộ độc **116**–J
ngôi sao **205**–13
ngồi đong đưa **36**–D
ngồi vào chỗ **6**–F
ngồi xuống **6**–F
ngôn ngữ thế giới **189**–13
ngỗng **214**–13
ngũ cốc nóng **80**–9
nguồn ánh sáng **194**–19
nguy hiểm **186**–1
nguy hiểm điện **186**–6
nguyên tử **195**–28
ngựa **215**–4
ngựa vằn **217**–33
ngực **70**–19, **104**–4, **107**–25
ngửi **106**–C
ngừng lại **154**–1
ngừng ở góc đường **155**–D
ngược chiều **154**–2
người bán **84**–7
người bán hàng **169**–1
người bán hàng ngoài đường **129**–29
người bán hoa **130**–8, **167**–27
người bảo vệ công viên **220**–2
người bỏ vô bao **73**–14
người bưng **185**–15
người cao niên **30**–5
người cầm đầu nhóm làm vườn **176**–4
người chạy máy may **98**–14
người chơi nhạc, nhạc công **168**–43
người chuẩn bị thức ăn **185**–4
người cố vấn nghề nghiệp **172**–10
người cứu đắm **225**–19
người di dân **199**–13
người dọn bàn **83**–12, **185**–13
người dọn nhà **168**–42
người dọn phòng **184**–20
người đánh cá thương mại **167**–17
người đậu xe **184**–3
người đẩy hành lý phi trường **160**–1
người đi bộ **128**–14
người đi xe đạp **224**–2
người điều khiển máy **168**–37
người đóng gói hàng **175**–8
người đưa thư **134**–20
người đưa tin **168**–40
người gác cửa **184**–1
người giao hàng **167**–21
người giám sát dây chuyền **175**–4
người giúp việc **168**–34
người giữ trẻ **166**–9
người hâm mộ **229**–4
người lái xe chậm **23**–4
người lái xe nhanh **23**–3
người làm cẩn thận **179**–2
người làm cẩu thả **179**–1
người làm ruộng **177**–13
người làm thuê **177**–20
người làm vườn **167**–28
người lát gạch **186**–8
người liên lạc ngoài tiểu bang **146**–2
NGƯỜI LỚN VÀ TRẺ EM **30–31**
người mẫu **168**–41
người mướn nhà **50**–6
NGƯỜI MƯỚN NHÀ HỌP MẶT **64–65**
người phát chuyển nhanh **168**–40
người phát minh **199**–18
người phục vụ ăn uống tại chỗ **185**–16
người rửa chén **83**–14, **185**–2
người sáng lập **198**–7
người sắp hồ sơ **182**–10
người sắp xếp nhạc **64**–4
người sửa **62**–10
người tạo mẫu hình **167**–30
người thiết kế **175**–2
người thiết kế làm đẹp phong cảnh **176**–5
người trồng trọt **177**–13
người trượt ván lướt sóng **225**–15
người tuyển mộ **172**–14
nha khoa **119**
NHA LỘ VẬN **136–137**
nha lộ vận **124**–4
nha sĩ **119**–1
nha sĩ chỉnh răng **119**–5
NHÀ **46**–47
NHÀ BẾP **54**
nhà bếp **46**–5, **83**–15
nhà búp bê **59**–18
NHÀ CHUNG CƯ **50–51**
nhà chứa xe **47**–14
nhà condominium **52**–5
nhà dành cho người cao niên **52**–11
nhà doanh nghiệp **166**–12
nhà dưỡng lão **52**–12
nhà độc tài **199**–6
NHÀ HÀNG **82**–83
nhà hàng **125**–14
nhà hàng bán đồ ăn nhanh **128**–10
NHÀ HÀNG ĐỒ ĂN NHANH **79**
nhà hóa học **195**–25
nhà hoạt động **199**–17
nhà kho **175**–7
NHÀ MÁY **175**
nhà mobile home **52**–7
nhà sáng tác nhạc **199**–14
nhà sinh vật học **194**–2
nhà tạm trú **52**–13
nhà thám hiểm **199**–9
nhà thầu **186**–5
nhà thiên văn **205**–22
nhà thờ **127**–14
nhà thờ Hồi giáo **126**–5
NHÀ THUỐC TÂY **112–113**
nhà thuốc tây **128**–4
nhà thực dân **198**–2
nhà townhouse **52**–6
nhà trẻ **129**–30
nhà trọ **126**–12
NHÀ VÀ SÂN **53**
nhà văn **169**–1
nhà vật lý học **195**–33
nhà vệ sinh **5**–9
nhạc **64**–3
nhạc blues **237**–22
nhạc con nít **37**–22
nhạc country **237**–27
nhạc cổ điển **237**–21
nhạc cụ dây **238**
nhạc cụ gõ **238**
nhạc cụ hơi **238**
nhạc gốc Jamaica **237**–31
nhạc jazz **237**–24
nhạc pop **237**–25
nhạc R&B **237**–28
nhạc rock **237**–23
nhạc sống **84**–1
nhạc soul **237**–28
nhạc thế giới **237**–32
nhãn có sẵn keo dính **102**–3
nhãn giá tiền **27**–1
nhãn gửi thư **183**–41
nhãn hiệu cảnh báo **112**–8
nhãn hiệu dinh dưỡng **122**–8
nhãn hiệu toa thuốc **112**–4
nhánh cây **210**–1
nhấc sách lên **11**–E
nhân **192**–C
nhân chứng **141**–11
nhân tế bào **194**–7
nhân vật anh hùng **233**–26
nhân viên **165**–9
nhân viên an ninh **160**–5, **169**–1
nhân viên bàn giấy **184**–11
nhân viên bán hàng **94**–3
nhân viên bảo vệ **132**–5
nhân viên bệnh viện **120**
nhân viên bưu điện **135**–7, **169**–1
nhân viên cấp cứu **121**–32
nhân viên chợ **72**–4

nhân viên coi kho **169**–1
nhân viên cứu hỏa **167**–26
nhân viên cứu thương **116**–2
nhân viên dịch vụ khách hàng **167**–20
nhân viên DMV **136**–3
nhân viên điều hành **5**, **120**–13
nhân viên hải quan **161**–17
nhân viên khuân vác **184**–7
nhân viên lấy hàng trong kho **175**–10
nhân viên nhà trẻ **166**–16
nhân viên nhận-gửi hàng **175**–14
nhân viên phục vụ hành khách trên tàu **152**–13
nhân viên quầy **79**–17
nhân viên quầy vé **160**–3
nhân viên sai phái **184**–4
nhân viên thư viện **133**–1
nhân viên tiếp tân **118**–2, **164**–5, **169**–1, **182**–14
nhân viên tiếp thị qua điện thoại **169**–1
nhân viên tổng đài **14**–21
nhân viên trạm xăng **162**–3
nhân viên y tá **120**
nhẫn **95**–40
nhẫn đắt tiền **23**–19
nhẫn rẻ tiền **23**–20
nhận đặt món ăn **82**–E
nhận góp ý **191**–K
nhận hành lý **160**–L
nhận lời mời **12**–I
nhận lời xin lỗi **12**–G
nhận thiệp **135**–F
nhận tin nhắn **171**–Q
nhập **154**–10
nhập cảnh **40**–C
nhập dữ liệu **171**–B
nhập đề **190**–6
nhật thực **205**–16
nhẩy **230**–I
nhện **214**–29
nhiễm độc do thuốc trừ sâu **218**–16
nhiễm sắc thể **194**–8
nhiếp ảnh viên **206**–1
nhiệt độ **13**
nhiệt kế **118**–11
nhiễu loạn không khí **161**–22
nhím **216**–10
nhím biển **212**–21
nho **68**–3
nho khô **68**–25
nhỏ **96**–2
nhỏ giọt **195**–45
nhóm làm vườn **176**–1
nhóm tương trợ **115**–15
nhổ cỏ dại ở luống hoa **176**–G
nhổ răng **119**–F
nhớ nhà **43**–20
nhung **99**–10
nhung kẻ **99**–11
nhuộm tóc **33**–D
nhức đầu **110**–1
những áo len màu đỏ ở trên những áo len màu xanh nước biển **25**–4
những áo len màu nâu ở bên phải **25**–3
những áo len màu tím ở ngay giữa **25**–2
những áo len màu vàng ở bên trái **25**–1
những áo len màu xanh nước biển ở dưới những áo len màu đỏ **25**–5
NHỮNG ĐỊA ĐIỂM SỐNG KHÁC NHAU **52**
những nơi để đi **222**
những phần của bài luận văn **190**
những phần của hoa **211**
những từ về sử **199**
nhường **154**–9
ni-lông **99**–12
nĩa **55**–3
nĩa để ăn tối **83**–28
nĩa để ăn xà lách **83**–27
niềng **119**–6
ninh nhỏ lửa **77**–P
nịt bít tất **91**–16
nịt bụng **91**–15
nịt đỡ lưng **179**–18
nịt ngực **91**–20
no **42**–6
nó bị ố **97**–42
nó bị rách **97**–41
nó bị sút chỉ **97**–43
nó mắc quá **97**–44
nó nhỏ quá **97**–37
nó rộng quá **97**–38
nói chuyện **11**–L
nói chuyện điện thoại **15**–C
NÓI CHUYỆN HÀNG NGÀY **12**
nói chuyện với bạn bè **173**–A
nói chuyện xã giao **12**–B
nói diễn thuyết **122**–B
nói lý do khẩn cấp **15**–G
nói một thứ tiếng khác **170**–N
nói, “tạm biệt” **3**–L
nói tên **4**–A
nói về kinh nghiệm bản thân **174**–L
nói với giáo viên **6**–B
nói, “xin chào” **2**–A
nón **95**–11, **206**–7
nón của đầu bếp **93**–28
nóng **13**–3, **42**–1
nóng (từng đợt) **13**–13
nô lệ **198**–4
nổ **144**–4
nôi **59**–20
nôi xách tay **37**–17
nồi **54**–16, **78**–6
nồi hấp **78**–3
nồi luộc hai tầng **78**–8
nồi (nấu canh) **78**–25
nồi nấu nước **54**–17
nổi phong **110**–10
nội các **138**–10
nội quy **64**–7
nội quy an toàn **164**–6
nội trợ **168**–33
nôn **110**–E
nông cụ **177**–12
nông súc **215**
nông thôn **52**–4
nộp bài **191**–M
nộp bài thi **10**–O
nộp đơn **48**–C
nốt phồng **110**–15
nốt ruồi **32**–16
nơ đeo cổ **89**–16
nơi bốc dỡ hàng **175**–15
nụ **211**–7
núi lửa phun **145**–16
núm điều chỉnh thô **194**–24
núm điều chỉnh tinh **194**–22
núm vú **37**–2
núm vú giả **37**–24
nút bấm **99**–26
nút bấm để gọi **121**–28
nút dấu hoa thị **14**–6
nút dấu thăng **14**–7
nút, khuy **99**–24
nút móc **99**–27
nút quay lui **197**–2
nút tab **197**–7
nút tai **179**–15
nút tiến tới **197**–3
nữ **4**–18
nữ tiếp viên **82**–2, **83**–9
nửa đêm **18**–21
nước **209**–13, **225**–1
nước chanh **84**–3
nước cốt táo **73**–32
nước đóng chai **146**–11
nước hoa **108**–6
nước lạnh **57**–10
nước ngọt **73**–34, **79**–11
nước nóng **57**–9
nước oxy già **117**–9
nước sô-đa **79**–11
nước sơn **181**–25
nước tẩy trang điểm **109**–42
nước trà đá **79**–12
nước xúc miệng **109**–25
nướng **77**–H
ong mật **214**–25
ong vò vẽ **214**–17
Ontario **201**–4
ô **90**–17
ô kính cửa sổ **178**–16
ô nhiễm **13**–14, **218**
ô nhiễm không khí **218**–11
ô nhiễm nước **218**–14
ổ bánh mì **74**–10
ổ cắm **58**–28
ổ cắm điện **159**–42
ổ cắm điện thoại **14**–3
ổ cứng **196**–6
ổ cứng di động flash **196**–8
ổ DVD và CD-ROM **196**–9
ổ khóa bị hư **62**–6
ôm **2**–E
ốm **42**–12
ồn **64**–5
ông **34**–2
ống **74**–12
ống bô **158**–16
ống chỉ **98**–21
ống chích **118**–12
ống cuộn tóc **33**–19
ống dẫn **181**–17
ống đo **195**–38
ống hút **79**–18
ống khói **53**–5, **158**–15
ống kính zoom **235**–23
ống nghe **6**–8, **14**–1, **118**–10, **234**–4
ống nghe không dây **14**–14
ống nghiệm **195**–42
ống nối **181**–18
ống nước bị đông đá **63**–16
ống nước chữa lửa **129**–27
ống quyển **106**–21
ống sơn xì, máy sơn xì **181**–21
ống thoát nước **57**–7
ống truyền vào tĩnh mạch **121**–25
ô-pốt-sâm (có túi) **216**–4
ở cổng **161**
ở hải quan **161**
ở tiệm bán xe **158**
ở tiệm sửa xe **158**
ở trạm kiểm tra an ninh **160**
ớn lạnh **110**–9
ớt **69**–29
ớt ngọt **69**–7
pa-lét **175**–13
phà **220**–4
phá hoại **142**–1
phái **4**–16
phán quyết **141**–14

pháo bông **239**–7
phát cáu **64**–6
phát lại **235**–B
phân (cm) **17**–14
phân cỏ **53**–25
phân số **192**
phân số và số thập phân **17**
phân tử **195**–27
phần chú dẫn **155**–6
phần mềm **196**–10
phần trăm **17**
phấn viết bảng **7**–18
phấn má **109**–37
phấn mắt **109**–35
phấn thoa mặt **109**–41
phẹc-mơ-tuya **99**–25
phép toán **192**
phễu **195**–40
Phi châu **202**–5
phi công **161**–11
phi hành gia **205**–17
phi lê cá bơn **71**–6
phi lê cá hồi **71**–4
PHI TRƯỜNG **160–161**
phi trường **151**–10
phích cắm **234**–16
phiên chợ bán đồ cũ **222**–6
phiên dịch viên **168**–35
phiếu giảm giá **67**–15
phim **235**–22
phim hoạt họa **236**–3
phó-mát **66**–4
phó-mát Mỹ **71**–26
phó-mát Thụy Sĩ **71**–27
phó-mát vàng **71**–28
phó-mát Ý **71**–29
phó thống đốc **139**–21
phó tổng thống **138**–9
phong cảnh **162**–2
phong trào chính trị **199**–16
PHÒNG ĂN **55**
phòng ăn **5**–14, **46**–7, **82**–1
phòng bệnh **121**
phòng chén bát **83**–13
phòng dành cho khách **184**–13
phòng em bé **47**–10
phòng giải phẫu **121**
PHÒNG HỌC **6**–7
phòng học **5**–7
phòng họp **182**–4, **184**–25
phòng khách **47**–12
PHÒNG KHÁCH **56**
phòng khiêu vũ **184**–26
phòng lái **161**–10
phòng lạnh đi vô được **185**–3
phòng máy vi tính **5**–15
phòng ngăn **182**–7
PHÒNG NGỦ **58**
phòng ngủ **46**–2
PHÒNG NGỦ TRẺ CON **59**
phòng ngủ trẻ con **47**–9
PHÒNG TẮM **57**
phòng tắm **46**–4
phòng tập thể dục **184**–24
phòng thể dục **5**–19, **126**–10
phòng thí nghiệm khoa học **195**
phòng thử nghiệm **121**
phòng tiệc **185**–14
phòng treo áo quần **58**–5
phòng xử **141**–7
phóng viên **169**–1
phóng xạ **218**–15
PHỐ **124–125**
phổi **107**–39
phù hiệu **93**–21
phụ tá bác sĩ **168**–47
phụ tá điều dưỡng tại gia **167**–32
phụ tá giáo viên **5**–16
phụ tá nha khoa **119**–2
phụ tá nha sĩ **167**–22
phụ tùng máy hút bụi **61**–11
phục vụ **139**–D
phục vụ khách hàng **170**–T
phục vụ tại phòng **184**–17
phục vụ trong bồi thẩm đoàn **140**–E
phủi bụi bàn ghế **60**–A
phút **18**–2
phương hướng **155**
PHƯƠNG HƯỚNG VÀ BẢN ĐỒ **155**
phương pháp cấp cứu **117**
phương pháp để thành công **10**
phương pháp viết **191**
phương trình **192**–13
picnic **224**–D
pin **146**–15
Priority Mail® (Thư Ưu Tiên) **134**–1
prô-tông **195**–31
qua một dãy phố đến First Street **155**–F
quà **240**–3
quà tặng **240**–3
quả anh đào **68**–11
quả berries trộn **81**–36
quả bóng bầu dục **231**–21
quả bóng bowling **231**–5
quả bóng chày **231**–18
quả bóng chuyền **231**–3
quả bóng đá **231**–12
quả bóng rổ **231**–4
quả mâm xôi **68**–15
quả mâm xôi đen **68**–17
quả mơ **68**–12
quả thông **210**–11
quả việt quất **68**–16
quai bị **111**–7
quan sát **195**–C
quản lý **50**–8, **72**–8
quản lý nhà hàng **185**–11
quản lý trương mục **132**–9
quản lý văn phòng **182**–8
quản thủ thư viện **133**–9
quản trị viên **182**–5
quán cà phê **126**–11
quang đãng **13**–9
quảng cáo **48**–2
quảng cáo bật lên **197**–9
quanh khuôn viên trường **5**
quạt **55**–19
quạt nước **158**–2
quay băng video **240**–A
quần bò **86**–2, **92**–19
quần an ninh **93**–22
quần áo lặn **225**–4
quần bó sát **97**–29
quần chật ống **90**–12
quần dài **87**–12
quần đi làm **92**–5
quân đội **138**, **199**–11
quần đùi **89**–25
quần (khi tập thể dục) **89**–23
quần lót bó sát **91**–5, **91**–14
quần lót nhỏ **91**–13
quần lót ống rộng **91**–4
quần lửng **88**–8
quần rộng **97**–30
quần rộng thùng thình **97**–30
quần tắm **90**–22
quần tập **37**–11
quần tất **91**–19
quần tây **87**–12
quần vợt **228**–15
quần vợt sân tường **228**–12
quần yếm **88**–6
quầy **54**–22, **136**–7
quầy bán điện thoại di động **131**–22
quầy bán vé **152**–12
quầy báo **128**–12
quầy kiểm nhận hành lý **160**–2
quầy trả tiền **73**–12
quầy tự tính tiền **73**–10
quầy xà-lách **79**–24
que thụt để thông cầu tiêu **181**–50
Québec **201**–5
quẹo phải ở Pine Street **155**–B
quẹo trái ở Oak Street **155**–C
quét dọn nhà **39**–O
quét giấy tờ **171**–H
quét nhà **60**–J
quốc hội **138**–2
quốc lộ **154**–17
quốc vương **199**–4
quyển **140**
quyển tem **134**–18
quýt **68**–9
ra khỏi phòng **11**–O
ra khỏi tắc xi **153**–F
ra phiên xử **141**–D
ra tòa **141**–C
ra ứng cử **139**–A
radio **159**–37
radio đồng hồ **102**–6
radio hai chiều **179**–22
rái cá **213**–35
rãnh **53**–4
rạp chiếu bóng **126**–6, **222**–2
rạp hát **127**–23
RAU **69**
rau **66**–8
rau diếp **69**–1
rau đậu hũ phó-mát hấp lò **77**
rau đông lạnh **72**–27
rau hấp **81**–32
rau mùi tây **69**–28
rau sạch **84**–2
rau spi-nách **69**–11
rau thơm **84**–9
rận, bọ chét **63**–25
rắn hổ mang **213**–41
rắn rung chuông **213**–38
rắn sọc (không độc) **213**–39
răng **106**–7
răng giả **119**–10
rặng núi **204**–15
rất lớn **96**–5
rất nhỏ **96**–1
râu mép **216**–16
râu quai nón **33**–6
rẽ đường ngôi **33**–4
rèm cửa **58**–8
rê bóng **230–J**
rễ **211**–3
rễ cây **210**–5
rế nhắc nồi **78**–29
rệp **63**–24
ria mép **33**–5
rìu **180**–3
rót nước **82**–C
rổ **56**–3
rổ bánh mì **83**–11
rổ (để ráo nước) **78**–17
rổ đi chợ **73**–9
rổ đựng đồ cần giặt **101**–2
rối loạn **43**–28
rời phi trường **160**–J
rời sở làm **38**–N
rùa **213**–43
rùa cạn **213**–42

ruồi **214**–28
ruột **107**–42
rút thẻ ra **132**–G
rửa chén **60**–M
rừng **204**–11
rừng nhiệt đới **204**–1
rưới muỗng nước sốt lên trên **77**–F
sa giông **212**–26
sa mạc **204**–4
sách có hình **133**–12
sách dày **23**–7
sách để nghe **133**–17
sách giáo khoa **7**–25
sách làm bài tập **7**–26
sách mỏng **23**–8
sách tô màu **59**–13
sách trưng hình **235**–31
san hô **220**–5
sàn gỗ **58**–21
sàn gỗ ngoài trời sau nhà **240**–2
sàn nhà **46**–6
sản phẩm chợ **72**
sản phẩm nướng bánh **73**
sáng **18**–4, **18**–15
sao biển **212**–16
sao chổi **205**–24
sáo **238**–1
sau tình trạng khẩn cấp **147**
sáu **16**
sáu mươi **16**
say rượu lái xe **142**–5
SĂN SÓC SỨC KHỎE **114–115**
sắp câu theo thứ tự **9**–X
sắp chữ cho đúng **9**–W
sắp đặt bàn **82**–A
sắp đặt lịch trình cuộc họp **171**–J
sắp xếp giấy tờ **171**–E
sắp xếp tài liệu **171**–L
sân **5**–2, **51**–21
sân banh **224**–1
sân bóng rổ **229**–7
sân (cạnh nhà) **53**–16
sân chơi **50**–3
sân chơi bóng **224**–1
sân cỏ **53**–26
sân điền kinh **5**–21
sân ga **152**–7
sân nhỏ có cát, hộp cát **224**–15
sân quần vợt **224**–4
sân sau **53**
sân trong **5**–1
sân trước và nhà **53**
sân vận động **126**–1
sân vui chơi ngoài trời **223**–10
sâu **119**–7
sâu bướm **214**–20
sấy tóc **108**–H
séc lương **165**–14
sét **13**–17
sên **212**–22
siêu thị **127**–18
sinh nhật **22**–1
sinh quán **4**–14
sinh ra **40**–A
sinh tố **79**–14
sinh vật **194**–1
sinh vật học **194**
sinh viên **6**–5
so sánh y phục **97**
sò hến **71**–15
soạn chương trình máy vi tính **170**–I
sóc **215**–21
sóc chó **215**–22
sóc chuột **215**–20
sọc ô vuông **96**–22
sói đồng cỏ **216**–3
son môi **109**–38
song sinh **28**–1
sóng **225**–17
sóng thần **145**–17
sóng yếu **14**–12
sô-đa **73**–34
sổ chi phiếu **132**–12
sổ ghi chép có tổ chức **183**–49
sổ hẹn **183**–48
sổ hộ chiếu **41**–10
sổ ngân hàng **132**–10
SỐ **16**
số an sinh xã hội **4**–15
số bằng lái xe **136**–11
số chẵn **192**–4
số điện thoại **4**–11, **15**–30
số điện thoại di động **4**–12
số không **16**
số la mã **16**
số lẻ **192**–3
số nguyên **192**
số nguyên âm **192**–1
số nguyên dương **192**–2
số phòng **4**–6
số pi **193**–46
số SKU **27**–5
số thứ tự **16**
số thường **16**
số toa **112**–5
số trương mục tiết kiệm **132**–11
số trương mục vãng lai **132**–14
số tự động **159**
sông **155**–10, **204**–3
sống ở Mỹ 5 năm **140**–H
sốt **110**–8
sốt cà chua **79**–21
sốt dầu trứng **79**–23
sơ đồ phòng **186**–4
sờ **106**–E
sở thú **222**–1
sợ **43**–23
sớm **19**–22
sơn **49**–P, **178**–A
sơn acrylic **232**–10
sơn dầu **233**–19
sơn dương **217**–35
sơn móng tay **109**–33, **109**–O
sờn **97**–41
steak **70**–2, **81**–24
steak nướng **76**–3
súc sắc **232**–6
sung **68**–27
súng **142**–13
sút bóng **230**–H
suy nghĩ về đề bài **191**–E
suyễn **111**–9
sư tử **217**–36
sư tử biển **213**–33
sư tử núi **216**–2
sử dụng máy tính tiền **170**–S
sử học **189**–12
sự di dân **199**–12
SỰ KIỆN TRÊN LỊCH **22**
sự phát minh **199**–19
sự quang hợp **194**–10
sửa chữa dụng cụ trong nhà **170**–J
sửa lại **191**–J
sửa lỗi **10**–N
SỬA QUẦN ÁO **100**
sửa vòi nước rỉ **219**–F
sữa **66**–5
sữa bình **37**–2
sữa chua **72**–22
sữa ít béo **81**–42
sưng cổ **111**–4
sừng **216**–21
sửng sốt **43**–30
sườn bò **70**–5
sườn đút lò **76**–2
sườn nướng **76**–2
sưu tập đồ vật **232**–A
tã bằng vải **37**–8
tã dùng rồi bỏ **37**–10
tạ **231**–22
tác giả **133**–15, **169**–1
tách **83**–24
tách trà **55**–6
tai **105**–12
tai bị nhiễm trùng **111**–3
tai kém **32**–12
tai nạn xe cộ **144**–2
tài xế xe tắc xi **152**–21
tài xế xe vận tải **169**–1
tái chế **219**–C
tái hôn **35**–24
tám **16**
tám mươi **16**
tạm ngừng **235**–E
táo (bom) **68**–1
tạp chí **133**–5
tạp chí xuất bản định kỳ **133**–4
tàu con thoi **205**–19
tay áo **100**–6
tay cầm **14**–1
tay lái **159**–26
tay lớn **23**–2
tay nhỏ **23**–1
tắm **36**–F
tắm bồn tắm **108**–B
tắm rửa **108**–B
tắt đèn **11**–P, **219**–G
tắt điện thoại di động **160**–I, **174**–G
tấm bảo vệ ống chân **231**–13
tấm biểu ngữ **44**–1
tấm che mặt an toàn **179**–12
tấm đệm nóng **113**–13
tấm lót **55**–11
tấm lót bằng bọt **226**–13
tấm lót nền khi sơn **181**–54
tấm lót phòng tắm **57**–28
tấm trải để thay **59**–2
tấm vải ráp mảnh **232**–15
tầng hầm **47**–13, **50**
tập bản đồ **133**–8
tập giấy ghi chép **183**–38
tập thể dục **39**–P, **230**–N
tập vở **7**–27
tập vở gáy lò xo **7**–29
tất, vớ **86**–6
tật nguyền **32**
tây **155**–2
té **116**–O
tem **134**–23
tê giác **217**–28
tế bào **194**–4
tế bào chất **194**–9
tên **4**–2
thác **204**–2
thai nghén **32**–15
thái dương hệ và các hành tinh **205**
tham gia nhóm "Hàng Xóm Đề Phòng" **143**–L
tham gia trong lớp **10**–B
thảm **56**–24, **58**–22
thảm cao-su **57**–5
thám hiểm **199**–8
than đá **218**–4
thang gấp **61**–13, **178**–2
thang máy **50**–9, **131**–21, **184**–9
thang tự động **131**–23
tháng **20**–3
tháng ba **21**–27

tháng bảy **21**–31
tháng chín **21**–33
tháng hai **21**–26
tháng một **21**–25
tháng mười **21**–34
tháng mười hai **21**–36
tháng mười một **21**–35
tháng năm **21**–29
tháng sáu **21**–30
tháng tám **21**–32
tháng tư **21**–28
tháng trong năm **21**
thanh đẩy **98**–20
thanh đưa **98**–20
thanh đưa lên xuống **197**–15
thanh nẹp **117**–14
thanh ngang an toàn **59**–10
thanh ngang để nắm **57**–11
thanh thiếu niên **31**–11
thanh treo khăn **57**–15
thanh trình đơn **197**–1
THÀNH CÔNG TRONG HỌC ĐƯỜNG **10**
thành phố **4**–7, **52**–1
thánh ca **237**–30
thảo luận vấn đề **8**–G
thay đổi **148**–C
thay quạt nước **157**–K
thay tã **36**–G
thay tấm trải giường **60**–P
thầy **230**–A
thằn lằn **213**–40
thẳng góc **193**–26
thắng cảnh **220**–1
thắng cử **139**–C
thắng tay **159**–48
thắt dây an toàn **36**–L, **160**–H
thắt lưng **94**–6
thắt lưng an toàn **159**–52
thắt lưng đồ nghề **92**–3
thẩm phán **138**–12, **141**–6
thân bài **190**–7
thân cây **210**–4
thận **107**–43
thấp **32**–6
thâu **235**–A
thâu ngân viên **73**–13, **166**–15
thấy **106**–A
thẻ an sinh xã hội **40**–5
thẻ ATM **132**–15
thẻ bảo hiểm sức khỏe **118**–3
thẻ bóng chày để sưu tập **232**–2
thẻ câu lạc bộ xe hơi **162**–4
thẻ gọi điện thoại **14**–15
thẻ lên máy bay **161**–20
thẻ nhớ **235**–20
thẻ thường trú **40**–2
thẻ vé xe **152**–11
thẻ xanh **40**–2
then khóa cứng cửa **51**–34
theo dõi thời tiết **147**–C
theo hướng dẫn **9**
theo lời bác sĩ dặn **114**–J
thể dục nhào lộn **228**–9
thể dục nhịp điệu **122**–5
thể dục thể thao **189**–17
thêm bột giặt vào **101**–B
thêm rau **77**–N
thêu **233**–24
thi đậu lái xe **137**–H
thi hành an ninh giao thông **160**
thi quốc tịch **140**–I
thi viết **137**–E
thị kính **194**–14
thị trấn nhỏ **52**–3
thị trưởng **139**–26
thìa lớn dẹp **78**–19
thiên vương tinh **205**–7
thiệp **239**–5
thiệp chúc **134**–15
thiết bị cứu sinh **225**–20
thiết kế **175**–A
thiếu ánh sáng **235**–35
thiếu nhi **31**–11
thính đường **5**–18
thịt **66**–2
thịt bê cắt lát **70**–6
thịt bò **70**
thịt bò hun khói **71**–23
thịt bò kho **70**–3
thịt bò muối **71**–22
thịt bò nướng **71**–21
thịt bò xay **70**–4
thịt cừu cắt lát **70**–15
thịt cừu có xương **70**–13
thịt gà **66**–3
thịt gà chưa nấu **70**–24
thịt gà nấu chín **70**–25
thịt gà nướng **81**–22
thịt gà tây xông khói **71**–25
thịt giăm bông **70**–9
thịt giăm-bông luộc **76**–5
thịt heo **70**
thịt heo cắt lát **70**–10
thịt heo xông muối **70**–11, **80**–1
thịt ninh nhừ **81**–31
thịt nướng **70**–1
THỊT VÀ GIA CẦM **70**
thịt viên **81**–27
thỏ **215**–13
thoa dầu chống nắng **108**–D
thoa thuốc khử mùi **108**–C
thoa vào **109**–P
thỏa mãn **42**–6
thỏi kẹo **73**–37
thon **32**–9
thổ tinh **205**–6
thổi **240**–C
thông dịch viên **168**–35
THÔNG TIN CÁ NHÂN **4**
thống đốc **139**–20
thở không được **116**–N
thợ cắt thịt **166**–13
thợ điện **62**–9
thợ hàn **169**–1
thợ in **169**–1
thợ khóa **62**–11
thợ kiếng mắt **130**–9
thợ làm bánh **166**–10
thợ làm kiểu tóc **167**–31
thợ lắp ráp **166**–7
thợ may **100**–3
thợ may y phục phụ nữ **100**–1
thợ móng tay **168**–38
thợ mộc **62**–12, **166**–14
thợ sơn (nhà) **168**–46
thợ sửa chữa đồ gia dụng **166**–4
thợ sửa đồ điện **167**–24
thợ sửa mái nhà **62**–8
thợ sửa ống nước **63**–20
thợ sửa xe **166**–8
thợ tóc **167**–31
thợ trừ mối, gián **63**–21
THỜI GIỜ **18**–19
thời kỳ thực dân **198**
THỜI TIẾT **13**
thớt **54**–27
thu **21**–39
thu dọn mảnh vỡ **147**–M
thu dọn đồ chơi **60**–G
thu ngân viên **132**–1
thu sạch bàn **82**–G
thủ phủ tiểu bang **139**–22
thủ thuật y tế **118**
thủ tướng **199**–7
thú mỏ vịt **217**–46
thú nhồi bông **59**–15
thú rừng **220**–3
thú vật nuôi trong nhà **215**
thuế bán **27**–8
thung lũng **204**–18
thùng **61**–7, **160**–6, **225**–8
thùng cấp cứu **117**–1
thùng đựng đồ tái chế **61**–2
thùng đựng tã dơ **37**–7
thùng giữ lạnh **225**–9
thùng rác **51**–23, **53**–24, **57**–26
thùng thư **53**–1, **128**–13, **135**–12
thùng vứt rác thải y tế **121**–31
thùng xăng **158**–10
thùng xe **158**–11
thuốc **121**–20
thuốc bổ **113**–17
thuốc cảm dạng viên **113**–27
thuốc chải mi **109**–39
thuốc chống côn trùng **226**–23
thuốc chống tiết mồ hôi **108**–5
thuốc chùi lò **61**–3
thuốc do bác sĩ cho toa **112**–3
thuốc dưỡng tóc **108**–11
thuốc giảm đau **113**–26
thuốc giảm độ acid **113**–28
thuốc gội đầu **108**–10
thuốc hít **113**–33
thuốc ho dạng sirô **113**–29
thuốc không cần toa **113**–18
thuốc khử mùi **108**–5
thuốc làm mềm quần áo **101**–6
thuốc lau chùi **61**–18
thuốc lau kính **61**–14
thuốc mỡ **113**–24
thuốc ngậm ho **113**–30
thuốc nhỏ mắt **113**–31
thuốc nhuộm gỗ **181**–24
thuốc tẩy **101**–7
thuốc tẩy xóa **183**–36
thuốc thoa mặt (sau khi cạo) **109**–30
thuốc viên dẹt **113**–22
thuốc viên nang **113**–23
thuốc viên tròn **113**–21
thuốc xịt mũi **113**–32
thủy đậu **111**–6
thủy điện **218**–5
thủy quân lục chiến **138**–17
thủy tinh **205**–1
thuyền buồm **225**–3
thuyết trình **182**–6
thư có sách, đĩa **134**–3
thư hàng không **134**–5
thư ký **5**–13, **182**–2
thư ký làm lương **165**–10
thư ký nhập viện **120**–14
THƯ VIỆN **133**
thư viện **5**–17, **125**–15
thử giầy **95**–C
thử máu **121**–30
thứ ba **16**, **20**–10
thứ ba mươi **16**
thứ bảy **16**, **20**–14
thứ bảy mươi **16**
thứ bốn mươi **16**
thứ chín **16**
thứ chín mươi **16**
thứ hai **20**–9
thứ hai mươi **16**
thứ hai mươi mốt **16**
thứ một ngàn **16**
thứ một trăm **16**

thứ mười **16**
thứ mười ba **16**
thứ mười bảy **16**
thứ mười bốn **16**
thứ mười chín **16**
thứ mười hai **16**
thứ mười lăm **16**
thứ mười một **16**
thứ mười sáu **16**
thứ mười tám **16**
thứ năm **16, 20**–12
thứ năm mươi **16**
thứ nhất **16**
thứ nhì **16**
thứ sáu **16, 20**–13
thứ sáu mươi **16**
thứ tám **16**
thứ tám mươi **16**
thứ tư **16, 20**–11
thức ăn trẻ em **37**–4
thức ăn vặt **73**
thức ăn vật nuôi **72**–5
thức dậy **38**–B
thức giấc **38**–A
thức uống **73**
thực đơn **82**–7
THỰC ĐƠN CỦA QUÁN CÀ PHÊ **80–81**
thực khách **82**–6
thực tập **172**–6
thực tập trong nhóm **8**–I
Thực Tập Với Bạn **8**
thực tập với bạn học **8**
thực vật **208**–5, **210**
thước **17**–13
thước cây (1 yard) **181**–16
thước dây **100**–17, **181**–45
thước đo thăng bằng **180**–29
thương số **192**–10
thương tật **32**–10
thượng nghị sĩ **138**–6
thượng nghị sĩ tiểu bang **139**–25
thượng nghị viện **138**–5
ti-vi xách tay **234**–8
tỉa cây **176**–B
tỉa cỏ **176**–12
tích số **192**–9
tiệc **64**–2
TIỆC SINH NHẬT **240–241**
tiệm bán đồ gỗ **126**–8
tiệm bán đồ lưu niệm **184**–5
tiệm bán đồ sắt **148**–4
tiệm bán đồ sửa nhà **127**–20
tiệm bán thiệp **130**–7
tiệm bán vật nuôi **130**–6
tiệm bán xe **126**–4
tiệm cắt tóc **129**–19
tiệm copy **129**–18
tiệm dành cho sản phụ **131**–19
tiệm donut **129**–17
tiệm đồ chơi **130**–5
tiệm đồ điện tử **131**–20
tiệm giặt **128**–1
tiệm giặt khô **128**–2
tiệm giầy **130**–10
tiệm kẹo **131**–17
tiệm kem **131**–16
tiệm kim hoàn **130**–2
tiệm móng tay **130**–3
tiệm nhạc **130**–1
tiệm sách **130**–4
tiệm sửa quần áo **100**
tiệm tạp phẩm **128**–3
TIỆM THỰC PHẨM **72–73**
tiệm tóc **131**–18
tiệm vải **99**
tiệm văn phòng phẩm **127**–21
tiệm video **129**–20
TIỀN **26**
tiền còn trong trương mục **132**–17
tiền giấy **26**
tiền kim loại **26**
tiền mặt và tiền kên **146**–17
tiền vé xe **152**–2
tiền xu **26**
tiện nghi công cộng **48**–5
tiết kiệm nước **219**–E
TIÊU KHIỂN GIẢI TRÍ **236–237**
tiểu bang **4**–8
tiểu đường **111**–12
tiểu sử **133**–13
tiểu thuyết **133**–16
tim **107**–38
tìm bảng cần người **173**–C
tìm chỗ trú tạm **147**–H
tìm ghế ngồi **160**–F
tìm một từ **8**–A
TÌM NHÀ **48**–49
tìm sách **133**–B
TÌM VIỆC **173**
tin nhắn bằng chữ **14**–19
tin nhắn qua giọng nói **14**–18
tinh nghịch **44**–B
tinh tinh **217**–27
tình cảm **237**–16
tình nguyện viên **121**–17
TÌNH TRẠNG KHẨN CẤP VÀ THIÊN TAI **144–145**
tình trạng thời tiết **13**
tĩnh mạch **107**–37
tính toán **17**–B
tít báo **133**–7
toa thuốc **112**–2
toa xe điện ngầm **152**–6
tòa án **125**–13
tòa bạch ốc **138**–7
tòa nhà cao ốc **127**–13
tòa nhà chung cư **50**–1
tòa quốc hội **138**–1
tòa thị chính **124**–8
TOÁN HỌC **192–193**
toán học **189**–10
tóc **104**–2
tóc bạc **33**–13
tóc bện thành hàng **33**–14
tóc dài **33**–3
tóc dài chấm vai **33**–2
tóc đen **33**–16
tóc đỏ **33**–15
tóc gợn sóng **33**–10
tóc mai dài **33**–7
tóc nâu **33**–18
tóc ngang trán **33**–8
tóc ngắn **33**–1
tóc quăn **33**–11
tóc thẳng **33**–9
tóc vàng **33**–17
tỏi **69**–30
tô **55**–2
tô đen ô trả lời **10**–K
tô để trộn **54**–28
tô lớn **55**–21
tô lớn để trộn **78**–31
tô vào **109**–P
tô xúp **83**–21
tổ **209**–12
tốc ký viên **141**–12
tối **18**–19
tối cao pháp viện **138**–11
TỘI PHẠM **142**
tôm **71**–11, **212**–18
tôm cua **71**
tôm hùm **71**–10
tổng cộng **27**–9
tổng hợp hạt nhân **218**–10
tổng số **192**–7
tổng thống **138**–8, **199**–5
tổng thống đầu tiên **198**–11
tối **18**–5
tốt nghiệp **40**–D
tờ biên nhận **27**–6
tờ khai hải quan **161**–16
tới đích **230**–T
tới nhà **39**–R
trà **81**–39
trà dược thảo **81**–40
trả giá **49**–I, **102**–A, **157**–D
trả lại **27**–H
trả lời **8**–H
trả lời câu hỏi **8**–L
trả lùi **235**–C
trả sách **133**–D
trả tiền **27**–G, **82**–I
trả tiền lại **26**–D
trả tiền lệ phí nộp đơn **137**–D
trả tiền mặt **27**–A
trả tiền mướn nhà tháng đầu và tháng cuối **48**–E
trả tiền phạt vì trễ **133**–E
trả tiền vay mua nhà **49**–L
trả vỏ chai **73**–16
trách nhiệm **140**
trái banh đựng kim găm **100**–13
trái bơ **84**–6
TRÁI CÂY **68**
trái cây **67**–9
trái cây trộn **80**–21
trái dâu tây **68**–14
trái tim **239**–6
trám **119**–8
trám răng sâu **119**–E
trạm cảnh sát **124**–6
trạm cứu đắm **225**–21
trạm cứu hỏa **125**–12
trạm không gian **205**–18
trạm ngừng xe buýt **129**–16
trạm nối **234**–3
trạm xăng **125**–10
trạm xe buýt **124**–7, **151**–13, **152**
trạm xe điện ngầm **151**–11, **152**
trạm xe lửa **152**
trán **106**–2
trang điểm **109**
trang giấy **7**–28
trang trả lời **10**–2
trang trại **52**–9
trang trí **240**–1
tráng dầu lên chảo nướng **77**–B
tranh **56**–9
tranh luận **139**–B
tránh xa cửa sổ **147**–I
trăng lưỡi liềm **205**–10
trăng mới **205**–9
trăng thượng tuần **205**–11
trăng tròn **205**–12
trầm cảm **115**–5
trận bão tuyết **13**–23
trật mắt cá **110**–18
trẻ **32**–1
trẻ ẩm ỹ **23**–11
trẻ lạc **144**–1
trẻ nít **31**–8
trẻ ồn ào **23**–11
trẻ sơ sanh **31**–6
trẻ yên lặng **23**–12
treo đồ lên **101**–H
trên máy bay **161**

TRIỆU CHỨNG VÀ THƯƠNG TÍCH **110**
trình bày **122**–6
trình đơn kéo xuống **197**–8
trình giấy tờ nhận diện **137**–C
trình thẻ lên máy bay và chứng minh thư **160**–C
trò chơi bóng chày **44**–2
trò chơi trên bàn **232**–5
trong nhà đón khách phi trường **160**
trong phòng đợi **118**
trong phòng khám **118**
trong thùng **117**
trong thùng xe **158**
TRONG VÀ NGOÀI CƠ THỂ **106–107**
trọng lượng **75**
TRỌNG LƯỢNG VÀ ĐO LƯỜNG **75**
trọng tài **229**–6
trốn **240**–D
trốn nấp **147**–J
trộn các thứ **77**–R
trông coi trẻ **170**–P
trồng **177**–A
trồng cây **176**–E, **219**–N
TRỒNG TRỌT VÀ CHĂN NUÔI **177**
trống **238**–16
trống prô-văng **238**–17
trở thành công dân **40**–G
trở thành ông, bà **41**–N
trở vô lớp **11**–M
trợ tá hành chính **166**–3
trục lăn sơn, ống lăn sơn **181**–23
trung bình **96**–3
trung hòa tử **195**–32
trung niên **32**–2
trung tâm hội nghị **127**–24
TRUNG TÂM THIÊN NHIÊN **208–209**
trung tâm tiêu khiển **56**–5
trung tâm tìm việc **172**–9
truyền hình thực tế **236**–6
trừ **192**–B
trưa **18**–16
trứng **66**–7
trứng có lòng đỏ **76**–10
trứng hấp **76**–9
trứng khuấy **76**–7
trứng lật sơ **76**–11
trứng luộc **76**–8
trứng tráng **76**–12
trước khi gặp tình trạng khẩn cấp **146**
trường cao đẳng **188**–7
trường cao đẳng cộng đồng **127**–17, **188**–6
trường cấp hai **188**–3
trường dạy nghề **188**–5
trường đại học **188**–7
TRƯỜNG HỌC **5**
trường học **126**–9
TRƯỜNG HỌC VÀ MÔN HỌC **188–189**
trường kỹ thuật **188**–5
trường mẫu giáo **188**–1
trường người lớn **188**–8
trường tiểu học **188**–2
trường trung học cấp ba **188**–4
trường trung học đệ nhất cấp **188**–3
trượt băng **227**–4, **230**–U
trượt băng nghệ thuật **227**–5
trượt pa-tanh **228**–10
trượt tuyết **230**–V
trượt tuyết băng đồng **227**–3
trượt tuyết xuống dốc **227**–1
trượt ván **228**–13
trượt ván có buồm **227**–10
trượt ván lướt sóng **227**–9
trượt ván nước **227**–7
trượt ván trên tuyết **227**–2
tù nhân **141**–15
tủ áo quần **58**–1
tủ có ngăn **54**–1
tủ có ngăn kéo **58**–1
tủ đông lạnh **54**–10
tủ đựng áo quần **59**–6
tủ đựng đồ **50**–17
tủ đựng đồ chơi **59**–16
tủ đựng thuốc **57**–22
tủ hồ sơ **182**–11
tủ lạnh **54**–9
tủ sắt **132**–6
tủ văn phòng phẩm **182**–1
tua **99**–34
tua nhanh **235**–D
tuân theo pháp luật **140**–C
tuân theo sự hướng dẫn **147**–F
tuần duyên **138**–18
tuần lễ **20**–15
tuần này **20**–19
tuần qua **20**–18
tuần tới **20**–20
túc cầu **229**–12
túi **100**–7, **217**–50
túi chườm nóng **113**–15
túi con nít **37**–16
túi đeo lưng **226**–15
túi đeo vai **94**–17
túi khí **159**–43
túi mật **107**–44
túi ngủ, chăn chui **226**–12
túi xách **94**–19
tuổi **32**
tuyên án bị can **141**–F
tuyến tụy **107**–45
tuyến xe buýt **152**–1
tuyết lở **145**–18
từ 18 tuổi trở lên **140**–G
từ chối lời mời **12**–J
tử số **192**–5
tự do báo chí **140**–4
tự do ngôn luận **140**–2
tự do tín ngưỡng **140**–3
tự hào **43**–21
tự làm **10**–J
tự làm thủ tục mượn sách **133**–10
tự điển **7**–30
tự điển có hình **7**–31
tựa đề **133**–14
tực-xi-đô **89**–17
tưới nước cây **176**–F
tường **56**–10
tường đá tiền chế không cần vữa **178**–19
tượng nhỏ **232**–1
TV màn ảnh lớn **50**–14
TV màn dẹp **234**–7
TV màn hình dẹp **234**–7
tỷ lệ **155**–7
tỷ số **229**–1
úc châu **202**–6
ủi đồ **101**–g
ung thư **111**–10
uốn tóc **33**–B
uống **11**–J
uống kèm với đồ ăn hoặc sữa **112**–A
uống nước **114**–C
uống thuốc **114**–D
uống trước khi ăn một tiếng **112**–B
URL **197**–4
ủy viên hội đồng **139**–28
ức **70**–19
va-li **161**–18
vá lớn **78**–7
vách tế bào **194**–5
vai **105**–13
vải bạt, vải thô để sơn vẽ **233**–17
vải bông **98**–1
vải bông chéo **99**–7
vải lanh **98**–2
vải len **98**–3
van chở hàng **156**–13
van nhỏ **156**–8
ván bập bênh **224**–16
ván ép **181**–20
ván lợp **178**–20
ván trượt (có gắn bánh xe) **224**–7
ván trượt ski **231**–24
ván trượt sóng **225**–16
ván trượt tuyết **231**–23
vào lớp **11**–A
vào tắc xi **153**–E
vào tiệm ăn cắp vặt **142**–8
vay tiền **49**–J
váy **87**–10
váy cực ngắn **96**–15
váy dài **96**–18
váy dài trung bình **96**–17
váy giường **58**–17
váy lót ngắn **91**–23
váy ngắn **96**–16
váy tới bắp chân **96**–17
văn học **189**–9
VĂN PHÒNG **182–183**
văn phòng **164**–3
văn phòng chính **5**–12
văn phòng cho mướn nhà **51**
văn phòng du lịch **131**–14
văn phòng phẩm **183**
vắt sữa **177**–C
vấn đề răng **119**
vấn đề thị giác **115**–1
VẤN ĐỀ TRONG NHÀ VÀ SỬA CHỮA TRONG NHÀ **62–63**
vận dụng trí não để tìm ý **191**–F
vận động **230**–N
vận động tranh cử **139**–29
vận tốc giới hạn **154**–4
vất rác **11**–N
VẬT DỤNG LAU CHÙI **61**
vật kính **194**–16
vật lý **195**
vật lý trị liệu **115**–11
vật quý giá **132**–8
vây **212**–1
vẩy **212**–3
vẫy tay **2**–F
ve, tíc **214**–27
vẽ hình **8**–F
vẽ sơn **233**–E
vé **152**–15
vé chuyển xe **152**–5
vé máy bay điện tử **161**–19
vệt đuôi dài **215**–15
về hưu **41**–O
về nhà **39**–R
vệ binh quốc gia **138**–19
VỆ SINH CÁ NHÂN **108–109**
VỆ SINH CÔNG CỘNG **148–149**
vệ tinh **205**–20

vết côn trùng cắn **110**–11
vĩ cầm **238**–6
ví **94**–2
ví tiền kên **94**–14
ví tiền lẻ **94**–14
vỉa hè **129**–24
VIỆC LÀM VÀ NGHỀ NGHIỆP **166–169**
việc mới **172**–3
VIỆC NHÀ **60**
việc ở chức vị mới vô làm **172**–1
viêm khớp **111**–16
viên chức dân cử **139**–32
viễn vọng kính **205**–23
viện bảo tàng nghệ thuật **223**–9
viện hải dương học **222**–7
VIẾT ANH VĂN **190–191**
viết bản cuối cùng **191**–L
viết bản nháp đầu tiên **191**–H
viết chi phiếu (cá nhân) **27**–D
viết chữ in hoa tên **4**–C
viết hoa chữ cái đầu tiên trong một câu **190**–B
viết hoa những cái tên **190**–A
viết lá thư giới thiệu **173**–G
viết lại **191**–J
viết lên bảng **6**–E
viết lời người khác đọc **171**–K
viết sơ yếu lý lịch **173**–F
viết thư cảm ơn **174**–O
viết trả lời **135**–H
viết vài dòng trong thiệp **135**–A
vịnh **204**–9
viôlông xen, xeo-lô **238**–7
vịt **70**–18, **214**–12
vỏ sò **225**–24
võ thuật **228**–11
voi **217**–42
vòi **217**–47
vòi hoa sen **57**–13
vòi nước **53**–A, **53**–21, **57**–8
vòi nước bị rỉ **63**–17
vòi nước uống **224**–9
vòi phun nước **224**–4
vòi tắt ga (hơi đốt) **146**–4
vòi tưới nước **53**–22
vòng đệm **180**–37
vòng đeo tay cấp cứu y tế **117**–3
võng **53**–23
vô đại học **41**–I
vồ **180**–2
vỗ tay **148**–B
vớ cắt ngắn **91**–10
vớ cho cả nam lẫn nữ **91**
vớ dài dầy **91**–8
vớ dài mỏng **91**–9
vớ lót **91**–18
vớ nữ **91**
vớ, tất dài **91**–17
vớ tới đầu gối **91**–12
vớ tới mắt cá **91**–7, **91**–11
vợ **34**–12
vợt chơi quần vợt, vợt ten-nít **231**–2
VŨ TRỤ **205**
vú **107**–26
vui sướng **44**–5
vui vẻ **28**–6, **43**–31
vung gậy **230**–Q
vươn **230**–M
vườn bách thảo **222**–3
vườn cây ăn trái **177**–10
vườn nho **177**–16
vườn rau **53**–27, **177**–14
vườn trên mái nhà **50**–4
xa lộ **155**–9
xà lách ăn tối **80**–15
xà lách cải thái nhỏ **80**–18
xà lách đặc biệt **80**–14
xà lách khoai tây trộn **80**–19
xà lách spin-nách **80**–13
xà phòng **57**–4, **108**–3
xà phòng dạng gel **108**–2
xà phòng nước rửa chén **61**–21
xả hơi **39**–U
xả rác **148**–2
xác định mục tiêu **10**–A
xách có sáu lon **74**–9
xanh biển **28**–5
xào qua nấm **77**–E
xăng-đan **88**–9
xăng-wuýt club **80**–12
xăng-wuýt gà **79**–5
xăng-wuýt phó mát nướng **80**–10
xắt đậu hũ **77**–C
xắt lát cần tây **77**–J
xâm **32**–18
xấu hổ **43**–24
XÂY CẤT **178**
xe 2 cửa **156**–2
xe 4 cửa **156**–1
xe buýt **128**–9, **151**–14
xe buýt học sinh **156**–21
xe câu **156**–14
xe chở bồn **156**–20
xe chữa lửa **144**–10
xe con thoi **152**–19
xe cút kít **176**–3
xe cứu thương **116**–1, **121**–34
xe dọn nhà **156**–18
xe đạp **129**–22, **151**–15
xe đạp ba bánh **224**–12
xe đẩy **72**–7, **129**–28
xe đẩy chở hành lý **184**–8
xe đẩy con nít **37**–18, **37**–20
xe đẩy của người dọn phòng **184**–19
xe đi cắm trại **156**–9
xe điện ngầm **151**–12
xe đổ **156**–19
xe đổ rác **127**–22
xe hoa **239**–2
xe hơi **150**–1, **156**–1
XE HƠI VÀ XE VẬN TẢI **156–157**
xe hư **162**–D
xe lai **156**–3
xe lăn **113**–9
xe lửa **150**–7
xe máy **150**–4
xe móc **156**–17
xe mui trần **156**–5
xe nâng hàng **175**–12
xe ngắn gọn **156**–2
xe nhà lưu động **156**–10
xe sang trọng **152**–20, **156**–11
xe tải con (đẩy tay) **175**–11
xe tải lớn **156**–15
xe tắc xi **150**–3
xe thể thao **156**–4
xe thể thao đa dụng **156**–7
xe thùng dài **156**–6
xe ủi đất **178**–6
xe vận tải **150**–6
xe vận tải có thùng **156**–12
xem TV **39**–X
xẻng **176**–7, **178**–22
xét nghiệm máu **121**–30
xếp **164**–4
xếp đặt bàn ghế **49**–Q
xếp đặt ý tưởng **191**–G
xếp đồ **101**–F, **162**–A
xếp hàng **73**–11
xếp hàng đợi **94**–B
xếp hạng **10**–4
xi-líp **91**–14
xi măng **178**–10
xỉa răng bằng chỉ **109**–K
xích **180**–41
xin lỗi **12**–F
xỏ lỗ tai **32**–17
xóa **196**–C
xóa đi **109**–Q
xóa lỗi **10**–M
xoài **68**–21
xong hết tất cả thuốc **112**–C
xô **225**–8
xô nước **61**–7
xuân **21**–37
xúc miệng **109**–L
xúc xích **70**–12, **80**–2
xúc-xích Ý **71**–24
xuống hàng **196**–D
xúp **72**–18, **80**–16
xúp gà dễ nấu **77**
xử dụng phép chấm câu **190**–C
xương **107**–33
xương chậu **107**–50
xương sọ **107**–47
xương sống **107**–49
xưởng may **98**
y phục có vấn đề **97**
y phục đi làm **88**
Y PHỤC HÀNG NGÀY **86-87**
y phục hóa trang **239**–11
Y PHỤC Ở CHỖ LÀM **92-93**
Y PHỤC THEO MÙA **90**
y phục thường **88**
Y PHỤC THƯỜNG, ĐI LÀM & TRANG TRỌNG **88-89**
y phục trang trọng **89**
y tá **118**–8, **168**–44
y tá chính quy **120**–10
y tá mổ **120**–9
y tá phụ có chứng chỉ **120**–12
y tá thực hành có giấy phép hành nghề **120**–11
ý kiến **44**–3
yếm **37**–5
yêu nhau **40**–H
yoga **122**–4

Research Bibliography

The authors and publisher wish to acknowledge the contribution of the following educators for their research on vocabulary development, which has helped inform the principals underlying OPD.

Burt, M., J. K. Peyton, and R. Adams. *Reading and Adult English Language Learners: A Review of the Research.* Washington, D.C.: Center for Applied Linguistics, 2003.

Coady, J. "Research on ESL/EFL Vocabulary Acquisition: Putting it in Context." In *Second Language Reading and Vocabulary Learning*, edited by T. Huckin, M. Haynes, and J. Coady. Norwood, NJ: Ablex, 1993.

de la Fuente, M. J. "Negotiation and Oral Acquisition of L2 Vocabulary: The Roles of Input and Output in the Receptive and Productive Acquisition of Words." *Studies in Second Language Acquisition* 24 (2002): 81–112.

DeCarrico, J. "Vocabulary learning and teaching." In *Teaching English as a Second or Foreign Language,* edited by M. Celcia-Murcia. 3rd ed. Boston: Heinle & Heinle, 2001.

Ellis, R. *The Study of Second Language Acquisition.* Oxford: Oxford University Press, 1994.

Folse, K. *Vocabulary Myths: Applying Second Language Research to Classroom Teaching.* Ann Arbor, MI: University of Michigan Press, 2004.

Gairns, R. and S. Redman. *Working with Words: A Guide to Teaching and Learning Vocabulary.* Cambridge: Cambridge University Press, 1986.

Gass, S. M. and M.J.A. Torres. "Attention When?: An Investigation Of The Ordering Effect Of Input And Interaction." *Studies in Second Language Acquisition* 27 (Mar 2005): 1–31.

Henriksen, Birgit. "Three Dimensions of Vocabulary Development." *Studies in Second Language Acquisition* 21 (1999): 303–317.

Koprowski, Mark. "Investigating the Usefulness of Lexical Phrases in Contemporary Coursebooks." *Oxford ELT Journal* 59(4) (2005): 322–32.

McCrostie, James. "Examining Learner Vocabulary Notebooks." *Oxford ELT Journal* 61 (July 2007): 246–55.

Nation, P. *Learning Vocabulary in Another Language*. Cambridge: Cambridge University Press, 2001.

National Center for ESL Literacy Education Staff. *Adult English Language Instruction in the 21st Century*. Washington, D.C.: Center for Applied Linguistics, 2003.

National Reading Panel. *Teaching Children to Read: An Evidenced-Based Assessment of the Scientific Research Literature on Reading and its Implications on Reading Instruction.* 2000. http://www.nationalreadingpanel.org/Publications/summary.htm/.

Newton, J. "Options for Vocabulary Learning Through Communication Tasks." *Oxford ELT Journal* 55(1) (2001): 30–37.

Prince, P. "Second Language Vocabulary Learning: The Role of Context Versus Translations as a Function of Proficiency." *Modern Language Journal* 80(4) (1996): 478-93.

Savage, K. L., ed. *Teacher Training Through Video - ESL Techniques*: *Early Production.* White Plains, NY: Longman Publishing Group, 1992.

Schmitt, N. *Vocabulary in Language Teaching.* Cambridge: Cambridge University Press, 2000.

Smith, C. B. *Vocabulary Instruction and Reading Comprehension*. Bloomington, IN: ERIC Clearinghouse on Reading English and Communication, 1997.

Wood, K. and J. Josefina Tinajero. "Using Pictures to Teach Content to Second Language Learners." *Middle School Journal* 33 (2002): 47–51.